ಬಹುಮುಖಿ

ಮಾಧ್ಯಮ ಸಂಬಂಧೀ ಲೇಖನಗಳು

ಸಂಪಾದಕಿ

ಮೌಲ್ಯ ಜೀವನ್

ವಿಸ್ಮಯ ಪ್ರಕಾಶನ

'ಮೌನ' ೩೬೬, ನವಿಲು ರಸ್ತೆ, ಕುವೆಂಪುನಗರ, ಮೈಸೂರು-೫೭೦೦೨೩

BAHUMUKI

Edited by **MOULYA JEEVAN,** Faculty, Dept. of Journalism
ALVA'S College, Moodubidire, Mob: 9480341338

Published by **VISMAYA PRAKASHANA**
'MOUNA', 366, Navilu Road, Kuvempunagar, Mysore-23
Mob: 9008798406, email: vismayaprakashana@gmail.com

First Impression	:	2012
Pages	:	120
Paper	:	70 GSM. Maplitho
Price	:	**100 - 00**
Copy Right	:	Author
Copies	:	1000
DTP	:	Lavanya
Page design	:	Halathi Lokesh
Cover design	:	Dinesh Kukkujadka
ISBN	:	9 7 8 8 1 9 2 2 0 2 6 5 5

ಮೊದಲ ಮುದ್ರಣ	:	೨೦೧೨
ಪುಟಗಳು	:	೧೨೦
ಕಾಗದ ಬಳಕೆ	:	೭೦ ಜಿಎಸ್‌ಎಂ ಮ್ಯಾಪ್‌ಲಿಥೊ
ಬೆಲೆ	:	೧೦೦-೦೦
ಪ್ರತಿಗಳು	:	೧೦೦೦
ಹಕ್ಕುಗಳು	:	ಲೇಖಕರು
ಅಕ್ಷರ ಜೋಡಣೆ	:	ಲಾವಣ್ಯ
ಪುಟ ವಿನ್ಯಾಸ	:	ಹಾಲತಿ ಲೋಕೇಶ್
ಮುಖಪುಟ ವಿನ್ಯಾಸ	:	ದಿನೇಶ್ ಕುಕ್ಕುಜಡ್ಕ

ಪ್ರಕಾಶಕರು

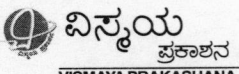

ವಿಸ್ಮಯ ಪ್ರಕಾಶನ
VISMAYA PRAKASHANA

'ಮೌನ', 366, ನವಿಲು ರಸ್ತೆ, ಎ & ಬಿ.ಬ್ಲಾಕ್
ಕುವೆಂಪುನಗರ, ಮೈಸೂರು - 23
ದೂರವಾಣಿ: 0821 - 2543244

ಮುದ್ರಣ
ಇಳಾ ಮುದ್ರಣ
ನಂ. ೩೬, ೪೦ ಅಡಿ ರಸ್ತೆ
ರಾಘವನಗರ, ನ್ಯೂ ಟಿಂಬರ್‌ಯಾರ್ಡ್ ಲೇಔಟ್
ಬೆಂಗಳೂರು - ೫೬೦ ೦೨೬
ದೂರವಾಣಿ : ೨೬೭೫೭೧೫೯

ಅರ್ಪಣೆ

ನನ್ನೆಲ್ಲಾ ಗುರುಗಳಿಗೆ
ಅಪ್ಪ–ಅಮ್ಮ
ಅತ್ತೆ–ಮಾವ
ಇವರಿಗೆ

'ಬಹುಮುಖಿ'ಯ ಒಳಹೊಕ್ಕು...

ಮೌಲ್ಯ ಬಾಲಾಡಿ ಎಂಬ ಹೆಸರಲ್ಲಿ ನನ್ನ ವಿದ್ಯಾರ್ಥಿನಿಯಾಗಿದ್ದ ಮೌಲ್ಯ ಗೆಳೆಯ ಜೀವನರಾಂ ಸುಳ್ಯರನ್ನು ಮದುವೆಯಾಗಿ ಮೌಲ್ಯ ಜೀವನ್ ಆದುದು, ಎಂ.ಎ ಮುಗಿಸಿದ ಮೇಲೆ ಮೂಡುಬಿದಿರೆಯ ಆಳ್ವಾಸ್ ಕಾಲೇಜಿಗೆ ಸೇರಿ ಪತ್ರಿಕೋದ್ಯಮ ಅಧ್ಯಾಪಕಿಯಾಗಿ ಕಳೆದ ಆರು ವರ್ಷಗಳಿಂದ ಮೂಡುಬಿದಿರೆಯ ಕಾಲೇಜಿನ ಸ್ಟಾರು ಟೀಚರ್‌ಗಳಲ್ಲಿ ಒಬ್ಬರಾಗಿರುವುದು ಕಣ್ಣೆದುರಿಗಿನ ಇತಿಹಾಸ. ವಿದ್ಯಾರ್ಥಿ ದಿಸೆಯಿಂದಲೂ ಕ್ರಿಯಾಶೀಲರಾಗಿದ್ದ ಮೌಲ್ಯ ಜೀವನದ ತಾಪತ್ರಯಗಳಲ್ಲಿ ಕಳೆದು ಹೋಗಲಿಲ್ಲ ಎಂಬುದು ಅಭಿಮಾನದ ಸಂಗತಿ.

ಕರ್ನಾಟಕದಲ್ಲಿ ಪತ್ರಿಕಾ ಮಾಧ್ಯಮಕ್ಕೆ ೧೬೭ ವರ್ಷಗಳ ಚರಿತ್ರೆಯಿದ್ದಾರೆ, ಮಾಧ್ಯಮ ಶಿಕ್ಷಣಕ್ಕೆ ೬೦ಕ್ಕೂ ಮಿಕ್ಕು ವರ್ಷಗಳ ಇತಿಹಾಸವಿದೆ. ನಮ್ಮ ಸಮೀಪದ ಕೇರಳ, ಆಂಧ್ರ, ತಮಿಳುನಾಡುಗಳಿಗೆ ಹೋಲಿಸಿದರೆ ಕನ್ನಡ ಪತ್ರಿಕಾ ಬೆಳವಣಿಗೆಗೆ ಅಪ್ರತಿಮವೇನೋ ಅಲ್ಲ. ಹಾಗಂತ ನಮ್ಮ ಸಾಧನೆಗಳೇನೂ ಕಳಪೆಯಲ್ಲ. ಬದುಕಿದ್ದೇ ಸಾಧನೆಯಲ್ಲ. ಇದು ಪತ್ರಿಕೋದ್ಯಮ ಶಿಕ್ಷಣಕ್ಕೂ ಅನ್ವಯಿಸುವ ಮಾತು. ಆರಂಭದ ಅಸ್ತಿತ್ವದ ಪ್ರಶ್ನೆಗಳಿಂದ ದೂರಸಾಗಿ ಬಂದಿರುವ ಪತ್ರಿಕಾ ಶಿಕ್ಷಣ ಈಗ ಶೈಕ್ಷಣಿಕವಾಗಿ ಬಹುಬೇಡಿಕೆಯ ಸೆಂಟರು ಸ್ಟೇಜಿಗೆ ಬಂದು ನಿಂತಿದೆ. ನೂರಕ್ಕೂ ಹೆಚ್ಚು ಕಾಲೇಜುಗಳಲ್ಲಿ ಪತ್ರಿಕೋದ್ಯಮವು ಪದವಿ ತರಗತಿಯ ಭಾಗವಾಗಿರುವ ಅಂದಾಜಿದೆ. ಇವರಲ್ಲಿ ಹೆಚ್ಚಿನವರು ಕನ್ನಡ ಪತ್ರಿಕೋದ್ಯಮವನ್ನೇ ನೆಚ್ಚಿಕೊಂಡು ಬಂದವರು ಎಂಬುದು ವಾಸ್ತವ.

ಪತ್ರಿಕೋದ್ಯಮ ವಿದ್ಯಾರ್ಥಿಗಳ ಸಂಖ್ಯೆ ಬೆಳೆದಿದ್ದರೂ ಅವರಿಗೆ ನ್ಯಾಯ ಒದಗಿಸುವ ರೀತಿಯಲ್ಲಿ ಪತ್ರಿಕಾ ಶಿಕ್ಷಣದ ಪರಾಮರ್ಶನ ಗ್ರಂಥಗಳು, ವಿದ್ಯಾರ್ಥಿಗಳಿಗೆ ಉಪಯುಕ್ತ ಮಾಧ್ಯಮ ಶಿಕ್ಷಣದ ಪುಸ್ತಕಗಳು ಬೆಳೆಯಲಿಲ್ಲ ಎಂಬುದು ನಿಜ. ಈಗಲೂ ಕನ್ನಡದಲ್ಲಿ ಪರೀಕ್ಷೆ ಬರೆಯುವವರು ಇಂಗ್ಲೀಷ್ ಪುಸ್ತಕಗಳಿಂದ ನೋಟ್ಸು ಮಾಡಿಕೊಳ್ಳುವುದನ್ನು ಕಂಡರೆ ನೋವಾಗುತ್ತದೆ. ಅದನ್ನೇ ಉರುಹೊಡೆದು ಭಟ್ಟಿಯಿಳಿಸಲು ಪ್ರಯತ್ನಿಸುತ್ತಾರೆ. ಕನ್ನಡದಲ್ಲಿ 'ಪತ್ರಿಕಾ ಸಾಹಿತ್ಯ' ಗೌರವ ಪಡೆಯುವ ರೀತಿಯಲ್ಲಿ ಬೆಳೆಯದಿರಲು ನಾವು ಮಾಧ್ಯಮ ಶಿಕ್ಷಕರ ಸೋಲನ್ನು ವಿಷಾದದಿಂದ ಒಪ್ಪಿಕೊಳ್ಳಬೇಕಿದೆ.

ಕತ್ತಲೆಯಲ್ಲಿ ದಾರಿತೋರುವ ಪಂಜಿನ ಹಾಗೆ ಈಗ ಅಲ್ಲಲ್ಲಿ ಕೆಲವು ಪ್ರಯತ್ನಗಳು ಮಾಧ್ಯಮ ಶಿಕ್ಷಕರಿಂದ ನಡೆದಿರುವುದು ಸ್ವಾಗತಾರ್ಹ. ಬಹುಮುಖಿ ಮಾಧ್ಯಮ ಸಂಬಂಧೀ ಲೇಖನಗಳು ಎಂಬುದು ಅಂಥ ಒಂದು ಪ್ರಯತ್ನ. ಅಭಿನಂದನೀಯ ಪ್ರಯತ್ನ ಇಲ್ಲಿ ಮೌಲ್ಯ ಹತ್ತು ಹಲವು ವಿದ್ವಾಂಸರಿಂದ ಮಾಧ್ಯಮ ಸಂಬಂಧೀ ಬರೆಹಗಳನ್ನು ಕಲೆ ಹಾಕಿದ್ದಾರೆ. ಹತ್ತು ಜನರಿಂದ ಬರೆಸುವುದು ನಾವೇ ಬರೆಯುವುದಕ್ಕಿಂತ ಕಷ್ಟದ ಕೆಲಸ.

ಎತ್ತು ಏರಿಗೆ, ಕೋಣ ನೀರಿಗೆ ಅಂತಾಗುವುದೇ ಹೆಚ್ಚು. ಆದರೆ ಇಲ್ಲಿ ಮೌಲ್ಯ ಮೇಡಂ ಮಾಧ್ಯಮದ ಸೂತ್ರದಿಂದ ಈ ಎಲ್ಲ ಲೇಖನಗಳನ್ನು ಪೋಣಿಸಿದ್ದಾರೆ.

ಬಿಳಿ–ಕೆಂಪು–ಹಸಿರು–ಹಳದಿ ಮುಂತಾಗಿ ಹಲವು ಬಣ್ಣಗಳ ಹೂವನ್ನು ಪೋಣಿಸಿದರೆ ಆಗುವ ಸುಂದರ ಮಾಲೆಯ ಹಾಗೆ ಇಲ್ಲಿನ ಬರೆಹಗಳಿವೆ.

ಇವತ್ತು ಪತ್ರಿಕೋದ್ಯಮವನ್ನು ಒಳಗೊಂಡ ಮಾಧ್ಯಮ ಕ್ಷೇತ್ರ ತುಂಬಾ ವಿಸ್ತಾರವಾದುದು. ಕ್ಷಣ ಕ್ಷಣಕ್ಕೂ ಬದಲಾಗುವಂಥದ್ದು. ವ್ಯವಸ್ಥೆಯ ಇತರ ಎಲ್ಲ ಅಂಗಗಳ ಮೇಲೆ ಪರಿಣಾಮ ಬೀರುವಂತದ್ದು. ಅದಕ್ಕೇ ಮಾಧ್ಯಮ ಸಂಬಂಧೀ ಲೇಖನಗಳ ಗುಚ್ಛವಾದ 'ಬಹುಮುಖಿ' ಯಲ್ಲಿ ಮಾಧ್ಯಮ ಲೋಕದ ವಿಸ್ತಾರವನ್ನು ವಿವರಿಸುವ ಲೇಖನಗಳಿವೆ. ಕನ್ನಡ ಪತ್ರಿಕೋದ್ಯಮ ೧೭೦ರ ಹೊಸ್ತಿಲಲ್ಲಿದೆ ಎಂದು ಜ್ಞಾಪಿಸುವ ಲೇಖನದಿಂದ ಹಿಡಿದು ಜಾನಪದ ಕುಣಿತ, ಸಾಂಸ್ಕೃತಿಕ ಪತ್ರಿಕೋದ್ಯಮ ಪತ್ರಿಕೋದ್ಯಮ ಶಿಕ್ಷಣ, ಅಂಕಣ, ರಿಯಾಲಿಟಿ ಷೋ, ಮಾಧ್ಯಮ ಮತ್ತು ಮಹಿಳೆ, ಬಾಲಿವುಡ್, ಛಾಯಾ ಪತ್ರಿಕೋದ್ಯಮ, ಮಾನವ ಹಕ್ಕು... ಎಲ್ಲಾ ವಿಷಯ ಸೇರಿ ಇದು ಮಾಧ್ಯಮಕ್ಕೆ ಸಂಬಂಧಿಸಿದ ಪುಸ್ತಕವಾಗಿದೆ. ಹಿಂದೆ 'ಡೆಡ್‌ಲೈನ್ ವೀರರ ಕಥೆಗಳು' ಎಂಬ ಶೀರ್ಷಿಕೆಯಲ್ಲಿ ಪತ್ರಕರ್ತೆ ಯಶೋದಾ ಅವರು ಪತ್ರಿಕೋದ್ಯಮದ ವಿವಿಧ ಮುಖಗಳಿಗೆ ಸಂಬಂಧಿಸಿದ ಲೇಖನವನ್ನು ಸಂಪಾದಿ ಸಿದ್ದರು. ಅದು ಮತ್ತೆ 'ಸುದ್ದಿ ಬಿಂಬ' ಹೆಸರಿನಲ್ಲಿ ಮೈಸೂರು ವಿ.ವಿಯ ಪ್ರಸಾರಾಂಗದಿಂದ ಪ್ರಕಟಗೊಂಡಿದೆ. ಮೌಲ್ಯ ಜೀವನ್ ಸಂಪಾದಿಸಿರುವ 'ಬಹುಮುಖಿ' ಕೂಡಾ ಅದೇ ಮಾದರಿಯದಾಗಿದ್ದು ಇಡೀ ಮಾಧ್ಯಮ ವಲಯವನ್ನು ಒಳಗೊಂಡ ಬಿಡಿ ಲೇಖನಗಳ ಸಂಗ್ರಹವಾಗಿದೆ. ಮಾಧ್ಯಮದ ವಿದ್ಯಾರ್ಥಿಗಳಿಗೆ ಉಪಯುಕ್ತ ಆಕರ ಗ್ರಂಥವಾಗಲಿದೆ. ಆದರೆ ಇಲ್ಲಿನ ಹೆಚ್ಚಿನ ಲೇಖನಗಳನ್ನು ಬರೆದವರು ಹವ್ಯಾಸೀ ಬರೆಹಗಾರರು (ಒಂದಿಬ್ಬರನ್ನು ಬಿಟ್ಟರೆ) ಇದರಿಂದಾಗಿ ಹೊರಗಿನಿಂದ ತಟ್ಟಿಬಡಿಯುವ ಪ್ರಯತ್ನವಾಗಿಯೂ ಕಂಡೀತು. ಕಾಯಕನಿರತ ಪತ್ರಕರ್ತರ ಅನುಭವದ ಇನ್ನಷ್ಟು ಧಾರೆಗಳನ್ನು ಒಳಗೊಂಡಿದ್ದರೆ ಪುಸ್ತಕದ ಮಹತ್ತ್ವ ಹೆಚ್ಚಬಹುದಿತ್ತು. ಆದರೆ ಹವ್ಯಾಸಿಗಳ ಕೊಡುಗೆಗಳೇ ಹೆಚ್ಚಿರುವುದರಿಂದ ಒಂದು ಲಾಭವಾಗಿದೆ. ಇವರೆಲ್ಲ ಬರೆವಣಿಗೆಯನ್ನು ಕುಸುರಿ ಕೆಲಸದ ತಾದಾತ್ಮ್ಯದಿಂದ, ಅಕ್ಷರಗಳ ಮೇಲಿನ ಪ್ರೀತಿಯಿಂದ ಬರೆಯುವವರಾದ್ದರಿಂದ ಪ್ರತಿಯೊಂದು ಲೇಖನವೂ ಪ್ರಬಂಧದ ಹಾಗೆ ಓದಿಸಿಕೊಂಡು ಹೋಗುತ್ತದೆ. ಯಾವುದೋ ಸೆಮಿನಾರಿಗೆ ತಯಾರಿಸಿದ ನೀರಸ ಪ್ರಬಂಧಗಳು ಇಲ್ಲಿಲ್ಲ. ಹೀಗಾಗಿ ಮಾಧ್ಯಮ ಲೋಕದ ಬಗ್ಗೆ ಪ್ರೀತಿ ಹಾಗೂ ಕುತೂಹಲ ಇರುವ ಎಲ್ಲರೂ ಓದಬಹುದಾದ ಕೃತಿಯಾಗಿದೆ.

ಮೌಲ್ಯಜೀವನ್, ಕನ್ನಡಕ್ಕೆ ಇನ್ನಷ್ಟು ಉತ್ಕೃಷ್ಟ ಕೃತಿಗಳನ್ನು ಕೊಡಲಿ ಎಂದು ಹಾರೈಸುತ್ತೇನೆ.

– **ಡಾ. ನಿರಂಜನವಾನಳ್ಳಿ**

ಮಾನಸಗಂಗೋತ್ರಿ, ಮೈಸೂರು

ಮೊದಲ ಮಾತು

Pen is mightier than sword ಎನ್ನುವ ಹಳೆಯ ನಾಣ್ಣುಡಿಯೊಂದಿದೆ. ಅಕ್ಷರ ಜಗತ್ತನ್ನೇ ಗೆಲ್ಲಬಲ್ಲದೆಂಬ ಆಶಯದೊಂದಿಗೆ ಹುಟ್ಟಿಕೊಂಡ ವಾಕ್ಯವದು. ಅಕ್ಷರ ಎಂದರೆ ಇಂದು ಮುಖ್ಯವಾಗಿ ಗಮನಿಸಬೇಕಾದದ್ದು ಮಾಧ್ಯಮವನ್ನು. ಟಿ.ವಿ, ರೇಡಿಯೋ, ಅಂತರ್ಜಾಲ, ಪತ್ರಿಕೆಗಳು ಎಷ್ಟು ಪರಿಣಾಮಕಾರಿ ಎನ್ನುವುದಕ್ಕೆ ಹೆಚ್ಚು ವಿವರಣೆ ಬೇಕಾಗಿಲ್ಲ. ಸಮಾಜದ ಒಳಿತು, ಕೆಡುಕು, ಬೇಡಿಕೆ, ಬಂಡವಾಳಗಳನ್ನೆಲ್ಲಾ ಬಯಲಿಗೆ ತಂದು ಸಾಮಾಜಿಕ ಕಳಕಳಿಯೊಂದಿಗೆ ಕೆಲಸ ಮಾಡಬೇಕಾದದ್ದು ಪ್ರಜಾಪ್ರಭುತ್ವದ ನಾಲ್ಕನೇ ಅಂಗವೆನಿಸಿ ಕೊಂಡಿರುವ ಮಾಧ್ಯಮದ ಕರ್ತವ್ಯ.

ಇತ್ತೀಚಿನ ದಿನಗಳಲ್ಲಿ ಮಾಧ್ಯಮಗಳ ಬೆಳವಣಿಗೆ ಆರೋಗ್ಯಕರವಾಗಿಲ್ಲ ಎನ್ನುವುದು ಹಲವರ ಅಭಿಪ್ರಾಯ ಮತ್ತು ಅದು ಸತ್ಯವೂ ಕೂಡ. ಸಾಮಾಜಿಕ ಆರೋಗ್ಯವನ್ನು ಕಾಪಾಡಬೇಕಾದ ಮಾಧ್ಯಮಗಳು ಈ ನಿಟ್ಟಿನಲ್ಲಿ ವಿಫಲವಾಗಿವೆ ಎಂದು ದೃಢಪಡಿಸುವ ದೃಷ್ಟಾಂತಗಳು ನಡೆದಿವೆ, ನಡೆಯುತ್ತಲೇ ಇವೆ. ಪತ್ರಿಕಾ ದಿನಾಚರಣೆಯ ಸಂದರ್ಭಗಳಲ್ಲಿ, ಮೀಡಿಯಾ ಕುರಿತಾದ ಸಮ್ಮೇಳನಗಳಲ್ಲಿ, ಗೋಷ್ಠಿಗಳಲ್ಲಿ ಮಾಧ್ಯಮದ ಬಗೆಗೆ ಟೀಕೆಗಳೇ ಹೆಚ್ಚು ಕೇಳಿಬರುತ್ತಿವೆ.

ನನ್ನ ಪ್ರಾಧ್ಯಾಪಕರೊಬ್ಬರು ಹೇಳುತ್ತಿದ್ದರು, ವರದಿಗಾರಿಕೆ ಎಂದರೆ 'ಕೆರೆಯ ನೀರನು ಕೆರೆಗೆ ಚೆಲ್ಲುವ ಪ್ರಕ್ರಿಯೆ' ಎಂದು. ಸಮಾಜದಲ್ಲಿರುದನ್ನು ಸಂಗ್ರಹಿಸಿ ಮತ್ತೆ ಸಮಾಜಕ್ಕೆ ಕೊಡುವ ವ್ಯವಸ್ಥೆ. ಮಾಹಿತಿ ಕಲೆ ಹಾಕಿ ಸುದ್ದಿಯನ್ನಾಗಿಸುವ ಪ್ರಕ್ರಿಯೆ. ಆದರೆ ಸಂಗ್ರಹಿಸಿದ ಮಾಹಿತಿಗಳನ್ನು ತಿರುಚಿ ಜನರನ್ನು ನಂಬಿಸುವ ಪ್ರವೃತ್ತಿ ಹೆಚ್ಚುತ್ತಿರುವ ಸಂದರ್ಭದಲ್ಲಿ ಎಲ್ಲರ ಚಿಂತನೆ-ಆಶಯಗಳಿಗೆ ಬಲ ಕೊಡುವ ನಿಟ್ಟಿನಲ್ಲಿ ಈ ಪುಸ್ತಕದ ಪ್ರಯತ್ನ ಸಾಗಿದೆ. ಪತ್ರಿಕೋದ್ಯಮ ಓದುವ ವಿದ್ಯಾರ್ಥಿಗಳಿಗೂ ಈ ಕೃತಿ ಒಂದು ಕೈಪಿಡಿಯಾಗಬೇಕೆಂಬ ಎಚ್ಚರಿಕೆಯಿಂದ ವಿಮರ್ಶಾ ಲೇಖನಗಳಿಗೇ ಹೆಚ್ಚು ಆಸ್ಪದ ಕೊಡದೆ ಮಾಧ್ಯಮದ ಹಲವು ಮುಖಗಳನ್ನು ಪರಿಚಯಿಸುವ ಚಿಕ್ಕ ಪ್ರಯತ್ನ ಇದು.

ಸಮಾಜದ ಆಗು-ಹೋಗುಗಳನ್ನು, ಅಂಕು-ಡೊಂಕುಗಳನ್ನು ವಿಮರ್ಶಿಸುವ ಮಾಧ್ಯಮ ವನ್ನೂ ವಿಶ್ಲೇಷಿಸಬೇಕಲ್ಲವೇ? ಅದರ ಜತೆಗೆ ಮಾಧ್ಯಮದ ವಿವಿಧ ನೆಲೆಗಳನ್ನು ಪರಿಚಯಿಸುವ ಸದುದ್ದೇಶದಿಂದ ಈ ಸಂಪಾದಿತ ಕೃತಿ ರೂಪುಗೊಂಡಿದೆ.

ವಿಶ್ವಾಸದಿಂದ ಲೇಖನಗಳನ್ನು ಬರೆದುಕೊಟ್ಟ ನಾಡಿನ ಹೆಸರಾಂತ ಲೇಖಕರಿಗೆ ನಾನು ಋಣಿಯಾಗಿದ್ದೇನೆ. ಮಾಧ್ಯಮದ ಕುರಿತು ಒಂದು ಪುಸ್ತಕ ಸಂಪಾದನೆ ಮಾಡಬೇಕೆಂದಿದ್ದೇನೆ ಎಂದಾಗ ನನ್ನನ್ನು ಹುರಿದುಂಬಿಸಿ ನನಗೆ ಮಾರ್ಗದರ್ಶನ ಮಾಡಿದ ಗುರು ಡಾ.ನಿರಂಜನ

ವಾನಳ್ಳಿ ಅವರಿಗೆ ನಾನು ಕೃತಜ್ಞಳು. ಅಗತ್ಯ ಸಲಹೆ ಕೊಟ್ಟ ಸಹೋದ್ಯೋಗಿ ಡಾ.ಧನಂಜಯ ಕುಂಬ್ಳೆಯವರಿಗೆ ಶರಣು. ಆಳ್ವಾಸ್ ಶಿಕ್ಷಣ ಪ್ರತಿಷ್ಠಾನದ ಅಧ್ಯಕ್ಷರಾದ ಡಾ.ಎಂ.ಮೋಹನ ಆಳ್ವ ನನ್ನ ಎಲ್ಲ ಕೆಲಸಗಳ ಹಿಂದಿನ ಪ್ರೋತ್ಸಾಹಕ ಶಕ್ತಿ. ಅವರನ್ನು ಈ ಸಂದರ್ಭ ಗೌರವದಿಂದ ನೆನಪಿಸಿಕೊಳ್ಳುವೆ.

ನಾನಿಡುವ ಪ್ರತೀ ಹೆಜ್ಜೆಯಲ್ಲೂ ಜೊತೆಗಿದ್ದು ಮಾರ್ಗದರ್ಶಿಸುವ ಬಾಳಸಂಗಾತಿ ಜೀವನ್, ಮಗ ನೇಹಿಗನಿಗೆ ನನ್ನ ಪ್ರೀತಿಯ ನೆನಕೆ. ನನ್ನ ಒತ್ತಡದ ಕೆಲಸಗಳಿಗೆ ಜೊತೆಯಾಗಿ ನಿಂತು, ನನ್ನ ಬಗ್ಗೆ ಅಗಾಧ ಭರವಸೆಗಳನ್ನಿಟ್ಟಿರುವ ನನ್ನ ಕುಟುಂಬದ ಎಲ್ಲಾ ಸದಸ್ಯರಿಗೆ, ನನ್ನೆಲ್ಲಾ ಹಿತೈಷಿ–ಮಿತ್ರರಿಗೆ ಅನಂತ ನಮನಗಳು.

ಮುಖಪುಟ ವಿನ್ಯಾಸ ಮಾಡಿದ ವ್ಯಂಗ್ಯಚಿತ್ರಕಾರ ದಿನೇಶ್ ಕುಕ್ಕುಜಡ್ಕ ಹಾಗೂ ತುಂಬು ವಿಶ್ವಾಸದಿಂದ ಕೃತಿ ಪ್ರಕಟಣೆಗೆ ಮುಂದಾದ ಮೈಸೂರಿನ ವಿಸ್ಮಯ ಪ್ರಕಾಶನದ ಸಹೋದರರಾದ ಡಾ. ಹಾಲತಿ ಸೋಮಶೇಖರ್, ಹಾಲತಿ ಲೋಕೇಶ್ ಅವರಿಗೆ ನನ್ನ ಅನಂತ ನಮನಗಳು.

ಮೌಲ್ಯ ಜೀವನ್

೧೦.೧೦.೨೦೧೨
ಸುಳ್ಯ

ರಂಗಮನೆ, ಸಾಂಸ್ಕೃತಿಕ ಕಲಾ ಕೇಂದ್ರ
ಹಳೇಗೇಟು, ಸುಳ್ಯ, (ದ.ಕ)
ಮೊ: ೯೪೪೮೦೩೪೪೧೩೩೪

ಪರಿವಿಡಿ

X

೧

೧೭೦ರ ಹೊಸ್ತಿಲಲ್ಲಿ ಪತ್ರಿಕೋದ್ಯಮ ಸುನಾಮಿಯಾಗದಿರಲಿ ಬದಲಾವಣೆಯ ಅಲೆ

–ಸಿಬಂತಿ ಪದ್ಮನಾಭ

'...ಈಚೆಗೆ ಕೆಲವು ಪತ್ರಿಕೆಗಳಲ್ಲಿ ಭಾವ ಚಿತ್ರಗಳೂ ಬರುತ್ತಿವೆ. ನಮ್ಮ ದೇಶದ ಭಾರೀ ಇಂಗ್ಲಿಷ್ ಪತ್ರಿಕೆಗಳಲ್ಲಿ ಬರುವ ಭಾವಚಿತ್ರಗಳೇ ತೆನಾಲಿ ರಾಮಕೃಷ್ಣನ ಚಿತ್ರಗಳಂತೆಯೂ, ಪಂಚ್ ಮೊದಲಾದ ಪ್ರಸಿದ್ಧ ಇಂಗ್ಲಿಷ್ ಹಾಸ್ಯಪತ್ರಿಕೆಗಳಲ್ಲಿರುವ ಅಣಕುಚಿತ್ರಗಳಿಗೆ ಪ್ರತಿಯಾದ ವಿಕಾರಗಳಂತೆಯೂ ಇರುವಲ್ಲಿ, ಕನ್ನಡ ಪತ್ರಿಕೆಗಳ ಚಿತ್ರವೈಭವವನ್ನು ವರ್ಣನೆ ಮಾಡುವುದು ಅನವಶ್ಯಕ. ಒಂದು ವೇಳೆ ಈ ಚಿತ್ರಗಳನ್ನು ನೋಡಿದರೆ ಚಿತ್ರಿತರಾದ ವರಿಗೂ ಅವರ ಬಂಧು ಮಿತ್ರರಿಗೂ ನಗು ಬಂದೀತೋ ಅಳು ಬಂದೀತೋ ಊಹಿಸು ವುದು ಕಷ್ಟ. ಚಿತ್ರಗಳನ್ನು ಅಚ್ಚು ಮಾಡುವುದು ವೆಚ್ಚದ ಕೆಲಸ. ನುಣುಪಿನ ಕಾಗದ, ಒಳ್ಳೆಯ ಮಶಿನ್, ಚೊಕ್ಕಟವಾದ ಪಡಿಯಚ್ಚು, ನಯ ವಾದ ಯಂತ್ರ, ನಾಜೂಕಾದ ಕೈಗಾರಿಕೆ– ಇವುಗಳಲ್ಲಿ ಯಾವುದಿಲ್ಲದಿದ್ದರೂ ಚಿತ್ರವು ಅಂದವಾಗುವುದಿಲ್ಲ. ಈಚೆಗೆ ಬೆಂಗಳೂರಿನ ಒಂದೆರಡು ಪತ್ರಿಕೆಗಳವರು ಪ್ರಕಟಿಸಿರುವ ಭಾವಚಿತ್ರಭರಿತಗಳಾದ ವಿಶೇಷ ಸಂಚಿಕೆಗಳು ಅಂದವಾಗಿವೆ...'

ಅರೆ! ಯಾವ ಕಾಲದ ಪತ್ರಿಕೋದ್ಯಮದ ಬಗ್ಗೆ ಓದುತ್ತಿದ್ದೇವೆ ಎಂದು ಯಾರಿಗಾದರೂ ಸೋಜಿಗವೆನಿಸದಿರದು. ಈ ಮಾಹಿತಿಸ್ಫೋಟದ ಯುಗದಲ್ಲಿ ಹುಟ್ಟಿ ಬೆಳೆಯುತ್ತಿರುವವರಿಗಂತೂ 'ಈಚೆಗೆ ಕೆಲವು ಪತ್ರಿಕೆಗಳಲ್ಲಿ ಭಾವಚಿತ್ರಗಳೂ ಬರುತ್ತಿವೆ' ಎಂಬಂತಹ ಮಾತುಗಳು ಶುದ್ಧ ತಮಾಷೆಯಂತೆ ಕಂಡರೂ ಅಚ್ಚರಿಯಿಲ್ಲ. ಈ ಅಚ್ಚರಿ–ಅನುಮಾನ ನಿಜ. ೧೯೨೮ರ ಜುಲೈ ೩೧ರಂದು ಬಾಗಲಕೋಟೆಯಲ್ಲಿ ನಡೆದ ಅಖಿಲ ಕರ್ನಾಟಕ ಪತ್ರಕರ್ತರ ಪ್ರಥಮ ಸಮ್ಮೇಳನದ ಅಧ್ಯಕ್ಷಸ್ಥಾನದಿಂದ ಪತ್ರಿಕಾಭೀಷ್ಮ ಡಿವಿಜಿಯವರು ಮಾಡಿದ ಭಾಷಣದ ಕೆಲವು ಸಾಲುಗಳಿವು. ಅವರ ಮಾತಿನಲ್ಲಿ ದಾಖಲಾಗಿರುವ ಕಾಲವನ್ನೂ ನಾವೀಗ ಬದು ಕುತ್ತಿರುವ ಮಾಧ್ಯಮಕ್ರಾಂತಿಯ ದಿನಗಳನ್ನೂ ಹೋಲಿಸಿ ನೋಡಿದರೆ ಕಳೆದ ಶತಮಾನ ದುದ್ದಕ್ಕೂ ನಮ್ಮ ಕನ್ನಡ ಪತ್ರಿಕೋದ್ಯಮ ಎಂತೆಂತಹ ಮಜಲುಗಳನ್ನು ದಾಟಿ ಬಂದಿದೆ ಎಂಬುದು ಒಂದು ಇಂದ್ರಜಾಲದಂತೆ, ಒಂದು ಅಪ್ಪಟ ವಿಸ್ಮಯದಂತೆ ಭಾಸವಾಗುತ್ತದೆ.

ಹೌದು, ಜಾಗತಿಕ ಪತ್ರಿಕೋದ್ಯಮ ಇಂದು ಯಾವೆಲ್ಲ ಸ್ಥಿತ್ಯಂತರಗಳ ನಡುವೆ ನಿಂತಿದೆಯೋ ಆ ಎಲ್ಲ ಸ್ಥಿತ್ಯಂತರಗಳಿಗೆ ಕನ್ನಡ ಪತ್ರಿಕೋದ್ಯಮವೂ ಸಾಕ್ಷಿಯಾಗಿದೆ. ಇದೊಂದು ನಿರಂತರ ಪ್ರವಾಹ. ನೀರು ಮಡುಗಟ್ಟಿ ಪಾಚಿ ಬೆಳೆಯುವ ಮಾತು ಹಾಗಿರಲಿ,

ನೆರೆಯ ವಿರುದ್ಧ ಈಜಬಲ್ಲ ಗಟ್ಟಿಕುಳಗಳು ಮಾತ್ರ ಬದುಕುವ ಮಹಾನದಿ ಇದೆಂದು ಪತ್ರಿಕೋದ್ಯಮದ ಈವರೆಗಿನ ಸಾವಿರಾರು ಪ್ರಯೋಗಗಳು ಮನದಟ್ಟು ಮಾಡಿವೆ. ಕನ್ನಡ ಪತ್ರಿಕೋದ್ಯಮವೇ ಏಕೆ, ಭಾರತೀಯ ಪತ್ರಿಕೋದ್ಯಮವೂ ಸೇರಿದಂತೆ ಜಗತ್ತಿನ ಯಾವುದೇ ಭಾಗದ ಪತ್ರಿಕೋದ್ಯಮದ ಇತಿಹಾಸವೂ ಸಂಘರ್ಷಮಯವಾದದ್ದೇ. ಬಹುತೇಕ ಎಲ್ಲ ದೇಶಗಳ ಪತ್ರಿಕಾ ಇತಿಹಾಸಗಳೂ ಪತ್ರಿಕಾ ಸ್ವಾತಂತ್ರ್ಯಕ್ಕಾಗಿನ ಹೋರಾಟದ ಇತಿಹಾಸಗಳೆಂದೇ ಪ್ರಸಿದ್ಧವಾದವು.

ಬದಲಾವಣೆ ಪತ್ರಿಕೋದ್ಯಮದ ಅಂತಃಸತ್ವ. ತಂತ್ರಜ್ಞಾನದ ದೃಷ್ಟಿಯಿಂದ, ಪತ್ರಿಕೆಗಳ ಹೂರಣ, ಪ್ರಸ್ತುತಿ, ಪ್ರಸರಣೆಯ ದೃಷ್ಟಿಯಿಂದ ಕಾಲದಿಂದ ಕಾಲಕ್ಕೆ ಪತ್ರಿಕೋದ್ಯಮದಲ್ಲಿ ಅಸಂಖ್ಯ ಬದಲಾವಣೆಗಳಾಗುತ್ತ ಹೋದವು. ಆದರೆ ಪತ್ರಿಕಾವೃತ್ತಿ-ಪತ್ರಿಕೋದ್ಯೋಗವಾಗಿದ್ದ ಪತ್ರಿಕಾ ಕ್ಷೇತ್ರ ಪತ್ರಿಕೋದ್ಯಮವಾಗಿ ಬದಲಾದದ್ದು ಮಾತ್ರ ತುಂಬ ಹಳೆಯ ಬೆಳವಣಿಗೆ ಯೇನಲ್ಲ. ಎಂಭತ್ತರ ದಶಕದವರೆಗೂ ಪತ್ರಿಕೋದ್ಯಮ ಒಂದು ಲಾಭಗಳಿಕೆಯ ಉದ್ಯಮ ವೆಂದು ಯಾರಿಗೂ ಅನಿಸಿರಲೇ ಇಲ್ಲ ಅಥವಾ ಅದನ್ನೊಂದು ಉದ್ಯಮವಾಗಿ ಪರಿಗಣಿಸಲು ಅವರ ತತ್ವಾದರ್ಶಗಳು ಒಪ್ಪಿಗೆ ನೀಡಿರಲಿಲ್ಲ. ಆದರೆ ಯಾವಾಗ ಅವಸಾನದ ಹಾದಿಯಲ್ಲಿದ್ದ ಬೆನೆಟ್ ಅಂಡ್ ಕೋಲ್‌ಮನ್ ಕಂಪೆನಿಯ ಸಾರಥ್ಯವನ್ನು ಸಮೀರ್ ಜೈನ್ ವಹಿಸಿ ಕೊಂಡರೋ (೧೯೮೬) ಅಲ್ಲಿಂದ ಭಾರತೀಯ ಪತ್ರಿಕೋದ್ಯಮದ ಒಟ್ಟು ಚಿತ್ರಣವೇ ಬದಲಾಯಿತು. ಆಮೇಲಂತೂ ದೂರದರ್ಶನ ಪ್ರವರ್ಧಮಾನಕ್ಕೆ ಬಂದುದು, ಖಾಸಗಿ ಚಾನೆಲ್‌ಗಳ ಪ್ರವೇಶವಾದುದು, ಉದಾರೀಕರಣ-ಖಾಸಗೀಕರಣಗಳ ಗೋಡೆಯಿಲ್ಲದ ಜಗತ್ತಿನಲ್ಲಿ ಜಾಹೀರಾತೆಂಬ ಚಿನ್ನದ ಮೊಟ್ಟೆಯಿಡುವ ಕೋಳಿಯನ್ನು ಪತ್ರಿಕೆಗಳೂ ಕಂಡು ರೋಮಾಂಚಿತವಾದುದು ಎಲ್ಲವೂ ಎರಡು-ಮೂರು ದಶಕಗಳ ಅತ್ಯಂತ ಕ್ಷಿಪ್ರ ಬೆಳವಣಿಗೆ. ೨೩೨ ವರ್ಷಗಳ ಭಾರತೀಯ ಪತ್ರಿಕೋದ್ಯಮ ಅಥವಾ ೧೭೦ ವರ್ಷಗಳ ಕನ್ನಡ ಪತ್ರಿಕೋದ್ಯಮದ ಇತಿಹಾಸದಲ್ಲಿ ಇದು ಅತ್ಯಂತ ಸಣ್ಣ ಅವಧಿ.

ತಿರುಮಲೆ ತಾತಾಚಾರ್ಯ ಶರ್ಮ, ಎಂ. ವೆಂಕಟಕೃಷ್ಣಯ್ಯ, ಡಿವಿಜಿ, ಆರ್. ಆರ್. ದಿವಾಕರ್, ಮೊಹರೆ ಹಣಮಂತರಾವ್, ಸಿದ್ಧವನಹಳ್ಳಿ ಕೃಷ್ಣಶರ್ಮ, ಖಾದ್ರಿ ಶಾಮಣ್ಣ, ಟಿ. ಎಸ್. ರಾಮಚಂದ್ರರಾವ್... ಮುಂತಾದ ದಿಗ್ಗಜರನ್ನು ಕಂಡ ಕನ್ನಡ ಪತ್ರಿಕೋದ್ಯಮಕ್ಕಂತೂ ಬದಲಾವಣೆಯ ಗಾಳಿ ಪತ್ರಿಕಾವೃತ್ತಿಯ ಉನ್ನತಿಯ ಗಾಳಿ ಆಯಿತೇ ಹೊರತು ಉದ್ಯಮದ ಗಾಳಿಯಾಗಲಿಲ್ಲ. ಆದರೆ ಜಾಗತೀಕರಣದ ಪ್ರವಾಹದಲ್ಲಿ ದೇಶದ ಅಥವಾ ಜಗತ್ತಿನ ಇತರ ಭಾಗದ ಪತ್ರಿಕೋದ್ಯಮ ಯಾವ ಹಾದಿ ಹಿಡಿಯಿತೋ ಆ ಹಾದಿಯಿಂದ ತಪ್ಪಿಸಿಕೊಳ್ಳುವುದೂ ಕನ್ನಡ ಪತ್ರಿಕೋದ್ಯಮಕ್ಕೆ ಸಾಧ್ಯವಿರಲಿಲ್ಲ.

ಪತ್ರಿಕೆ ಒಂದು 'ಪ್ರಾಡಕ್ಟ್' ಆಗಿ ಓದುಗ ಒಬ್ಬ 'ಗ್ರಾಹಕ' ಆದಲ್ಲಿಂದ ಕನ್ನಡ ಪತ್ರಿಕೋದ್ಯಮದ ಗತಿ ಹಾಗೂ ಹಾದಿಗಳೆರಡೂ ಬದಲಾಗಿಬಿಟ್ಟವು. ಆದ್ಯತೆಯೇ ಬದಲಾದ ಮೇಲೆ ಪ್ರಯತ್ನ ಹಾಗೂ ಫಲಿತಾಂಶವೂ ಬದಲಾಗಬೇಕು. ಕಳೆದೊಂದು ದಶಕದಲ್ಲಿ ಅಂದರೆ ಹೊಸ ಸಹಸ್ರಮಾನದ ಈಚಿನ ವರ್ಷಗಳಲ್ಲಿ ಕನ್ನಡ ಪತ್ರಿಕೋದ್ಯಮ ಕಂಡ ಸ್ಥಿತ್ಯಂತರ ನಭೂತೋ ನಭವಿಷ್ಯತಿ ಎಂಬಂತಹದ್ದು. ತಾವು ತಮ್ಮ 'ಕನ್‌ಸ್ಯೂಮರ್'ಗೆ ಮಾರುತ್ತಿರುವ ಪ್ರತಿಯೊಂದು ಸಂಚಿಕೆಯನ್ನೂ 'ಪ್ರಾಡಕ್ಟ್' ಎಂದು ಪರಿಗಣಿಸಿದ ಮೇಲೆ ಪತ್ರಿಕಾ ಸಂಸ್ಥೆಗಳು ತಮ್ಮ ಅಷ್ಟೂ ವ್ಯವಹಾರವನ್ನೂ 'ಬಿಸಿನೆಸ್ ಮ್ಯಾನೇಜ್‌ಮೆಂಟ್'ನ ಪರಿಭಾಷೆಯಲ್ಲೇ ನಡೆಸಿಕೊಂಡು

ಹೋಗಬೇಕಾಗುತ್ತದೆ. ಹೀಗಾಗಿ ಬೇರೆ ಯಾವುದೇ ವ್ಯವಹಾರದ ಸಂಸ್ಥೆ ಬಳಸುವ ಮಾರ್ಕೆಟಿಂಗ್, ಪ್ರೊಮೋಶನ್, ಪ್ಯಾಕೇಜಿಂಗ್ ಮೊದಲಾದ ಅಪ್ಪಟ ವ್ಯವಹಾರದ ಪದಗಳನ್ನೇ ವೃತ್ತಪತ್ರಿಕೆಗಳ ಆಡಳಿತ ವಿಭಾಗಗಳೂ ಬಳಸಲಾರಂಭಿಸಿದವು.

ಯಾವುದೇ ವೈಭವೀಕರಣವಿಲ್ಲದೆ ಹೇಳುವುದಾದರೆ, ಮೂರು ರೂಪಾಯಿ ಕೊಟ್ಟು ಪೇಪರ್ ಕೊಳ್ಳುವ ಓದುಗನಿಗೆ ತಾವು ನ್ಯಾಯ ಒದಗಿಸಬೇಕು ಎಂಬುದಕ್ಕಿಂತಲೂ ಸಾವಿರಾರು ರೂಪಾಯಿ ತೆತ್ತು ಜಾಹೀರಾತು ನೀಡುವ ಕಂಪೆನಿಯವನಿಗೇ ತಾವು ನ್ಯಾಯ ಒದಗಿಸಬೇಕೆಂಬುದು ಈ ಹಾದಿ ಹಿಡಿದಿರುವ ಮುಖ್ಯವಾಹಿನಿ ಪತ್ರಿಕೆಗಳ ಸದ್ಯದ ಪರಿಸ್ಥಿತಿ. ತಮ್ಮ ಮಾಹಿತಿಯಿಂದ ಓದುಗ ಎಷ್ಟು ಮಾಹಿತಿ ಪಡೆದುಕೊಳ್ಳುತ್ತಾನೆ, ಎಷ್ಟು ಎಚ್ಚೆತ್ತುಕೊಳ್ಳುತ್ತಾನೆ ಎಂಬುದಕ್ಕಿಂತಲೂ ಆತ ತಾವು ಪ್ರಕಟಿಸುವ ಜಾಹೀರಾತಿಗೆ ಎಷ್ಟು ಪ್ರತಿಕ್ರಿಯಿಸುತ್ತಾನೆ ಎಂಬುದೇ ಪತ್ರಿಕೆಗಳಿಗೆ ಹೆಚ್ಚು ಮುಖ್ಯ. ಹೀಗಾಗಿ, ಒಂದು ಪತ್ರಿಕೆ ಎಷ್ಟು ಪ್ರಸರಣೆ ಹೊಂದಿದೆ ಎಂಬಷ್ಟೇ ಅದು ಯಾವ ವರ್ಗದ ಯಾವ ಪ್ರದೇಶದ ಓದುಗರಲ್ಲಿ ಪ್ರಸರಣೆ ಹೊಂದಿದೆ ಎಂಬುದೂ ಪತ್ರಿಕೆಗಳಿಗೆ ಅತ್ಯಂತ ಪ್ರಮುಖವಾಗುತ್ತದೆ.

ಹೊಸಯುಗದ ಸ್ಪರ್ಧೆಗೆ ತೆರೆದುಕೊಂಡ ಕನ್ನಡ ಪತ್ರಿಕೆಗಳು ಹೊಸ ಪ್ರಯೋಗಗಳಿಗೂ ಅನಿವಾರ್ಯವಾಗಿ ತೆರೆದುಕೊಂಡವು. ಪ್ರಸರಣೆ–ಪ್ರವರ್ಧನೆ ವಿಭಾಗಗಳು ಚುರುಕಾದಷ್ಟೇ ಸಂಪಾದಕೀಯ ವಿಭಾಗವೂ ಚುರುಕಾಗಿ ಬದಲಾವಣೆಗಳನ್ನು ತರುವುದು ಅನಿವಾರ್ಯವಾಯಿತು. ರಾಷ್ಟ್ರೀಯ–ಅಂತಾರಾಷ್ಟ್ರೀಯ ವಿದ್ಯಮಾನಗಳಿಗಿಂತ ಪ್ರಾದೇಶಿಕ ಹಾಗೂ ಸ್ಥಳೀಯ ಸುದ್ದಿಗಳಿಗೆ ಹೆಚ್ಚಿನ ಪ್ರಾಮುಖ್ಯತೆ ಬಂತು. ಒಟ್ಟಾರೆ ರಾಜಕಾರಣದ ಬಗ್ಗೆ ಬರೆಯುವುದಕ್ಕಿಂತಲೂ ರಾಜಕಾರಣಿಗಳ ಬಗ್ಗೆ ಬರೆಯುವುದಕ್ಕೆ ಪತ್ರಿಕೆಗಳು ಹೆಚ್ಚಿನ ಆದ್ಯತೆ ನೀಡಿದವು. ಎಲ್ಲ ಪತ್ರಿಕೆಗಳಿಗೂ ಏಕಾಏಕಿ ಯುವಜನರ ಮೇಲೆ ಪ್ರೀತಿ ಹುಟ್ಟಿತು. ಸಾಧ್ಯವಾದಷ್ಟು ಹೊಸಜನಾಂಗವನ್ನು ತಮ್ಮತ್ತ ಆಕರ್ಷಿಸುವುದರಿಂದ ತಮಗೆ ಹೆಚ್ಚಿನ ಲಾಭವಿದೆ ಎಂದು ಪತ್ರಿಕೆಗಳು ಅರ್ಥಮಾಡಿಕೊಂಡವು. ಪತ್ರಿಕೆಗಳಿಗೂ ಮ್ಯಾಗಜಿನ್‌ಗಳಿಗೂ ಇರುವ ಅಂತರ ಕಡಿಮೆಯಾಗತೊಡಗಿತು. ಬಹುತೇಕ ಪತ್ರಿಕೆಗಳು ಪ್ರತಿನಿತ್ಯ ಪುರವಣಿಗಳನ್ನು ಹೊರಡಿಸಲಾರಂಭಿಸಿದವು. ಸುದ್ದಿಬರವಣಿಗೆ ಹಾಗೂ ಪ್ರಸ್ತುತಿಯ ಶೈಲಿಯಲ್ಲೂ ಸಾಕಷ್ಟು ಬದಲಾವಣೆಗಳಾದವು. ಸಂಕ್ಷಿಪ್ತತೆಯೇ ಸುದ್ದಿಯ ಜೀವಾಳ ಎಂಬ ಮಾತು ನಿಜದರ್ಥದಲ್ಲಿ ಅನುಷ್ಠಾನಕ್ಕೆ ಬಂತು. ಸುದ್ದಿಯನ್ನು ಸುದ್ದಿಯಾಗೇ ಕೊಡುವುದಕ್ಕಿಂತಲೂ ಅದನ್ನು ಸಂಪಾದಕೀಕರಣಗೊಳಿಸಿ ಕೊಡುವುದನ್ನು ಹಲವರು ಜಾರಿಗೆ ತಂದರು. ಚಿತ್ರಗಳಿಗೆ, ಗ್ರಾಫಿಕ್ಸ್‌ಗಳಿಗೆ, ಓದುಗಸ್ನೇಹೀ ವಿನ್ಯಾಸಕ್ಕೆ ಹೆಚ್ಚಿನ ಆದ್ಯತೆ ಬಂತು. ಅಂದರೆ 'ಕಂಟೆಟ್'ನಷ್ಟೇ 'ಪ್ಯಾಕೇಜಿಂಗ್'ಗೂ ಮಹತ್ವ ದೊರೆಯಿತು.

ಇವೆಲ್ಲ ಬದಲಾವಣೆಗಳಾದವು ಮತ್ತು ಇನ್ನೂ ಆಗುತ್ತಿವೆ ಎಂದಷ್ಟೇ ಹೇಳಲಾಗಿದೆಯೇ ಹೊರತು ಇವುಗಳಿಂದ ಪತ್ರಿಕೋದ್ಯಮಕ್ಕೆ ಒಳ್ಳೆಯದೇ ಆಗಿದೆ ಅಥವಾ ಎಲ್ಲವೂ ಕೆಟ್ಟದ್ದಾಗಿದೆ ಎಂದು ಹೇಳುವುದು ಇಲ್ಲಿನ ಉದ್ದೇಶ ಅಲ್ಲ. ಪತ್ರಿಕೋದ್ಯಮದ ಒಟ್ಟು ಅಭಿವೃದ್ಧಿಯ ದೃಷ್ಟಿಯಿಂದ, ಸಮಾಜಕ್ಕೆ ಅದರ ಕೊಡುಗೆಯ ದೃಷ್ಟಿಯಿಂದ ಸಾಕಷ್ಟು ಒಳ್ಳೆಯದೇ ಆಗಿದೆ; ಹಾಗಂತ ಅದರ ಮಗ್ಗುಲ ಮುಳ್ಳು ಕಾಡದೇ ಉಳಿದಿಲ್ಲ. ಪತ್ರಿಕೆಗಳು ಹೆಚ್ಚುಹೆಚ್ಚು ಸ್ಥಳೀಯವಾದದ್ದರಿಂದ ಸ್ಥಳೀಯ ಸುದ್ದಿಗಳಿಗೆ ಆದ್ಯತೆಯೇನೋ ದೊರೆಯಿತು, ಆದರೆ ರಾಜ್ಯ–ರಾಷ್ಟ್ರಮಟ್ಟದಲ್ಲಿ ಪ್ರಾತಿನಿಧ್ಯ ದೊರೆಯಬೇಕಿದ್ದ ಸಾಮಾಜಿಕ ನ್ಯಾಯದ ಹೋರಾಟ

ಗಳೂ ಸ್ಥಳೀಯ ಮಟ್ಟದಲ್ಲೇ ಉಳಿದುಬಿಡುವ ಅಪಾಯ ಎಷ್ಟೋ ಸಂದರ್ಭ ನಿಜವಾಗಿದೆ. ಎಲ್ಲಕ್ಕಿಂತ ಮುಖ್ಯವಾಗಿ ಪ್ರಜಾಪ್ರಭುತ್ವದ ಅಂತರಂಗದಂತಿರುವ ಸಣ್ಣ ಮತ್ತು ಮಧ್ಯಮ ಪತ್ರಿಕೆಗಳು ಮುಖ್ಯವಾಹಿನಿ ಪತ್ರಿಕೆಗಳ ಈ ಭರಾಟೆಯಿಂದ ಕಂಗೆಟ್ಟಿವೆ. ಎಷ್ಟೇ ಆಯೋಗಗಳು–ಮಂಡಳಿಗಳು ಬಂದರೂ ಸಣ್ಣ ಪತ್ರಿಕೆಗಳ ದೊಡ್ಡ ಸಮಸ್ಯೆಗಳಿಗೆ ತಾತ್ಕಾಲಿಕ ಪರಿಹಾರವಾದರೂ ಒದಗಿಸುವ ಕೆಲಸ ನಡೆದಿಲ್ಲ. ಸಾಮಾಜಿಕ ಸ್ವಾಸ್ಥ್ಯ ನೋಡಿಕೊಳ್ಳುವ ವೈದ್ಯರುಗಳೆಂಬ ಮರ್ಯಾದೆಗೆ ಪಾತ್ರವಾಗಿರುವ ಪತ್ರಿಕೆ–ಪತ್ರಕರ್ತರೂ ನೈತಿಕತೆಯ ಹಾದಿಯಲ್ಲಿ ಜಾರಿ ಬೀಳುತ್ತಿರುವ ನಿದರ್ಶನಗಳು ಆಗಿಂದಾಗ್ಗೆ ಕಾಣಸಿಗುವುದು, ಇದರ ಬಗ್ಗೆ ಜನ ಸಾಮಾನ್ಯರೂ ಅತ್ಯಂತ ಕೇವಲವಾಗಿ, ತುಚ್ಛವಾಗಿ ಮಾತಾಡಿಕೊಳ್ಳುವ ಪರಿಸ್ಥಿತಿ ಬಂದಿರುವುದು ಪತ್ರಿಕೋದ್ಯಮ ನಿರ್ಮಿಸಿರುವ ಘನಪರಂಪರೆಯ ಸೌಧ ಕುಸಿಯುತ್ತಿರು ವುದರ ಸಂಕೇತ ವಲ್ಲದೆ ಇನ್ನೇನು?

'ಮಂಗಳೂರ ಸಮಾಚಾರ'ದೊಂದಿಗೆ ೧೮೪೩ರಲ್ಲಿ ಆರಂಭಗೊಂಡ ಕನ್ನಡ ಪತ್ರಿಕೋದ್ಯಮ ಇದೇ ಜುಲೈ ೧ಕ್ಕೆ ೧೬೯ ವರ್ಷಗಳನ್ನು ಪೂರೈಸಿ ೧೭೦ನೇ ವರ್ಷಕ್ಕೆ ಕಾಲಿಡುತ್ತಿದೆ. ಕನ್ನಡ ಪತ್ರಿಕೋದ್ಯಮದಲ್ಲಿ ಬೀಸುತ್ತಿರುವುದು ಬದಲಾವಣೆಯ ಮಂದಮಾರುತ ವಾದರೆ ಖಂಡಿತ ಅದಕ್ಕೆ ಸ್ವಾಗತ; ಆದರೆ ಯಾವುದೇ ಕಾರಣಕ್ಕೂ ಅದು ಚಂಡಮಾರುತ ವಾಗದಿರಲಿ; ಬದಲಾವಣೆಯ ಅಲೆ ಸುನಾಮಿಯಾಗದಿರಲಿ.

೧

ಸಂವಹನ ಮಾಧ್ಯಮಗಳಾಗಿ ಜನಪದ ಕುಣಿತಗಳು

-ಡಾ.ಚಿನ್ನಪ್ಪ ಗೌಡ

ಶಾಸನಗಳಂತಹ ಲಿಖಿತ ಪಠ್ಯಗಳಲ್ಲಿ ಮತ್ತು ಮೌಖಿಕ ಪರಂಪರೆಗಳಲ್ಲಿ ದಕ್ಷಿಣ ಕನ್ನಡ ಜಿಲ್ಲೆಯನ್ನು ತುಳುನಾಡೆಂದೇ ಕರೆಯಲಾಗಿದೆ. ತುಳುನಾಡು ಎಂಬುದು ಈ ಪ್ರದೇಶಕ್ಕೆ ಇರುವ ಪರಂಪರೆಯ ಹೆಸರು. ಈ ವಲಯದಲ್ಲಿ ಹಲವು ಭಾಷೆಗಳನ್ನಾಡುವ ಜನರಿದ್ದಾರೆ. ಬೇರೆ ಬೇರೆ ವೃತ್ತಿಗಳನ್ನು ಮಾಡುವ ಜನಾಂಗಗಳು ಇವೆ. ಸಾಮಾಜಿಕವಾಗಿ ಮತ್ತು ಸಾಂಸ್ಕೃತಿಕ ವಾಗಿ ತಮ್ಮದೇ ಆದ ಲೋಕದೃಷ್ಟಿಯನ್ನು ಹೊಂದಿದ ಸಮುದಾಯಗಳು ಇಲ್ಲಿವೆ. ಹೀಗೆ ಭಾಷಿಕವಾಗಿ, ಜನಾಂಗಿಕವಾಗಿ, ಔದ್ಯೋಗಿಕ ವಾಗಿ ಮತ್ತು ಸಾಂಸ್ಕೃತಿಕವಾಗಿ ವೈವಿಧ್ಯಮಯ ವಾಗಿರುವ ಈ ಪ್ರದೇಶದ ಅತ್ಯಂತ ಶ್ರೀಮಂತವಾದ ಪರಂಪರೆಯೆಂದರೆ ಕುಣಿತ ಗಳು ಮತ್ತು ಆರಾಧನಾ ಸಂಪ್ರದಾಯಗಳು.

ಕುಣಿತಗಳ ದೃಷ್ಟಿಯಿಂದ, ತುಳುನಾಡಿನ ಪರವ, ಪಂಬದ, ನಲಿಕೆ, ಮೇರ, ಮನ್ಸ, ಕೊರಗ, ನಾಯ್ಕ, ಗೌಡ ಇಂತಹ ಅನೇಕ ಜನಾಂಗಗಳು ಗಮನ ಸೆಳೆಯುತ್ತವೆ. ಈ ಮೇಲಿನ ಜನಾಂಗಗಳು ಹೊಂದಿರುವ ಕುಣಿತಗಳನ್ನು ಆಧರಿಸಿ, ಈ ಪ್ರದೇಶದ ಒಟ್ಟು ಸಾಂಸ್ಕೃತಿಕ ಸ್ವರೂಪವನ್ನು ತಿಳಿದುಕೊಳ್ಳಲು ಸಾಧ್ಯವಿದೆ. ಈ ಪ್ರದೇಶದಲ್ಲಿರುವ ಕುಣಿತಗಳಲ್ಲಿ ಕೆಲವನ್ನು ಪ್ರಸ್ತುತ ನಾನು ಹೆಸರಿಸುತ್ತೇನೆ: ಆಟಿಕಳೆಂಜ, ಕರಂಗೋಲು, ಒಂದೇ ಜನಾಂಗ ದವರು ಮಾಡುವುದಿಲ್ಲ. ಹಾಗೆಯೇ ತುಳುನಾಡಿನ ಎಲ್ಲ ಪ್ರದೇಶಗಳಲ್ಲಿ ಈ ಎಲ್ಲಾ ಕುಣಿತಗಳು ಕಂಡುಬರುವುದಿಲ್ಲ. ಕೆಲವು ಕುಣಿತಗಳನ್ನು ಕೆಲವು ಜನಾಂಗದವರು ನಿರ್ವಹಿಸುತ್ತಾರೆ. ಈ ಎಲ್ಲ ಕುಣಿತಗಳು ಒಳಗೊಂಡಿರುವ ಬಣ್ಣಗಾರಿಕೆ, ವೇಷಭೂಷಣ, ಅಲಂಕಾರ ಸಾಮಗ್ರಿಗಳು, ವಾದ್ಯ ಪರಿಕರಗಳು, ಹಾಡು ಮೊದಲಾದವುಗಳು ನಮ್ಮ ಗಮನ ಸೆಳೆಯುತ್ತವೆ. ಇವುಗಳನ್ನು ಕುಣಿತ ಎಂಬುದಾಗಿ ಕರೆದರೂ ಇವುಗಳಲ್ಲಿ ಬರಿಯ ಕುಣಿತ ಮಾತ್ರ ಇರುವುದಿಲ್ಲ- ಈ ಮಾತನ್ನು ಕರಂಗೋಲು ಕುಣಿತದ ವಿವರಗಳ ಮೂಲಕ ತುಸು ವಿವರಿಸುತ್ತೇನೆ.

ಕರಂಗೋಲು ತುಳುನಾಡಿನ ತುಂಬ ಜನಪ್ರಿಯವಾದ ಕುಣಿತ. ಈ ಕುಣಿತದಲ್ಲಿ ತುಂಬ ವಿಸ್ತಾರವಾದ ಒಂದು ಹಾಡು ಇದೆ. ಕತೆ ಮತ್ತು ವರ್ಣನೆಯ ದೃಷ್ಟಿಯಿಂದ ಈ ಹಾಡು ಸ್ವಾರಸ್ಯವೂ ಆಗಿದೆ. ಈ ಕುಣಿತದ ತಂಡದಲ್ಲಿ ನಾಲ್ಕು ಅಥವಾ ಐದು ಮಂದಿ

ಇರುತ್ತಾರೆ. ಇಬ್ಬರು ಕಲಾವಿದರು ವೇಷ ಹಾಕಿ ಕುಣಿದರೆ, ಮತ್ತಿಬ್ಬರು ಹಾಡು ಮತ್ತು ಗಂಟೆಯ ಹಿಮ್ಮೇಳವನ್ನು ಒದಗಿಸುತ್ತಾರೆ. ಪ್ರದರ್ಶನದ ಸಿದ್ಧತೆಯನ್ನು ಮಾಡುವ ಮತ್ತೊಬ್ಬ ನಿರ್ದೇಶಕ ಇರುತ್ತಾನೆ. ಈ ಕಲಾವಿದರು ಜೇಡಿ ಮಣ್ಣಿನಿಂದ ತಮ್ಮ ಮುಖ, ತೋಳು, ಎದೆ, ಬೆನ್ನು– ಹೀಗೆ ಮೈಮೇಲೆಲ್ಲಾ ಬಿಳಿ ವರ್ತುಲಗಳನ್ನು ಬಿಡಿಸುತ್ತಾರೆ. ಅಥವಾ ಬಿಡಿಸಿ ಕೊಳ್ಳುತ್ತಾರೆ. ತಲೆಗೆ ಬಿಳಿ ಬಟ್ಟೆಯ ಮುಂಡಾಸನ್ನು ಸುತ್ತಿಕೊಳ್ಳುತ್ತಾರೆ. ಸೊಂಟಕ್ಕೆ ಬಿಳಿ ಬಟ್ಟೆಯನ್ನು ಉಟ್ಟು ಕೊಳ್ಳುತ್ತಾರೆ. ಕೈಗಳಲ್ಲಿ ನೆಕ್ಕಿಸೊಪ್ಪಿನ ಸೂಡಿಯನ್ನು ಹಿಡಿದುಕೊಳ್ಳುತ್ತಾರೆ. ಸುಗ್ಗಿ ಹುಣ್ಣಿಮೆಯ ಅವಧಿಯಲ್ಲಿ ಗ್ರಾಮಗಳಲ್ಲಿ ಸಂಚರಿಸಿ, ಲಯಬದ್ಧವಾಗಿ ಹಾಡಿ ಅದಕ್ಕೆ ತಕ್ಕಂತೆ ಕುಣಿಯುತ್ತಾರೆ. ಊರಿಗೆ ಅಥವಾ ಮನೆಗೆ ಅದೃಷ್ಟ ತಂದು ತುಂಬಿಸಿದ್ದೇವೆಂದು ಘೋಷಿಸುತ್ತಾರೆ. ತಿರುಗಾಟ ಮುಗಿದ ಮೇಲೆ ಕಾಸರಕನ ಮರದ ಬುಡದಲ್ಲಿ ವೇಷ ಕಳಚಿ ತಮ್ಮ ಸೇವೆಯಿಂದ ಸಂತೃಪ್ತಿ ಪಟ್ಟುಕೊಳ್ಳುತ್ತಾರೆ. ಸಾಮೂಹಿಕ ಊಟ ಮತ್ತು ಪ್ರಸಾದ ವಿತರಣೆಯ ಭಾಗವಾಗಿ ಹದಿನಾರು ಎಡೆಗಳನ್ನು ಬಳಸಿ ಪಿತೃಗಳನ್ನು ಸಂತೈಸುತ್ತಾರೆ. ತಮ್ಮ ಜನಾಂಗದ ಸಾಂಸ್ಕೃತಿಕ ವೀರರನ್ನು ವಿಶೇಷವಾಗಿ ಸ್ಮರಿಸುತ್ತಾರೆ. ಹೀಗೆ ಈ ಕರಂಗೋಲು ಕುಣಿತದಲ್ಲಿ ಹಾಡು, ಕುಣಿತ, ಸಾಮೂಹಿಕ ಊಟ ಮತ್ತು ಸಾಂಸ್ಕೃತಿಕ ವೀರರ ಆರಾಧನೆ– ಇವುಗಳು ಕಂಡು ಬರುತ್ತವೆ. ಈ ಕುಣಿತದ ಎಲ್ಲ ಸೂಕ್ಷ್ಮ ವಿವರಗಳನ್ನು ಸಂಗ್ರಹಿಸಿ ಅಧ್ಯಯನ ಮಾಡಿದಾಗ, ಈ ಕುಣಿತ ಅನೇಕ ಅರ್ಥಗಳನ್ನು ಒಳಗೊಂಡಿರುವುದು ಕಂಡುಬರುತ್ತದೆ. ಕರಂಗೋಲು ಎಂದರೆ ಏನು? ಇದು ಈ ಕಲಾವಿದರು ಕೈಯಲ್ಲಿ ಹಿಡಿಯುವ ದಂಟೆಯನ್ನು ಸೂಚಿಸುತ್ತದೆಯೇ? 'ಕರಂಗೋಲು' ಎಂಬುದು ಒಂದು ವಿಶಿಷ್ಟ ಧಾನ್ಯದ ತಳಿಯೇ? ಅಥವಾ ಇದು ಅದೃಷ್ಟದ ಸಂಕೇತವೇ? ಈ ಕುಣಿತ ಈ ಜನಾಂಗದ ಬಗೆಗೆ ಏನು ಹೇಳುತ್ತದೆ? ಈ ಕುಣಿತವನ್ನು ಇವರು ಯಾಕೆ ನಡೆಸುತ್ತಾರೆ? ಬರಿಯ ಹೊಟ್ಟೆ ತುಂಬಿಸುವ ಉದ್ದೇಶದಿಂದ ಇಂಥ ಕುಣಿತಗಳನ್ನು ನಡೆಸುತ್ತಾರೆ ಎಂಬುದು ಸರಿಯೆ? ಇಂತಹ ಅನೇಕ ಪ್ರಶ್ನೆಗಳು ಹುಟ್ಟಿಕೊಳ್ಳುತ್ತವೆ. ಕರಂಗೋಲು ಕುಣಿತವನ್ನು ವಿಶೇಷವಾಗಿ ಮತ್ತು ವಿಸ್ತಾರವಾಗಿ ಅಧ್ಯಯನ ಮಾಡಿರುವ ನನ್ನ ದೃಷ್ಟಿಯಲ್ಲಿ, ಕರಂಗೋಲು ಕುಣಿತಕ್ಕೆ ಹಲವು ಅರ್ಥಗಳಿವೆ. ಈ ಕುಣಿತದಲ್ಲಿ ಆರಾಧನೆಯ ಪರಿಕಲ್ಪನೆಯಿದೆ; ಮಾಂತ್ರಿಕತೆಯ ಅಂಶಗಳಿವೆ; ಜನಾಂಗ ಮತ್ತು ವೃತ್ತಿಯ ಐತಿಹಾಸಿಕ ವಿವರಗಳಿವೆ. ಮಾಲಿಕ ಮತ್ತು ಕಾರ್ಮಿಕರ ಸಂಘರ್ಷದ ಚಿತ್ರವಿದೆ. ನಿರ್ದಿಷ್ಟ ಜನಾಂಗವೊಂದರ ಪ್ರತಿಭೆ ಮತ್ತು ಸೃಜನಶೀಲ ಮನೋಧರ್ಮವನ್ನು ಸಮರ್ಥವಾಗಿ ಬಿಂಬಿಸುತ್ತದೆ. ಹೀಗೆ ಕರಂಗೋಲು ಕುಣಿತ ಮುಖ್ಯವಾಗಿರುವಂತೆ, ತುಳುನಾಡಿನ ಆಟಿಕಳೆಂಜ, ಮಾದರಿ, ಚೆನ್ನು ನಲಿಕೆ, ಕೊರಗತನಿಯ, ಕನ್ಯಾಪು, ಸೋಣದ ಜೋಗಿ ಇಂತಹ ಅನೇಕ ಕುಣಿತಗಳು ಮುಖ್ಯವಾಗಿರುತ್ತವೆ. ಈ ಕುಣಿತಗಳು ಯಾಕೆ ಮುಖ್ಯವಾಗುತ್ತವೆ ಎಂಬ ಪ್ರಶ್ನೆಗೆ ನೇರವಾದ ಉತ್ತರವೆಂದರೆ, ಈ ಕುಣಿತಗಳು ಸಂವಹನ ಮಾಧ್ಯಮಗಳಾಗಿರುವುದೇ ಕಾರಣವಾಗಿದೆ.

'ಮಾಧ್ಯಮ' ಎಂಬ ಪದವನ್ನು ನಾನಿಲ್ಲಿ ಉದ್ದೇಶಪೂರ್ವಕವಾಗಿ ಬಳಸುತ್ತಿದ್ದೇನೆ. ನಮ್ಮ ಸಂಸ್ಕೃತಿಯಲ್ಲಿ ಭಾಷೆ ಒಂದು ಮಾಧ್ಯಮವಾಗಿರುವಂತೆ, ಯಕ್ಷಗಾನ ಒಂದು ಮಾಧ್ಯಮವಾಗಿರುವಂತೆ, ಚಿತ್ರಕಲೆ, ಸಂಗೀತ ಮಾಧ್ಯಮಗಳಾಗಿರುವಂತೆ ಕುಣಿತವೂ ಒಂದು ಮಾಧ್ಯಮ. ಇಲ್ಲಿ ಕುಣಿತವೆಂದರೆ ಬರಿಯ ಕುಣಿತ ಅಲ್ಲ. ನಾನು ಈಗಾಗಲೇ ಹೆಸರಿಸಿದ ಆಟಿಕಳೆಂಜ, ಕರಂಗೋಲು, ಮಾದಿರ, ಕನ್ಯಾಪು ಇವುಗಳು ಒಳಗೊಂಡ

ಕುಣಿತವನ್ನು ಮಾತ್ರ ಅಲ್ಲದೆ ಬಣ್ಣ, ವೇಷ-ಭೂಷಣ, ಹಾಡು, ಮಾತುಗಳ ಮೂಲಕ ಪ್ರದರ್ಶನಗೊಳ್ಳುವ ಇಡಿಯ ರೂಪವನ್ನು ಕುಣಿತ ಎಂದಿಟ್ಟುಕೊಳ್ಳಬೇಕು. ಅಕ್ಷರಬಲ್ಲ ನಾವು ಇವುಗಳನ್ನು ಸರಳವಾಗಿ ಕುಣಿತ ಎಂದು ಕರೆಯುತ್ತೇವೆ. ಆದರೆ ಕಲಾವಿದರಿಗೆ, ಇದು ಬರಿಯ ಕುಣಿತ ಅಲ್ಲ, ಪ್ರದರ್ಶನದ ವೇಳೆಯಲ್ಲಿ ಪ್ರಕಟಗೊಳ್ಳುವ ಎಲ್ಲವೂ ಅವರಿಗೆ ಮುಖ್ಯ. ಅಂದರೆ ಅವರು ಹಾಕುವ ಬಣ್ಣ, ಹಾಡುವ ಹಾಡು, ಕಟ್ಟಿಕೊಳ್ಳುವ ಎಲ್ಲವೂ ಅವರಿಗೆ ಮುಕ್ಯ. ಅಂದರೆ ಅವರು ಹಾಕುವ ಬಣ್ಣ, ಹಾಡುವ ಹಾಡು, ಕಟ್ಟಿಕೊಳ್ಳುವ ಅಲಂಕಾರ ಸಾಮಗ್ರಿಗಳು, ಅವರು ಅನುಸರಿಸುವ ಸಂಪ್ರದಾಯಗಳು ಎಲ್ಲವೂ ಅವರಿಗೆ ಮುಖ್ಯ. ಈ ಎಲ್ಲ ಪರಿಕರಗಳು ಒಟ್ಟುಗೊಂಡ ಒಂದು ರಂಗಕ್ರಿಯೆಯನ್ನು ನಾವು ಕುಣಿತದ ಒಳಗಡೆ ಸೇರಿಸಿ ನೋಡಬೇಕು. ಆಗ ಈ ಕುಣಿತಗಳು ಕಲೆಯ ಹಲವು ಪರಿಕರಗಳನ್ನೂ ಸಂಯೋಜಿಸಿಕೊಂಡು ರೂಪುಗೊಂಡ ಒಂದು ವ್ಯವಸ್ಥೆಯಾಗಿ ನಮಗೆ ಕಂಡುಬರುತ್ತದೆ. ಈ ವ್ಯವಸ್ಥೆಯನ್ನು ನಾನು 'ಮಾಧ್ಯಮ' ಎಂದು ಕರೆದಿದ್ದೇನೆ. ಜನಪದ ಕಲಾವಿದರು ತಮ್ಮ ಕುಣಿತಗಳನ್ನು ಮಾಧ್ಯಮ ಎಂದು ವಾಚ್ಯವಾಗಿ ಕರೆಯದಿದ್ದರೂ ಅವರ ಅರ್ಥ ಇದೇ ಆಗಿದೆ. ಈ ಕುಣಿತಗಳನ್ನು ಈ ಕಲಾವಿದರು ರೂಢಿಸಿಕೊಂಡು ಬಂದ ಬಗ್ಗೆ, ಇವುಗಳನ್ನು ಅತ್ಯಂತ ಎಚ್ಚರ ಮತ್ತು ಜವಾಬ್ದಾರಿಯಿಂದ ಅವರು ನಿರ್ವಹಿಸುತ್ತಾ ಬಂದ ರೀತಿ, ಈ ಪ್ರದರ್ಶನಗಳ ಮೂಲಕ ಕಲಾವಿದರು ಸಂವಹನ ಮಾಡುತ್ತಾ ಬಂದ ಅರ್ಥಗಳು- ಇವುಗಳನ್ನು ಗಮನಿಸಿದರೆ ಈ ಕುಣಿತಗಳು ತುಳುನಾಡಿನ ಕಲಾವಿದರಿಗೆ ಮತ್ತು ಈ ಪ್ರದೇಶದ ಜನರಿಗೆ 'ಸಂವಹನ ಮಾಧ್ಯಮ'ಗಳಾಗಿ ಇದ್ದುವು ಮತ್ತು ಈಗಲೂ ಇವೆ ಎಂಬುದು ಸ್ಪಷ್ಟವಾಗುತ್ತದೆ.

ಈ ಸಂದರ್ಭದಲ್ಲಿ ತುಳುನಾಡಿನ ಇತಿಹಾಸವನ್ನು ಪ್ರಸ್ತಾಪಿಸುತ್ತೇನೆ. ಆಗ ಈ ಕುಣಿತಗಳು ಸಂವಹನ ಮಾಧ್ಯಮಗಳಾಗಿ ಕೆಲಸ ಮಾಡಬೇಕಾಗಿದ್ದ ಅಗತ್ಯ ಮತ್ತು ಸಾಧ್ಯತೆಗಳ ಕುರಿತಂತೆ ಸ್ಪಷ್ಟವಾಗಬಹುದು:

ಕುಣಿತಗಳ ಒಡೆಯರಾದ ಜನಪದರು ಶಾಲೆಯ ಮೂಲಕ ಓದು-ಬರಹ ಕಲಿತವರಲ್ಲ. ಅಕ್ಷರಾಭ್ಯಾಸದಿಂದ ಸಂಪೂರ್ಣವಾಗಿ ಈ ಜನರು ವಂಚಿತರಾಗಿದ್ದರು. ಈ ವಿಚಾರದಲ್ಲಿ ಭಾರತದ ಬಹುಸಂಖ್ಯಾತ ಜನವರ್ಗದ ಕತೆಗಿಂತ ತುಳುನಾಡಿನ ಈ ಜನರ ಕತೆ ಭಿನ್ನವೇನೂ ಅಲ್ಲ. ಹೀಗೆ ಅಕ್ಷರ ಅಭ್ಯಾಸ, ಓದು ಬರಹ ಸಾಧ್ಯವಾಗದ ಸಂದರ್ಭದಲ್ಲಿ ಈ ಜನಪದರು ಮೌನವಾಗಿದ್ದರು ಎಂದು ಹೇಳುವುದಕ್ಕೆ ಸಾಧ್ಯವಿಲ್ಲ. ವಾಸ್ತವಿಕವಾಗಿ, ಲಿಖಿತ ಪರಂಪರೆಗೆ ಸಮಾನಾಂತರವಾಗಿ ಕಂಠಸ್ಥ ಪರಂಪರೆಯನ್ನು ಹುಟ್ಟು ಹಾಕಿ ಆ ಮೂಲಕ ತಮ್ಮ ಆಲೋಚನೆ, ಭಾವನೆ, ಪ್ರತಿಭಟನೆ, ವಿರೋಧಗಳನ್ನು ಸಮರ್ಪಕವಾದ ರೀತಿಯಲ್ಲಿ ಜನಪದರು ಅಭಿವ್ಯಕ್ತಗೊಳಿಸುತ್ತಾ ಬಂದಿದ್ದಾರೆ. ಈ ದೇಶದ ಜಾನಪದವನ್ನು ಈ ಹಿನ್ನೆಲೆಯಲ್ಲಿ ಗ್ರಹಿಸಿದಾಗ ನನ್ನ ಮಾತಿನ ಅರ್ಥ ಮತ್ತು ಮಹತ್ತ್ವ ಹೊಳೆದೀತು. ತುಳುನಾಡಿನ ವಿಚಾರವನ್ನೇ ತೆಗೆದುಕೊಳ್ಳೋಣ. ಈ ಪ್ರದೇಶದಲ್ಲಿ ಕಂಠಸ್ಥವಾಗಿ ಪ್ರಸಾರಗೊಳ್ಳುತ್ತಿರುವ ಪಾಡ್ದನಗಳು, ಸಂಧಿಗಳು, ಕಬಿತಗಳು, ಕತೆಗಳು, ಗಾದೆಗಳು, ಒಗಟುಗಳು, ಐತಿಹ್ಯಗಳು, ನೂರಾರು ಜನಪದ ಆಟಗಳು, ಕ್ರೀಡೆಗಳು, ರಂಗ ಪ್ರದರ್ಶನ ಕಲೆಗಳು- ಇವೆಲ್ಲವೂ ಈ ಪ್ರದೇಶದ ಜನರು ಮಾತನಾಡಿದ ಬಗೆಯೇ ಆಗಿದೆ. ಅವರಿಗೆ ಅಕ್ಷರ ತಿಳಿದಿಲ್ಲ, ಬರೆಯಲು ಬರಲಿಲ್ಲ ನಿಜ. ಆದರೆ ಮೇಲೆ ಹೇಳಿದ ಜನಪದ ಸಾಹಿತ್ಯ

ಪ್ರಕಾರಗಳ ಮೂಲಕ ತಮ್ಮ ಅಭಿಪ್ರಾಯಗಳನ್ನು ಅವರು ಹಂಚಿಕೊಂಡಿದ್ದಾರೆ. ಜಾತಿಯ ಸಮಸ್ಯೆ, ಶೋಷಣೆಯ ಪ್ರಶ್ನೆ, ಹುಟ್ಟು-ಸಾವುಗಳ ವಿಷಯ, ಪಾಪ-ಪುಣ್ಯ, ಸ್ವರ್ಗ-ನರಕಗಳ ಪರಿಕಲ್ಪನೆ, ದುಡಿಮೆ ಮತ್ತು ಕುಟುಂಬದ ವಿಷಯ ಹೀಗೆ ಅನೇಕ ಸಂಗತಿಗಳ ಕುರಿತಂತೆ ಜನಪದರು ಹಾಡು, ಕತೆ, ಪುರಾಣಗಳ ಮೂಲಕ ಅಲ್ಲದೆ ಕುಣಿತಗಳ ಮೂಲಕವೂ ತಮ್ಮ ಧೋರಣೆಯನ್ನು ಪ್ರಕಟಿಸುತ್ತಾ ಬಂದಿದ್ದಾರೆ. ಅಕ್ಷರ ಬಲ್ಲವರು ಈ ನೆಲ ಮತ್ತು ದುಡಿಮೆಯ ಕುರಿತಂತೆ ಸಾವಿರಾರು ಪುಟ ಬರೆದಿದ್ದರೆ ಈ ಅಕ್ಷರ ಬಾರದ ನಿಜವಾದ ವಿದ್ಯಾವಂತರು ತಮ್ಮ ಕುಣಿತಗಳ ಮೂಲಕ ಇದೇ ಆಶಯವನ್ನು ಶತಮಾನಗಳಿಂದ ಸಮಯೋಚಿತವಾಗಿ ಮೌಖಿಕವಾಗಿ ಹೇಳುತ್ತಾ ಬಂದಿದ್ದಾರೆ. ಹೀಗೆ ಹೇಳುವಾಗ ಕಾಲ, ಸಂದರ್ಭಕ್ಕನುಸಾರವಾಗಿ ಹೊಸ ಹೊಸ ಆಲೋಚನೆಗಳನ್ನೂ ಸೇರಿಸಿಕೊಂಡಿದ್ದಾರೆ. ಕುಣಿತಗಳಂತಹ ಮಾಧ್ಯಮವೇ ಮೌಖಿಕವಾಗಿರುವುದರಿಂದ ಇದಕ್ಕೆ ಲಿಖಿತ ಪರಂಪರೆಗೆ ಇರುವ ಮಿತಿಗಳಾಗಲೀ, ಅಪಾಯಗಳಾಗಲೀ ಇಲ್ಲ. ಜನಪದ ಮತ್ತು ಮಾನವೀಯ ಕಾಳಜಿಗಳನ್ನು ಬಹಳ ಪ್ರಾಮಾಣಿಕವಾಗಿ ಈ ಕಲಾವಿದರಿಗೆ ತಮ್ಮ ಕುಣಿತಗಳ ಮೂಲಕ ಹೇಳಲು ಸಾಧ್ಯವಾಗಿದೆ. ಇದು ತುಂಬಾ ಮಹತ್ತ್ವದ ವಿಷಯ. ಅನ್ಯಾಯದ ವಿರುದ್ಧ, ಶೋಷಣೆಯ ವಿರುದ್ಧ, ಮೇಲ್ವರ್ಗದ ವಿರುದ್ಧ, ಜಮೀನ್ದಾರಿ ವ್ಯವಸ್ಥೆಯ ವಿರುದ್ಧ ಪ್ರತಿಭಟಿಸಿದ ವಿಧಾನಗಳನ್ನು ಕೆಲವು ಕುಣಿತಗಳಿಂದ ಕಂಡುಕೊಳ್ಳಲು ಸಾಧ್ಯವಿದೆ. ಹಾಗೇನೇ ಬಡತನ, ಹಸಿವು, ಲೈಂಗಿಕ ಹಗರಣ, ಸಸ್ಯ ಮತ್ತು ವಾರ್ಷಿಕಾವರ್ತನ ಹಬ್ಬಗಳು, ಉಡುಗೆ-ತೊಡುಗೆಗಳು, ಕೃಷಿ ಪದ್ಧತಿ, ಕೋಳಿ ಅಂಕ, ಕಂಬಳ, ಬೇಟೆ ಇಂತಹ ಕ್ರೀಡೆಗಳು- ಹೀಗೆ ಈ ಲೌಕಿಕ ಜಗತ್ತಿನ ನೂರಾರು ವಿಷಯಗಳ ಕುರಿತಂತೆ ಕಲಾವಿದರು ಕುಣಿತಗಳ ಮೂಲಕ ತಮ್ಮ ಅಭಿಪ್ರಾಯಗಳನ್ನು ಮಂಡಿಸಿದ್ದಾರೆ. ಆಟಿಕಳೆಂಜದಲ್ಲಿ ಬಡತನದ ಚಿತ್ರಣವಿದೆ, ಮಾರಿ ಓಡಿಸುವ ಆಶಯವಿದೆ, ಸಾಂಸ್ಕೃತಿಕ ವೀರರ ಆರಾಧನೆಯ ಭಾಗವಿದೆ. ಚೆನ್ನು ಕುಣಿತದಲ್ಲಿ ಬಿತ್ತನೆಯ ಸಂಭ್ರಮವಿದೆ, ಸತ್ಯದ ಮಾರ್ಗದಲ್ಲಿ ನಡೆದು ಲೋಕಾಪವಾದದಿಮದ ಬಿಡುಗಡೆಗೊಂಡ ಕತೆಯಿದೆ. ಸಿದ್ಧವೇಷದಲ್ಲಿ ಮಧ್ಯಕಾಲೀನ ತುಳುನಾಡಿನ ನಾಥಪಂಥದ ಚಾರಿತ್ರಿಕ ವಿವರಗಳಿವೆ. ಧಾರ್ಮಿಕ ಪರಂಪರೆಯೊಂದಕ್ಕೆ ತುಳುನಾಡಿನ ಜನಪದರು ತೋರಿಸಿದ ಪ್ರತಿಕ್ರಿಯೆಗಳಿವೆ. ಪಿಲಿಪಂಜಿ ಕುಣಿತದಲ್ಲಿ ಬೇಟೆಯ ಸನ್ನಿವೇಶಗಳ ಪ್ರದರ್ಶನವಿದೆ. ಒಂದು ಕಾಲದಲ್ಲಿ ಕಾಡು ಮತ್ತು ನಾಡುಗಳ ನಡುವಣ ಸಂಬಂಧದ ಸ್ವರೂಪವನ್ನು ಈ ಕುಣಿತದಲ್ಲಿ ಕಾಣಬಹುದು. ಕನ್ಯಾಪು ಅಥವಾ ಮದಿಮಾಯಾ- ಮದಿಮಾಳ್ ಕುಣಿತದಲ್ಲಿ ಅಂತರ್‌ಜಾತೀಯ ಮದುವೆ ಮತ್ತು ಅದು ಹುಟ್ಟುಹಾಕುವ ಸಮಸ್ಯೆಗಳ ವಿವರಗಳಿವೆ. ಮೇಲ್ವರ್ಗ ಇಂತಹ ವಿವಾಹ ಪದ್ಧತಿಯನ್ನು ವಿರೋಧಿಸಿ ಪ್ರಣಯಿಗಳ ದುರಂತಕ್ಕೆ ಕಾರಣವಾದಾಗ ಜನಪದರು ಈ ಪ್ರೀತಿಯ ಮಾನವೀಯ ಮುಖವನ್ನು ಕುಣಿತಗಳ ಮೂಲಕ ದಾಖಲಿಸಿದ್ದಕ್ಕೆ ಕನ್ಯಾಪು ಸುಂದರವಾದ ನಿದರ್ಶನವಾಗಿದೆ. ಮಾದರಿ ಕುಣಿತದಲ್ಲಿ ಈ ಕಲಾವಿದರ ಜಾಣ್ಮೆ, ಹಾಸ್ಯ ಪ್ರಜ್ಞೆಗಳು ಪ್ರಕಟವಾಗುತ್ತವೆ. ಹೀಗೆ ಈ ಕುಣಿತಗಳು ನಮಗೆ ಮೇಲ್ನೋಟಕ್ಕೆ ಮನೋರಂಜನೆಯ ಉದ್ದೇಶದಿಂದ ಇರುವ ಕುಣಿತಗಳೆಂದು ಕಂಡುಬಂದರೂ, ಇವುಗಳ ಆಳವಾದ ಮತ್ತು ಸೂಕ್ಷ್ಮವಾದ ಅಧ್ಯಯನವನ್ನು ಮಾಡಿದಾಗ ಈ ಕುಣಿತಗಳು ಅರ್ಥಗಳ ಹಲವು ಪದರುಗಳನ್ನು ಒಳಗೊಂಡಿರುವುದು ಸ್ಪಷ್ಟವಾಗುತ್ತದೆ. ನಾನು ಮೆಲೆ ಹೆಸರಿಸಿರುವ ಕುಣಿತಗಳನ್ನು ನಡೆಸುವ ಕಲಾವಿದರು ಆರ್ಥಿಕವಾಗಿ

ಬಡವರಾಗಿದ್ದಾರೆ ನಿಜ. ಆದರೆ ಅವರ ಪ್ರತಿಭೆ, ಸೃಜನಶೀಲ ಪ್ರವೃತ್ತಿ, ಕವಿತ್ವ, ರಂಗ ಪರಿಜ್ಞಾನ– ಇವುಗಳ ದೃಷ್ಟಿಯಿಂದ ಈ ಕಲಾವಿದರು ಯಾರಿಗೂ ಕಡಿಮೆಯಿಲ್ಲ. ತಮ್ಮ ಪರಿಸರದ ಸಂಪನ್ಮೂಲಗಳನ್ನು ಅಚ್ಚುಕಟ್ಟಾಗಿ ಬಳಸಿಕೊಂಡು ಇವರು ನಿರ್ಮಿಸುವ ವೇಷಭೂಷಣಗಳು– ಇವರ ಸೃಜನಶೀಲತೆಗೆ ಅತ್ಯುತ್ತಮ ಸಾಕ್ಷಿಗಳಾಗಿವೆ. ಈ ಎಲ್ಲ ದೃಷ್ಟಿಯಿಂದ, ಈ ಕುಣಿತಗಳ ನಿರ್ಮಾಣವನ್ನು ಬಹಳ ಪರಿಶ್ರಮದಿಂದ ಈ ವರ್ಗದ ಜನರು ಮಾಡಿದ್ದಾರೆ. ಹಾಗಾಗಿ ಈ ಕುಣಿತಗಳನ್ನು ಸರಳ ಎಂದೋ ರಂಜನೀಯ ಎಂದೋ ಕರೆಯುವುದು ಈ ಜನಾಂಗದ ಪ್ರಯತ್ನವನ್ನು ಲಘುಗೊಳಿಸಿದಂತಾಗುತ್ತದೆ. ಈ ಕುಣಿತಗಳನ್ನು ಈ ಜನಾಂಗಗಳ ಅಭಿವ್ಯಕ್ತಿ ಮಾಧ್ಯಮ ಎಂದು ಪರಿಗಣಿಸಿ ನೋಡಿದಾಗ ಮಾತ್ರ ಈ ಕುಣಿತಗಳನ್ನು ಗಂಭೀರವಾಗಿ ನೋಡಲು ಸಾಧ್ಯವಾದೀತು. ಒಟ್ಟಿನಲ್ಲಿ ಈ ಕುಣಿತಗಳು ತುಳುನಾಡಿನಲ್ಲಿ ಪ್ರಾದೇಶಿಕ ಪರಂಪರೆಯಾಗಿ ಕ್ರಿಯಾಶೀಲವಾಗಿವೆ, ಈ ಪರಂಪರೆ ಅಕ್ಷರ ಪರಂಪರೆಗೆ ಸಮಾನಾಂತರವಾಗಿ ರೂಪುಗೊಂಡಿದೆ. ಅಕ್ಷರ ಬಲ್ಲ ಜನವರ್ಗದ ಲೋಕದೃಷ್ಟಿಗೆ ಭಿನ್ನವಾಗಿ ಜನಪದರು ಕುಣಿತಗಳ ಮೂಲಕ ತಮ್ಮ ಲೋಕದೃಷ್ಟಿಯನ್ನು ಸಾದರಪಡಿಸಿದ್ದಾರೆ. ಈ ಕುಣಿತಗಳು ಈ ಪ್ರದೇಶದ ಚಾರಿತ್ರಿಕ ಮತ್ತು ಸಾಂಸ್ಕೃತಿಕ ಅಧ್ಯಯನಕ್ಕೆ ಆಕರಗಳಾಗಿವೆ. ದೈಹಿಕ ದುಡಿಮೆಯನ್ನು ಗೌರವಿಸುವ ದಲಿತ ವರ್ಗಗಳ ಜನಾಂಗೀಯ ಅಧ್ಯಯನಕ್ಕೆ ಈ ಕುಣಿತಗಳು ಸಾಮಗ್ರಿಯನ್ನು ಒದಗಿಸುತ್ತವೆ. ಜನಪದ ಕುಣಿತಗಳನ್ನು ಸಮರ್ಥವಾದ ಮತ್ತು ಪ್ರಬಲವಾದ ಸಂವಹನ ಮಾಧ್ಯಮ ಎಂದು ಗ್ರಹಿಸಿದಾಗಲೇ ಈ ಕುಣಿತಗಳನ್ನು ತುಂಬಾ ಗಂಭೀರವಾಗಿ ನೋಡಲು ಸಾಧ್ಯ.

೩

ನಾನು, ನೀವು ಮತ್ತು ಸಂವಹನ

–ಶಶಿಧರ್ ಭಟ್

ಈ ಶತಮಾನದ ಬಹುಮುಖ್ಯವಾದ ಸಮಸ್ಯೆ ಎಂದರೆ, ಸಂವಹನ. ಬಹಳಷ್ಟು ಸಂದರ್ಭಗಳಲ್ಲಿ, ನಾವು ಹೇಳಬೇಕು ಎಂದು ಕೊಂಡಿದ್ದನ್ನು ಹೇಳುವುದು ಕಷ್ಟ. ಯಾವುದೋ ಒಂದು ಮಾತನ್ನು ಹೇಳುವುದಕ್ಕೆ ಕೆಲವೊಮ್ಮೆ ಮುಜುಗರವಾಗುತ್ತದೆ. ಕೆಲವೊಮ್ಮೆ ಭಯ ವಾಗುತ್ತದೆ. ಇನ್ನು ಕೆಲವು ಸಂದರ್ಭಗಳಲ್ಲಿ ನಾವು ಹೇಳಲು ಹೊರಟಿರುವ ವಿಚಾರದ ಪರಿಣಾಮ ಎದೆಗುಂದಿಸಿಬಿಡುತ್ತದೆ. ಹೀಗೆ ಹೇಳಬೇಕು ಎಂಬುದನ್ನು ಹೇಳಲಾಗದೇ ಪರಿತಪಿಸುವವರು ಒಂದು ರೀತಿಯವರಾದರೆ, ಎಲ್ಲವನ್ನು ಹೇಳಿ ಸಮಸ್ಯೆಯನ್ನು ತಂದುಕೊಳ್ಳು ವವರು ಇನ್ನೊಂದು ರೀತಿಯ ಜನ. ಎರಡನೆಯ ರೀತಿಯ ಜನರಿಗೆ ಮಾತಿನ ಮಹತ್ವವೇ ಗೊತ್ತಿರುವುದಿಲ್ಲ. ಇವರು ಮಾತನ್ನು ಕಳ್ಳೆಕಾಯಿ ಹಂಚಿದಂತೆ ಹಂಚಿ ಬಿಡುತ್ತಾರೆ. ಇದನ್ನು ಇನ್ನೊಂದು ರೀತಿಯಲ್ಲೂ ಹೇಳಬಹುದು. ಅತಿಯಾಗಿ ಮಾತಿನ ಬಗ್ಗೆ ಯೋಚಿಸಿ ಮಾತನಾಡದೇ ಉಳಿದು ಬಿಡುವವರು ಹಾಗೂ ಮನಸ್ಸಿಗೆ ಬಂದಿದ್ದನ್ನೆಲ್ಲ ಹೇಳಿ ಹೋಗಿ ಬಿಡುವವರು. ಈ ಎರಡೂ ರೀತಿಯವರಿಂದ ಏನನ್ನೂ ಮಾಡಲು ಸಾಧ್ಯವಾಗುವುದಿಲ್ಲ. ಒಬ್ಬರು ಮಾತನಾಡದೇ ಕೆಟ್ಟರೆ ಇನ್ನೊಂದು ಗುಂಪಿನ ಜನ ಮಾತನಾಡಿ ಕೆಡುತ್ತಾರೆ.

ಮಾತು ಎನ್ನುವುದಿದೆಯಲ್ಲ, ಅದು ನಮ್ಮ ಸಂವಹನದ ಪ್ರಮುಖ ಅಂಗ. ಇದಕ್ಕಾಗಿ ನಾವು ಬಳಸಿಕೊಳ್ಳುವುದು ಭಾಷೆ. ಆದರೆ ಯಾವುದೇ ಭಾಷೆ ಇರಲಿ, ಅದರ ಅರ್ಥ ಒಬ್ಬ ವ್ಯಕ್ತಿಯಿಂದ ಇನ್ನೊಬ್ಬ ವ್ಯಕ್ತಿಗೆ ಬದಲಾಗಿರುತ್ತದೆ. ಒಂದು ಮೂಲ ಶಬ್ದ ಒಂದು ಅರ್ಥವನ್ನು ನೀಡುತ್ತಿದ್ದರೆ, ಅದನ್ನು ಬಳಸುವ ವ್ಯಕ್ತಿ ತನ್ನ ಅನುಭವ ಮತ್ತು ಗ್ರಹಿಕೆಯ ಹಿನ್ನೆಲೆಯಲ್ಲಿ ಬೇರೊಂದು ಅರ್ಥದಲ್ಲಿ ಆ ಶಬ್ದವನ್ನು ಬಳಸುತ್ತಾನೆ. ಹಾಗೆ ಅದನ್ನು ಕೇಳುವವ ತನ್ನ ಅನುಭವ ಮತ್ತು ಗ್ರಹಿಕೆಯ ಹಿನ್ನೆಲೆಯಲ್ಲಿ ಬೇರೊಂದು ಅರ್ಥದಲ್ಲಿ ಅದನ್ನು ಸ್ವೀಕರಿಸುತ್ತಾನೆ. ಹೀಗಾಗಿ ಒಂದು ಶಬ್ದ ಮೂರು ಸ್ಥರಗಳಲ್ಲಿ ಮೂರು ವಿಭಿನ್ನ ಅರ್ಥವನ್ನು ಪಡೆದುಕೊಂಡು ಬಿಡುತ್ತದೆ. ಹೀಗೆ ಒಬ್ಬ ವ್ಯಕ್ತಿಯಿಂದ ಇನ್ನೊಬ್ಬ ವ್ಯಕ್ತಿಗೆ ಬದಲಾಗುವ ಬೇರೆ ಬೇರೆ ಅರ್ಥಗಳನ್ನು ನೀಡುವ ಶಬ್ದಗಳನ್ನು ಒಳಗೊಂಡ ಒಂದು ವಾಕ್ಯ ಯಾವ ರೀತಿಯ ಸಂವಹನ ಮಾಡಬಹುದು? ಅದು ಒಟ್ಟಾರೆಯಾಗಿ ಯಾವ ಪರಿಣಾಮ ನೀಡಬಹುದು? ಸ್ವಲ್ಪ ಯೋಚಿಸಿ. ನಾನು ಹೇಳಬೇಕು ಎಂದುಕೊಂಡಿದ್ದು ಹೀಗೆ ರೂಪಾಂತರಗೊಂಡು ಬೇರೆಯದಾದ ಅರ್ಥವನ್ನೇ ನೀಡಿದರೆ ಅದರ ಪರಿಣಾಮ ಏನಿರಬಹುದು?

ಸಾಧಾರಣವಾಗಿ ನಾವು ಭಾಷೆಯನ್ನು ಕಲಿಯುವಾಗ ಒಂದು ಶಬ್ದದ ಅರ್ಥ ಹೀಗೆ ಎಂದು ಡಿಕ್ಷನರಿಯ ಮೂಲಕ ತಿಳಿದುಕೊಳ್ಳಬಹುದು. ಆದರೆ ಅದೇ ಅಂತಿಮ ಅರ್ಥ ಎಂದು ನಾನು ಅಂದುಕೊಂಡಿಲ್ಲ. ಯಾಕೆಂದರೆ ಕಾಲಕ್ರಮದಲ್ಲಿ ಬಳಕೆಯಿಂದಾಗಿ ಈ ಶಬ್ದ ಬೇರೆ ಅರ್ಥ ಸ್ವರೂಪವನ್ನು ಪಡೆದುಕೊಂಡಿರಬಹುದು. ಅಂದರೆ ಶಬ್ದ, ಬಳಕೆ ಮತ್ತು ಆ ಕಾಲ ಘಟ್ಟದ ಜೊತೆ ನಿಕಟ ಸಂಬಂಧವನ್ನು ಹೊಂದಿದೆ ಎಂಬುದು ಸ್ಪಷ್ಟ ಇದನ್ನು ಇನ್ನೂ ಸರಳವಾಗಿ ಹೇಳುವುದಾದರೆ, ಈಗ ಹತ್ತು ಇಪ್ಪತ್ತು ವರ್ಷಗಳ ಹಿಂದೆ ಒಂದು ಶಬ್ದ ನೀಡುತ್ತಿದ್ದ ಅರ್ಥಕ್ಕೂ ಇಂದು ನೀಡುತ್ತಿರುವ ಅರ್ಥಕ್ಕೂ ವ್ಯತ್ಯಾಸವಿದೆ. ಕಾಲದ ಜೊತೆ ನಂಟನ್ನು ಹೊಂದಿರುವ ಶಬ್ದ, ಆ ಕಾಲ ಘಟ್ಟದ ವ್ಯಕ್ತಿಯ ಜೊತೆಗೂ ಸಂಬಂಧವನ್ನು ಹೊಂದಿರುತ್ತದೆ. ಶಬ್ದವನ್ನು ಬಳಸುವ ವ್ಯಕ್ತಿ. ಆತನ ಕಾಲ ಸೇರಿಯೇ ಒಂದು ಶಬ್ದದ ಅರ್ಥ ನಿರ್ಧಾರವಾಗುತ್ತದೆ. ಈಗ ಒಬ್ಬ ಮಾತನಾಡುವವ ಮತ್ತು ಇನ್ನೊಬ್ಬ ಕೇಳಿಸಿಕೊಳ್ಳುವವರ ನಡುವೆ ಮಾತುಕತೆ ನಡೆಯುವ ಸಂದರ್ಭವನ್ನು ನೋಡಿ. ಇವರಿಬ್ಬರು ಬೇರೆ ಬೇರೆ, ಕಾಲಘಟ್ಟಕ್ಕೆ ಸೇರಿದವರು. ಬೇರೆ ಬೇರೆ ಅನುಭವಗಳನ್ನು ಪಡೆದವರು. ಹಾಗಿದ್ದರೆ ಇವರಿಬ್ಬರ ನಡುವಿನ ಸಂವಹನಕ್ಕೆ ಕಾರಣವಾಗುವ ಶಬ್ದ ಅರ್ಥ ಬೇರೆ ಬೇರೆಯಾಗಿರುತ್ತದೆಯೆ? ಹಾಗೆ ಒಂದು ಶಬ್ದಕ್ಕೆ ನಿಖರವಾದ ಅರ್ಥ ಎಂಬುದು ಇಲ್ಲವೆ?

ಮನುಷ್ಯನ ನಾಗರೀಕತೆಯ ಭಾಗವಾಗಿ ಬೆಳೆದ ಭಾಷೆ, ಮನುಷ್ಯನ ಸಂವಹನ ಕ್ರಿಯೆಯನ್ನು ಸುಲಭಗೊಳಿಸುವ ಕೆಲಸ ಮಾಡಬೇಕಿತ್ತು. ಆದರೆ ಇಂದು ಶಬ್ದ ಮತ್ತು ಭಾಷೆಯೇ ಸಂವಹನ ಕ್ರಿಯೆಯನ್ನು ಇನ್ನಷ್ಟು ಕ್ಲಿಷ್ಟವನ್ನಾಗಿ ಮಾಡುತ್ತದೆ. ನಾವು ಹೇಳಬೇಕು ಎಂದುಕೊಂಡಿದ್ದು, ನಾವು ಹೇಳಿದ್ದು, ಮತ್ತು ಹೇಳಿದ್ದನ್ನು ಕೇಳಿ ಅರ್ಥಮಾಡಿಕೊಂಡಿದ್ದು, ಇವುಗಳ ನಡುವೆ ಇರುವ ಅಗಾಧ ವ್ಯತ್ಯಾಸ ಸಂವಹನವನ್ನು ದುರ್ಬಲಗೊಳಿಸುತ್ತದೆ. ಇದೇ ಕಾರಣದಿಂದಾಗಿ ರಾಜಕಾರಣಿಗಳಿಂದ ಸಾಮಾನ್ಯರವರೆಗೆ ಎಲ್ಲರೂ ನಾನು ಹಾಗೆ ಹೇಳಿಲ್ಲ. ಮಾರಾಯ ಅಂತಲೋ, ನಾನು ಹೇಳಿದ್ದರ ಅರ್ಥ ಅದಲ್ಲ ಅಂತಲೋ ಸಮಜಾಯಿಷಿ ಯಾವುದೇ ಪರಿಣಾಮವನ್ನು ಬೀರುವುದಿಲ್ಲ. ಮೊದಲು ಹೇಳಿದ ಅಥವಾ ಹೇಳಿದರೆಂದು ಭಾವಿಸಲಾದ ಮಾತುಗಳೇ ಕೊನೆಯವರೆಗೂ ಉಳಿದುಬಿಡುತ್ತದೆ.

ನಾನು ಹಲವು ಬಾರಿ ಇಂತಹ ಸಂವಹನ ಸಮಸ್ಯೆಯನ್ನು ಎದುರಿಸಿದ್ದೇನೆ. ನಾನು ಹೇಳಬೇಕೆಂದುಕೊಂಡಿದ್ದು, ಹೇಳಿದರೂ ಅದು ಬೇರೆ ಅರ್ಥವನ್ನು ನೀಡಿ ಪೇಚಾಡಿ ಕೊಂಡಿದ್ದೇನೆ. ನಾನು ಮಾತನಾಡಿದ ಉದ್ದೇಶ ಇದು ಎಂದು ಸ್ಪಷ್ಟಪಡಿಸಲು ಯತ್ನಿಸಿದ್ದೇನೆ. ಆದರೆ ಹೀಗೆ ಸಮಜಾಯಿಷಿ ನೀಡಿದಾಗಲೆಲ್ಲ, ಈ ನನ್ನ ಮಗ ಹೇಗೆ ಪ್ಲೇಟು ಬದಲಿಸುತ್ತಿದ್ದಾನೆ ನೋಡು ಎಂದು ಮನಸ್ಸಿನಲ್ಲೇ ಬೈದುಕೊಂಡಿದ್ದನ್ನು ನೋಡಿದ್ದೇನೆ. ಆಗೆಲ್ಲ ನನಗೆ ಮೊದಲು ಸಿಟ್ಟು ಬಗುವುದು ಭಾಷೆಯ ಮೇಲೆ. ನಂತರ ನಾನು ಸಿಟ್ಟು ಮಾಡಿಕೊಳ್ಳುವುದು ನನ್ನ ಮೇಲೆ. ನಾನು ಭಾಷೆ ಬಳಸುವುದರಲ್ಲಿ ಇನ್ನಷ್ಟು ನಿಸ್ಸೀಮನಾಗಬೇಕಿತ್ತು ಎಂದು ಅಂದುಕೊಂಡು ಸುಮ್ಮನಾಗುವುದು ಸಾಮಾನ್ಯ. ಆದರೂ ನನಗೆ ಭಾಷೆ ಒಂದು ಸಮಸ್ಯೆ, ಸಂವಹನ ಸಮಸ್ಯೆ. ನಾನು ಹೇಳಿದ್ದನ್ನು ಬೇರೆ ರೀತಿ ಅರ್ಥ ಮಾಡಿಕೊಂಡರಲ್ಲ ಎಂಬ ನೋವನ್ನು ಅನುಭವಿಸುವುದು ಇನ್ನೊಂದು ಸಮಸ್ಯೆ. ಒಟ್ಟಿನಲ್ಲಿ, ನಾನು ನೀವು ಮತ್ತು ಸಂವಹನ ಎಲ್ಲವೂ ಸಮಸ್ಯೆಯೇ.

ಪತ್ರಿಕೋದ್ಯಮ ಮತ್ತು ರಾಜಕಾರಣ

ನಾನು ಇತ್ತೀಚೆಗೆ ಹಲವು ಕಾರ್ಯಕ್ರಮಗಳಲ್ಲಿ ಪಾಲ್ಗೊಂಡಿದ್ದೆ. ಮೊದಲನೆಯದು ಸಂಯುಕ್ತ ಕರ್ನಾಟಕದಲ್ಲಿ ನಡೆದ ತರಬೇತಿ ಕಾರ್ಯಕ್ರಮ. ಅಲ್ಲಿ ವರದಿಗಾರಿಕೆಯ ಬಗ್ಗೆ ಭಾಷಣ ಮಾಡಲು ಆಹ್ವಾನ ಬಂದಾಗ ನನ್ನಲ್ಲಿ ಮೂಡಿದ್ದು ಧನ್ಯತಾ ಭಾವ. ನಾನು ನನ್ನ ಪತ್ರಿಕೋದ್ಯಮವನ್ನು ಪ್ರಾರಂಭಿಸಿದ್ದು ಸಂಯುಕ್ತ ಕರ್ನಾಟಕ ಪತ್ರಿಕೆಯ ಮೂಲಕ. ಆ ಪತ್ರಿಕೆ ನನಗೆ ಪತ್ರಿಕೋದ್ಯಮದ ಅ ಆ ಇ ಈ ಕಲಿಸಿದ ಪತ್ರಿಕೆ. ಜೊತೆಗೆ ಸಂಯುಕ್ತ ಕರ್ನಾಟಕ ಪತ್ರಿಕೆ ಇತಿಹಾಸವೂ ಕೂಡ ಹಾಗೆ.

ಆದರೆ ಅಲ್ಲಿ ಹೋದಾಗ ಏನು ಮಾತನಾಡುವುದು? ಇವತ್ತಿನ ಪತ್ರಿಕೋದ್ಯಮದ ಬಗ್ಗೆ ಮಾತನಾಡೋಣವೆ? ಪತ್ರಕರ್ತರ ಬಗ್ಗೆ ಮಾತನಾಡೋಣವೆ? ಎಂಬ ಗೊಂದಲ. ನಾನು ಹೇಳಿದೆ:

'ಪತ್ರಿಕೋದ್ಯಮ ಎನ್ನುವುದರ ಬಗ್ಗೆಯೇ ನನ್ನ ಆಕ್ಷೇಪವಿದೆ. ನಾನು ಇದನ್ನು ಪತ್ರಿಕಾ ವ್ಯವಸಾಯ ಎಂದು ಕರೆಯುತ್ತೇನೆ. ಭಾರತೀಯ ಪತ್ರಿಕಾವೃತ್ತಿ ಉದ್ಯಮವಾಗುವ ಉದ್ದೇಶದಿಂದ ಹುಟ್ಟಿದ್ದಲ್ಲ. ಉದ್ಯಮ ಎಂದರೆ ಲಾಭ ನಷ್ಟದ ಮೇಲೆ ನಡೆಯುವಂತಹುದು. ಹೇಗಾದರೂ ಲಾಭ ಗಳಿಸುವುದು ಉದ್ಯಮದ ಗುಣಧರ್ಮ. ಆದರೆ ನಮ್ಮಲ್ಲಿ ಪತ್ರಿಕೋದ್ಯಮಕ್ಕೆ ಒಂದು ಪಾವಿತ್ರ್ಯತೆ ಇದೆ. ಸ್ವಾತಂತ್ರ್ಯ ಪೂರ್ವದಲ್ಲಿ ಸ್ವಾತಂತ್ರ್ಯ ಚಳವಳಿಗೆ ಬೆಂಬಲ ನೀಡುವುದು ಪತ್ರಿಕಾ ವ್ಯವಸಾಯದ ಉದ್ದೇಶವಾಗಿತ್ತು. ನಂತರ ಕೆಲವು ವರ್ಷಗಳ ಕಾಲ ಸ್ವಾತಂತ್ರ್ಯದ ನೆನಪಿನಲ್ಲಿ ಕಾಲ ಕಳೆದ ಪತ್ರಿಕೋದ್ಯಮ ನಂತರದ ದಿನಗಳಲ್ಲಿ ಕಾಂಗ್ರೆಸ್ ವಿರೋಧಿ ಭೂಮಿಕೆಯನ್ನು ನಿರ್ವಹಿಸಿತು. ಕಾಂಗ್ರೆಸ್ ಅಧಿಕಾರ ನಡೆಸುತ್ತಿದ್ದಾಗ ನಿಜವಾದ ಪ್ರತಿ ಪಕ್ಷವಾಗಿ, ಪೋರ್ಥ್ ಎಸ್ಟೇಟ್ ಆಗಿ ಕಾರ್ಯನಿರ್ವಹಿಸಿತು. ಕರ್ನಾಟಕದಲ್ಲಂತೂ ೮೦ ದಶಕದಲ್ಲಿ ಮೂರು ಜನಪರ ಚಳವಳಿಗಳಿಗೆ ಬೆನ್ನೆಲುಬಾಗಿ ನಿಂತಿದ್ದು ಮಾಧ್ಯಮಗಳು. ಆದರೆ ೯೦ರ ದಶಕದಲ್ಲಿ ಪತ್ರಿಕೋದ್ಯಮ ಬದಲಾಯಿತು. ಹಾಗೆ ಪತ್ರಿಕೋದ್ಯಮಿಗಳು ಬದಲಾದರು.'

'ಪತ್ರಿಕೋದ್ಯಮದಿಂದ ಈ ಸಮಾಜದಲ್ಲಿ ಇಲ್ಲದಿರುವುದನ್ನು ನಿರೀಕ್ಷಿಸಲಾಗದು. ಅದೂ ಸಹ ಈ ಸಮಾಜದ ಒಂದು ಭಾಗವೇ. ಆದರೆ ಸಮಾಜದ ಭಾಗವಾಗಿಯೂ ಸಮಾಜದ ಹೊರಗೆ ನಿಂತು ನೋಡುವ ಮನಸ್ಥಿತಿ ಪತ್ರಿಕೋದ್ಯಮಕ್ಕೆ ಇರಬೇಕು ಒಂದು ರೀತಿಯಲ್ಲಿ ಪತ್ರಿಕೋದ್ಯಮ ಸಮಾಜದ ಸಾಕ್ಷಿ ಪ್ರಜ್ಞೆಯಾಗಿ ಕೆಲಸ ಮಾಡಬೇಕು. ಆದರೆ ಇಂದು ಪತ್ರಿಕೋದ್ಯಮ ಈ ಕಾರ್ಯವನ್ನು ನಿರ್ವಹಿಸುತ್ತಿಲ್ಲ. ನಾನು ಇನ್ನೊಂದು ಮಾತನ್ನು ಹೇಳಿದೆ. ಲೋಕಾಯುಕ್ತದಂತಹ ಸಂಸ್ಥೆಗಳು ಎಲ್ಲ ಪತ್ರಿಕೋದ್ಯಮಿಗಳ ಮತ್ತು ಪತ್ರಿಕಾ ಸಂಪಾದಕರ ಆಸ್ತಿಯ ಬಗ್ಗೆ ತನಿಖೆ ನಡೆಸಬೇಕು.'

ಈ ಮಾತು ಎಷ್ಟು ಜನರಿಗೆ ಇಷ್ಟವಾಯಿತೋ ಗೊತ್ತಿಲ್ಲ. ಆದರೆ ಅಂತಹ ಒಂದು ವ್ಯವಸ್ಥೆ ಬೇಕು ಎಂದು ಹೇಳುವವನು ನಾನು. ಬೇರೆಯವರ ಭ್ರಷ್ಟತೆಯ ಬಗ್ಗೆ ಬರೆಯುವ ನಾವು ಭ್ರಷ್ಟರಾಗಕೂಡದು. ನಾವು ಭಷ್ಟರಾದರೆ ಬೇರೆಯವರ ಭ್ರಷ್ಟತೆಯ ಬಗ್ಗೆ ಬರೆಯುವ ನೈತಿಕ ಹಕ್ಕು ನಮಗೆ ಬರಲಾರದು. ಆದರೆ ಇಂದು ಒಬ್ಬ ಪತ್ರಿಕೋದ್ಯಮಿ ಮತ್ತು ರಾಜಕಾರಣಿಗಳ ನಡುವಿನ ವ್ಯತ್ಯಾಸ ನನಗೆ ಕಾಣುತ್ತಿಲ್ಲ. ಬಹಳಷ್ಟು ಪತ್ರಿಕೋದ್ಯಮಿಗಳು ರಾಜಕಾರಣಿಗಳಾಗಿದ್ದಾರೆ. ರಾಜಕಾರಣಿಗಳು ಪತ್ರಿಕೋದ್ಯಮಿಗಳಾಗಿದ್ದಾರೆ. ರಾಜಕಾರಣಿಗಳ

ಪರವಾಗಿ ಮಧ್ಯಸ್ಥಿಕೆ ನಡೆಸುವ ಪತ್ರಿಕೋದ್ಯಮಿಗಳು ನಮ್ಮ ನಡುವೆ ಇದ್ದಾರೆ. ರಾಜಕಾರಣಿಗಳಿಗೆ ಭಾಷಣ ಮಾಡಲು ಕಲಿಸಿದ್ದೇನೆ ಎಂದು ಹೇಳಿಕೊಳ್ಳುವ ಪತ್ರಿಕಾ ಮಹಾಶಯರೂ ಕಾಣಸಿಗುತ್ತಾರೆ.

ಸಾಮಾಜಿಕ ಮತ್ತು ರಾಜಕೀಯ ವ್ಯವಸ್ಥೆ ಆರೋಗ್ಯಪೂರ್ಣವಾಗಿರಲು ಪತ್ರಿಕೆಗಳು ನಿಷ್ಪಕ್ಷಪಾತ ಮತ್ತು ನಿಷ್ಠುರವಾದ ನಿಲುಮೆಯನ್ನು ತೆಗೆದುಕೊಳ್ಳಬೇಕಾಗುತ್ತದೆ. ಸತ್ಯವನ್ನು ಹೇಳುವ ಎದೆಗಾರಿಕೆಯನ್ನು ಪ್ರದರ್ಶಿಸಬೇಕಾಗುತ್ತದೆ. ಸುಳ್ಳನ್ನು ಸತ್ಯ ಎಂದು ಹೇಳುವ ಎದೆಗಾರಿಕೆ ಅಲ್ಲ.

ಈ ಬಾರಿಯ ರಾಜ್ಯೋತ್ಸವ ಪ್ರಶಸ್ತಿ ಪ್ರಕಟವಾದಾಗ ಸ್ನೇಹಿತರೊಬ್ಬರು ಹೇಳಿದರು, ಇದು ಪತ್ರಕರ್ತರಿಗೆ ಬಿಜೆಪಿ ಸರ್ಕಾರ ನೀಡಿದ ಬೆಂಬಲ ಬೆಲೆ. ಈ ಮಾತು ಸುಳ್ಳಾಗಲಿ ಎಂದು ನಾನು ಆಶಿಸುತ್ತೇನೆ. ಆದರೆ ನಾವು ಆಶಿಸಿದ್ದೆಲ್ಲ ಸುಳ್ಳಾಗುವುದಿಲ್ಲ. ಜೊತೆಗೆ ಬೆಂಬಲ ಬೆಲೆ ಪಡೆದವರ ನಡುವೆ ಕುಳಿತುಕೊಳ್ಳುವ ಪ್ರಾಮಾಣಿಕ ಪತ್ರಕರ್ತರೂ ಮಸುಕಾಗುತ್ತಾರೆ.

ಇತ್ತೀಚಿನ ದಿನಗಳಲ್ಲಿ ಅದರಲ್ಲೂ ಟೀವಿ ವಾಹಿನಿಗಳಲ್ಲಿ ಪತ್ರಕರ್ತರ ಅಥವಾ ತೆರೆಯ ಮೇಲೆ ಬರುವವರಲ್ಲಿ ಅಹಂಕಾರ ಹೆಚ್ಚುತ್ತಿದೆ. ಇದು ಮಾಧ್ಯಮದ ಅಹಂಕಾರ. ಅಕ್ಷರ ಅಹಂಕಾರ. ನಮ್ಮ ಮುಂದೆ ಕುಳಿತವನು ಯಕಶ್ಚಿತ ವ್ಯಕ್ತಿ ಮತ್ತು ಅವನಿಗೆ ಬುದ್ಧಿ ಹೇಳುವುದಕ್ಕಾಗಿಯೇ ನಾನು ಈ ಭರತ ಭೂಮಿಯಲ್ಲಿ ಜನ್ಮವೆತ್ತಿ ಈ ಟೀವಿ ಸ್ಟುಡೀಯೋದಲ್ಲಿ ಬಂದು ಕುಳಿತಿದ್ದೇನೆ ಎಂಬ ವರ್ತನೆ.

ಯಾವನು ಇನ್ನೊಬ್ಬನ ಮಾತನ್ನು ಕೇಳಿಸಿಕೊಳ್ಳಲಾರನೋ ಅವನು ಸರ್ವಾಧಿಕಾರಿಯಾಗಿರುತ್ತಾನೆ. ಪತ್ರಿಕೋದ್ಯಮಿ ಸರ್ವಾಧಿಕಾರಿಯಲ್ಲ. ಆತ ಜನರ ಪ್ರತಿನಿಧಿಯಾಗಿರುತ್ತಾನೆ. ಸಮಾಜದ ಸಾಕ್ಷಿ ಪ್ರಜ್ಞೆಯಾಗಿರುತ್ತಾನೆ. ಸತ್ಯವನ್ನು ಹೇಳುವ ಪ್ರವಾದಿಯಾಗಿರುತ್ತಾನೆ. ದೊಡ್ಡ ಗಂಟಲಿನಲ್ಲಿ ಕೂಗುವವರು, ಬೇರೆಯವರನ್ನು ಹೀಗಳಿಯುತ್ತ ಚರ್ಚೆ ನಡೆಸುವವರು ಉತ್ತಮ ಪತ್ರಿಕೋದ್ಯಮಿಯಾಗಲಾರರು. ಇಂತವರು ಒಳಗೆ ಠೊಳ್ಳಾಗಿರುತ್ತಾರೆ. ತಮ್ಮ ಠೊಳ್ಳುತನವನ್ನು ಮುಚ್ಚಿಕೊಳ್ಳುವುದಕ್ಕಾಗಿ ಹೊರಗೆ ಇಂಥಹ ಮುಖವಾಡ ಧರಿಸುತ್ತಿರುತ್ತಾರೆ. ಉಪದೇಶಗಳ ಮೂಲಕ ತಮ್ಮ ಭ್ರಷ್ಟತೆಯನ್ನು ಮುಚ್ಚಿಕೊಳ್ಳಲು ಯತ್ನಿಸುತ್ತಿರುತ್ತಾರೆ.

ಇವೆಲ್ಲ ನಾನು ಭಾಗವಹಿಸಿದ ಕಾರ್ಯಕ್ರಮಗಳಲ್ಲಿ ನಾನು ಆಡಿದ ಮಾತುಗಳು. ಈ ಮಾತುಗಳನ್ನು ಹೇಳುವಾಗ ನನ್ನಲ್ಲಿ ವಿಷಾಧ ಭಾವವೇನೂ ಇರಲಿಲ್ಲ. ಒಂದು ಸಮಾಜ ತನಗೆ ಬೇಕಾದ್ದನ್ನು ಪಡೆದುಕೊಳ್ಳುತ್ತದೆ. ಗಟ್ಟಿಯಾದದ್ದು ಉಳಿಯುತ್ತದೆ. ಪೊಳ್ಳಾಗಿದ್ದು ಉದುರಿ ಹೋಗುತ್ತದೆ.

೪

ಸಾಂಸ್ಕೃತಿಕ ಪತ್ರಿಕೋದ್ಯಮ

–ಗಣೇಶ ಅಮೀನಗಡ

ನಿಮಗೆ ಕ್ರೀಡೆ, ಕೃಷಿ ರಾಜಕೀಯ, ಸಿನಿಮಾ ಪತ್ರಿಕೋದ್ಯಮ ಗೊತ್ತು. ಈಚೆಗೆ ಅಭಿವೃದ್ಧಿ ಪತ್ರಿಕೋದ್ಯಮವೂ ಗೊತ್ತು. ಆದರೆ ಸಾಂಸ್ಕೃತಿಕ ಪತ್ರಿಕೋದ್ಯಮ ಗೊತ್ತಾ? ನಿಮಗೆ ಗೊತ್ತಿದೆ. ಆದರೆ ಈ ಕುರಿತು ಹೆಚ್ಚು ಯೋಚಿಸಿಲ್ಲ ಅಷ್ಟೆ.

ಪತ್ರಕರ್ತರಾದವರಿಗೆ ಎಲ್ಲಾ ವಿಷಯಗಳ ಬಗ್ಗೆ ಗೊತ್ತಿರಬೇಕು. ಕನಿಷ್ಠ ಒಂದು ವಿಷಯದಲ್ಲಿ ಹೆಚ್ಚು ಗೊತ್ತಿರಬೇಕು ಎನ್ನುವುದು ಸಾರ್ವಕಾಲಿಕ ಮಾತು. ಹಾಗಿದ್ದರೆ ಒಳ್ಳೆಯದು ಎನ್ನುವುದಕ್ಕೆ ಉದಾಹರಣೆಗಳನ್ನು ನೀಡುವೆ. ಸಂಯುಕ್ತ ಕರ್ನಾಟಕದಲ್ಲಿದ್ದ ದಿನಗಳವು. ಅದರ ಸೋದರ ಪತ್ರಿಕೆ ಸಾಪ್ತಾಹಿಕ 'ಕರ್ಮವೀರ'ದಲ್ಲಿದ್ದೆ. ಒಂದಿನ ಸಂಯುಕ್ತ ಕರ್ನಾಟಕಕ್ಕೆ ವರ್ಗಾವಣೆಗೊಂಡಿದ್ದೆ. ಆಗ ಅಲ್ಲಿದ್ದ ಸಹೋದ್ಯೋಗಿಯೊಬ್ಬ–

ಕರ್ಮವೀರದಲ್ಲಿದ್ದರೆ ಕಥೆ ಬರೀಬೇಕಾ? ನಂಗೆ ಕಥೆ ಬರಿಯೋಕ್ಕೆ ಬರಲ್ಲ' ಎಂದ.

'ಅಷ್ಟೇನಾ!' ಎಂದು ಅವನು ಹುಬ್ಬೇರಿಸಿದ್ದ.

ಇನ್ನೊಂದು ಘಟನೆ ಹೇಳುವೆ, ನಾನು 'ಸುಧಾ' ವಾರಪತ್ರಿಕೆಯಲ್ಲಿದ್ದಾಗ ನಡೆದುದು. 'ಪ್ರಜಾವಾಣಿ'ಯಿಂದ 'ಸುಧಾ'ಕ್ಕೆ ವರ್ಗಾವಣೆಗೊಂಡಿದ್ದ ಸಹೋದ್ಯೋಗಿ ಯೊಬ್ಬರು ಬಂದಾಕ್ಷಣ 'ಇಲ್ಲಿ ಕಥೆ ಬರೀಬೇಕಾ' ಎಂದು ಕೇಳಿದರು.

'ಕಥೆ ಬರಿಬೇಕಿಲ್ಲ, ಬಂದಿರೋ ಕಥೆಗಳನ್ನು ಆಯ್ಕೆ ಮಾಡಿದರೆ ಆಯ್ತು' ಎಂದೆ.

'ಆದ್ರೆ ಹೇಗೆ ಆಯ್ಕೆ ಮಾಡೋದು?' ಎಂದು ಕೇಳಿದರು.

ತಕ್ಷಣ ಅವರಿಗೊಂದು ಕಥೆ ಕೊಟ್ಟು ಆಯ್ಕೆ ಕ್ರಮದ ಬಗ್ಗೆ ಹೇಳಿದೆ. ಅಂದರೆ ಕಥೆಯ ವಸ್ತು, ನಿರೂಪಣೆ, ಭಾಷೆ, ಶೈಲಿ ಅಂಶಗಳ ಕುರಿತು ತಿಳಿಸಿದೆ. ಇದನ್ನು ಹೇಳಿದ ಉದ್ದೇಶ; ಸಾಹಿತ್ಯಕವಾಗಿ ಹಾಗೂ ಸಾಂಶ್ಕೃತಿಕವಾಗಿ ಸಂಸ್ಕಾರವಂತ ಪತ್ರಕರ್ತರಾದರೆ ಪುರವಣಿ, ವಾರಪತ್ರಿಕೆಗಳಲ್ಲಿ ಸುಲಭವಾಗಿ ಹೊಂದಿಕೊಳ್ಳಬಹುದು. ಜೊತೆಗೆ ದೈನಿಕದಲ್ಲಿ ಕೆಲಸ ಮಾಡುವಾಗ ಹೊಸ ಸ್ಪರ್ಶ ಕೊಡಬಹುದು. ಹೇಗೆಂದು ನೋಡೋಣ.

ಅದೊಂದು ಕವಿಗೋಷ್ಠಿ. ಬೇರೆ ಕಾರ್ಯಕ್ರಮಗಳು ಅಷ್ಟಾಗಿ ಇರದ ಕಾರಣ ವರದಿಗಾರ ನೊಬ್ಬನಿಗೆ ಕವಿಗೋಷ್ಠಿ ಕವರೇಜ್‌ಗೆ ಕಳಿಸಲಾಗಿತ್ತು. ಆದರೆ ಅಲ್ಲಿಗೆ ವರದಿಗಾರ ತೆರಳಿದಾಗ

ಕವಿಗೋಷ್ಠಿ ನಡೆಯುವ ಲಕ್ಷಣಗಳೇ ಇರಲಿಲ್ಲ. ಏಕೆಂದರೆ ಕವಿಗೋಷ್ಠಿ ಏರ್ಪಡಿಸಿದವರಿಗೆ ಹಾಗೂ ಇನ್ನೊಂದು ಗುಂಪಿನ ನಡುವೆ ವಾದವಾಗಿತ್ತು. ಅದು ಕವಿಗಳ ಆಯ್ಕೆ ಕುರಿತು. ಹೀಗಾಗಿ ಅದು ಹೇಗೆ ಕವಿಗೋಷ್ಠಿ ರದ್ದಾಯಿತು. ಏಕೆಂದರೆ ಕಾರ್ಯಕ್ರಮ ಸಂಘಟಕರೇ ಕೈಕೊಟ್ಟಿದ್ದರು. ಇದ್ದ ಒಂದಿಬ್ಬರು ಕವಿಗಳು ಜಾಗ ಖಾಲಿ ಮಾಡಿದರು. ಹೀಗೆ ರದ್ದಾದ ಕವಿಗೋಷ್ಠಿ ಕುರಿತು ಬರೆಯಲು ಏನಿರುತ್ತದೆ?

ಆದರೆ ಗೆಳೆಯ ಲಕ್ಷ್ಮೀಪತಿ ಕೋಲಾರ ಅವರು ವರದಿಗೂ ಮೊದಲೇ ಕೊಟ್ಟ ಶೀರ್ಷಿಕೆ ಏನು ಗೊತ್ತಾ?

ಬಾರದ ಕವಿಗಳು

ಪಾರಾದ ಕವಿಗಳು

ಇದನ್ನು ವಿವರಿಸುವ ಅಗತ್ಯವಿಲ್ಲ. ಕವಿಗಳಿಂದ ಕಿವಿಗಳ ಕೊರೆತ ತಪ್ಪಿತು ಎನ್ನುವುದನ್ನು ಸೂಚ್ಯವಾಗಿ ಹೇಳುವ ಶಿರ್ಷಿಕೆಯದು. ಜೊತೆಗೆ ಪ್ರಾಸಕ್ಕೆ ಬದ್ಧವಾದ ಶಿರ್ಷಿಕೆ ಕೂಡ. ಇದು ಲಕ್ಷ್ಮೀಪತಿ ಅವರಿಗೆ ಸಾಧ್ಯವಾಗಿದ್ದು ಅವರು ಕವಿ ಕೂಡಾ ಆಗಿರುವುದರಿಂದ. ಅಂತೂ ಎಲ್ಲ ಪತ್ರಿಕೆಗಳಲ್ಲಿ ಕವಿಗೋಷ್ಠಿ ರದ್ದಾದ ಕುರಿತು ಸುದ್ದಿ ಪ್ರಕಟವಾಗದಿದ್ದರೂ ಅವರು ಕೆಲಸ ನಿರ್ವಹಿಸುತ್ತಿದ್ದ ಪತ್ರಿಕೆಯಲ್ಲಿ 'ಬಾರದ ಕವಿಗಳು ಪಾರಾದ ಕಿವಿಗಳು' ಸುದ್ದಿ ಬಾಕ್ಸ್‌ನಲ್ಲಿ ಪ್ರಕಟವಾಯಿತು.

ಹಾಗೆ ನೋಡಿದರೆ ಪತ್ರಿಕೋದ್ಯಮ ಶ್ರೀಮಂತವಾಗಿದ್ದು ಸಾಹಿತಿಗಳಿಂದ. ಡಿವಿಜಿ, ರಾವ್ ಬಹಾದ್ದೂರ, ಪಾ.ವೆಂ. ಆಚಾರ್ಯ, ವೈ.ಎನ್ಕೆ, ಜಿ.ಎಸ್. ಸದಾಶಿವ, ಎಸ್. ದಿವಾಕರ, ರಾಮಚಂದ್ರದೇವ, ಬಿ.ವಿ. ವೈಕುಂಠರಾಜು, ಜಿ.ಎನ್. ರಂಗನಾಥರಾವ್, ಗೋಪಾಲ ವಾಜಪೇಯಿ, ಡಿ.ವಿ. ರಾಜಶೇಖರ, ರವಿ ಬೆಳಗೆರೆ, ಜೋಗಿ, ಪ್ರತಿಭಾ ನಂದುಕುಮಾರ, ಸುಧಾ ಶರ್ಮಾ ಚವತ್ತಿ, ವೆಂಕಟ್ರಮಣಗೌಡ, ಚ.ಹ. ರಘುನಾಥ... ಈ ಪಟ್ಟಿ ಬೆಳೆಯುತ್ತಲೇ ಇರುತ್ತದೆ.

'ಕಸ್ತೂರಿ' ಮಾಸಪತ್ರಿಕೆಯಲ್ಲಿ ಗೋಪಾಲ ವಾಜಪೇಯಿಯವರು ಕಾರ್ಯ ನಿರ್ವಹಿಸುತ್ತಿದ್ದರು. ಸಾಹಿತಿಗಳು ನಿಧನರಾದಾಗ ಗೋಪಾಲ ವಾಜಪೇಯಿಯವರೇ ಸುದ್ದಿಯೊಟ್ಟಿಗೆ ವಿಶೇಷ ವರದಿ ಕೊಡುತ್ತಿದ್ದರು. ರಾತ್ರಿ ಹೊತ್ತು ತೀರಿಹೋದರಂತೂ ವಾಹನ ಕಳಿಸಿಕೊಟ್ಟು ಅವರನ್ನು ಕರೆಸಲಾಗುತ್ತಿತ್ತು. ಹೀಗಾಗಿ ರಾತ್ರಿ ಪಾಳಿಯ ಡೆಸ್ಕನವರು ಈ ದಿನ ರಾತ್ರಿ ಯಾವ ಸಾಹಿತಿಯೂ ಸಾಯದೆ ಇರಲಿ ಎಂದು ಪ್ರಾರ್ಥಿಸುತ್ತಾರೆ. ಏಕೆಂದರೆ ಹೆಸರು, ಇಸ್ವಿ, ಕೃತಿಗಳು ಕುರಿತ ಮಾಹಿತಿ ತಪ್ಪಾಗಬಾರದು. ತಪ್ಪಾದರೆ ಮರುದಿನ ಬೈಗುಳದ ಜೊತೆಗೆ ದೊಡ್ಡ ತಪ್ಪಾಗಿದ್ದರೆ ನೋಟಿಸ್ ಪಡೆಯಬೇಕು.

ಆದರೆ ಸಾಹಿತ್ಯದ ವಿದ್ಯಾರ್ಥಿಗಳು ಡೆಸ್ಕನಲ್ಲಿ ಇರಲಿ ಬಿಡಲಿ ತಮ್ಮ ಸಂಪರ್ಕದ ಮೂಲಕ ಮೃತಪಟ್ಟ ಸಾಹಿತಿಯ ವಿವರಗಳನ್ನು ಖಚಿತಪಡಿಸಿಕೊಂಡು ಒಳ್ಳೆ ಕಾಪಿ ಕೊಡಲು ಮುಂದಾಗುತ್ತಾರೆ.

ಹುಬ್ಬಳ್ಳಿಯಲ್ಲಿ ರಂಗಭೂಮಿಯ ಹಿರಿಯ ಕಲಾವಿದ ಸುಮಿತ್ರಮ್ಮ ಕುಂದಾಪುರ ತಿರಿಕೊಂಡಿದ್ದನ್ನು ರಂಗ ಕಲಾವಿದರೊಬ್ಬರು ಸುದ್ದಿ ತಿಳಿಸಿದರು. ತಕ್ಷಣ ಅವರ ಮನೆಯ ಬಳಿ ಹೋದೆ. ಆದರೆ ಅವರ ಮನೆ ಬಳಿ ಜನರೇ ಇರಲಿಲ್ಲ. ರಂಗಭೂಮಿಯಲ್ಲಿ ಡಾ.

ರಾಜಕುಮಾರ್ ಜೊತೆ ನಾಯಕಿಯಾಗಿ ಪಾತ್ರ ನಿರ್ವಹಿಸಿದ್ದ, ರಾಜ್ಯೋತ್ಸವ ಪ್ರಶಸ್ತಿ ಪುರಸ್ಕೃತ, ೬೦ ವರ್ಷಗಳವರೆಗೆ ಬಣ್ಣ ಹಚ್ಚಿದ, ೭೭ ವರ್ಷದ ಸುಮಿತ್ರಮ್ಮ ತೀರಿಕೊಂಡಾಗ ಅವರ ಪ್ರದೇಶದ ಪಾಲಿಕೆ ಸದಸ್ಯರಿಗೂ ಗೊತ್ತಿರಲಿಲ್ಲ. ವಿಷಯ ತಿಳಿಸಿದಾಗ 'ಹೌದಾ?' ಎಂದರು. ನಂತರ ಮಾಧ್ಯಮ ಮಿತ್ರರಿಗೆ ತಿಳಿಸಿದೆ. ಹೀಗೆ ಸಾಂಸ್ಕೃತಿಕ ಲೋಕದ ಒಡನಾಟ ಇದ್ದರೆ ಕೆಲಸ ನಿರ್ವಹಿಸುವ ಪತ್ರಿಕೆಗೆ ಲಾಭವಂತೂ ಗ್ಯಾರಂಟಿ.

ಸಂದರ್ಶನ ನೀಡದ ಖ್ಯಾತ ರಂಗಕರ್ಮಿ ಬಿ.ವಿ. ಕಾರಂತರ ಕುರಿತ ಘಟನೆಯನ್ನು ಇಲ್ಲಿ ಪ್ರಸ್ತಾಪಿಸುವೆ. ಚಿತ್ರದುರ್ಗ ಜಿಲ್ಲೆಯ ಸಾಣೇಹಳ್ಳಿಯಲ್ಲಿ ಪಂಡಿತಾರಾಧ್ಯ ಸ್ವಾಮೀಜಿಯವರು ನಿರಂತರವಾಗಿ ರಂಗ ಚಟುವಟಿಕೆಗಳನ್ನು ನಡೆಸುತ್ತಿದ್ದಾರೆ. ಕೆಲ ವರ್ಷಗಳ ಹಿಂದೆ ಗುಬ್ಬಿ ವೀರಣ್ಣ ಪ್ರಶಸ್ತಿ ಪುರಸ್ಕೃತರಾದ ರಂಗಕರ್ಮಿಗಳನ್ನು ಸನ್ಮಾನಿಸುವ ಉದ್ದೇಶದಿಂದ ಎಲ್ಲರನ್ನೂ ಕಲೆ ಹಾಕಿದ್ದರು. ಗಿರೀಶ ಕಾರ್ನಾಡ ಹೊರತು ಪಡಿಸಿ (ಅವರು ಅಮೆರಿಕದಲ್ಲಿದ್ದರು) ಏಣಗಿ ಬಾಳಪ್ಪ, ಪುಂಡಲೀಕಪ್ಪ ಧುತ್ತರಗಿ, ಬಿ.ವಿ. ಕಾರಂತ, ಎಚ್.ಎನ್. ಹೂಗಾರ ಸೇರಿದ್ದರು. ಇದೆಲ್ಲಾ ಸಿಜಿಕೆ ಅವರ ಯೋಜನೆ. ಆಗ ಬಿ.ವಿ. ಕಾರಂತರನ್ನು ಸಂದರ್ಶಿಸಲು ದಾವಣಗೆರೆಯಿಂದ ಪತ್ರಕರ್ತರೊಬ್ಬರು ಬಂದರು. ಅವರನ್ನು ಕಾರಂತರಿಗೆ ಸಿಜಿಕೆ ಪರಿಚಯಿಸಿದರು. ಕಾರಂತರು 'ಪ್ರಶ್ನೆ ಕೇಳಿ?' ಎಂದರು. ಸಂದರ್ಶಕರು ಸುಮ್ಮನೆ ಕುಳಿತರು.

'ಸಂಕೋಚ ಬೇಡ. ಪ್ರಶ್ನೆ ಕೇಳಿ' ಎಂದರು ಕಾರಂತರು. ಆಗ ಅವರು ಕೇಳಿದ ಮೊದಲ ಪ್ರಶ್ನೆ 'ಸರ್, ಇದುವರೆಗೆ ನೀವು ಎಷ್ಟು ನಾಟಕಗಳನ್ನು ಡೈರೆಕ್ಟ್ ಮಾಡಿದ್ದೀರಿ?' ಕಾರಂತರು ಸುಮ್ಮನಾದರು. ಸ್ವಲ್ಪ ಹೊತ್ತು ಯೋಚಿಸಿ 'ನಿಮಗೆ ಸಂದರ್ಶನ ಕೊಡಲ್ಲ' ಎಂದು ಎದ್ದು ಹೋದರು. ಕಂಗಾಲಾದರು ಸಂದರ್ಶಕರು. ಆಗ ನನಗೆ ಅನ್ನಿಸಿದ್ದು; ಕಾರಂತರಿಗೇ ನೆನಪಿರಲಿಕ್ಕಿಲ್ಲ, ಅವರು ನಿರ್ದೇಶಿಸಿದ ನಾಟಕಗಳ ಸಂಖ್ಯೆ! ಬೆಳಿಗ್ಗೆ ತಿಂಡಿ ತಿಂದ ಊರಲ್ಲಿ ಊಟ ಮಾಡದ, ಮಧ್ಯಾಹ್ನ ಊಟ ಮಾಡಿದ ಜಾಗದಲ್ಲಿ ರಾತ್ರಿ ಊಟಕ್ಕೆ ನಿಲ್ಲುತ್ತಿರಲಿಲ್ಲ ಕಾರಂತರು. ಇಂಥ ಜಂಗಮರೂಪಿ ಕಾರಂತರು ಕನ್ನಡ ಹಾಗೂ ಹಿಂದಿ ನಾಟಕಗಳನ್ನು ನಿರ್ದೇಶಿಸಿದ್ದನ್ನು ಹೇಗೆ ನೆನಪಿಟ್ಟುಕೊಳ್ಳುತ್ತಾರೆ? ಹೀಗಾಗಿ ಕಾರಂತರ ಕುರಿತು ಗೊತ್ತಿಲ್ಲದವರು ಅವರು ನಿರ್ದೇಶಿಸಿದ ನಾಟಕಗಳ ಸಂಖ್ಯೆ ಕೇಳುತ್ತಾರೆ. ಹೀಗೆಯೇ ಸಿನಿಮಾ ಪತ್ರಕರ್ತ ಗಿರೀಶ ಕಾಸರವಳ್ಳಿ ಅವರದು. ಅವರ ಸಿನಿಮಾಗಳನ್ನು ನೋಡದ ಪತ್ರಕರ್ತ ಮಿತ್ರರು ಅವರನ್ನು ಸಂದರ್ಶಿಸಿದ ಉದಾಹರಣೆಗಳಿವೆ. ಇದರಿಂದ ಕಾಸರವಳ್ಳಿ ಅವರಿಗೆ ಮುಜುಗರವಾದರೂ ಹೇಳಿಕೊಳ್ಳದೆ ಸಂದರ್ಶನ ನೀಡುತ್ತಾರೆ. ಅಂಥದೊಂದು ಉದಾಹರಣೆ ವಿವರಿಸುವೆ. 'ಗುಲಾಬಿ ಟಾಕೀಸ್' ಸಿನಿಮಾಗೆ ಅತ್ಯುತ್ತಮ ಪ್ರಾದೇಶಿಕ ಭಾಷಾ ಚಿತ್ರವೆಂದು ರಾಷ್ಟ್ರಪತಿ ಪ್ರಶಸ್ತಿ ಪ್ರಕಟವಾದಾಗ ಅವರ ಮುಖಕ್ಕೆ ಮೈಕು ಹಿಡಿದ ಮಾತನಾಡಿ ಎಂದವರಿಗೆ ಏನು ಮಾತನಾಡಬೇಕು ಎಂದು ಮುಖ ನೋಡುತ್ತಾರೆ.

'ಅದೇ ಸರ್, ನಿಮ್ಮ ಸಿನಿಮಾಕ್ಕೆ ಪ್ರಶಸ್ತಿ ಬಂತಲ್ಲ. ಅದರ ಬಗ್ಗೆ ಮಾತಾಡಿ' ಎನ್ನುತ್ತಾರೆ.

ಆಗ ಕಾಸರವಳ್ಳಿಯವರು ತಮ್ಮ ಸಿನಿಮಾಕ್ಕೆ ಬಂದ ಪ್ರಶಸ್ತಿ, ಯಾತಕ್ಕೆ ಬಂತು ಕುರಿತು ವಿವರಿಸಿದರು. ಇಂಥ ಅನುಭವಗಳು ಅವರಿಗೆ ಅನೇಕ.

ಇದು ನಡೆದುದು ಹುಬ್ಬಳ್ಳಿಯಲ್ಲಿ, 'ಆಡೋ ಕಾಯೋ ಹುಡಗನ ದಿನಚರಿ' ಪುಸ್ತಕ ಬರೆದು ಪ್ರಸಿದ್ಧರಾದ ಯುವ ಕವಿ ಹಾಗೂ ಮಿತ್ರ ಟಿ.ಎಸ್. ಗೊರವರ ಅವರು ಬರೆದ ಸುದ್ದಿಯ ಯಥಾವತ್ತು ಇಲ್ಲಿದೆ.

ನಡೆಯದ ಸ್ಪರ್ಧೆ; ಆಯೋಜಕರಿಗೇ ಬೈಗುಳ

ಹುಬ್ಬಳ್ಳಿ: ಹಿಗ್ಗಾಮುಗ್ಗಾ ಬೈಯುವರಿಗೆ ಬಹುಮಾನ ನೀಡುವುದಾಗಿ ಸಂಘಟಕರು ಘೋಷಿಸಿದರು. ಆದರೆ ಆಗಿದ್ದೇನು ಗೊತ್ತೇ? ಆಯೋಜಕರೇ ಸ್ಪಧೆ ವೇಳೆ ಕಾಣೆಯಾಗಿದ್ದರಿಂದ ಭಾಗವಹಿಸಲು ಬಂದಿದ್ದವರೇ ಆಯೋಜಕರನ್ನು ಹಿಗ್ಗಾಮುಗ್ಗಾ ಬೈಯ್ದು ಹೋದ ಘಟನೆ ನಡೆಯಿತು.

ನಗರದ ಎಪಿಎಂಸಿ ಎದುರಿನ ಈಶ್ವರ ನಗರದ ದಕ್ಷಿಣ ವೈಷ್ಣೋದೇವಿ ರಾಜ್ಯ ಮಟ್ಟದ ಬೈಗುಳ ಸ್ಪರ್ಧೆ ಏರ್ಪಡಿಸಲಾಗಿತ್ತು. ನಿಗದಿತ ಸಮಯ ಮೀರಿ ತಾಸು ಕಳೆದರೂ ಕಾರ್ಯಕ್ರಮ ಆರಂಭವಾಗದೆ ಭಾಗವಹಿಸಲು ಬಂದವರ ನಿರೀಕ್ಷೆಗೆ ತಣ್ಣೀರು ಎರಚಿ ದಂತಾಯಿತು.

ಬೈಗುಳ ಸ್ಪರ್ಧೆ ತುಂಬಾ ವಿಭಿನ್ನವಾದುದರಿಂದ ಸಾಕಷ್ಟು ಸಂಖ್ಯೆಯಲ್ಲಿ ಪ್ರೇಕ್ಷಕರು ಮತ್ತು ಸ್ಪರ್ಧಾಳುಗಳು ಸೇರಬಹುದು ಎಂದು ನಿರೀಕ್ಷಿಸಲಾಗಿತ್ತು. ನೆಲ ಒರೆಸುತ್ತಿದ್ದ ಇಬ್ಬರು ಪುಟಾಣಿಗಳನ್ನು ಹೊರತುಪಡಿಸಿದರೆ ಅಲ್ಲಿ ಸಂಗಟಕರ ಸುಳಿವೇ ಇರಲಿಲ್ಲ. ಇದರಿಂದ ಸ್ಪರ್ಧೆ ಇದ್ದಂತಿಲ್ಲ ಎಂಬ ಅನುಮಾನ ಮಾಧ್ಯಮದ ಮಂದಿಗೂ ಕಾಡಿದ್ದು ಸುಳ್ಳಲ್ಲ.

ಮೂವರೇ ಪ್ರೇಕ್ಷಕರು: ರಾಜ್ಯ ಮಟ್ಟದ ಸ್ಪರ್ಧೆ ಎಂದು ಪ್ರಚಾರ ಗಿಟ್ಟಿಸಿಕೊಂಡಿದ್ದ ಕಾರ್ಯಕ್ರಮಕ್ಕೆ ಬಂದಿದ್ದು ಮೂರೇ ಮೂರು ಪ್ರೇಕ್ಷಕರು. ಅವರಲ್ಲಿ ಒಬ್ಬರು ಮಠದ ಭಕ್ತೆ. ಇನ್ನಿಬ್ಬರು ನರಗುಂದ ಹಾಗೂ ಕೊಣ್ಣೂರಿನಿಂದ ಬಂದಿದ್ದ ಪ್ರೇಕ್ಷಕರು. ಇದನ್ನು ಗಮನಿಸಿದರೆ ಕಾರ್ಯಕ್ರಮ ಆಯೋಜಿಸಿದ್ದು ಬರೀ ಪ್ರಚಾರಕ್ಕಾಗಿ ಎಂಬುದನ್ನು ಊಹಿಸಬಹುದಿತ್ತು. ಇನ್ನೇನು ಸ್ಪರ್ಧಾಳುಗಳು ಅಲ್ಲಿ ಕಂಡು ಬರಲಿಲ್ಲ. ಅಕ್ಕಪಕ್ಕದ ಮನೆಯವರಾದರೂ ಬರಬಹುದಿತ್ತು. ಅವರೂ ಬಂದಿರಲಿಲ್ಲ.

ಒಂದೂವರೆ ತಾಸು ಕಳೆದರೂ ಕಾರ್ಯಕ್ರಮ ಆರಂಭವಾಗದೆ ಇರುವುದರಿಂದ ಬಂದಿದ್ದ ಇಬ್ಬರೇ ಪ್ರೇಕ್ಷಕರು ತಾಳ್ಮೆ ಕಳೆದುಕೊಂಡರು. ಕಾರ್ಯಕ್ರಮ ರಾತ್ರಿ ೧೨ ಗಂಟೆಗೆ ಇರಬಹುದು ಎಂದು ನರಗುಂದದ ಪರಶುರಾಮ ಹೇಳಿದ ಮಾತು ಜಗಳಕ್ಕೆ ನಾಂದಿ ಹಾಡಿತು. ಈ ಮಾತು ಅಲ್ಲಿದ್ದ ಭಕ್ತೆಯನ್ನು ಕೆರಳಿಸಿತು. ಮಾತಿಗೆ ಮಾತು ಬೆಳೆದು ಅದು ನಿಜ ಬೈಗುಳ ಸ್ಪರ್ಧೆ ಏನಾದರೂ ನಡೆದಿದ್ದರೆ ಅವರಿಗೇ ಪ್ರಶಸ್ತಿ ಬರುತ್ತಿತ್ತೇನೋ?

ಹೀಗೆ ಸ್ಪರ್ಧೆಯೊಂದು ರದ್ದಾದ ಕುರಿತ ಸಾರಸ್ಯಕರ ಸುದ್ದಿಯೊಂದನ್ನು ಕೊಡಲು ಗೊರವರ ಅವರಿಗೆ ಸಾಧ್ಯವಾಗಿದ್ದು ಅವರು ಲೇಖಕರಾದುದರಿಂದ, ಇಂಥ ಉದಾಹರಣೆ ಗಳನ್ನು ಇನ್ನೂ ಕೊಡಬಹುದು. ನಿರ್ಲಕ್ಷಿತವಾದ ಸಾಂಸ್ಕೃತಿಕ ಪತ್ರಿಕೋದ್ಯಮದತ್ತ ವಿದ್ಯಾರ್ಥಿಗಳು ಗಮನ ಹರಿಸಲಿ ಎನ್ನುವುದಕ್ಕೆ ಇಷ್ಟೊಂದು ಉದಾಹರಣೆಗಳನ್ನು ಕೊಟ್ಟೆ. ಪತ್ರಿಕೋದ್ಯಮ ಕುರಿತು ಎಷ್ಟೇ ಸಿದ್ಧಾಂತ ಹೇಳಿದರೂ ಕೊನೆಗೆ ಪ್ರಾಯೋಗಿಕವಾಗಿ ಕಲಿಕೆಯೇ ಮುಖ್ಯವಾಗುತ್ತದೆ.

೨೮

ತಪ್ಪುವ ದಾರಿಗಳು

-ರಾಧಾಕೃಷ್ಣ ಬೆಳ್ಳೂರು

ಪ್ರಜಾಪ್ರಭುತ್ವದಲ್ಲಿ ಮಾಧ್ಯಮಗಳಿಗೆ ಅತ್ಯಂತ ಮಹತ್ವದ ಸ್ಥಾನ ಮಾತ್ರವಲ್ಲ, ಜವಾಬ್ದಾರಿಯೂ ಇದೆ ಎನ್ನುವ ಸತ್ಯವನ್ನು ವರದಿಗಾರಿಕೆಯ ಪ್ರತಿಯೊಂದು ಹಂತದಲ್ಲೂ ತ್ರಿಕರಣ ಪೂರ್ವಕ ಒಪ್ಪಿಕೊಳ್ಳಬಲ್ಲ ವರದಿಗಾರರು ಮಾತ್ರ ಪ್ರಜೆಗಳಿಗೆ ನ್ಯಾಯ ಒದಗಿಸಲು ಸಾಧ್ಯ. ವರದಿಗಾರಿಕೆ ಬರಿಯ ಹವ್ಯಾಸವೋ ಉದ್ಯೋಗವೋ ಒತ್ತಡಗಳ ನಡುವಿನ ಗುದ್ದಾಟವೋ ಅಲ್ಲ. ಅದು ಒಂದು ರಾಷ್ಟ್ರದ ದೈನಂದಿನ ಆಗುಹೋಗುಗಳ ಚರ್ಚೆ, ಪ್ರಜೆಗಳ ಕರ್ತವ್ಯ ಮತ್ತು ಜವಾಬ್ದಾರಿಗಳ ನಿರಂತರ ನೆನಪಿಸುವಿಕೆ. ಆದ್ದರಿಂದ ವರದಿಗಾರಿಕೆಯನ್ನು ಜವಾಬ್ದಾರಿಯುತ ಹೊಣೆಗಾರಿಕೆಯಾಗಿ ಪರಿಗಣಿಸದಿದ್ದರೆ ಅದು ಅಪಚಾರವೂ ಅಪರಾಧವೂ ಆಗುತ್ತದೆ.

ಸುದ್ದಿಯನ್ನು ಸುದ್ದಿಯಾಗಿ ಭಾವಿಸಬೇಕೇ ಹೊರತು ಕತೆಯಾಗಿ ಭಾವಿಸಬಾರದು. ಮುಖ್ಯವಾದದ್ದನ್ನು ಮೊದಲು ಹೇಳಿ ಅಮುಖ್ಯವಾದದ್ದನ್ನು ಅಥವಾ ಪೂರಕವಾದದ್ದನ್ನು ಆಮೇಲೆ ಹೇಳುವ, ಎಲ್ಲಿಂದ ಕತ್ತರಿಸಿದರೂ ಪೂರ್ಣರೂಪ ಉಳಿಸಿಕೊಳ್ಳುವ ಕ್ರಮದಲ್ಲಿ ಸುದ್ದಿ ವರದಿಯಾಗುತ್ತದೆ, ವಾರ್ತೆಯಾಗುತ್ತದೆ. ಮುಖ್ಯವಾದದ್ದನ್ನು ಕೊನೆಗೆ ಉಳುಸಿಕೊಂಡು ಪೂರಕವಾದದ್ದನ್ನು ಮೊದಲು ಹೇಳುವುದು ಕತೆಯ ವೈಧಾನಿಕತೆ. ಕತೆಯಲ್ಲಿ ಕಲ್ಪನೆಗಳಿಗೆ ಸ್ಥಾನವಿದೆ, ಕತೆಗಾರನ ಅಭಿಪ್ರಾಯಗಳಿಗೂ ಭಾವಾನುಭವಗಳಿಗೂ ಅವಕಾಶವಿದೆ. ವರದಿ ಇಂತಹ ವ್ಯಕ್ತಿನಿಷ್ಠ ವಿವರಗಳಿಂದ ಮುಕ್ತ ಮತ್ತು ನೂರಕ್ಕೆ ನೂರು ವಸ್ತುನಿಷ್ಠ. ಅದರಲ್ಲಿ ಭಾವದ ಆರ್ದ್ರತೆಯಿಲ್ಲ. ಸುದ್ದಿಯನ್ನು ಒಣಗಿಸಿ, ಒಣ ಭಾಷೆಯಲ್ಲಿ ನೇರವಾಗಿ, ನಿಖರವಾಗಿ, ಸ್ಪಷ್ಟವಾಗಿ ಹೇಳುವುದು ಅದರ ಕ್ರಮ.

ಸಮೂಹ ಮಾಧ್ಯಮಗಳು ಉದ್ಯಮಗಳಾಗಿ ಬೆಳೆಯುತ್ತಿರುವುದು ನಿಜ. ಔದ್ಯಮಿಕ ವ್ಯವಸ್ಥೆ ಇಲ್ಲದೆ ಮಾಧ್ಯಮಗಳನ್ನು ನಡೆಸುವುದು ಸಾಧ್ಯವೇ ಇಲ್ಲ. ಆದರೆ ಉದ್ಯಮದ ವ್ಯಾಪಾರೀ ವ್ಯವಸ್ಥೆಯನ್ನು ವರದಿಗಾರಿಕೆಯ ವಲಯದಿಂದ ಹೊರಗಿಟ್ಟು ನಿರ್ವಹಿಸಬೇಕು. ಉದ್ಯಮದ ಅಗತ್ಯಗಳೊಂದಿಗೆ ವರದಿಗಾರಿಕೆ ರಾಜಿ ಮಾಡಿಕೊಳ್ಳಬಾರದು. ನೀತಿಸಂಹಿತೆಯನ್ನು ಮುರಿದು ವ್ಯಾಪಾರವನ್ನು ಕಟ್ಟುವುದು ಸರಿಯಲ್ಲ.

ಟಿವಿ ನೋಡುವಾಗಲೂ ಪತ್ರಿಕೆ ಓದುವಾಗಲೂ ನಡುನಡುವೆ ಕಾಡುವ ಆತಂಕ ಸುದ್ದಿ ಮತ್ತು ಸತ್ಯದ ಮಧ್ಯೆ ಬಿಡುತ್ತಿರು ಬಿರುಕಿನಿಂದ ಹುಟ್ಟಿಕೊಳ್ಳುತ್ತದೆ. ಸತ್ಯ ಮತ್ತು ಸುದ್ದಿಗಳು ಒಂದೇ ಆಗಿರದಿದ್ದಾಗ ಅಂತಹ ಸುದ್ದಿಯನ್ನು ವರದಿಯಾಗಿಸುವ ಬದಲು ಗುಲ್ಲು ಎಂದು ಭಾವಿಸಲಾಗುತ್ತದೆ. ವರದಿಗಳನ್ನು ಕಂಡಾಗ ಗುಲ್ಲಿನಂತೆ ತೋರಿದರೆ, ಅಥವಾ ಸುದ್ದಿ ಸಂಗ್ರಹಿಸುವ ನೆಪದಲ್ಲಿ ಅಗತ್ಯಕ್ಕಿಂತ ಹೆಚ್ಚು ವ್ಯಕ್ತಿನಿಷ್ಠ ಅಭಿಪ್ರಾಯಗಳನ್ನು ಸಂಗ್ರಹಿಸಿ ವಸ್ತುನಿಷ್ಠತೆಗೆ ಭಂಗ ತಂದರೆ ಮೊದಲು ಸುದ್ದಿಯ ಬಗ್ಗೆ, ಆಮೇಲೆ ವರದಿಗಾರನ ಬಗ್ಗೆ, ಕೊನೆಗೆ ಆ ಸುದ್ದಿ ಮಾಧ್ಯಮದ ಬಗ್ಗೆ ಸಂಶಯಗಳು ಮೂಡಲಾರಂಭಿಸುತ್ತವೆ. ಈ ಸಂಶಯಗಳೇ ಮುಂದೆ ಅಪನಂಬಿಕೆಗೆ ಕಾರಣವಾಗುತ್ತವೆ.

ಸುದ್ದಿಯನ್ನು ವ್ಯಾಪಾರವಾಗಿ, ವ್ಯಾಪಾರದ ಬಂಡವಾಳವಾಗಿ ಬಳಸುವ ಹಂತಕ್ಕೆ ನಮ್ಮ ಸಮೂಹ ಮಾಧ್ಯಮಗಳು ಬಂದು ತಲುಪಿವೆ. ಇದನ್ನು ಒಳ್ಳೆಯ ಬೆಳವಣಿಗೆ ಯೆಂದೇನೂ ಗುರುತಿಸುವಂತಿಲ್ಲ. ಸುದ್ದಿಯನ್ನು ಸುದ್ದಿಯಾಗಿ ನೋಡುವ ಬದಲು ಸರಕಾಗಿ ನೋಡುವ ಪ್ರವೃತ್ತಿಯಲ್ಲಿ ಅನಾರೋಗ್ಯಕರ ಬೆಳವಣಿಗೆಯ ಕಾರಣಗಳಿವೆ. ಪುಕ್ಕಟೆ ಪ್ರಚಾರ ಪಡೆಯುವ, ಜಾಹೀರಾಗುವ ಪ್ರಯೋಜನವನ್ನೂ ಒಂದಷ್ಟು ಮಂದಿ ಇದರ ಮೂಲಕ ದಕ್ಕಿಸಿಕೊಳ್ಳುತ್ತಾರೆ.

ಸುದ್ದಿ ಸರಕಾಗುವ ಸಂದರ್ಭಗಳು ಹಲವು.

ವ್ಯಾಪಾರಿ ಸಂಸ್ಥೆಯೊಂದರ ಉದ್ಘಾಟನೆಯ ಕಾರ್ಯಕ್ರಮದ ವರದಿಗಳು ಸುಲಭವಾಗಿ ಜಾಹಿರಾತಿನ ಜಾಡಿಗೆ ತಿರುಗಿಬಿಡುತ್ತವೆ. ಕೆಲವೊಮ್ಮೆ ಇಂತಹ ವರದಿಗಳಿಗೆ ಕೊಡುವ ಪ್ರಾಮುಖ್ಯ ತುಸು ಹೆಚ್ಚಾಗಿ, ಸಣ್ಣ ಮಟ್ಟಿಗೆ ವ್ಯಕ್ತಿನಿಷ್ಠತೆ ನುಸುಳುವುದೂ ಇದೆ.

ಓದುಗರ ಕುತೂಹಲ ಕೆರಳಿಸುವ, ಮನರಂಜನೆ ನೀಡಬಲ್ಲ ಸಂಗತಿಗಳನ್ನು ಇತ್ತ ವಾರ್ತೆಯೂ ಅಲ್ಲದ, ಅತ್ತ ಡಾಕ್ಯುಮೆಂಟರಿಯೂ ಅಲ್ಲದ ಕಾರ್ಯಕ್ರಮವಾಗಿ ಪ್ರಸಾರ ಮಾಡುವುದುಂಟು. ಇಂತಹ ಕಾರ್ಯಕ್ರಮ ನುಡಿಚಿತ್ರದ ರೂಪದಿಂದಲೂ ನುಸುಳಿ ಕೊಳ್ಳುತ್ತದೆ. ಇದು ಅತ್ತ ನಂಬುವುದಕ್ಕೂ ಇತ್ತ ನಂಬದೆ ಇರುವುದಕ್ಕೂ ಆಗದ ಇಕ್ಕಟ್ಟಿನಲ್ಲಿ ವೀಕ್ಷಕನನ್ನು ಹಿಡಿದಿಡುತ್ತದೆ. ಹಾಗೆ ಹಿಡಿದಿಡುವುದೇ ಅದರ ಉದ್ದೇಶ. ಅಂದರೆ ಅದನ್ನೊಂದು ಕತೆಯಾಗಿ ಹೆಣೆದು, ಕೊನೆಯವರೆಗೂ ಸಸ್ಪೆನ್ಸ್ ಕಾಪಾಡುವ ಮೂಲಕ ಜನರ ಭಾವನೆ ಗಳೊಂದಿಗೆ ಆಟವಾಡುವ ಪ್ರವೃತ್ತಿ ಇಲ್ಲಿನದು. ಇದು ಸಮೂಹ ಮಾಧ್ಯಮಗಳು ಇತ್ತೀಚೆಗೆ ಆರಂಭಿಸಿದ ಆತಂಕಕಾರಿ ಬೆಳವಣಿಗೆ.

ಸಣ್ಣ ಸಣ್ಣ ಸಂಗತಿಗಳನ್ನೂ ಸುದ್ದಿ ಮಾಡುವುದರ ಮೂಲಕ ಸುದ್ದಿಯ ಮೌಲ್ಯ ಕೆಡಿಸುವ ಸಂದರ್ಭಗಳೂ ಮಾಧ್ಯಮ ಜಗತ್ತಿನಲ್ಲಿ ಜೀವಂತವಾಗಿವೆ. ಇದಕ್ಕೆ ಬೇರೆ ಬೇರೆ ಕಾರಣಗಳಿವೆ. ಲೈಂಗಿಕತೆ, ಕ್ರೌರ್ಯ ಮೊಂತಾದುವುಗಳನ್ನು ಹುಡುಕಿ ಹಿಡಿದು, ಹಿಂಜುತ್ತಲೇ ಬೆಳೆಸಿ, ಪ್ರೇಕ್ಷಕರನ್ನು ಹಿಡಿದಿಡುವ ತಂತ್ರ ಒಂದು, ಯಾವುದೋ ಒತ್ತಡಕ್ಕೆ ಒಳಗಾಗುವುದು ಇನ್ನೊಂದು. ಪತ್ರಿಕೆಗಳ ಪ್ರಾದೇಶಿಕ ಪುಟಗಳಿಗೆ ಸಾಕಷ್ಟು ಸುದ್ದಿಗಳು ಸಿಗದೆ ಇದ್ದಾಗಲೂ ಸಣ್ಣ ಸಂಗತಿಗಳು ಸುದ್ದಿಗಳಾಗುತ್ತವೆ.

ಒಂದೇ ಸುದ್ದಿಯನ್ನು ಹಲವು ಬಾರಿ ಪ್ರಕಟಿಸುವುದು ಪತ್ರಿಕೆಗಳ ಪ್ರಾದೇಶಿಕ ಪುಟಗಳಲ್ಲಿ ಕಾಣುವ ಸಾಮಾನ್ಯ ಸಂಗತಿ. ಉದ್ಘಾಟನೆಯ ಫೋಟೋ ಮತ್ತು ಕ್ಯಾಪ್ಷನ್ ಒಂದು ದಿನ

ಪ್ರಕಟವಾದರೆ, ಇನ್ನೊಂದು ದಿನ ಉದ್ಘಾಟನೆಯ ವರದಿಯೂ, ಮತ್ತೊಂದು ದಿನ ಅಧ್ಯಕ್ಷರ ಭಾಷಣದ ವರದಿಯೂ ಪ್ರಕಟವಾಗುತ್ತದೆ. ಇದು ವರದಿಗಾರನ ಮಟ್ಟಿಗೆ ಕಾಲಂ ತುಂಬಿಸುವ ತಂತ್ರವಾದರೆ, ಕಾರ್ಯಕ್ರಮದ ಸಂಯೋಜಕರು ಇದನ್ನು ಪ್ರಚಾರದ ಅವಕಾಶವಾಗಿ ಬಳಸಿಕೊಳ್ಳುತ್ತಾರೆ.

ಶ್ಲೇಷೆ, ಪನ್ ಇತ್ಯಾದಿ ಗಿಮಿಕ್ ಇರುವ ಶಿರೋನಾಮೆಗಳು ಮುಖ್ಯವಾಗಿ ಪತ್ರಿಕೆಗಳ ಮಟ್ಟಿಗೆ ಫ್ಯಾಷನ್ ಆಗಿ ಪರಿಣಮಿಸಿದ್ದು ಇತ್ತೀಚಿನ ದುರಂತ. ವಾರ್ತೆಗೆ ಶಿರೋನಾಮೆ ಯಾಕೆ ಎಂದೇ ತಿಳಿಯದ ವರದಿಗಾರಿಕೆಯ ಪರಿಣಾಮ ಇದು. ಜನರನ್ನು ಮರುಳುಗೊಳಿಸಿ ಪತ್ರಿಕೆ ಕೊಂಡುಕೊಳ್ಳುವಂತೆ ಮಾಡುವುದು ಇದರ ಮೂಲಭೂತ ಉದ್ದೇಶ. 'ಸಿಎಂ ಗರಂ', 'ಸರಕಾರಕ್ಕೆ ಚುಚ್ಚುಮದ್ದು', 'ಕೇಸು ವಾಪಸು ಹುಮ್ಮಸು', 'ಚಾಲಕ ಆರೋಪಿ ಪರಾರಿ' ಇಂತಹ ನೂರಾರು ಶಿರೋನಾಮೆಗಳನ್ನು ಪತ್ರಿಕೆಗಳಿಂದ ಹೆಕ್ಕಿ ಉದಾಹರಿಸಬಹುದು. ಶಿರೋನಾಮೆ ನೋಡಿದರೆ ಸುದ್ದಿ ಏನೆಂದೇ ತಿಳಿಯದಂತೆ ಗೊಂದಲ ಹುಟ್ಟಿಸಿ ಅದರ ಪ್ರಯೋಜನ ಪಡೆದುಕೊಳ್ಳುವ ಈ ವ್ಯವಸ್ಥೆ ಓದುಗರನ್ನು ಮೂರ್ಖರೆಂದು ಭಾವಿಸುತ್ತದೆ. ಶಿರೋನಾಮೆ ಸುದ್ದಿಯ ಅತಿ ಸಂಕ್ಷಿಪ್ತ ರೂಪವಾಗಿರಬೇಕು ಎನ್ನುವ ಸಾಮಾನ್ಯ ತಿಳುವಳಿಕೆಯನ್ನೂ ಕೂಡ ಇಲ್ಲಿ ಗಾಳಿಗೆ ತೂರಲಾಗುತ್ತದೆ ಮತ್ತು ಓದುಗನನ್ನೇ ದಿಕ್ಕು ತಪ್ಪಿಸಲಾಗುತ್ತದೆ.

ಸುದ್ದಿಗೆ ಫೋಟೋದ ಅಧಿಕೃತ ಆಧಾರ ಒದಗಿಸುವ ನೆಪದಲ್ಲಿ ಸಾಮಾಜಿಕ ಆರೋಗ್ಯ ವನ್ನು ಕೆಡಿಸುವ ಫೋಟೋಗಳನ್ನು ಪ್ರಕಟಿಸುವುದೂ ಉಂಟು. ಉದಾಹರಣೆಗೆ ಯುವತಿ ಯನ್ನು ಬಡಿದು ಬಟ್ಟೆ ಹರಿದು ಹಾಕಿದ ಘಟನೆಯ ವರದಿಯಲ್ಲಿ ಬಟ್ಟೆ ಹರಿದ ಯುವತಿಯ ಫೋಟೋ ಪ್ರಕಟಿಸಿ ಅಶ್ಲೀಲತೆಯನ್ನು ಸತ್ಯ ಶೋಧನೆಯ ಬಾಟಲಿಯಲ್ಲಿ ಮಾರಾಟ ಮಾಡುವುದು.

ಕೋಮು ಗಲಭೆಯ ವರದಿಯಲ್ಲಿ ಯಾವ ಕೋಮು ಎನ್ನುವುದನ್ನು ಪ್ರಕಟಿಸದಿದ್ದರೂ ಬಂಧಿತರ ಅಥವಾ ಆಕ್ರಮಕ್ಕೊಳಗಾದವರ ಹೆಸರನ್ನು ಪ್ರಕಟಿಸುವುದು.

ಒಂದೇ ಪತ್ರಿಕೆ ತನ್ನ ಒಂದು ಆವೃತ್ತಿಯಲ್ಲಿ ಕೊಲೆ ಎಂದು ಪ್ರಕಟಿಸಿದ ಸುದ್ದಿಯನ್ನು ಇನ್ನೊಂದು ಆವೃತ್ತಿಯಲ್ಲಿ ಸಹಜ ಸಾವು ಎಂಬಂತೆ ಪ್ರಕಟಿಸುವುದು. ಅಂದರೆ ಬೇರೆ ಬೇರೆ ಊರಿನ ಜನರಿಗೆ ಬೇಕಾದಂತೆ ಒಂದೊಂದು ಆವೃತ್ತಿಯನ್ನು ರೂಪಿಸುದು. ಇಲ್ಲಿ ಪತ್ರಿಕೆಗೆ ಸ್ವಂತ ನಿಲುವುಗಳೇ ಇರುವುದಿಲ್ಲ, ಜನರಿಗೆ ಎಕಾದಂತೆ ಗೋಸುಂಬೆಯಾಗುವುದೇ ಮುಖ್ಯವಾಗಿಬಿಡುತ್ತದೆ.

ಪತ್ರಿಕೆಗಳಿಗೆ ಅಥವಾ ಮಾಧ್ಯಮ ವಾಹಿನಿಗಳಿಗೆ ಅವುಗಳದ್ದೇ ಆದ ರಾಜಕೀಯ ಹಿನ್ನೆಲೆ ಇರುತ್ತದೆ. ಅದು ವರದಿಗಾರಿಕೆಯ ಮೇಲೆ ಸಣ್ಣ ಮಟ್ಟಿನ ಪರಿಣಾಮ ಬೀರುತ್ತದೆ. 'ಹರತಾಳ ಪೂರ್ಣ', 'ಹರತಾಳಕ್ಕೆ ಮಿಶ್ರ ಪ್ರತಿಕ್ರಿಯೆ' ಮುಂತಾಗಿ ಒಂದೇ ಹರತಾಳದ ಬಗ್ಗೆ ಭಿನ್ನ ಹೇಳಿಕೆಗಳನ್ನು ಪ್ರಕಟಿಸುವ ಮಟ್ಟದಲ್ಲಿ ಇದನ್ನು ಒಪ್ಪಿಕೊಳ್ಳಬಹುದು. ಆದರೆ ಸುದ್ದಿಯ ಸತ್ಯಾಸತ್ಯತೆಯನ್ನೇ ತಿರುಚುವ ಮಟ್ಟಕ್ಕೆ ಬೆಳೆಯುವ ರಾಜಕೀಯವು ಮಾಧ್ಯಮಗಳಿಗೆ ಯೋಗ್ಯವಾದದ್ದಲ್ಲ. ಒಂದು ಮಾಧ್ಯಮ ಘಟನೆಯ ಪರವಾಗಿ ನಿಲ್ಲುವುದು, ಇನ್ನೊಂದು ವಿರೋಧವಾಗಿ ನಿಲ್ಲುವುದು ಅವುಗಳ ಪೂರ್ವಗ್ರಹವನ್ನು ಹೇಳುತ್ತದೆ. ಮಾಧ್ಯಮಗಳು

ಜನರ ನಂಬಿಕೆಯನ್ನು ಕಳೆದುಕೊಳ್ಳುತ್ತವೆ. ಜನರ ನಂಬಿಕೆಯನ್ನು ಉಳಿಸಿಕೊಳ್ಳುವುದು ಮಾಧ್ಯಮಗಳ ಮುಖ್ಯ ಕರ್ತವ್ಯ.

ಜಾಹಿರಾತುಗಳು ಮಿತಿಮೀರುತ್ತಿವೆ. ೬೦:೪೦ ಎಂಬ ಸುದ್ದಿ, ಜಾಹಿರಾತಿನ ಮಿತಿಯನ್ನು ಗಾಳಿಗೆ ತೂರಿ ಸುದ್ದಿಯ ನಡುವೆ ಜಾಹಿರಾತನ್ನು ನುಗ್ಗಿಸುವ ಪ್ರವೃತ್ತಿ ಸುದ್ದಿಗಿಂತ ವ್ಯಾಪಾರಕ್ಕೆ ಹೆಚ್ಚು ಮಹತ್ವ ಕೊಡುವುದನ್ನು ಸಾರಿಹೇಳುತ್ತದೆ.

ಮಾಧ್ಯಮಗಳು ಭಾಷೆಯಯನ್ನು ಬಳಸುತ್ತವೆ ಮತ್ತು ಭಾಷೆಯ ಮೇಲೆ ದೊಡ್ಡ ಪ್ರಮಾಣದಲ್ಲಿ ಪರಿಣಾಮ ಬೀರುತ್ತವೆ. ಸಮೂಹ ಮಾಧ್ಯಮಗಳು ರೂಪಿಸಿಕೊಟ್ಟ ನೂರಾರು ಪದಗಳು, ಪದ ಪುಂಜಗಳು ಕನ್ನಡದಲ್ಲಿ ಹೊಕ್ಕು ಬಳಕೆಯನ್ನು ಪಡೆದಿವೆ. ಆದರೆ ಇತ್ತೀಚೆಗೆ ಸಮೂಹ ಮಾಧ್ಯಮಗಳಲ್ಲಿ ಬಳಕೆಯಾಗುವ ಭಾಷೆ ಆತಂಕ ಹುಟ್ಟಿಸುತ್ತದೆ. ಏಕವಚನ, ಬಹುವಚನಗಳು ಕನ್ನಡದಲ್ಲಿ ಖಚಿತವಾಗಿದ್ದರೂ, ಮಾಧ್ಯಮಗಳು ಅವುಗಳನ್ನು ಯದ್ವಾ ತದ್ವಾ ಬಳಸುತ್ತಿವೆ. ಇದು ಭಾಷೆ ಬಲ್ಲ ಓದುಗನಿಗೆ ಕಿರಿಕಿರಿಯೆನಿಸುವುದು ಮಾತ್ರವಲ್ಲ, ಮುಂದಿನ ತಲೆಮಾರಿನ ಭಾಷೆಯನ್ನೇ ಹಾಳುಗೆಡಹುವುದರಲ್ಲಿ ಸಂಶಯವಿಲ್ಲ. ಉದಾಹರಣೆಗೆ 'ಬೆಂಗಳೂರಿನಲ್ಲಿ ಏಕಕಾಲಕ್ಕೆ ನಾಲ್ಕು ಬಾಂಬುಗಳು ಸಿಡಿಯಿತು', 'ಭಾರತೀಯ ಪತ್ರಿಕೋದ್ಯಮಕ್ಕೆ ಎರಡು ಮುಖ ಇದೆ', 'ಸಾಹಿತ್ಯ ಸಂಘ ಮತ್ತು ಪರಿಸರ ವೇದಿಕೆ– ಇದರ ಸಂಯುಕ್ತ ಆಶ್ರಯದಲ್ಲಿ ಕಾರ್ಯಕ್ರಮ ನಡೆಯಲಿದೆ', 'ಅವಳಿಗೆ ನಾಲ್ಕು ಪುಸ್ತಕಗಳು ಬಹುಮಾನವಾಗಿ ಬಂದಿದೆ' ಇತ್ಯಾದಿ. ಇಲ್ಲೆಲ್ಲ ವಾಕ್ಯ ಬಹುವಚನದಲ್ಲಿದ್ದು ಕ್ರಿಯಾಪದ ಏಕವಚನದಲ್ಲಿದೆ. ಇಂತಹ ಸಾಕಷ್ಟು ವಾಕ್ಯಗಳು ಮಾಧ್ಯಮಗಳಲ್ಲಿ ಪ್ರಸಾರವಾಗುತ್ತಿವೆ ಮತ್ತು ಪ್ರಕಟವಾಗುತ್ತಿವೆ. ಮಾಧ್ಯಮಗಳ ಪ್ರಭಾವದಿಂದ ವಿದ್ಯಾರ್ಥಿಗಳೂ ಅಧ್ಯಾಪಕರೂ ಕ್ರಿಯಾಪದದ ಮೇಲಿನ ಬಹುವಚನ ಪ್ರತ್ಯಯವನ್ನು ಕೈಬಿಡುತ್ತಿದ್ದಾರೆ. ಜನಸಾಮಾನ್ಯರೂ ಇದನ್ನೇ ಅನುಸರಿಸುತ್ತಾರೆ.

ದೃಷ್ಯ ಮಾಧ್ಯಮಗಳಲ್ಲಿ ವರದಿಗಾರನಿಗೆ ವರದಿ ಮಾಡುವ ಸಂಗತಿಯಲ್ಲಿ ಅತ್ಯುತ್ಸಾಹ ಹುಟ್ಟಿಕೊಂಡು, ಅತ್ಯುತ್ಸಾಹದ ನಡುವೆ ಭಾಷೆ ಕೆಟ್ಟು ಕುಲಗೆಡುವ ಹಲವು ಸಂದರ್ಭಗಳನ್ನು ಗಮನಿಸಬಹುದು. ಕರ್ತೃ, ಕರ್ಮ, ಕ್ರಿಯಾ ಸಂಬಂಧವಿಲ್ಲದ, ಏನೋ ಹೇಳಲು ಹೊರಟು ಏನೋ ಅರ್ಥ ಹುಟ್ಟುವ ಅನೇಕ ವರದಿಗಳು ದಿನಾ ಟಿ.ವಿ. ಪರದೆಯ ಮೇಲೆ ಹಾದು ಹೋಗುತ್ತವೆ. ವರದಿಗಾರ ತಾನೇನೋ ಅದ್ಭುತವನ್ನು ಸಾಧಿಸಿದ್ದೇನೆ ಎಂದು ಭಾವಿಸಿಕೊಂಡು ಅತ್ಯುತ್ಸಾಹಗೊಳ್ಳುವುದು, ಅಥವಾ ಹಾಗೆ ನಟಿಸುವುದು ಸಾಮಾನ್ಯ ಜನರನ್ನು ಮರುಳು ಗೊಳಿಸುವ ಅಥವಾ ರಂಜಿಸುವ ತಂತ್ರವಾಗಿ ರೂಪುಗೊಳ್ಳುವುದರೊಂದಿಗೆ ವರದಿಯ ವಸ್ತುನಿಷ್ಠತೆಯನ್ನು ಸಡಿಲಗೊಳಿಸುತ್ತದೆ. ಯಾವ ಘಟನೆಯಿದ್ದರೂ ಸಮಚಿತ್ತದಿಂದ ವರದಿ ಮಾಡಬೇಕಾದ್ದು ವರದಿಗಾರನ ಕರ್ತವ್ಯ. ಅದನ್ನು ಬಿಟ್ಟು ಗಾಬರಿ ಬಿದ್ದವನಂತೆ ವರ್ತಿಸು ವುದು ಯೋಗ್ಯವಲ್ಲ.

ನೇರ ವರದಿ ಎನ್ನುವುದನ್ನು ಬಿಂಬಿಸುವ ನೆಪದಲ್ಲಿ ಹೇಳಿದ್ದನ್ನೇ ಹೇಳುತ್ತ, ಮುಂದೇನೋ ಇದೆ ಎನ್ನುವ ಕುತೂಹಲ ಹುಟ್ಟಿಸುತ್ತ, ಆಗಾಗಲೇ ಆ ಕುತೂಹಲವನ್ನು ಕೊಲ್ಲುತ್ತ ಹೋಗುವ ವರದಿಗಾರಿಕೆಯೂ ಮಾಧ್ಯಗಳ ನಡೆಯನ್ನು ದಿಕ್ಕುತಪ್ಪಿಸುತ್ತಿರುವುದು ಸುಳ್ಳಲ್ಲ. ಬೇಕಾದ್ದನ್ನು ಸಂಕ್ಷಿಪ್ತವಾಗಿ, ಅಧಿಕೃತಾಗಿ ಮತ್ತು ನೇರವಾಗಿ ಹೇಳಿಮುಗಿಸಬೇಕಾದ್ದು ಮಾಧ್ಯಮಗಳ ಧರ್ಮ. ಹೇಳಿದ್ದನ್ನೇ ಹೇಳುತ್ತ ಸಮಯ ಕೊಲ್ಲುವುದರ ಹಿಂದೆ ಇರುವುದು ಕೇವಲ ವ್ಯಾಪಾರೀ ಮನೋಭಾವ ಮಾತ್ರ.

ಮಾಧ್ಯಮಗಳ ಸಂಖ್ಯೆ ಹೆಚ್ಚಾದಂತೆ ಸ್ಪರ್ಧೆ ಬೆಳೆಯುತ್ತದೆ. ಸ್ಪರ್ಧೆ ಅನಾರೋಗ್ಯಕರವಲ್ಲ. ಪತ್ರಿಕೆಗಳು ಪ್ರಾಮಾಣಿಕವಾಗಿ ಬೆಳೆಯಲು ಇದು ಅಗತ್ಯ ಹಾಗೂ ಅನಿವಾರ್ಯ. ಆದರೆ ಸ್ಪರ್ಧೆ ಹಲವು ಗಿಮಿಕ್ ಗಳಿಗೆ ಕಾರಣವಾಗುತ್ತದೆ ಎನ್ನುವುದೂ ನಿಜ. ಓದುಗರನ್ನು ಆಕರ್ಷಿಸುವ ಸಲುವಾಗಿ ಹೊಸದೇನನ್ನೋ ಸೃಷ್ಟಿಸುವುದು, ಆ ಮೂಲಕ ನೀತಿಸಂಹಿತೆಯನ್ನು ಕಡೆಗಣಿಸಿ ಪತ್ರಿಕಾ ಧರ್ಮದ ಆಚೆಗೆ ಅಡ್ಡಾಡುವುದು ಸರಿಯಲ್ಲ. ಪತ್ರಿಕೆಯಿಂದ ಜನ ಏನನ್ನು ಬಯಸುತ್ತಾರೆ ಎನ್ನುವುದನ್ನು ಒಂದು ಹಂತದವರೆಗೆ ಪರಿಗಣಿಸಬೇಕು. ಹಾಗೆಂದು ಜನರಿಗೆ ಬೇಕಾದ್ದನ್ನು ಮಾತ್ರ ಪೂರೈಸಿ ಅವರ ಕುತೂಹಲವನ್ನು ತಣಿಸುವುದು ಮಾಧ್ಯಮಗಳ ಕರ್ತವ್ಯವಲ್ಲ. ಜನರನ್ನು ಪ್ರಜ್ಞಾವಂತರನ್ನಾಗಿಸುವ ಕರ್ತವ್ಯ ಮತ್ತು ಅವರಿಗೆ ಆರೋಗ್ಯಕರ ತಿಳುವಳಿಕೆಯನ್ನು ಕೊಡುವ ಜವಾಬ್ದಾರಿ ಮಾಧ್ಯಮಗಳಿಗಿದೆ.

ಸಿಕ್ಕಿದ ಸುದ್ದಿಯನ್ನು ಹಿಂಜುವ ನೆಪದಲ್ಲಿ ಅತಿರೇಕಕ್ಕೆ ಹೋಗಿ ಹೊಸ ಸಮಸ್ಯೆಗಳನ್ನು ಹುಟ್ಟುಹಾಕುವ ಕೆಟ್ಟ ಪ್ರವೃತ್ತಿಯೂ ಮಾಧಯಮಗಳನ್ನು ಕುಲಗೆಡಿಸಿಬಿಡುತ್ತದೆ. ಈ ಮೂಲಕ ತಪ್ಪಿತಸ್ಥರಲ್ಲದವರನ್ನು ಜನ ತಪ್ಪಿತಸ್ಥರಾಗಿ ನೋಡುವ ಅಪಾಯ ಎದುರಾಗುತ್ತದೆ. ಜತೆಗೆ ಮಾಧ್ಯಮದವರ ಮಾತಿಗೆ ಸಿಲುಕುವ ಎಷ್ಟೋ ಮಂದಿಯ ಮಾನ ಊರ ಮುಂದೆ ಹರಾಜಾಗುತ್ತದೆ. ಒಬ್ಬ ವರದಿಗಾರ ಇನ್ನೊಬ್ಬನನ್ನು ಮೀರಿಸುವ ನೆಪದಲ್ಲಿ ಸಿಕ್ಕ ಸಿಕ್ಕವರನ್ನು ಸಂದರ್ಶಿಸುತ್ತ, ಅವರು ಉತ್ತರಿಸಲು ಚಡಪಡಿಸುವಂತೆ ಪ್ರಶ್ನಿಸುತ್ತ ಸಾಗುವಾಗ ತನ್ನ ಜವಾಬ್ದಾರಿಕೆಯನ್ನೇ ಮರೆತುಬಿಡಬಹುದು. ತಾನು ಮಾಡುವ ಕೆಲಸ, ಅದರ ಪ್ರಾಮಾಣಿಕತೆ ಹಾಗೂ ಪರಿಣಾಮಗಳ ಎಚ್ಚರ ಮಾಧ್ಯಮಗಳ ವರದಿಗಾರರಿಗೆ ಅತ್ಯಂತ ಅಗತ್ಯ. ಸ್ಪರ್ಧೆಯ ನೆಪದಲ್ಲಿ ಅಲಿಖಿತ ನೀತಿಸಂಹಿತೆಯ, ಅಂದರೆ ಸಾಮಾಜಿಕ ಆರೋಗ್ಯದ ಕತ್ತು ಕೊಯ್ಯುವುದು ಅಪರಾಧವಾಗುತ್ತದೆ.

ಪತ್ರಿಕೆಗಳ ಪ್ರಾದೇಶಿಕ ಪುರವಣಿಗಳು ಒಂದು ಹಂತದವರೆಗೆ ಅಗತ್ಯ. ಆದರೆ ಜಿಲ್ಲೆಗೊಂದು, ತಾಲೂಕಿಗೊಂದು ಪ್ರಾದೇಶಿಕ ಪುರವಣಿ ಹೊರಟು ಸುದ್ದಿಮೌಲ್ಯವನ್ನು ಪಾತಾಳಕ್ಕೆ ತಳ್ಳಿದ್ದು ಸುಳ್ಳಲ್ಲ. ತೀರಾ ಸಣ್ಣ ಸಂಗತಿಗಳೂ ದೊಡ್ಡ ಸುದ್ದಿಗಳಾಗಿ ಊರು ತುಂಬುವುದು ಆರೋಗ್ಯಕರ ಬೆಳವಣಿಗೆಯಲ್ಲ. ಸಿಕ್ಕ ಸಿಕ್ಕವರಿಗೆ ಪ್ರಚಾರ ಸಿಗುವುದು ಮತ್ತು ಸಣ್ಣಪುಟ್ಟ ಜಾಹಿರಾತು ಹಿಡಿಯುವುದನ್ನು ಬಿಟ್ಟರೆ ಪ್ರಾದೇಶಿಕ ಪುರವಣಿಗಳು ಹೆಚ್ಚೇನನ್ನೂ ಸಾಧಿಸುವುದಿಲ್ಲ. ಸಂಜೆ ಪತ್ರಿಕೆಗಳು ಮಾಡುವುದನ್ನು ದೈನಿಕಗಳು ಮಾಡಬೇಕಾಗಿಲ್ಲ.

ಇಲ್ಲೇ ಗಮನಿಸಬೇಕಾದ ಸಂಗತಿ ಇನ್ನೊಂದಿದೆ. ಅದು ವರದಿಗಾರಿಕೆಯ ಅವಕಾಶಕ್ಕೆ ಸಂಬಂಧಿಸಿದ್ದು. ಮಾಹಿತಿಗಳನ್ನು ಪಡೆದು ವರದಿಯನ್ನು ತಯಾರಿಸುವುದು ವರದಿಗಾರನ ಕೆಲಸ. ಯಾವುದು ಸುದ್ದಿಯಾಗಬೇಕು ಎನ್ನುವುದನ್ನೂ ವರದಿಯ ಗಾತ್ರ ಎಷ್ಟಿರಬೇಕೆನ್ನುವುದನ್ನೂ ನಿರ್ಧರಿಸಬೇಕಾದ್ದು ವರದಿಗಾರ. ಸುದ್ದಿಗೆ ಸ್ಥಾನ ಕೊಡುವುದು ವರದಿಗಾರನ ಕೆಲಸ. ಪ್ರಾದೇಶಿಕ ಪುರವಣಿಗಳು ಯಾರುಯಾರೋ ಬರೆದು ಕೊಟ್ಟದ್ದನ್ನು ಹಾಗೆಯೇ ಪ್ರಕಟಿಸುವ ಸಂದರ್ಭಗಳಿವೆ. ಅದರಲ್ಲೂ ಅತಿಯಾದ ಅಕ್ಷರ ತಪ್ಪುಗಳು, ವ್ಯಾಕರಣ ದೋಷಗಳು ನುಸುಳಿಕೊಂಡಿರುತ್ತವೆ. ಒಂದು ಕಾಲಕ್ಕೆ ಭಾಷಾ ಶುದ್ಧಿಯೇ ಮೌಲ್ಯವಾಗಿದ್ದ, ಆ ಕಾರಣಕ್ಕಾಗಿಯೇ ಮೌಲಿಕವಾಗಿದ್ದ ಪತ್ರಿಕೆಗಳು ಈಗ ಭಾಷಾ ದೋಷಗಳನ್ನು ಪ್ರಚಾರ ಮಾಡುವ ಮಾಧ್ಯಮಗಳಾಗಿ ಬಿಟ್ಟಿವೆ. ಟಿವಿ ಮಾಧ್ಯಮವಂತೂ ಭಾಷೆಯನ್ನು ಯದ್ವಾ

ತದ್ವಾ ಬಳಸಲು ಲೈಸನ್ಸ್ ಪಡೆದಂತೆ ವರ್ತಿಸುತ್ತಿದೆ. ಮಾಧ್ಯಮಗಳು ಮಾಡುವ ತಪ್ಪುಗಳನ್ನು ಜನಸಾಮಾನ್ಯರು ಅನುಸರಿಸುತ್ತಾರೆ, ಭಾಷೆ ವಿಕಾರವಾಗುತ್ತದೆ. ಕಾಲಕಾಲಕ್ಕೆ ಭಾಷೆ ಬದಲಾಗಬೇಕಾದ್ದು ನಿಜ, ಆದರೆ ವಿಕಾರವಾಗಬಾರದು. ಮಾಧ್ಯಮದ ಮಂದಿಗೆ ಭಾಷೆ ಸರಿಯಾಗಿ ಬಾರದೆ ಹೋದರೆ ಜನಸಾಮಾನ್ಯರ ಭಾಷೆಯೂ ಕೆಟ್ಟುಹೋಗುತ್ತದೆ. ಭಾಷೆಯ ದೃಷ್ಟಿಯಿಂದಲೂ ಮಾಧ್ಯಮಗಳು ಸಾಮಾಜಿಕ ಜವಾಬ್ದಾರಿಯುಳ್ಳವುಗಳು ಎನ್ನುವುದನ್ನು ಮರೆಯಬಾರದು.

ಭಾಷೆಯ ಪ್ರಾದೇಶಿಕ ರೂಪಗಳನ್ನು ಬಳಸಿ ಗಿಮಿಕ್ ಮಾಡುವುದು, ಒಬ್ಬನೇ ವ್ಯಕ್ತಿಗೆ ಒಮ್ಮೆ ಏಕವಚನ, ಒಮ್ಮೆ ಬಹುವಚನ ಬಳಸಿ ವರದಿಗಾರನಿಗೆ ಭಾಷೆಯ ಮೇಲೆ ಹಿಡಿತವಿಲ್ಲದ್ದನ್ನು ಸಾಬೀತುಗೊಳಿಸುವುದು, ಉಪಸ್ಥಿತರಿದ್ದರು, ಸಂಪನ್ನಗೊಂಡಿತು, ಮುಂತಾದ ಅಪ್ರಸ್ತುತ ಪದಪ್ರಯೋಗಗಳ ಮೂಲಕ ಕಿರಿಕಿರಿ ಹುಟ್ಟಿಸುವುದು ಮಾಧ್ಯಮಗಳ ಮಟ್ಟಿಗೆ ಗೌರವದ ಸಂಗತಿಯಲ್ಲ.

ಒಂದು ಘಟನೆಯ ಬಗ್ಗೆ ಯಾರನ್ನಾದರೂ ನೇರವಾಗಿ ಸಂದರ್ಶಿಸಬೇಕಾಗಿ ಬಂದಾಗ ವರದಿಗಾರ ನೂರಕ್ಕೆ ನೂರು ಪೂರ್ವಗ್ರಹ ರಹಿತನಾಗಬೇಕು ಮತ್ತು ಯಾವುದೇ ಕಾರಣಕ್ಕೆ ಸಂದರ್ಶಿಸಲ್ಪಡುವವನ ಮೇಲೆ ತನ್ನ ಅಭಿಪ್ರಾಯಗಳನ್ನು ಹೇರಬಾರದು. ತಾನು ಏನನ್ನೋ ಹೇಳಿ, ಅದನ್ನು ಒಪ್ಪಿಕೊಳ್ಳುವಂತೆ ಸಂದರ್ಶಿಸಲ್ಪಡುವವನನ್ನು ಒತ್ತಾಯಿಸುವ ಧಾಟಿಯಲ್ಲಿ ಸಂದರ್ಶನ ನಡೆಸುವ ಹಲವು ಸನ್ನಿವೇಶಗಳು ಟಿವಿ ಪರದೆಯ ಮೇಲೆ ಹಾದುಹೋಗಿವೆ. ವರದಿಗಾರ ಸಂದರ್ಶಿಸಲ್ಪಡುವವನನ್ನು ತನ್ನ ಹಳಿಗೆ ಎಳೆಯುವುದು ತಪ್ಪು. ಹಾಗೆ ಪ್ರಚೋದಿಸುವುದೂ ತಪ್ಪು.

ಓದುಗ ಅಥವಾ ವೀಕ್ಷಕನಿಗೆ ಬೇಕಾದಂತೆ ಮಾಧ್ಯಮಗಳನ್ನು ರೂಪಿಸುವ ತೋರಿಕೆಯ ಉದಾರೀಕರಣವೂ ತನ್ನ ಹೊಟ್ಟೆಯಲ್ಲಿ ವ್ಯಾಪಾರದ ಕೂಸನ್ನು ಹೊತ್ತಿರುತ್ತದೆ ಮತ್ತು ತಾನು ಕಾಪಾಡಬೇಕಾದ ಪಾತಿವ್ರತ್ಯದ ಕತ್ತನ್ನು ತಾನೇ ಹಿಸುಕಲಾರಂಭಿಸುತ್ತದೆ. ಈ ಮೂಲಕ ಪತ್ರಿಕೆ ಅಥವಾ ದೃಷ್ಯ ಮಾಧ್ಯಮ ಹೇಗಿರಬೇಕೆನ್ನುವ ನಿರ್ಧಾರ ಜನರ ಕೈಗೆ ಹೋಗುತ್ತದೆ. ಮಾಧ್ಯಮಗಳ ಹೊಣೆಗಾರಿಕೆಗೆ ಕುತ್ತು ತರುವ ಇಂತಹ ಪ್ರವೃತ್ತಿ ಅಪೇಕ್ಷಣೀಯವಲ್ಲ.

ಮಾಧ್ಯಮಗಳು ಜನರ ಮೇಲೆ ವಾರ್ತೆಗಳನ್ನು ಹೇರುತ್ತಿವೆ, ಅನೇಕಬಾರಿ ಜನರನ್ನು ದಿಕ್ಕು ತಪ್ಪಿಸುತ್ತಿವೆ, ಎದುರು ಹಾಕಿಕೊಂಡವರ ತೇಜೋವಧೆ ಮತ್ತು ಕೈಜೋಡಿಸಿದವರ ಉದ್ಧಾರದ ಸೂತ್ರ ಪ್ರಜಾ ಪ್ರಭುತ್ವ ವ್ಯವಸ್ಥೆಗೆ ಹೊಂದಿಕೊಳ್ಳುವುದಿಲ್ಲ.

೬

ಶಿಕ್ಷಣ, ಜೀವ ಪರಿಸರ ಮತ್ತು ಮಾಧ್ಯಮ

–ಡಾ. ಸುಂದರಕೇನಾಜೆ

ನಮ್ಮ ಮುಂದೆ ಇಂದು ಗಂಭೀರವಾದ ಚರ್ಚೆಗೆ ಒಳಗಾಗಬೇಕಾದ ಮೂರು ಮುಖ್ಯ ವಿಷಯಗಳೆಂದರೆ ಶಿಕ್ಷಣ, ಜೀವಪರಿಸರ ಮತ್ತು ಮಾಧ್ಯಮ. ಈ ಮೂರು ಒಂದಕ್ಕೊಂದು ಪೂರಕ ಹಾಗು ಸ್ವತಂತ್ರ. ಪ್ರಸ್ತುತ ಕಾಲಘಟ್ಟದಲ್ಲಿ ಇವು ಮೂರು ಸಮನಾಂತರವಾಗಿ ಸಾಗುತ್ತಿರುವ ಮತ್ತು ಕಾಲದ ಜೊತೆಗೆ ಸದಾ ಗುದ್ದಾಡುತ್ತಿರುವ ಹಾಗು ರಾಜಿ ಮಾಡಿ ಕೊಳ್ಳುತ್ತಿರುವ ಜೀವಂತ ಅಂಶಗಳು. ಈ ಮೂರು ವಿಷಯಗಳ ಭೂತ, ವರ್ತಮಾನ ಮತ್ತು ಭವಿಷತ್ತಿನ ಪ್ರಗತಿ, ವಿಗತಿಗಳನ್ನು ದಾಖಲಿಸುತ್ತಾ ಕಲ್ಪಿಸುತ್ತಾ ಸಾಗುವವುಗಳು. ಈ ಪ್ರಕ್ರಿಯೆಯಿಂದ ಮಾನವ ಜನಾಂಗಕ್ಕೆ ಇವುಗಳ ಅನಿವಾರ್ಯ, ಆಳ, ಅಗಲದ ಅರಿವಾಗಲು ಸಾಧ್ಯವಾಗುತ್ತಿದೆ. ಆದರೆ ಪ್ರಸ್ತುತ ರಾಜಕಾರಣ ಈ ಮೂರೂ ಕ್ಷೇತ್ರದ ಮೇಲೆ ಬೀರಿದ ಪ್ರಭಾವದಿಂದಲೋ ಏನೋ ಇವು ಮೂರರ ಭವಿಷ್ಯ ಮಾತ್ರ ಭಯ ಹುಟ್ಟಿಸುವಂತಿದೆ. ಈ ಮೂರು ಕ್ಷೇತ್ರದ ಬೆಳವಣಿಗೆ ಆ ಮೂಲಕ ಸಮಾಜದಲ್ಲಿ ಅವು ನಿರ್ವಹಿಸುವ ಉತ್ತರದಾಯಿತ್ವ ಇಂದು ಗಂಭೀರ ಚರ್ಚೆಗೆ ಒಳಗಾಗಬೇಕಾಗಿದೆ. ಈ ಮೂರು ಕ್ಷೇತ್ರ ಚಾರಿತ್ರಿಕವಾಗಿ ಈ ಸಮಾಜದಲ್ಲಿ ಪಡೆದ ಸ್ಥಾನಮಾನ, ವರ್ತಮಾನದಲ್ಲಿ ಇದರ ಸ್ಥಿತಿ ಹಾಗೂ ಭವಿಷ್ಯತ್ತಿನ ಸಾಧ್ಯತೆಗಳನ್ನು ವಿಶ್ಲೇಷಿಸಬೇಕಾಗಿದೆ. ಈ ವಿಶ್ಲೇಷಣೆಯನ್ನು ಸಾಮಾನ್ಯ ಅವಲೋಕನದ ಹಿನ್ನಲೆಯಿಂದಲೂ ಮಾಡಬಹುದು. ಅದಕ್ಕೆಂದೇ ಪ್ರತ್ಯೇಕ ಅಧ್ಯಯನ ಮಾಡಬೇಕಾದ ಅಗತ್ಯವೇ ಇಲ್ಲದಷ್ಟು ಸಹಜವಾಗುತ್ತಿದೆ. ಅಷ್ಟೊಂದು ಸಾಮಾನ್ಯ ಬದಲಾವಣೆ ಈ ಮೂರು ವಿಷಯಗಳಲ್ಲಿ ಕಾಣಬಹುದಾಗಿದೆ. ಇಲ್ಲಿ ಮಾಧ್ಯಮ ಎಂದು ಹೇಳಿದ ಎಲ್ಲಾ ಕಡೆ ಅದು ಪ್ರಚಾರ ಮಾಧ್ಯಮವೇ ಹೊರತು ಅದು ಭಾಷಾ ಮಾಧ್ಯಮವಲ್ಲ.

ಶಿಕ್ಷಣ :

ಇಂದು ಆಮೂಲಾಗ್ರ ಬದಲಾವಣೆಯಾಗಬೇಕು ಮತ್ತು ಅತೀ ಹೆಚ್ಚು ಖರ್ಚು ಮಾಡಬೇಕೆಂದು ಬಯಸಲ್ಪಡುವ ಕ್ಷೇತ್ರ ಶಿಕ್ಷಣ. ಶಿಕ್ಷಣದ ಬಗ್ಗೆ ಬಂದಿರುವ ಅನೇಕ ಭ್ರಮೆಗಳು ಮತ್ತು ಮಿಥ್ಯೆಗಳು ಶಿಕ್ಷಣ ಕ್ಷೇತ್ರವನ್ನು ಅಭಿವೃದ್ಧಿಪಡಿಸಲೇ ಬೇಕೆಂಬ ನಿಲುವಿಗೆ ತಂದು ನಿಲ್ಲಿಸಿದೆ. ನಮ್ಮ ರಾಜಕಾರಣ ಮತ್ತು ಕಾನೂನು ಇದಕ್ಕೆ ಪೂರಕವಾಗಿ ಶಿಕ್ಷಣಕ್ಕೆ ತನ್ನದೇ ಆದ ವಿಭಿನ್ನ ವ್ಯಾಖ್ಯಾನಗಳನ್ನು ಮತ್ತು ಆಧಾರಗಳನ್ನು ನೀಡುತ್ತಾ ಬರುತ್ತಿದೆ. ಚರಿತ್ರೆಯನ್ನು ಅವಲೋಕಿಸಿದಾಗ ಇಂದಿನ ಪರಿಕಲ್ಪನೆಯ ಶಿಕ್ಷಣ ಪಡೆದವರ ಸಂಖ್ಯೆ

ಅತ್ಯಂತ ಕಡಿಮೆ. ಇದರಿಂದಾಗಿ ಈ ಸಮಾಜವು ಅಜ್ಞಾನ, ಅಂಧಕಾರಗಳಿಂದ ತುಂಬಿ ಕೊಂಡಿತ್ತು. ಅದನ್ನು ಹೋಗಲಾಡಿಸಲು ಆಧುನಿಕ ಶಿಕ್ಷಣ ರೂಪುಗೊಳ್ಳಬೇಕೆಂಬ ಒತ್ತಾಯ ಸಮಾಜ ಸುಧಾರಕರಿಂದ ಬಹು ಹಿಂದೆಯೇ ನಡೆದಿತ್ತು. ಅದಕ್ಕೆ ಪೂರಕವಾಗಿ ಭಾರತೀಯ ಸಮಾಜ ಬ್ರಿಟೀಷರ ಎರವಲು ಶಿಕ್ಷಣವನ್ನು ತನ್ನದಾಗಿಸಿ ಇದು ಅತ್ಯಂತ ಉತ್ಕೃಷ್ಟ ಎಂಬ ಅಭಿಪ್ರಾಯ ಮೂಡುವಂತೆಯೂ ಮಾಡಿತು. ಇದು ಎಷ್ಟು ಪರಿಣಾಮಕಾರಿಯಾಯಿತೆಂದರೆ ಇಂದಿಗೂ ಇದೇ ಎರವಲು ಶಿಕ್ಷಣಕ್ಕೆ ಭಾರತೀಯ ವ್ಯವಸ್ಥೆ ಕೊಟ್ಯಾಂತರ ರೂಗಳನ್ನು ಸುರಿಯುತ್ತಾ ಮಾನವ ಸುಧಾರಣೆಯ ಕಾರ್ಯಕ್ಕೆ ಇಳಿದಿರುವುದನ್ನು ಕಾಣುತ್ತೇವೆ. ಮುಂದೆ ಇದೇ ಅಭಿಪ್ರಾಯ, ಚರಿತ್ರೆಯ ಎರವಲು ಶಿಕ್ಷಣಕ್ಕಿಂತಲೂ ವರ್ತಮಾನದ ಗಳಿಕೆಯ ಶಿಕ್ಷಣ ಸಮಾಜಮುಖಿ ಎಂಬ ನಿಲುವು ಬರುವಂತೆ ಬಿಂಬಿಸಲಾಯಿತು. ನಿರ್ದಿಷ್ಟ ಭಾಷೆ ಕಲಿಯದೇ ಇದ್ದರೆ ಅದು ಕಲಿಕೆಯೇ ಅಲ್ಲ ಎನ್ನುವಲ್ಲಿಯವರೆಗೆ ಬದಲಾವಣೆ ಬರತೊಡಗಿತು. ಇದಕ್ಕಾಗಿ ವಿಶಿಷ್ಟ ರೀತಿಯ ಮೌಲ್ಯಮಾಪನ ಪದ್ಧತಿಯೊದನ್ನು ತರಲಾಯಿತು. ಕಲಿಕೆಯನ್ನು ಹೆಚ್ಚು ಆಡಂಬರಗೊಳಿಸುವ ಅದನ್ನು ಹೆಚ್ಚು ವೈಭವೀಕರಿಸುವ ಕಾರ್ಯಗಳು ನಡೆಯತೊಡಗಿತು. ಇದಕ್ಕೆ ತಮ್ಮ ನೇರಕ್ಕೆ ಮಾಡುವ ಮೌಲ್ಯಮಾಪನವೊಂದೇ ಮಾನದಂಡವೂ ಆಯಿತು. ಈ ಆಡಂಬರ ಮತ್ತು ವೈಭವೀಕರಣದ ಮೂಲವನ್ನು ನಾವು ನಮ್ಮ ರಾಜಕಾರಣದಲ್ಲೂ ಅದರ ಪ್ರಚಾರ ಅಥವಾ ಪರಿವರ್ತನಾ ಕ್ರಿಯೆಯ ಮೂಲವನ್ನು ನಮ್ಮ ಮಾಧ್ಯಮಗಳಿಂದಲೂ ನಡೆಸುತ್ತಾ ಬಂದುದನ್ನು ಸ್ಪಷ್ಟವಾಗಿ ಗುರುತಿಸ ಬಹುದು. ರಾಜಕಾರಣ ಮತ್ತು ಮಾಧ್ಯಮ ಇಂದಿಗೂ ಶಿಕ್ಷಣದ ವಿಚಾರದಲ್ಲಿ ತಳೆದಿರುವ ನಿಲುವುಗಳೇ ಭವಿಷ್ಯದಲ್ಲಿ ನಮ್ಮ ಶಿಕ್ಷಣಕ್ಕಿರುವ ಅಪಾಯದ ಮೂಲಗಳೆಂದು ಗುರುತಿಸಲು ಇನ್ನು ಹೆಚ್ಚಿನ ಕಾಲ ಬೇಕಾಗಿಲ್ಲ ಎಂದೆನಿಸುತ್ತದೆ.

ಅದ್ದರಿಂದ ಚರಿತ್ರೆಯನ್ನೇ ಇಟ್ಟುಕೊಂಡು ನೋಡುವ ನಮ್ಮ ಶಿಕ್ಷಣ, ವರ್ತಮಾನದ ಒತ್ತಡ, ಆತಂಕ ಮತ್ತು ಅವ್ಯವಸ್ಥೆಗೆ ನಾಂದಿಯಾಗುತ್ತಿದೆ. ಇದು ಭವಿಷ್ಯದ ಅರಾಜಕತೆ ಮತ್ತು ಇತರ ಅಪಾಯಕ್ಕೂ ನಾಂದಿಯಗುತ್ತದೆ ಎನ್ನುವುದರಲ್ಲಿ ಯಾವ ಸಂಶಯವೂ ಉಳಿದಿಲ್ಲ. ಹಾಗಾಗಿ ವರ್ತಮಾನದ ಶಿಕ್ಷಣದ ಬಗ್ಗೆ ಪುನರ್ ಅವಲೋಕನ ಅತೀ ಅಗತ್ಯ. ಭವಿಷ್ಯ ಹೇಗಿರಬೇಕು ಎಂಬ ಖಚಿತ ನಿಲುವಿನ ಆಧಾರದಲ್ಲಿ ನಮ್ಮ ಶಿಕ್ಷಣ ಬೆಳೆಯಬೇಕು. ಈ ಭೂಮಿಗೆ ಹಾಗೂ ಮನುಷ್ಯ ಸಂತೋಷಕ್ಕೆ ಮತ್ತು ಜೀವ ಪರಂಪರೆಯ ಉನ್ನತಿಗೆ ಪೂರಕವಾದ ಶಿಕ್ಷಣದ ಅಗತ್ಯ ಇಂದು ನಮಗೆ ಖಂಡಿತಾ ಇದೆ. ಕೇವಲ ಭಾವನೆಗಳಲ್ಲಿ ಮಾತ್ರ ಕಳೆದು ಹೋಗದೇ ಸವಾಲುಗಳಿಗೆ ಉತ್ತರ ನೀಡುವ ಶಿಕ್ಷಣ ಇಂದಿಗೆ ಅತೀ ಅಗತ್ಯ. ಇದಕ್ಕೆ ಮಾಧ್ಯಮಗಳು ಪ್ರೇರಕ ಶಕ್ತಿಯಾಗಬೇಕು. ಇದಕ್ಕೆ ವರ್ತಮಾನದ ಶಿಕ್ಷಣ ಪ್ರಕ್ರಿಯೆಯನ್ನು ಆಮೂಲಾಗ್ರವಾಗಿ ಪರಿಶೀಲಿಸುವ ಹಾಗೂ ಆಧುನಿಕ ಶಿಕ್ಷಣ ಎಂಬ ಇಂದಿನ ಈ ಅಬ್ಬರದ ಶೈಕ್ಷಣಿಕ ಪರಿಕಲ್ಪನೆ ಭವಿಷ್ಯತ್ತಿಗೆ ಆಧಾರವೇ ಎಂಬುದನ್ನು ಕಂಡುಕೊಳ್ಳಬೇಕು. ಇದಕ್ಕೆ ಜೀವನವನ್ನು ಆಧಾರವಾಗಿಟ್ಟು ನಡೆಯುವ ಶಿಕ್ಷಣವೇ ಅಂತಿಮವಾಗಬೇಕು. ಹಾಗಾಗಿ ಶಿಕ್ಷಣ ಜೀವವನ್ನು ಉಳಿಸುವ ಮತ್ತು ವೃದ್ಧಿಸುವ ಅಂತಿಮ ಉದ್ಧೇಶದಿಂದಲೇ ನಡೆಯಬೇಕು.

ಜೀವ ಪರಿಸರ

ಶಿಕ್ಷಣ ಮತ್ತು ಮಾಧ್ಯಮಗಳ ಭರಾಟೆಯಲ್ಲಿ ತನ್ನ ಭವಿಷ್ಯತ್ತಿನ ಅಪಾಯವನ್ನು ಈಗಾಗಲೇ ದಾಖಲಿಸುತ್ತಾ ಬಂದಿರುವ ಕ್ಷೇತ್ರವೆಂದರೆ ಜೀವ ಪರಿಸರ. ಎಲ್ಲೋ ಒಂದಷ್ಟು ಮಾಹಿತಿಯನ್ನು ಮಾತ್ರ ನೀಡಿ ಜೀವ ಪರಿಸರದ ಬಗ್ಗೆ ಅತಿ ಕಾಳಜಿಯನ್ನು ಬಿಂಬಿಸುತ್ತಿರುವ

ನಮ್ಮ ಶಿಕ್ಷಣ ಅದರ ಅನಿವಾರ್ಯತೆಯ ನಿಜವಾದ ಅನುಭವವನ್ನು ಮೂಡಿಸುವಲ್ಲಿ ವಿಫಲವಾಗಿದೆ. ಪರಿಸರದಲ್ಲೇ ಹುಟ್ಟಿ ಆ ಪರಿಸರದ ಉಳಿದೆಲ್ಲಾ ಭಾಗಗಳಂತೇ ಮನುಷ್ಯನೂ ಒಂದು ಭಾಗ ಎಂಬ ಅಂಶವನ್ನು ನಮ್ಮ ಶಿಕ್ಷಣ ಹಾಗೂ ಮಾಧ್ಯಮ ನಾಶಪಡಿಸುತ್ತಿದೆ ಎಂದರೆ ತಪ್ಪಾಗಲಾರದು. ಈ ಪರಿಸರವೆಂಬುವುದು ಲಾಭ ಮಾಡುವ ಹಾಗು ಐಷಾರಾಮಿ ಬದುಕು ನಡೆಸುವ ಒಂದು ಘಟಕ ಎಂಬಂತೆ ಆಧುನಿಕ ಶಿಕ್ಷಣ ಮತ್ತು ಪ್ರಚಾರ ಮಾಧ್ಯಮಗಳು ಬಿಂಬಿಸುತ್ತಿವೆ. ಇದು ಜೀವ ಪರಿಸರದ ಇಂದಿನ ದುರಾವಸ್ಥೆಗೆ ಕಾರಣ ವೆನ್ನಬಹುದು. ಹೀಗೆ ಹೇಳಿದ ತಕ್ಷಣ ಜೀವ ಪರಿಸರಕ್ಕೆ ಏನಾಗಿದೆ? ಇದೆಲ್ಲ ಪರಿಸರ ವಾದಿಗಳೆಂದು ಕರೆಯುವ ಸೋಕಾಲ್ಡ್ ಬುದ್ದಿಜೀವಿಗಳ ಕಸರತ್ತು ಎಂದು ಬಾಯಿಮುಚ್ಚಿಸಿ ಮಣ್ಣನ್ನು ಬಗೆದು ತಿನ್ನುತ್ತಾ ಇರುವವರು ಹೆಚ್ಚುತ್ತಿದ್ದಾರೆ. ಅಂದರೆ ನಮ್ಮ ಕಾಡು, ಮಣ್ಣು ಮತ್ತು ಅಪರೂಪದ ಪ್ರಾಣಿ ಸಂಕುಲಗಳು ಭವಿಷ್ಯತ್ತಿನ ವಸ್ತುಗಳು ಎಂಬುದನ್ನು ಮರೆತು ಅದು ವರ್ತಮಾನದ ಸ್ವಾರ್ಥ ಬದುಕಿನ ಅನುಭೋಗಿ ವಸ್ತುಗಳು ಎಂಬ ಅಭಿಪ್ರಾಯ ಸೃಷ್ಟಿಯಾಗಿದೆ. ಈ ರೀತಿ ಅನುಭೋಗಿಸಲು ಹೇಳಿಕೊಡುವುದೇ ಆಧುನಿಕ ಕಲಿಕೆ ಎಂಬ ಅತ್ಯಂತ ಭ್ರಷ್ಠ ಹಾಗು ವಿನಾಶಕಾರಿ ಸಿದ್ಧಾಂತಗಳು ಸಹಜ ಕಲಿಕೆಯನ್ನು ನಿಯಂತ್ರಿಸುತ್ತಿವೆ. ಪರಿಣಾಮ ಪರಿಸರ ಸ್ನೇಹ ಎನ್ನುವುದು ಅಭಿವೃದ್ಧಿಗೆ ಮಾರಕ ಎಂಬುದನ್ನೂ ಈ ಶಿಕ್ಷಣ ಹೇಳಿಕೊಡುತ್ತಿದೆ. ವರ್ತಮಾನದ ಜೀವಪರಿಸರವನ್ನು ನಾಶ ಪಡಿಸುವುದೇ ಭವಿಷ್ಯದ ಅಭಿವೃದ್ಧಿ ಎಂಬಲ್ಲಿಯವರೆಗೆ ನಮ್ಮ ನಿಲುವುಗಳು ಭ್ರಷ್ಟಗೊಳ್ಳುತ್ತಿವೆ. ಕಲಿಕೆ ಎನ್ನುವುದು ಸಂಪಾದನೆಯ ದಾರಿ ಎಂಬ ನಿಲುವಿಗೆ ಬಂದದ್ದೇ ಆದರೆ ಈ ಸಂಪಾದನೆ ಪರಿಸರದ ಅತಿ ಬಳಕೆಯಿಂದ ಮಾತ್ರವೇ ಹೊರತು ಅದಿಲ್ಲದಿದ್ದರೆ ಹೇಗೆ ಸಾಧ್ಯ? ಎಂಬ ತೀರ್ಮಾನಕ್ಕೆ ಬಂದಂತಿದೆ. ನಮ್ಮ ಚರಿತ್ರೆಯಲ್ಲಿ ಈ ರೀತಿ ಗಳಿಕೆಯ ಗಾಢ ನಂಬಿಕೆ ಇದ್ದುದು ಎಲ್ಲೂ ಕಾಣುವುದಿಲ್ಲ. ಯಾವಾಗ ಆಧುನಿಕ ಶಿಕ್ಷಣದ ಪ್ರಚಾರ ಆರಂಭವಾಯಿತೋ, ಪ್ರಸಾರ ಮಾಧ್ಯಮಗಳ ಭರಾಟೆ ಹೆಚ್ಚಾಗತೊಡಗಿತೋ ಆಗ ಅಭಿವೃದ್ಧಿಯ ವ್ಯಾಖ್ಯಾನವೂ ಬದಲಾಗುತ್ತಾ ಬಂತು. ಕೇವಲ ಕೈಗಾರಿಕೆ, ಸಾರಿಗೆ ವ್ಯವಸ್ಥೆ ಅಥವಾ ದ್ವಿತೀಯ ಮತ್ತು ತೃತೀಯ ಅರ್ಥ ವ್ಯವಸ್ಥೆಯೇ ಅಭಿವೃದ್ಧಿ ಎಂಬ ಪರಿಕಲ್ಪನೆ ಬೆಳೆಯಿತು. ಭಾರತದಲ್ಲಿ ಪ್ರಥಮ ಅರ್ಥ ವ್ಯವಸ್ಥೆಯೆಂದು ಪರಿಭಾವಿಸಿದ ಕೃಷಿಯೂ ತನ್ನ ನೈಜತೆಯನ್ನು ಬಿಟ್ಟು ಜೀವ ವಿರೋಧಿ ಸ್ಥಾನವನ್ನೇ ಪಡೆಯಿತು. ಕೃತಕ ಜೀವ ಸರಪಳಿಯ ಸೃಷ್ಠಿಯಾದುದೂ ಕೃಷಿ, ಕೈಗಾರಿಕೆಯ ಮೇಲೆ ಅವಲಂಬಿತವಾದ ನಂತರವೆಂದೇ ಹೇಳಬಹುದು. ಕೃಷಿಯನ್ನು ಅವಲಂಬಿಸಿ ಕೈಗಾರಿಕೆ ಸ್ಥಾಪನೆಯಾಗುತ್ತಿದೆ ಎಂದೆಲ್ಲ ಹುಯಿಲೆಬ್ಬಿಸಿದ್ದರೂ ವಾಸ್ತವಿಕವಾಗಿ ಕೈಗಾರಿಕೆಗಳೇ ಕೃಷಿಯನ್ನು ಆಳುತ್ತಿವೆ ಎನ್ನುವ ಅನುಮಾನ ಇಂದು ಉಳಿದಿಲ್ಲ. ಈ ಪ್ರಕ್ರಿಯೆಯಲ್ಲೂ ನಮ್ಮ ರಾಜಕಾರಣ ಪ್ರಧಾನ ಪಾತ್ರ ವಹಿಸಿದೆ. ೫೦ರ ದಶಕದ ನಂತರ ನಮ್ಮ ರಾಜಕಾರಣವೂ ಎರವಲು ರಾಜಕಾರಣವೇ ಆಗಿದ್ದರಿಂದ ರಾಜಕಾರಣ, ಶಿಕ್ಷಣ ಮತ್ತು ಮಾಧ್ಯಮ ಈ ಮೂರೂ ಜೀವ ಪರಿಸರದ ವಿನಾಶದ ಮೇಲೆ ಗಂಭೀರ ಪರಿಣಾಮ ಬೀರುತ್ತಾ ಬಂದಿದೆ. ನಮ್ಮ ಮಕ್ಕಳು, ಮೊಮ್ಮಕ್ಕಳು ಅಪಾಯಕ್ಕೆ ಹತ್ತಿರವಾಗುವಂತೆ ವರ್ತಮಾನದ ವರ್ತನೆ ರೂಪಿಸಲು ಈ ಮೂರು ಕ್ಷೇತ್ರದ ಕೊಡುಗೆಯನ್ನು ಗಮನಿಸಲೇ ಬೇಕಾಗಿದೆ.

ಹಾಗಾಗಿ ನಮ್ಮ ಶಿಕ್ಷಣ ಮತ್ತು ಮಾಧ್ಯಮಗಳು ಇಲ್ಲೂ ಎಚ್ಚರದಿಂದ ಹೆಜ್ಜೆ ಇಡಬೇಕು. ಮತ್ತೆ ಈ ಹಿಂದೆ ಹೇಳಿದಂತೆ ನಮ್ಮ ಭೂಮಿಯ ಬಗ್ಗೆ ಮಕ್ಕಳ ಪ್ರಜ್ಞೆಯ ಬಾಗಿಲನ್ನು ತೆರೆಯುವ ದೃಷ್ಟಿಯಿಂದಲೇ ಶಿಕ್ಷಣ ಮತ್ತು ಮಾಧ್ಯಮಗಳು ಹೆಜ್ಜೆ ಇಡಬೇಕು. ಪರಿಸರ

ಜಾಗೃತಿಯೆನ್ನುವುದು ಭೂಮಿಯ ಭವಿಷ್ಯದ ಉಳಿವಿನ ಆ ಮೂಲಕ ಮಾನವ ಜನಾಂಗದ ಉಳಿವಿನ ಬಗ್ಗೆ ಅತೀ ಹೆಚ್ಚಿನ ಅರಿವು ಮೂಡಿಸುವ ವಾಸ್ತವಿಕ ನೆಲೆಯಿಂದ ನಡೆಯಲೇಬೇಕು. ಅದರ ಹೊರತು ಯಾರು ಅಧಿಕಾರಕ್ಕೆ ಬಂದರು ಯಾವ ಕಾನೂನುಗಳು ಹೇಗೆ ಬಂದವು ಏನು ಮಾಡಿದವು ಎಂಬಿತ್ಯಾದಿ ಒಣ ವಿವರಣೆಗಳನ್ನು ನಮ್ಮ ಮಕ್ಕಳಿಗೆ ನೀಡುವ ದೃಷ್ಟಿಯಿಂದ ಆಗಬಾರದು.

ಮಾಧ್ಯಮ

ಆಧುನಿಕ ಜಗತ್ತಿಗೆ ಮಾಧ್ಯಮ ಅತ್ಯಂತ ಅನಿವಾರ್ಯ ಅಥವಾ ಇದನ್ನು ಪ್ರಜಾಪ್ರಭುತ್ವದ ನಾಲ್ಕನೇ ಅಂಶ ಎಂಬಿತ್ಯಾದಿ ರೀತಿಯ ಅಭಿಪ್ರಾಯ ಬರುವಂತೆ ಮಾಧ್ಯಮಗಳಿಂದಲೇ ಬಿಂಬಿಸಲಾಗಿದೆ. ಮಾಧ್ಯಮಗಳು ಜಗತ್ತನ್ನೇ ಹತ್ತಿರಗೊಳಿಸುತ್ತಿವೆ, ಮಾಹಿತಿಯ ಮಹಾಪೂರವನ್ನೇ ಹರಿಸುತ್ತಿವೆ. ಮಾಧ್ಯಮ ಸ್ಥಬ್ದಗೊಂಡರೆ ಜಗತ್ತೆ ಅಳಿದಂತೆ ಎಂಬಿತ್ಯಾದಿ ಮಾಧ್ಯಮವಿಲ್ಲದೆ ಜಗತ್ತೇ ಇಲ್ಲ ಎನ್ನುವ ಮೂಲಕ ಸಹಜ ಬದುಕು ಮತ್ತು ಪ್ರಕೃತಿ ಸಹಜ ನಿಯಮಗಳನ್ನು ವ್ಯವಸ್ಥಿತವಾಗಿ ಅಲ್ಲಗಳೆಯುವ ಕಾರ್ಯ ನಡೆಯುತ್ತಿದೆ. ಕೇವಲ ರಾಜಕೀಯ ಬದುಕೇ ಪ್ರಧಾನವೆಂದು ಬಿಂಬಿಸುತ್ತಾ ಬಂದ ಪರಿಣಾಮವೋ ಏನೋ ಇವತ್ತು ಈ ದೇಶದ ರಾಜಕಾರಣ ಹದ್ದು ಮೀರುವಂತೆ ಆಗಿದೆ. ಮಾಧ್ಯಮಗಳ ಮೂಲಕ ಜ್ಞಾನದ ಸ್ಫೋಟ ನಡೆಯುತ್ತಿದೆ ಎಂಬ ವಾದವೇ ಅಜ್ಞಾನದಿಂದ ಕೂಡಿದ್ದು ಎನ್ನುವುದರಲ್ಲಿ ಯಾವ ಅನುಮಾನವೂ ಉಳಿದಿಲ್ಲ. ಯಾಕೆಂದರೆ ರಸ್ತೆ, ಕಟ್ಟಡ, ಅಣೆಕಟ್ಟು,ಕೈಗಾರಿಕೆ,ವಾಣಿಜ್ಯ ಈ ರೀತಿಯ ಅಂಶಗಳೇ ಅಭಿವೃದ್ಧಿ, ಅದು ನಡೆಯಲೇಬೇಕು ಇದನ್ನು ನಮ್ಮ ರಾಜಕಾರಣ ನಡೆಸಬೇಕು ಅದಿಲ್ಲದಿದ್ದರೆ ನಮ್ಮದು ಹಿಂದುಳಿದ ರಾಷ್ಟ್ರ ಎಂದೆಲ್ಲಾ ಬಿಂಬಿಸುತ್ತಾ ಬಂದ ಮಾಧ್ಯಮ ವಾಸ್ತವಿಕತೆಯನ್ನು ಮುಚ್ಚಿಟ್ಟಿದೆ ಎಂದರೆ ತಪ್ಪಲ್ಲ. ಸಹಜ ಶಿಕ್ಷಣ, ಜೀವ ಸಂಕುಲದ ವೃದ್ಧಿಯ ಬಗ್ಗೆ ಎಲ್ಲೋ ಅತ್ಯಲ್ಪ ಕಾಳಜಿ ವಹಿಸಿ ಅದರ ನಾಶದಿಂದಾಗುವ ಲಾಭದ ಬಗ್ಗೆಯೇ ಹೆಚ್ಚು ಒತ್ತು ನೀಡುವ ಮಾಧ್ಯಮ ಭವಿಷ್ಯದ ದೃಷ್ಟಿಯಿಂದ ಬದುಕುವ ಶಿಕ್ಷಣ ಹಾಗೂ ಈ ಜೀವ ಪರಿಸರಕ್ಕೆ ಖಂಡಿತಾ ಹಾನಿ ಮಾಡುತ್ತದೆ. ಇಂದು ಅತಿ ಜರೂರಾಗಿ ನಡೆಯಬೇಕಾದುದು ಅನೇಕ ಇದೆ. ಅದನ್ನು ಪತ್ತೆ ಹಚ್ಚುವ, ಅದನ್ನು ಜನತೆಗೆ ಮುಟ್ಟಿಸಿ ಅಜ್ಞಾನವನ್ನು ದೂರ ಮಾಡುವ ಕಾರ್ಯ ಮಾಧ್ಯಮಗಳಿಂದ ನಡೆಯಬೇಕಾಗಿದೆ. ಬದುಕಿನ ಮೌಲ್ಯಗಳನ್ನು ಎತ್ತಿ ಹಿಡಿಯುವ ಅನಿವಾರ್ಯ ಮಾಧ್ಯಮಗಳಿಗಿದೆ. ಚಾರಿತ್ರಿಕ ಮೌಢ್ಯಗಳನ್ನು ಪ್ರಶ್ನಿಸುವ ಮತ್ತು ಭವಿಷ್ಯದ ಅಭಿವೃದ್ಧಿಯನ್ನು ವಿಶ್ಲೇಷಿಸುವ ಕಾರ್ಯವನ್ನು ಮಾಧ್ಯಮಗಳು ಅತಿ ಜರೂರಾಗಿ ಮಾಡಬೇಕಾಗಿದೆ. ಯಾಕೆಂದರೆ ವರ್ತಮಾನ ಇವೆರಡನ್ನು ಒಪ್ಪಿಕೊಂಡೇ ಸಾಗುತ್ತಿರುವುದನ್ನು ಕಾಣುತ್ತಿದ್ದೇವೆ. ಇದು ಬದಲಾಗಬೇಕಾಗಿದೆ.

ಒಟ್ಟಿನಲ್ಲಿ ನಮ್ಮ ಶಿಕ್ಷಣ, ಜೀವ ಪರಿಸರ ಹಾಗೂ ಮಾಧ್ಯಮ ಇವು ಬುದ್ಧಿವಂತರೆನಿಸಿದ ಒಂದಷ್ಟು ಜನರ ಹಿಡಿತದಿಂದಾಗಿ ಸಹಜವಾಗಿ ಬದುಕುವ ಅದೆಷ್ಟೋ ಮಾನವ ಜನಾಂಗಕ್ಕೆ ಮತ್ತು ಜೀವಗಳಿಗೆ ಅಸಹಜವಾಗಿದೆ. ಆದರೆ ಎಲ್ಲೂ ಹೇಳಿಕೊಳ್ಳಲಾರದ ಹೇಳಿಕೊಂಡರೂ ಪ್ರಯೋಜನವಾಗದ ಸ್ಥಿತಿ ನಿರ್ಮಾಣವಾಗಿದೆ. ಈ ಅಸಹಜತೆಯೇ ಒಟ್ಟು ಮಾನವ ಜನಾಂಗದ ಬದುಕಿನ ಮೇಲಿನ ದುಷ್ಪರಿಣಾಮ. ಆದ್ದರಿಂದ ಭವಿಷ್ಯದ ಹಿನ್ನೆಲೆಯಲ್ಲಿ ಶಿಕ್ಷಣವೆನ್ನುವುದು ಪ್ರಕೃತಿಗೆ ಪೂರಕವಾಗಿ ಬದುಕುವ ಶಿಕ್ಷಣವಾಗಬೇಕು. ಜೀವಪರಿಸರ ವೆನ್ನುವುದು ಮಾನವನನ್ನು ಉಳಿಸುವ ನೆಲೆಯಲ್ಲಿ ಮಾನವನೇ ಉಳಿಸುವಂತಾಗಬೇಕು.ಈ ಇವೆರಡನ್ನು ಹೆಚ್ಚು ಹೆಚ್ಚು ಪ್ರಚಾರಗೊಳಿಸುವ ಹಿನ್ನಲೆಯಲ್ಲಿ ಮಾಧ್ಯಮಗಳು ಬೆಳೆಯಬೇಕು.

೨

ಶಿಕ್ಷಣ ಕ್ಷೇತ್ರದಲ್ಲಿ ಪತ್ರಿಕೋದ್ಯಮ ಶಿಕ್ಷಣ ತರಬೇತಿ ಹಾಗೂ ಸ್ವರೂಪಗಳು

–ಭಾಸ್ಕರ್ ಹೆಗ್ಡೆ

'ತಾವೇಕೆ ಎಂಜಿನಿಯರಿಂಗ್‌ಗೆ ಬಂದೆವು. ಆ ಕೋರ್ಸ್‌ನಲ್ಲಿ ಏನು ಸಾಧಿಸಲಿಕ್ಕೆ ಸಾಧ್ಯ ಎನ್ನುವುದು ಗೊತ್ತಿಲ್ಲದೆ ಓದಲಿಕ್ಕೆ ಬರುವ ವಿದ್ಯಾರ್ಥಿಗಳೇ ಜಾಸ್ತಿ. ಮನೆಯವರ ಒತ್ತಾಯಕ್ಕೋ, ನೆಂಟರಿಸ್ಟರ ಒತ್ತಾಸೆಗೋ ಇನ್ಯಾರನ್ನೋ ಮೆಚ್ಚಿಸಲಿಕ್ಕೆಂದು ಓದಲಿಕ್ಕೆ ಬರುವವರು ಇಲ್ಲಿನ ಒತ್ತಡಗಳನ್ನು ಅರಿತುಕೊಳ್ಳದೆ ದಿಗ್ಭ್ರಾಂತರಾಗುತ್ತಾರೆ. ಒತ್ತಡವೇ ಅವರ ಬದುಕನ್ನು ನರಕವಾಗಿಸುತ್ತಿದೆ. ಇದಕ್ಕೇನು ಪರಿಹಾರ?.'

ಇದು ಜನಪ್ರಿಯ ಪತ್ರಿಕೆ ಸುಧಾದಲ್ಲಿ ಇತ್ತೀಚೆಗೆ ಪ್ರಕಟಗೊಂಡ ಬರಹವೊಂದರ ಸಾರಾಂಶ. ಇಂಜಿನಿಯರಿಂಗ್ ಶಿಕ್ಷಣದ ಕುರಿತ ವಿಶ್ಲೇಷಣೆಗೆ ಪೂರಕವಾಗಿ ಪ್ರಕಟಗೊಂಡ ಆ ಬರಹ ಕೆಲ ವಾಸ್ತವ ಸಂಗತಿಗಳನ್ನಾಧಾರಿತ ಪರಿಣಾಮಕಾರಿ ಬರಹ.

ಪತ್ರಿಕೋದ್ಯಮ ಶಿಕ್ಷಣ ಹಾಗೂ ಅದರ ಸ್ವರೂಪ ಎಂಬ ವಿಷಯದ ಹಿನ್ನಲೆಯಲ್ಲಿ ಬರೆಯ ಹೊರಟಾಗ 'ಸುಧಾ'ದ ಆ ಬರಹದ ಸಾರಾಂಶ ಇಲ್ಲಿಗೂ ಅನ್ವಯಿಸಲ್ಪಡುತ್ತಲ್ಲವಾ ಎಂಬ ಪ್ರಶ್ನೆ ತಟ್ಟನೆ ಮೂಡಿಬಂತು.

ಶೈಕ್ಷಣಿಕವಾಗಿ ಇಂದು ಪತ್ರಿಕೋದ್ಯಮ ತುಂಬಾ ಡಿಮಾಂಡಿಂಗ್ ಸಬ್ಜೆಕ್ಟ್ ಎನ್ನುವ ಬಗ್ಗೆ ಎರಡು ಮಾತಿಲ್ಲ. ಹಿಂದೆ ವಿಶ್ವವಿದ್ಯಾಲಯ ಮಟ್ಟದಲ್ಲಿ ಮಾತ್ರ ಸೀಮಿತವಾಗಿದ್ದ ಜರ್ನಲಿಸಂ ಈಗ ಪದವಿ ಮಟ್ಟದಲ್ಲೂ ಅಷ್ಟೇ ಜನಪ್ರಿಯ. ಜರ್ನಲಿಸಂ ಓದಲು ಪೈಪೋಟಿ ಎನ್ನುವಷ್ಟರ ಮಟ್ಟಿಗೆ ಪ್ರೊಫೆಶನಲ್ ಕೋರ್ಸಾಗಿ ಇಂದು ಪತ್ರಿಕೊದ್ಯಮ ವ್ಯಾಪಿಸಿದೆ.

ಇತಿಹಾಸ, ಅರ್ಥಶಾಸ್ತ್ರ, ಕನ್ನಡ, ಮನಃಶಾಸ್ತ್ರ ಮುಂತಾದ ಸಬ್ಜೆಕ್ಟ್‌ಗಳಂತೆಯೇ ಪತ್ರಿಕೋದ್ಯಮ ವಿಷಯ ಕಲಾವಿಭಾಗದಲ್ಲಿ ಒಂದು ಐಚ್ಛಿಕ ವಿಷಯ. ಆದರೆ ಜರ್ನಲಿಸಂನಿಂದಾಗಿ ಬೇರೆ ಕೆಲವು ವಿಷಯಗಳು ಕಾಂಬಿನೇಶನ್‌ನಲ್ಲಿ ಇದರೊಟ್ಟಿಗೆ ಸೇರುವ ಮೂಲಕ ಸೇಪ್ ಆಗುತ್ತಿದೆ ಎಂಬ ಮಟ್ಟಿಗೆ ಪತ್ರಿಕೊದ್ಯಮಕ್ಕೆ ಇಂದು ಮಹತ್ವ ಬಂದಿದೆ.

ಕೆಲವು ಪತ್ರಿವೃತ ಕಾಲೇಜುಗಳಲ್ಲಿ ಇಂದು ತಮ್ಮಲ್ಲಿ ಜರ್ನಲೀಸಂ ಶಿಕ್ಷಣ ಲಭ್ಯ ಎಂಬುದನ್ನು ಜಾಹೀರಾತಿನಲ್ಲಿ ವಿಶೇಷವಾಗಿ ಉಲ್ಲೇಖಿಸಲಾಗುತ್ತಿದೆ. ಆ ಮೂಲಕ

ವಿದ್ಯಾರ್ಥಿಗಳನ್ನು ಕಲಾ ವಿಭಾಗಕ್ಕೆ ಆಕರ್ಷಿಸಬಹುದು ಎಂಬ ಅಂಶ ಕೂಡಾ ಅಷ್ಟೇ ಗಮನಾರ್ಹ.

೯೦ರ ದಶಕದಲ್ಲಿ ಅನಾಮಿಕ ವಿಷಯವಾಗಿದ್ದ ಜರ್ನಲಿಸಂ ಇಂದು ಪ್ರೈಮ್ ಸಬ್ಜೆಕ್ಟ್ ಎಂಬಂತೆ ಬೆಳೆದು ನಿಂತಿರುವುದು ಅಚ್ಚರಿ ಹುಟ್ಟಿಸುವಂತದ್ದು. ಆಗ ಪತ್ರಿಕೋದ್ಯಮ ಎನ್ನುವುದು ವಿದ್ಯಾರ್ಥಿಗಳ ಪಾಲಿಗೆ ತೀರಾ ಹೊಸ ವಿಷಯ. ಡಿಗ್ರಿಯಲ್ಲಿ ಏನಿದ್ದರೂ ಎಚ್‌ಇಪಿ (ಇತಿಹಾಸ, ಅರ್ಥಶಾಸ್ತ್ರ, ರಾಜ್ಯಶಾಸ್ತ್ರ) ಎಂಬುದೇ ಬಹುತೇಕರ ತಿಳುವಳಿಕೆ. ನೋಟ್ಸ್ ಕೊಡುತ್ತೇವೆ. ವಿಷಯ ಸುಲಭವಿದೆ. ಉದ್ಯೋಗಾವಕಾಶ ಪೂರಕವಾಗಿದೆ ಎಂಬಿತ್ಯಾದಿ ಉಪಾನ್ಯಾಸಕರ ಯಾವುದೇ ಅಮೀಷಗಳಿಗೂ ಬಗ್ಗದೆ ಬೇರೆ ಸಬ್ಜೆಕ್ಟ್ ಕಡೆ ವಿದ್ಯಾರ್ಥಿಗಳು ಗಟ್ಟಿಯಾಗಿ ಅಂಟಿಕೊಳ್ಳುತ್ತಿದ್ದ ಕಾಲವದು ಅಥವಾ ಯಾವ ವಿಷಯ ವಾದರೂ ಆದೀತು ಪತ್ರಿಕೋಧ್ಯಮ ಬೇಡವೇ ಬೇಡ ಎಂಬ ಕಾಲ ಅದಾಗಿತ್ತು.

ಸಬ್ಜೆಕ್ಟ್ ಒಂದಕ್ಕೆ ಕನಿಷ್ಠ ಹತ್ತು ವಿದ್ಯಾರ್ಥಿಗಳಿಲ್ಲದಿದ್ದರೆ ವಿಷಯ ಮುಂದುವರಿಸಲು ಅಸಾಧ್ಯ ಎಂಬ ನಿಯಮದ ಪ್ರಕಾರ ಜರ್ನಲೀಸಂ ಉಳಿವಿಗಾಗಿ, ತಮ್ಮ ಉಳಿವಿಗಾಗಿ ಉಪನ್ಯಾಸಕರು ಅಂದು ಪರದಾಟಬೇಕಾದ ಸ್ಥಿತಿಯನ್ನು ಅಧ್ಯಾಪಕರೋರ್ವರು ನೆನಪಿಸಿಕೊಳ್ಳುತ್ತಾರೆ. ವಿಶ್ವವಿದ್ಯಾಲಯಗಳಲ್ಲೂ ಅಥವಾ ಕಾಲೇಜಿನಲ್ಲಿ ಬೇರೆ ಯಾವುದೇ ವಿಷಯ ಸಿಗದಿದ್ದಾಗ, ಎಲ್ಲೆಡೆ ಸೀಟ್ ಭರ್ತಿ ಆದಾಗ ಕೊನೆಗೆ ಸಂತ್ರಸ್ತರ ಕೇಂದ್ರ ಎಂಬಂತೆ ಪತ್ರಿಕೋದ್ಯಮದತ್ತ ಕೆಲವರು ವಿದ್ಯಾರ್ಥಿಗಳು ಮುಖ ಮಾಡುತ್ತಿದ್ದಾರೆಂಬ ಸ್ಥಿತಿ ಇತ್ತು.

ಆದರೆ ಈಗ ಚಿತ್ರಣ ತುಂಬಾ ವಿಭಿನ್ನ. ಒಂದರ್ಥದಲ್ಲಿ 'ಯೂ'ಟರ್ನ್ ಎಂಬಷ್ಟರ ಮಟ್ಟಿಗೆ ಜರ್ನಲೀಸಂಗೆ ಬಹು ಬೇಡಿಕೆ. ರಾಜ್ಯದ ಬಹುತೇಕ ಪದವಿ ಕಾಲೇಜುಗಳಲ್ಲಿಂದು ಪತ್ರಿಕೋಧ್ಯಮ ವಿಷಯಗಳು ಕಲಾ ವಿಭಾಗದಲ್ಲಿ ಸೇರ್ಪಡೆಗೊಂಡಿದೆ. ವಿಶ್ವವಿದ್ಯಾಲಯಗಳ ಹೊರತಾಗಿ ಎಂಸಿಜೆ ಸ್ನಾತಕೋತ್ತರ ಪದವಿ ನೀಡುವ ಖಾಸಗಿ ಕಾಲೇಜುಗಳ ಸಂಖ್ಯೆ ಕೂಡಾ ವೇಗವಾಗಿ ಬೆಳೆಯುತ್ತಿವೆ. ಮುಕ್ತ ವಿಶ್ವವಿದ್ಯಾಲಯಗಳಲ್ಲೂ ಜರ್ನಲಿಸಂ ಪದವಿಗಾಗಿ ದೊಡ್ಡ ಕ್ಯೂ. ಜರ್ನಲಿಸಂನಲ್ಲಿ ಡಿಪ್ಲೊಮೊ ನೀಡುವ ಸಂಸ್ಥೆಗಳ ಸಂಖ್ಯೆ ಕೂಡಾ ಗಣನೀಯ.

ಇಂಜಿನೀಯರಿಂಗ್, ಮೆಡಿಕಲ್‌ನ ಹಾಗೆ ತನ್ನ ಮಗ ಅಥವಾ ಮಗಳು ಪತ್ರಿಕೋದ್ಯಮ ಓದುತ್ತಿದ್ದಾರೆಂಬುದನ್ನು ಕೆಲ ಪಾಲಕರು ಪ್ರತಿಷ್ಠೆಯ ಸಂಗತಿಯನ್ನಾಗಿಸುತ್ತಿರುವುದು ಕುತೂಹಲಕಾರಿ ಅಂಶ. ಶುಲ್ಕ ಎಷ್ಟಾದರೂ ಸರಿ ನಮಗೆ ಜರ್ನಲಿಸಂ ಸೀಟ್ ಕೊಡಿ ಎಂದು ಪ್ರತಿಷ್ಠಿತ ಸಂಸ್ಥೆಗಳಲ್ಲಿ ಬೇಡಿಕೆ ಮುಂದಿಡುವ ಅದೆಷ್ಟೋ ಪಾಲಕರು ಕಾಣಸಿಗುತ್ತಾರೆ. ಜರ್ನಲಿಸಂ ಸಿಗದು ಎಂದಾದಾಗ ಬೇರೆಡೆ ಎಲ್ಲಿಯಾದಾರೂ ಸರಿ ಇದೇ ವಿಷಯ ಓದಬೇಕೆಂಬ ಹೆಬ್ಬಯಕೆ ಹೊಂದಿರುವ ವಿದ್ಯಾರ್ಥಿಗಳು ಅಧಿಕವಾಗುತ್ತಿದ್ದಾರೆ. ಇದೆಲ್ಲ ನಮಗಲ್ಲ, ಅದರಲ್ಲೂ ಹುಡುಗಿಯರಿಗಂತೂ ಅಲ್ಲವೇ ಅಲ್ಲ ಎಂದು ಪತ್ರಿಕೋದ್ಯಮದ ಬಗ್ಗೆ, ಮಾಧ್ಯಮಕ್ಷೇತ್ರದ ಬಗ್ಗೆ ಮೂಗು ಮುರಿಯುತ್ತಿದ್ದ ಕಾಲ ಒಂದಾಗಿದ್ದರೆ ಈಗ ಈ ಸಬ್ಜೆಕ್ಟ್ ಓದುವುದೇ ಜಂಬದ ಸಂಗತಿ ಎಂಬುದು ವಾಸ್ತವ ಸತ್ಯ. ಬಹುತೇಕ ಕಾಲೇಜುಗಳಲ್ಲಿ ಹುಡುಗಿಯರೇ ಮೆಜೊರಿಟಿ ಎಂಬ ಮಟ್ಟಿಗೆ ಜರ್ನಲಿಸಂ ಇಂದು ವ್ಯಾಪಿಸುತ್ತಿದೆ ಎಂಬುದೂ ಈಗಿನ ಬೆಳವಣಿಗೆ.

ಜರ್ನಲಿಸಂ ಶಿಕ್ಷಣಕ್ಕಾಗಿ ಲಕ್ಷಾಂತರ ರೂಪಾಯಿ ವಸೂಲಿ ಮಾಡುವ ಸಂಸ್ಥೆಗಳು ಅನೇಕ ಇವೆ ಎಂಬುದು ಈ ಕೋರ್ಸಿನ ಜನಪ್ರಿಯತೆಗೆ ಸಾಕ್ಷಿ ಎನ್ನಿಸುತ್ತವೆ. ಪಿಯುಸಿಯಲ್ಲಿ ಓದುವಾಗಲೇ ಮುಂದೇನು ಎಂಬ ಪ್ರಶ್ನೆ ಬಂದಾಗ ಪತ್ರಿಕೋದ್ಯಮ ಎಂದು ಗಟ್ಟಿಯಾಗಿ ಹೇಳುತ್ತಿರುವವರ ಸಂಖ್ಯೆ ಅಧಿಕವಾಗುತ್ತಿದೆ.

ಪಿಯುಸಿಯಲ್ಲಿ ವಿಜ್ಞಾನ, ಕಲೆ, ವಾಣಿಜ್ಯ ಹೀಗೆ ಯಾವುದೇ ಸ್ಟ್ರೀಮ್‌ನಲ್ಲಿ ಓದಿದವರಿಗೂ ಪದವಿಯಲ್ಲಿ ಜರ್ನಲಿಸಂ ಶಿಕ್ಷಣ ಆಯ್ಕೆಮಾಡುವ ಅವಕಾಶವಿದ್ದು ಎಂ.ಸಿ.ಜೆ ಹಂತದಲ್ಲೂ ಸದ್ಯಕ್ಕೆ ಇದೆ. ನಿಯಮ ಹಲವರಿಗೆ ವರದಾನವೆನಿಸಿದೆ. ಬಿಕಾಂ, ಬಿಎಸ್ಸಿ ಹೀಗೆ ಯಾವುದೇ ಪದವೀದರರಿಗೂ ಎಂ.ಸಿ.ಜೆ ಮಾಡುವ ಅರ್ಹತೆಯಿಂದಾಗಿ ಜರ್ನಲಿಸ್ಟ್ ಆಗುವ ಕನಸು ನನಸಾಗಿಸಿಕೊಂಡವರಲ್ಲಿ ವಿವಿಧ ಸ್ಟ್ರೀಮ್‌ನವರನ್ನೂ ಕಾಣಲು ಸಾಧ್ಯವಾಗುತ್ತಿದೆ.

ಆದರೆ ಪತ್ರಿಕೋದ್ಯಮವನ್ನು ತರಗತಿ ಕೋಣೆಯಲ್ಲಿ ಕಲಿಸಲು ಸಾಧ್ಯವಾ ಎಂಬ ಪ್ರಶ್ನೆ ಇಂದಿಗೂ ಚರ್ಚೆಯಲ್ಲಿದೆ. 'ಜರ್ನಲೀಸ್ಟ್ಸ್ ಆರ್ ಬೋರ್ನ್ ಬಟ್ ನೋಟ್ ಮೇಡ್' ಎಂಬ ಮಾತು ಕೂಡಾ ಚಾಲ್ತಿಯಲ್ಲಿದೆ. ಶಾಸ್ತ್ರೀಯವಾಗಿ ಜರ್ನಲಿಸಂ ಓದುವುದೇನೊ ಸರಿ. ಆದರೆ ಜರ್ನಲೀಸ್ಟ್ ಆಗುವುದೆಂದರೆ ಸ್ವಿಮಿಂಗ್‌ನ ಹಾಗೆ ಎಂಬ ಹಿನ್ನಲೆಯಲ್ಲಿ ವಾದ ಕೂಡಾ ಬಲವಾಗಿದೆ. ಅಂದರೆ ಪತ್ರಿಕೋದ್ಯಮದ ನಿಜವಾದ ಕೆಲಸ ಗೊತ್ತಾಗುವುದು ಪ್ರಾಯೋಗಿಕವಾಗಿ ಅನುಭವವಾದಾಗಲೇ.

ಕೆಲ ವರ್ಷಗಳ ಹಿಂದೆ ಜನಪ್ರಿಯ ಪತ್ರಿಕೆ ತರಂಗದಲ್ಲಿ ಲೀಡ್ ಸ್ಟೋರಿಯಾಗಿ ಪ್ರಕಟಗೊಂಡ ಬರಹ ಇಲ್ಲಿ ತುಂಬಾ ಪ್ರಸ್ತುತ. 'ಪತ್ರಿಕೋದ್ಯಮ ಶಿಕ್ಷಣ ಪುಸ್ತಕದ ಬದನೆಕಾಯಿಯಲ್ಲ' ಎಂಬುದು ಆ ಬರಹದಲ್ಲಿ ಚರ್ಚೆಯಾಗಿತ್ತು. 'ಮಾಧ್ಯಮ ಲೋಕದೊಳಗೊಂದು ಹೊಸ ಅಂತರ್ಯುದ್ದ' ಎಂಬ ತಲೆಬರಹದಡಿಯಲ್ಲಿ ಇತ್ತೀಚೆಗೆ ಹೊಸದಿಗಂತ ಪತ್ರಿಕೆಯಲ್ಲಿ ಎಂ.ಶ್ರೀನಿವಾಸ ಅವರು ವ್ಯಕ್ತಪಡಿಸುವ ಅಭಿಪ್ರಾಯ ಕೂಡಾ ಇಲ್ಲಿ ಅಷ್ಟೇ ಪೂರಕ. "ಪತ್ರಿಕೋದ್ಯಮ ಎಂಬ ಸ್ನಾತಕೋತ್ತರ ಪಧವೀದರರಾಗಿ ನಿಂತ ಎಷ್ಟೋ ಮಂದಿ ಯುವಕ ಯುವತಿಯರಿಗೆ ನೆಟ್ಟಗೆ ಕನ್ನಡ ಬರೆಯಲಿಕ್ಕೆ ಬರುವುದಿಲ್ಲ ಕಾಗುಣಿತ, ಒತ್ತಕ್ಷರಗಳ ನಿಖರತೆಯ ಅರಿವೇ ಅವರಿಗಿರುವುದಿಲ್ಲ. ಒಂದು ಪ್ರಭಾವಶೀಲಯಾದ ವಾಕ್ಯವನ್ನು ಸಂರಚನೆ ಮಾಡಲಿಕ್ಕೆ ಅವರಿಗೆ ತಿಳಿಯುವುದಿಲ್ಲ" ಎಂದಿದ್ದಾರೆ. ಇದು ಅಕ್ಷರಶಃ ನಿಜ.

ಕನ್ನಡದ ಖ್ಯಾತ ವಾಹಿನಿ ಸುವರ್ಣ ೨೪ X ೭ ಚಾನೆಲ್‌ನವರು ಹೊಸ ಪ್ರಯೋಗವಾಗಿ ಸ್ಟೂಡೆಂಟ್ ರಿಪೋರ್ಟರ್ ಹೆಸರಿನ ರಿಯಾಲಿಟಿ ಶೋ ಪ್ರಾರಂಬಿಸಿದಾಗಲೂ, ಇದೇ ವಿಷಯ ಚರ್ಚೆಗೆ ಗ್ರಾಸವಾಗಿತ್ತು. ಸ್ಟೂಡೆಂಟ್ ರಿಪೋಟರ್ ಆಗಬಯಸಿ ಅರ್ಜಿ ಸಲ್ಲಿಸಿದ್ದ ರಾಜ್ಯದ ಸಾವಿರಾರು ಪತ್ರಿಕೋದ್ಯಮ ವಿದ್ಯಾರ್ಥಿಗಳ ಪೈಕಿ ಬಹುತೇಕರು ಆರಂಭದಲ್ಲಿನ ಲಿಖಿತ ಪರಿಕ್ಷೆಯ ಹಂತದಲ್ಲಿ ನಗೆಪಾಟಲಿಗೀಡಾಗುವ ಮಟ್ಟಿಗೆ ಅಜ್ಞಾನ ಪ್ರದರ್ಶಿಸಿದ್ದರು. ಪತ್ರಿಕೋದ್ಯಮ ವಿದ್ಯಾರ್ಥಿಗಳ ಬರಹ ವೈಖರಿ, ಪದ ಪ್ರಯೋಗ ಸಾಮಾನ್ಯಜ್ಞಾನ, ನಿರೂಪಣಾ ಶೈಲಿ ಎಷ್ಟು ಕಳಪೆಯಾಗಿದೆ ಎಂಬುದನ್ನು ಆ ಚಾನೆಲ್ ಕಾರ್ಯಕ್ರಮದಡಿ ಸಾರ್ವಜನಿಕರಿಗೆ ಬಹಿರಂಗವಾಗಿ ಪರಿಚಯಿಸುವ ಮೂಲಕ ಪತ್ರಿಕೋದ್ಯಮ ವಿದ್ಯಾರ್ಥಿಗಳು ಹೀಗಾ? ಎಂಬ ಉದ್ಗಾರ ಹೊರಡಿಸುವಂತೆ ಮಾಡಿದ್ದರು.

ಹಾಗಾದರೆ ಪತ್ರಿಕೋದ್ಯಮ ಶಿಕ್ಷಣ ವೇಸ್ಟಾ? ಅಪ್ರಯೋಜನವಾ? ಎಂಬಂತೆ ಮೇಲ್ಕಂಡ ಮಾತುಗಳು ಭಾವನೆ ಹುಟ್ಟಿಸತ್ತದ್ದಲ್ಲವೇ? ಇದು ಇಂಜಿನಿಯರಿಂಗ್ ಅಥವಾ ಬೇರಿನ್ಯಾವುದೇ ಕೋರ್ಸ್‌ನ ಹಾಗೆ ಆಸಕ್ತ ವಿದ್ಯಾರ್ಥಿಗಳ ಕೊರತೆ ಹೊಂದುತ್ತಿದೆಯಾ ಎಂಬ ಪ್ರಶ್ನೆ ಹುಟ್ಟುಹಾಕುತ್ತಿರುವುದಂತೂ ಹೌದು.

ಪತ್ರಿಕೋದ್ಯಮ ಪದವಿ ಮುಗಿದಕೂಡಲೇ ಮಾಧ್ಯಮಕ್ಷೇತ್ರಕ್ಕೆ ನುಗ್ಗಿ ತಮ್ಮ ಬುದ್ದಿವಂತಿಕೆ ಹಾಗೂ ಕೌಶಲ್ಯದಿಂದ ತೀವ್ರವಾಗಿ ಮುನ್ನುಗ್ಗುತ್ತಿರುವ ಹಾಗೂ ಜನಪ್ರಿಯರಾಗುತ್ತಿರುವ ಅದೆಷ್ಟೋ ಮಂದಿ ಕಾಣಸಿಗುತ್ತಾರೆ. ಪತ್ರಿಕೋದ್ಯಮ ಶಿಕ್ಷಣದಿಂದ ಬದುಕಿಗೆ ತಿರುವಾಯಿತು. ಇಲ್ಲಿ ಆಸಕ್ತಿ, ಶ್ರದ್ಧೆ, ಉತ್ಸಾಹ ಮುಖ್ಯ. ಬೇಕಾದಷ್ಟು ಅವಕಾಶಗಳಿವೆ ಎಂಬುದು ಇವರ ಅಭಿಮತ. ಆದರೆ ಪತ್ರಿಕೋಧ್ಯಮ ಶಿಕ್ಷಣಕ್ಕೆ ಸೇರಿದರೆ ಸಾಕು ಅಂತರಾಷ್ಟ್ರೀಯ ಜರ್ನಲಿಸ್ಟ್ ಆಗಿಬಿಡಬಹುದು ಎಂಬ ಭ್ರಮೆಗೊಳಗಾಗಿ ತಪ್ಪು ಗ್ರಹಿಕೆಯಿಂದ, ಜರ್ನಲಿಸಂ ಆಯ್ಕೆ ಮಾಡಿಕೊಳ್ಳುವವರ ಸಂಖ್ಯೆಕೂಡಾ ಅಧಿಕವಾಗುತ್ತಿದೆಯಾ ಎಂಬ ಸಂಶಯ ಬರುವ ರೀತಿಯಲ್ಲಿ ಬೆಳವಣಿಗೆಗಳು ನಡೆಯಲ್ಲಿರುವುದು ವಾಸ್ತವ ಸತ್ಯ.

ಬರಹ, ಫೋಟೋಗ್ರಫಿ, ಡಾಕ್ಯುಮೆಂಟರಿ, ಎಡಿಟಿಂಗ್ ಹೀಗೆ ವಿವಿಧ ಅವಕಾಶಗಳ ಮೂಲಕ ಕಾಲೇಜು ಕ್ಯಾಂಪಸಿನಲ್ಲಿ ಹೀರೋ ಹೀರೋಯಿನ್‌ಗಳಾಗಿ ಮೆರೆಯಬಹುದಾದಷ್ಟು ಸ್ಕೋಪ್ ಇರುವ ಸಬ್ಜೆಕ್ಟ್‌ಗಳ ಪೈಕಿ ಜರ್ನಲಿಸಂಗೆ ಅಗ್ರಸ್ಥಾನ ಎಂಬುದು ನಿರ್ವಿವಾದ. ಆದರೆ ಇದಕ್ಕೆ ಪೂರಕವಾಗಿ ಶ್ರದ್ಧೆಯಿಂದ ಕೆಲಸ ಮಾಡುವ, ಶ್ರಮಪಡುವ, ಜ್ಞಾನಕೋಶ ವಿಸ್ತರಿಸಿಕೊಳ್ಳುವ ವಿದ್ಯಾರ್ಥಿಗಳ ಕೊರತೆ ಎದ್ದು ಕಾಣುತ್ತಿದೆ ಎಂಬುದು ಪತ್ರಿಕೋದ್ಯಮ ಬೋದಕರು ಗೊಣಗುವ ಮಾತು.

ಕೈಯಲ್ಲಿ ಪೆನ್ನು ಹಿಡಿದಾಕ್ಷಣ ಜರ್ನಲಿಸ್ಟ್ ಆಗಲು ಅಸಾಧ್ಯ. ಈ ವಿಷಯಕ್ಕೆ ತನ್ನದೇ ಆದ ಪ್ರಾಮುಖ್ಯತೆ ಇದೆ. ಪೂರ್ವ ತಯಾರಿಗಳಿಲ್ಲದೆ ಮಾಧ್ಯಮ ಕ್ಷೇತ್ರದಲ್ಲಿ ಹೆಸರು ಮಾಡಬೇಕು ಎಂದು ಬಂದರೆ ಅಂತಹವರು ಭ್ರಮನಿರಸನಕ್ಕೊಳಗಾಗುವುದರಲ್ಲಿ ಎರಡು ಮಾತಿಲ್ಲ. ಮಾಧ್ಯಮ ಎಂದರೆ ಹಾಗೇ. ಇಲ್ಲಿ ಭಾಷೆ, ವ್ಯಾಕರಣ, ಮಂಡನೆ ಎಲ್ಲವೂ ಸ್ಪಷ್ಟವಾಗಿರಬೇಕು.

ಬಹುತೇಕ ಕಡೆ ಪಠ್ಯಕ್ಕೆ ಮಹತ್ವ ನೀಡಲಾಗುತ್ತಿದೆ. ಪ್ರಾಯೋಗಿಕ ಅಧ್ಯಯನಕ್ಕೆ ಸೀಮಿತ ಅವಕಾಶವಿದೆ ಎಂಬ ಅರೋಪಗಳಿವೆ. ರಿಪೋರ್ಟಿಂಗ್, ಎಡಿಟಿಂಗ್, ಪೋಟೋಗ್ರಾಪ್, ವೀಡಿಯೋಗ್ರಾಪ್, ಅನುವಾದಕಲೆ ಮುಂತಾದವುಗಳನ್ನು ಕಲಿಸಲು ಕನಿಷ್ಠ ಸೌಲಭ್ಯಗಳನ್ನು ಒದಗಿಸುತ್ತಿಲ್ಲ ಎಂದು ಕೆಲವೆಡೆ ವಿದ್ಯಾರ್ಥಿಗಳ ಅಳಲು. ಒಂದೊಮ್ಮೆ ಇಂತಹ ಸೌಲಭ್ಯಗಳಿದ್ದರೂ, ಅದರ ಸದ್ಬಳಕೆ ಅಗುತ್ತಿಲ್ಲವೆಂಬುದು ಮತ್ತೊಂದಡೆ ಕೇಳಿ ಬರುತ್ತಿರುವ ಮಾತು. ಕಂಪ್ಯೂಟರೇ ಇಲ್ಲ ಮತ್ತಿನ್ನೇನು ಮಾಡಲು ಸಾಧ್ಯ ಎಂಬುದು ಕೆಲವು ಜರ್ನಲಿಸಂ ಶಿಕ್ಷಕರ ಗೋಳು. ಕಂಪ್ಯೂಟರ್ ಸಹಿತ ಸುಸಜ್ಜಿತ ಸ್ಟುಡಿಯೋಗಳಿದ್ದರೂ ಔಟ್‌ಪುಟ್ ಮಾತ್ರ ಸೊನ್ನೆ ಎಂಬಂತಹ ಸಮಸ್ಯೆ ಕೂಡಾ ಹಲವೆಡೆಯ ಬೆಳವಣಿಗೆ.

ಅಂಕಿ-ಅಂಶವೊಂದರ ಪ್ರಕಾರ ಕಳೆದ ವರ್ಷ ದೇಶದ ಮಾಧ್ಯಮ ವಲಯದ ವಹಿವಾಟಿನ ಮಟ್ಟ ೭೫ ಸಾವಿರ ಕೋಟಿಗೂ ಅಧಿಕ. ಅಂದರೆ ಕರ್ನಾಟಕದ ಹಿಂದಿನ ವರ್ಷದ ಒಟ್ಟು ಆಯವ್ಯಯ ಮಟ್ಟಕ್ಕಿಂತ ಅತ್ಯಧಿಕವಾಗಿರುವ ಮಟ್ಟಿಗೆ ಇಂದು ಮಾಧ್ಯಮ ಕ್ಷೇತ್ರ ವಿಸ್ತೃತವಾಗಿ ಬೆಳೆಯುತ್ತಿರುವ ಉದ್ಯಮ. ತೀವ್ರವೇಗದಲ್ಲಿ ಬೆಳೆಯುತ್ತಿರುವ ಈ

ಉದ್ಯಮಕ್ಕೆ ಸೂಕ್ತ ತರಬೇತುದಾರರಿಗೆ ವಿಪುಲ ಬೇಡಿಕೆ ಇರುವುದು ಅಷ್ಟೇ ಸಹಜ. ಮಾಧ್ಯಮ ಹಾಗೂ ಪತ್ರಿಕೋದ್ಯಮ ಶಿಕ್ಷಣದ ನಡುವೆ ಸಮನ್ವಯತೆಯ ಕೊರತೆ ನೀಗಬೇಕಾಗಿದೆ ಎಂಬುದು ಇಲ್ಲಿ ಗಮನಿಸಬೇಕಾದ ಅಂಶ.

ಪತ್ರಿಕೋದ್ಯಮ ಪದವೀದರರಿಗೆ ಡಿಮಾಂಡ್ ಇದೆ ಆದರೆ ಸಮರ್ಥ ಅಭ್ಯರ್ಥಿಗಳೇ ಇಲ್ಲ ಎಂಬುದು ಕಹಿ ಸತ್ಯ. ಇನ್ನು ಐದಾರು ವರ್ಷದವರೆಗೂ ಈ ಸ್ಥಿತಿ ಮುಂದುವರಿಯಲಿದೆ ಎಂಬುದು ತಜ್ಞರ ಅಭಿಮತ. ಅದರೆ ಉದ್ಯೋಗ ಸಿಗುತ್ತದೆಂಬ ಭ್ರಮೆಗೊಳಗಾಗಿ ಇಲ್ಲಿಗೆ ಪ್ರವೇಶಿಸುವವರಿಗೆ ತಿಳಿಹೇಳುವ ಹಾಗೂ ಅಂತಹವರನ್ನು ಆರಂಭದಲ್ಲೆ ತಡೆಹಿಡಿದು ಅವರ ಆ ಸಕ್ರಿಯ ಕ್ಷೇತ್ರದತ್ತ ದಾರಿತೋರುವ ಅಗತ್ಯತೆ ಇದೆ ಎಂಬುದು ಗಮನಿಸಬೇಕಾದ ಅಂಶ. ಗುಣಾತ್ಮಕ ಶಿಕ್ಷಣಕ್ಕೆ ಆದ್ಯತೆ ಎಂಬುದನ್ನೇ ವಿಶೇಷವಾಗಿ ಪತ್ರಿಕೋದ್ಯಮದಂತಹ ಶಿಕ್ಷಣದಲ್ಲಿ ಶಿಕ್ಷಣ ಸಂಸ್ಥೆಗಳು ಗಂಭೀರವಾಗಿ ಪರಿಗಣಿಸಬೇಕೆನ್ನುವ ಸಲಹೆ ಖಂಡಿತ ಸ್ವೀಕಾರಾರ್ಹ.

ಪತ್ರಿಕೋದ್ಯಮದಂತಹ ಶಿಕ್ಷಣದಿಂದ ಕಲಾವಿಭಾಗಕ್ಕೆ ಭದ್ರ ಭವಿಷ್ಯವಿದೆ ಎಂಬುದಷ್ಟೇ ಲೆಕ್ಕಾಚಾರವಾಗದಿರಲಿ. ಇದನ್ನು ಆಕರ್ಷಕ ವೃತ್ತಿಪರ ವಿಷಯವನ್ನಾಗಿಸಲು ಅಷ್ಟೇ ಮಹತ್ವ ನೀಡಲಿ ಎಂಬುದು ಮಾಧ್ಯಮ ವಲಯದ ಅಭಿಪ್ರಾಯ.

೮

ಭಾರತದಲ್ಲಿ ಬಾನುಲಿ ವ್ಯವಸ್ಥೆ

–ಡಾ.ವಸಂತ ಕುಮಾರ್ ಪೆರ್ಲ

ರೇಡಿಯೋ ಅಲೆಗಳನ್ನು ವಾಹಕವಾಗಿ ಬಳಸಿಕೊಂಡು ಸುದ್ದಿ, ಶಿಕ್ಷಣ, ಮನರಂಜನೆ ಮುಂತಾದ ಕಾರ್ಯಕ್ರಮಗಳನ್ನು ಪ್ರಸಾರ ಮಾಡುವ ಸಮೂಹ ಮಾಧ್ಯಮವಾದ ಆಕಾಶವಾಣಿಯು ಸಮುದಾಯದ ಬೌದ್ಧಿಕ ವಿಕಾಸದಲ್ಲಿ ಬಹುದೊಡ್ಡ ಪಾತ್ರವಹಿಸಿದೆ. ಹಾಗಾಗಿ ಇದನ್ನು ಒಂದು ಪ್ರಮುಖ ಸಮೂಹ ಮಾಧ್ಯಮವೆಂದು ಕರೆಯಲಾಗಿದೆ. ಉಳಿದೆರಡು ಸಮೂಹ ಮಾಧ್ಯಮಗಳು ಪತ್ರಿಕೆ ಮತ್ತು ಟೆಲಿವಿಷನ್.

ಭಾರತದಲ್ಲಿ ಪ್ರಸಾರಸೇವೆ ಆರಂಭವಾಗಿ ಎಂಟು ದಶಕಗಳೇ ಕಳೆದಿವೆ. ಸ್ವಾತಂತ್ರ್ಯ ಪೂರ್ವದಲ್ಲೇ ಕೆಲವು ಸಂಸ್ಥಾನಿಕ ರಾಜರಿಂದ ಮತ್ತು ವೈಯಕ್ತಿಕ ಮಟ್ಟದಲ್ಲಿ ಅಲ್ಲಲ್ಲಿ ಸಣ್ಣ ಪ್ರಮಾಣದ ಪ್ರಸಾರ ಕಾರ್ಯ ಆರಂಭವಾಗಿತ್ತು. ೧೯೨೧ರ ಆಗಸ್ಟ್ ತಿಂಗಳಲ್ಲಿ ಮೊಟ್ಟ ಮೊದಲ ಪ್ರಸಾರ ಕಾರ್ಯ (broadcasting) ಮುಂಬೈ ಯಲ್ಲಿ ಆರಂಭವಾಯಿತು. ಭಾರತ ಸರ್ಕಾರದ ಅಂಚೆ ಮತ್ತು ತಂತಿ ಇಲಾಖೆಯ ಸಹಯೋಗದಲ್ಲಿ "ದಿ ಟೈಮ್ಸ್ ಆಫ್ ಇಂಡಿಯಾ" ಸಂಸ್ಥೆಯು ಆ ತಿಂಗಳಿನಿಂದ ನಿಯಮಿತವಾಗಿ ಕಾರ್ಯಕ್ರಮಗಳನ್ನು ತಯಾರಿಸಿ ಬಿತ್ತರಿಸತೊಡಗಿತು. ೧೯೨೩ರ ನವೆಂಬರ್ ತಿಂಗಳಲ್ಲಿ "ಬಂಗಾಲ ರೇಡಿಯೋ ಕ್ಲಬ್" ಸ್ಥಾಪನೆಯಾಗಿ ಅಲ್ಲಿಂದಲೂ ಕಾರ್ಯಕ್ರಮಗಳು ಬಿತ್ತರಗೊಳ್ಳತೊಡಗಿದವು. ಅನಂತರ ದೇಶದ ಬೇರೆ ಬೇರೆ ಕಡೆ– ಲಾಹೋರ್ (೧೯೨೮),– ಪೇಶಾವರ (೧೯೩೫) ಹೈದರಾಬಾದ್ (೧೯೩೫), ದೆಹಲಿ (೧೯೩೬) ಮೊದಲಾದೆಡೆ ಬ್ರಾಡ್‌ಕಾಸ್ಟಿಂಗ್ ಸಂಸ್ಥೆಗಳು ಹುಟ್ಟಿಕೊಂಡವು. ಅದೇ ಸುಮಾರಿಗೆ ಮೈಸೂರು ವಿಶ್ವವಿದ್ಯಾನಿಲಯದಲ್ಲಿ ಮನಃಶಾಸ್ತ್ರದ ಪ್ರಾಧ್ಯಾಪಕರಾಗಿದ್ದ ಶ್ರೀ ಎಂ.ವಿ. ಗೋಪಾಲಸ್ವಾಮಿಯವರು ವೈಯಕ್ತಿಕ ನೆಲೆಯಲ್ಲಿ ಒಂಟಿಕೊಪ್ಪಲಿನಲ್ಲಿದ್ದ ತಮ್ಮ ಮನೆಯ ಮಹಡಿ ಮೇಲೆ ಮೂವತ್ತು ವ್ಯಾಟ್ ಸಾಮರ್ಥ್ಯದ ಪ್ರೇಷಕ (Transmitter) ಒಂದನ್ನು ಸ್ಥಾಪಿಸಿ ಮೈಸೂರು ಸಂಸ್ಥಾನದ ಮೊದಲ ಬ್ರಾಡ್‌ಕಾಸ್ಟರ್ ಎಂಬ ಕೀರ್ತಿಗೆ ಪಾತ್ರರಾದರು (ಸೆಪ್ಟಂಬರ್ ೧೦, ೧೯೩೫).

೧೯೩೬ರ ವೇಳೆಗೆ ಇನ್ನೂ ಕೆಲವು ಕಡೆ (ಅಲಹಾಬಾದ್, ಬರೋಡ, ಡೆಹ್ರಾಡೂನ್) ಬ್ರಾಡ್‌ಕಾಸ್ಟಿಂಗ್ ಸಂಸ್ಥೆಗಳು ಹುಟ್ಟಿಕೊಂಡವು. ಅದುವರೆಗೆ 'ಇಂಡಿಯನ್ ಸ್ಟೇಟ್ ಬ್ರಾಡ್‌ಕಾಸ್ಟಿಂಗ್ ಸರ್ವಿಸ್' ಎಂಬ ಹೆಸರಿನಲ್ಲಿ ಪರವಾನಿಗೆಯನ್ನು ನೀಡುತ್ತಿದ್ದ ಸರ್ಕಾರವು

೧೯೩೬ರ ಜೂನ್ ೮ ರಂದು 'ಆಲ್ ಇಂಡಿಯಾ ರೇಡಿಯೋ' (AIR) ಎಂದು ನಾಮಕರಣ ಮಾಡಿತು. ೧೯೩೫ರ ಆರಂಭದಲ್ಲಿ ನಾ. ಕಸ್ತೂರಿಯವರು ಬ್ರಾಡ್‌ಕಾಸ್ಟಿಂಗ್‌ಗೆ 'ಆಕಾಶವಾಣಿ' ಎಂಬ ನಾಮಕರಣ ಮಾಡಿದ್ದರು. ಅನಂತರ, ೧೯೫೦ರ ಜನವರಿ ೮ ರಂದು ಭಾರತ ಸರಕಾರವು ಈ ಹೆಸರನ್ನು ಸ್ವೀಕರಿಸಿ ಅಖಿಲ ಭಾರತ ಮಟ್ಟದಲ್ಲಿ 'ಆಕಾಶವಾಣಿ' ಎಂಬ ನಾಮಕರಣ ಮಾಡಿತು.

ಇಂದು ದೇಶಾದ್ಯಂತ ಇರುವ ೨೮೦ ಆಕಾಶವಾಣಿ ಕೇಂದ್ರಗಳು ಭಾರತದ ಒಟ್ಟು ಭೂಪ್ರದೇಶದ ಶೇ. ೯೮ ಭಾಗವನ್ನು ತಲಪುತ್ತಿದ್ದು, ಜನಸಂಖ್ಯೆಯ ಒಟ್ಟು ಶೇ. ೯೯.೫ನ್ನು ತನ್ನ ಪ್ರಸಾರಸೇವೆಯ ತೆಕ್ಕೆಗೆ ತೆಗೆದುಕೊಂಡಿದೆ. ಆಂತರಿಕ ಪ್ರಸಾರ, ವಾಣಿಜ್ಯ ಪ್ರಸಾರ, ವಿದೇಶ ಪ್ರಸಾರ ಎಂದು ಪ್ರಸಾರ ದೃಷ್ಟಿಯಿಂದ ಈ ಕೇಂದ್ರಗಳನ್ನು ಮೂರಾಗಿ ವಿಭಾಗಿಸಲಾಗಿದೆ. ದೆಹಲಿ, ಮುಂಬೈ, ಕಲಕತ್ತಾ ಮತ್ತು ಮದರಾಸಿನಲ್ಲಿರುವ ಕೇಂದ್ರಗಳನ್ನು ವಲಯ ಕೇಂದ್ರಗಳು (Zonal stations ಅಥವಾ metro), ಆಯಾ ರಾಜ್ಯದ ರಾಜಧಾನಿಯಲ್ಲಿರುವ ಕೇಂದ್ರಗಳನ್ನು ಪ್ರಾದೇಶಿಕ ಕೇಂದ್ರಗಳು (Regional Stations) ಮತ್ತು ಮೂರನೆಯದಾಗಿ ಸ್ಥಳೀಯ ಕೇಂದ್ರಗಳೆಂದು ವಿಭಾಗಿಸಲಾಗಿದೆ. ಇಂಗ್ಲಿಷ್ ಹಾಗೂ ನಾಲ್ಕು ವಿದೇಶ ಭಾಷೆಗಳೂ ಸೇರಿದಂತೆ ಒಟ್ಟು ೨೪ ಭಾಷೆಗಳಲ್ಲಿ ಮತ್ತು ೧೪೬ ಪ್ರಾದೇಶಿಕ ಭಾಷೆಗಳಲ್ಲಿ (dialects) ದಿವಸದ ಇಪ್ಪತ್ತನಾಲ್ಕು ಗಂಟೆಯೂ (ಆಂತರಿಕ ಪ್ರಸಾರ, ವಿದೇಶ ಪ್ರಸಾರ, ವಾಣಿಜ್ಯ ಪ್ರಸಾರ, ರಾಷ್ಟ್ರೀಯ ಪ್ರಸಾರ, ಮೆಟ್ರೋ ಎಫ್.ಎಂ. ಸ್ಟೀರಿಯೋ ಚಾನಲ್) ಆಕಾಶವಾಣಿ ಕಾರ್ಯಕ್ರಮಗಳನ್ನು ಬಿತ್ತರಿಸುತ್ತಿದ್ದು, ದೈತ್ಯ ಸಂಸ್ಥೆಯಾಗಿ ಬೆಳೆದಿರುವ ಇದು ಪ್ರಪಂಚದಲ್ಲೇ ಪ್ರಮುಖ ಪ್ರಸಾರ ಸಂಸ್ಥೆಯಾಗಿ ತನ್ನ ಜಾಲವನ್ನು ಹರಡಿಕೊಂಡಿದೆ.

ಜನಸಂಖ್ಯಾ ಸಮಸ್ಯೆ, ಹಸಿವು, ಬಡತನ, ಅನಕ್ಷರತೆ, ಅಜ್ಞಾನ, ಮೂಢನಂಬಿಕೆ, ಅಪೌಷ್ಟಿಕತೆ, ರೋಗರುಜಿನ ಇತ್ಯಾದಿಗಳಿಂದ ಬಳಲುತ್ತಿದ್ದ ಮೂರನೆಯ ಜಗತ್ತಾಗಿದ್ದ ಭಾರತವು ಇಂದು ಪ್ರವರ್ಧಮಾನ ಸ್ಥಿತಿಗೆ ಬಂದು ನಿಲ್ಲಲು ಆಕಾಶವಾಣಿಯು ತನ್ನ ಬಹುಮುಖ್ಯ ದೇಣಿಗೆ ನೀಡಿದೆ. ಭಾರತದ ಹಸಿರುಕ್ರಾಂತಿಯಲ್ಲಂತೂ ಆಕಾಶವಾಣಿಯ ಸೇವೆ ಅನುಪಮ.

ಆಕಾಶವಾಣಿಗೆ ರಚನಾತ್ಮಕ ದೃಷ್ಟಿಕೋನವಿದೆ. ಜನರ ರುಚಿಶುದ್ಧಿ ಮಾಡಿ ಭವ್ಯ ಭಾರತದ ಭಾವೀ ಜನಾಂಗವನ್ನಾಗಿ ರೂಪಿಸುವುದರ ಕಡೆಗೆ ತನ್ನ ಆದ್ಯ ಗಮನ ನೀಡುತ್ತದೆ.

ಆಕಾಶವಾಣಿಯು ಮಾಹಿತಿ, ಶಿಕ್ಷಣ ಮತ್ತು ಮನರಂಜನೆಯನ್ನು ಬೆರೆಸಿ ನೀಡುವುದರಿಂದಾಗಿ ಪ್ರತಿಯೊಬ್ಬ ಶ್ರೋತೃವಿಗೂ ಅದು ಆಪ್ತವೆನಿಸಿದೆ. ಸುದ್ದಿ ವಿಭಾಗವು ಬೇರೆ ಬೇರೆ ಭಾಷೆಗಳಲ್ಲಿ ನಿರಂತರವಾಗಿ ಸುದ್ದಿಯನ್ನು ಬಿತ್ತರಿಸುತ್ತಿರುತ್ತದೆ. ಪಿ.ಟಿ.ಐ. (Press Trust of India) ಮತ್ತು ಯು.ಎನ್.ಐ. (United Nows Serviecs of India) ಹಾಗೂ ಭಾರತದ ಬೇರೆ ಬೇರೆ ಭಾಗಗಳಲ್ಲಿ ಮತ್ತು ವಿದೇಶಗಳಲ್ಲಿರುವ ತನ್ನ ವರದಿಗಾರರು ಹಾಗೂ ನಾನಾ ಕಡೆಗಳಲ್ಲಿ ಇರುವ ಅರ್ಧಕಾಲಿಕ ವರದಿಗಾರರಿಂದ ಆಕಾಶವಾಣಿಗೆ ನಿರಂತರವಾಗಿ ಸುದ್ದಿ ತಲಪುತ್ತಿರುತ್ತದೆ. ಸುದ್ದಿ ವಿಭಾಗವು ಇದನ್ನೆಲ್ಲ ಸೋಸಿ, ಸಂಕಲಿಸಿ ಬಿತ್ತರಿಸುತ್ತಿರುತ್ತದೆ. ಸುದ್ದಿಯ ಹೊರತಾಗಿ ನಾನಾ ರೀತಿಯ ಕಾರ್ಯ ಕ್ರಮಗಳು ಪ್ರಸಾರವಾಗುತ್ತವೆ. ಅವನ್ನು ಹಲವಾರು ರೂಪಗಳಲ್ಲಿ (formats) ವಿಂಗಡಿಸಲಾಗಿದೆ.

ನಿರ್ದಿಷ್ಟ ಕಾಲಾವಧಿಯನ್ನು (chunks ಅಥವಾ slots) ನಿಗದಿಗೊಳಿಸಲಾಗಿದೆ. ಕಾರ್ಯಕ್ರಮದ ಸ್ವರೂಪವು ಕಾಲಾವಧಿಯನ್ನು ನಿರ್ಧರಿಸುತ್ತದೆ. ಕಾರ್ಯಕ್ರಮಗಳ ವಿಂಗಡಣೆ ಹೀಗಿದೆ:

೧. ಸುದ್ಧಿ

ಈ ವಿಭಾಗದಲ್ಲಿ ಸುದ್ದಿ, ಮಾಹಿತಿ ಮತ್ತು ಪ್ರಚಲಿತ ವಿದ್ಯಮಾನಗಳು ಪ್ರಸಾರವಾಗುತ್ತವೆ.

೨. ಸಂಗೀತ

ಈ ವಿಭಾಗದಲ್ಲಿ (ಅ) ಭಕ್ತಿ ಸಂಗೀತ, (ಆ) ಶಾಸ್ತ್ರೀಯ ಸಂಗೀತ– ಭಾರತೀಯ ಮತ್ತು ಪಾಶ್ಚಾತ್ಯ, (ಇ) ಲಘು ಸಂಗೀತ– ಭಾವಗೀತೆ, (ಈ) ಜನಪದ ಸಂಗೀತ, (ಉ) ಚಲನಚಿತ್ರ ಸಂಗೀತ, (ಊ) ಪಾಶ್ಚಾತ್ಯ ಸಂಗೀತ.

೩. ನಾಟಕ ಮತ್ತು ರೂಪಕ

ಅ) ಬಾನುಲಿ ನಾಟಕಗಳು– ಸ್ವತಂತ್ರ ಬಾನುಲಿ ನಾಟಕಗಳು, ರೂಪಾಂತರ ನಾಟಕಗಳು, ಅಳವಡಿಕೆ, ಅನುವಾದ– ಇತ್ಯಾದಿ.

ಆ) ರೂಪಕಗಳು– ಸ್ವತಂತ್ರ ರೂಪಕಗಳು, ಸಂಗೀತ ರೂಪಕ, ರೇಡಿಯೋ ಡಾಕ್ಯುಮೆಂಟರಿ (ಶಬ್ದ ಚಿತ್ರ) ಇತ್ಯಾದಿ.

೪. ಭಾಷಣ (Spoken-word)

(ಅ) ಭಾಷಣಗಳು, (ಆ) ಸಂದರ್ಶನ, (ಇ) ಸಂವಾದ (ಒಂದು ವಿಷಯದ ಬಗ್ಗೆ ಇಬ್ಬರು ತಜ್ಞರು ನಡೆಸುವ ಚರ್ಚೆ ಅಥವಾ ವಿಚಾರ ವಿನಿಮಯ), (ಈ) ಚರ್ಚೆ (Panel discussion) ಒಂದು ನಿರ್ದಿಷ್ಟ ವಿಷಯದ ಬಗ್ಗೆ ನಾಲ್ಕು ಮಂದಿ ಒಟ್ಟು ಸೇರಿ ನಡೆಸುವ ಚರ್ಚೆ. ಚರ್ಚೆಗೆ ನಿರ್ವಾಹಕರು ಒಬ್ಬರು ಇರುತ್ತಾರೆ, (ಉ) ಕ್ಷೇತ್ರ ಸಂದರ್ಶನ ಆಧರಿಸಿದ ಕಾರ್ಯಕ್ರಮ– ಒಂದು ನಿರ್ದಿಷ್ಟ ವಿಷಯದ ಬಗ್ಗೆ ಸಮಾಜದ ನಾನಾ ವ್ಯಕ್ತಿಗಳನ್ನು ಸಂದರ್ಶಿಸಿ ಅಭಿಪ್ರಾಯ ರೂಪಿಸುವ ಕಾರ್ಯಕ್ರಮ; ನಿರೂಪಣೆ ಮಾಡಿ ಕಾರ್ಯಕ್ರಮ ಸಿದ್ಧಪಡಿಸುವ ನಿರ್ವಾಹಕರೊಬ್ಬರು (Anchor person) ಇರುತ್ತಾರೆ, (ಊ) ವಿಚಾರ ಸಂಕಿರಣ (symposium)– ಒಂದು ನಿರ್ದಿಷ್ಟ ವಿಷಯದ ಬೇರೆ ಬೇರೆ ಮಗ್ಗುಲುಗಳ ಬಗ್ಗೆ ವಿದ್ವಾಂಸರು ಮಂಡಿಸುವ ವಿಚಾರಗಳ ಸಂಕಲನ, (ಋ) ಬಾನುಲಿ ವರದಿ– ಹೊರಗೆ ನಡೆಯುವ ಬೇರೆ ಬೇರೆ ಸಮಾರಂಭಗಳನ್ನು ಧ್ವನಿಮುದ್ರಿಸಿ, ನಿರೂಪಣೆಯೊಂದಿಗೆ ಮಂಡಿಸುವ ವರದಿಗಳು.

೫. ವೀಕ್ಷಕ ವಿವರಣೆ (Running commentary)– ಯಾವುದೇ ಮಹತ್ವದ ಘಟನಾವಳಿಯನ್ನು ಸ್ಥಳದಿಂದಲೇ ನೇರವಾಗಿ ವಿವರಣೆಯೊಂದಿಗೆ ಪ್ರಸಾರ ಮಾಡುವುದು (ಉದಾ: ಕ್ರೀಡಾ ಕಾಮೆಂಟರಿಗಳು, ಸ್ವಾತಂತ್ರ್ಯ ದಿನಾಚರಣೆಯ ಪೆರೇಡ್, ದಸರಾ ಕಾಮೆಂಟರಿ ಇತ್ಯಾದಿ).

೬. ಹೊರಾಂಗಣ ಕಾರ್ಯಕ್ರಮಗಳು (outside broadcasts)– ಹೊರಗೆ ಬಯಲಲ್ಲಿ ನಡೆಯುವ ಮುಖ್ಯ ಘಟನೆಗಳನ್ನು ಆ ಸ್ಥಳದಿಂದಲೇ ಪ್ರಸಾರ ಮಾಡುವುದು ಅಥವಾ ಧ್ವನಿಮುದ್ರಿಸಿ, ಸಂಕಲಿಸಿ (edit ಮಾಡಿ) ಅನಂತರ ಪ್ರಸಾರ ಮಾಡುವುದು.

ಇವಿಷ್ಟೇ ಅಲ್ಲದೆ ವಿವಿಧ ಶ್ರೋತೃವರ್ಗಕ್ಕೆ ವಿಶೇಷ ಕಾರ್ಯಕ್ರಮಗಳನ್ನು ರೂಪಿಸಿ ಪ್ರಸಾರ ಮಾಡಲಾಗುತ್ತದೆ. ಇವನ್ನು ನಿರ್ದಿಷ್ಟ ಶ್ರೋತೃ ವರ್ಗದ ಕಾರ್ಯಕ್ರಮಗಳು (special audience programme) ಎಂದು ಕರೆಯಲಾಗಿದೆ. ಅವುಗಳು ಯಾವುವೆಂದರೆ–

೧. **ಕೃಷಿರಂಗ** : ಇದನ್ನು ಅತ್ಯಂತ ಪ್ರಮುಖ ವಿಷಯತಜ್ಞತೆಯ ಕಾರ್ಯಕ್ರಮ (hard-core programme) ಎಂದು ಪರಿಗಣಿಸಲಾಗಿದೆ. ವಿಷಯತಜ್ಞರು ಈ ಕಾರ್ಯಕ್ರಮವನ್ನು ರೂಪಿಸಿ ಪ್ರಸಾರ ಮಾಡುತ್ತಾರೆ. ದೇಶಾದ್ಯಂತ ಒಂದೇ ಸಮಯವನ್ನು (ಸಾಯಂಕಾಲ ೬.೫೦) ಕೃಷಿರಂಗ ಪ್ರಸಾರಕ್ಕೆ ನಿಗದಿಪಡಿಸಲಾಗಿದೆ. ಅತ್ಯಧಿಕ ಮಂದಿ ರೇಡಿಯೋ ಆಲಿಸುವ ಮತ್ತು ರೈತರಿಗೆ ಅನುಕೂಲಕರ ಸಮಯ ಇದಾಗಿದೆ.

೨. **ಯುವವಾಣಿ** : ಯುವಕರಿಂದ, ಯುವಕರಿಗಾಗಿ ಮತ್ತು ಯುವಕರೇ ರೂಪಿಸುವ ತಾಜಾ ಕಾರ್ಯಕ್ರಮ ಇದು. ಕಾರ್ಯಕ್ರಮ ಯಾವ ರೀತಿ ಇರಬೇಕು ಎಂಬುದಕ್ಕಿಂತಲೂ ಯುವಕರ ವಿನೂತನವಾದ ತಾಜಾ ಅಭಿವ್ಯಕ್ತಿ ಕ್ರಮಕ್ಕೆ ಪ್ರಾಶಸ್ತ್ಯ ನೀಡಲಾಗುತ್ತದೆ. ಭವಿಷ್ಯದ ಪ್ರತಿಭೆಗಳನ್ನು ಗುರುತಿಸಿ ಅರಳಿಸುವ ಅಂಗಣವಾಗಿ ಇದು ಕಾರ್ಯನಿರ್ವಹಿಸುತ್ತದೆ.

೩. **ಮಹಿಳಾ ಕಾರ್ಯಕ್ರಮ** : ಇದು ಮಹಿಳೆಯರಿಗಾಗಿಯೇ ಮೀಸಲಿರಿಸಿದ ವಿಭಾಗ. ಅವರ ಆಸೆ ಅನಿಸಿಕೆ ಕನಸು ನಿರೀಕ್ಷೆ ಸಮಸ್ಯೆ ಸವಾಲುಗಳಿಗೆ ಇಲ್ಲಿ ಅಭಿವ್ಯಕ್ತಿ ನೀಡಲಾಗುತ್ತದೆ. ಮಹಿಳೆಯರಿಗೆ ಸಂಬಂಧಿಸಿದ ಯಾವುದೇ ವಿಷಯವನ್ನು ಇಲ್ಲಿ ಅಳವಡಿಸಿಕೊಳ್ಳಬಹುದು. ನಗರ ಮಹಿಳೆಯರು ಮತ್ತು ಗ್ರಾಮೀಣ ಮಹಿಳೆಯರು ಎಂಬ ಎರಡು ವಿಭಾಗಗಳನ್ನು ಮಾಡಲಾಗಿದೆ.

೪. **ಮಕ್ಕಳ ಕಾರ್ಯಕ್ರಮ** : ಮಕ್ಕಳ ಪ್ರತಿಭಾ ಪ್ರಕಾಶಕ್ಕೆ ಈ ರಂಗ ಮೀಸಲು. ಮಕ್ಕಳ ಭಾವನೆ, ಅನಿಸಿಕೆಗಳನ್ನು ದೃಷ್ಟಿಯಲ್ಲಿರಿಸಿಕೊಂಡು ಕಾರ್ಯಕ್ರಮ ರೂಪಿಸಲಾಗುತ್ತದೆ. ಭವಿಷ್ಯದ ಪ್ರತಿಭಾವಂತರು ಇಲ್ಲಿ ರೂಪುಗೊಳ್ಳುತ್ತಾರೆ.

೫. **ಪುಟಾಣಿಗಳ ಕಾರ್ಯಕ್ರಮ** (Tiny tots programme) ಆರೇಳು ವರ್ಷಗಳಿಂದ ಕಡಿಮೆ ವಯಸ್ಸಿನ ಮಕ್ಕಳಿಗಾಗಿ ಈ ವಿಭಾಗ ಮೀಸಲಾಗಿದೆ. ಶಿಶು ಪ್ರಾಸಗಳು, ಪುಟ್ಟ ಪುಟ್ಟ ಹಾಡುಗಳು ಮತ್ತು ಸರಳ ನೀತಿಕತೆಗಳು ಇಲ್ಲಿ ಪ್ರಸಾರವಾಗುತ್ತವೆ.

೬. **ಕಾರ್ಮಿಕರಿಗಾಗಿ** (Industrial workers programme)

ಕಾರ್ಮಿಕರ ಹಿತರಕ್ಷಣೆ, ಕಾನೂನು ನೆರವು, ಸೇವಾ ಸೌಲಭ್ಯ ಮೊದಲಾದವುಗಳನ್ನು ಗಮನದಲ್ಲಿಟ್ಟುಕೊಂಡು ಈ ಕಾರ್ಯಕ್ರಮ ರೂಪಿಸಲಾಗುತ್ತದೆ. ಕಾರ್ಮಿಕರಲ್ಲಿರುವ ಪ್ರತಿಭಾ ಪ್ರಕಾಶಕ್ಕೂ ಇಲ್ಲಿ ಅವಕಾಶವಿದೆ.

೭. **ವೃದ್ಧರ ಕಾರ್ಯಕ್ರಮ** : ವೃದ್ಧರ ಸಮಸ್ಯೆಗಳ ಮೇಲೆ ಬೆಳಕು ಚೆಲ್ಲಲು, ಅವರ ಬಾಳು ಹಸನಾಗಿಸಲು ಈ ಕಾರ್ಯಕ್ರಮ ರೂಪಿಸಲಾಗಿದೆ. ಅವರಲ್ಲಿರುವ ಪ್ರತಿಭಾ ಪ್ರಕಾಶಕ್ಕೆ ಮತ್ತು ಅವರ ಶ್ರೀಮಂತ ಅನುಭವವನ್ನು ಪ್ರಕಟಪಡಿಸಲೂ ಇಲ್ಲಿ ಅವಕಾಶವಿದೆ.

೮. **ಶಾಲಾ ಪಠ್ಯ ಪ್ರಸಾರ** (School broadcast) – ಶಾಲಾ ಪಠ್ಯಗಳಿಗೆ ಪೂರಕವಾಗಿ ವರ್ಷದ ಒಂಬತ್ತು ತಿಂಗಳು ಆಕಾಶವಾಣಿಯ ಮೂಲಕ ಶೈಕ್ಷಣಿಕ ಕಾರ್ಯಕ್ರಮಗಳನ್ನು ಪ್ರಸಾರ ಮಾಡಲಾಗುತ್ತದೆ. ಆಯಾ ರಾಜ್ಯದ ಶಿಕ್ಷಣ ಇಲಾಖೆಯ ಮತ್ತು ತಜ್ಞರ ಸಹ

ಯೋಗದಲ್ಲಿ ಪಠ್ಯ ವಿಷಯಗಳನ್ನು ನಿರ್ಧರಿಸಲಾಗುತ್ತದೆ. ಶಿಕ್ಷಣ ಇಲಾಖೆಯು ಶಾಲೆಗಳಿಗೆ ರೇಡಿಯೋ ಸೆಟ್ ನೀಡಿ ವಿದ್ಯಾರ್ಥಿಗಳು ಕಾರ್ಯಕ್ರಮ ಆಲಿಸಲು ನೆರವಾಗುತ್ತದೆ.

೯. ಕುಟುಂಬ ಕಲ್ಯಾಣ ಮತ್ತು ಆರೋಗ್ಯ ಕಾರ್ಯಕ್ರಮ – ಶುದ್ಧತೆ, ಆರೋಗ್ಯ, ಪೌಷ್ಠಿಕತೆ, ಮಿತಸಂತಾನ, ಕುಟುಂಬ ಕಲ್ಯಾಣ ಮೊದಲಾದ ಕ್ಷೇತ್ರಗಳಿಗೆ ಸಂಬಂಧಿಸಿದ ವಿಚಾರಗಳು ಈ ವಿಭಾಗದ ಕಕ್ಷೆಯಲ್ಲಿ ಸೇರುತ್ತವೆ.

೧೦. ವಿಜ್ಞಾನ ಕಾರ್ಯಕ್ರಮಗಳು – ವಿಜ್ಞಾನ ಕ್ಷೇತ್ರಕ್ಕೆ ಸಂಬಂಧಿಸಿದ ಕಾರ್ಯಕ್ರಮಗಳನ್ನೂ ರೂಪಿಸಿ ಪ್ರಸಾರ ಮಾಡುವ ಜವಾಬ್ದಾರಿ ಈ ವಿಭಾಗಕ್ಕೆ ಸೇರಿದೆ.

ಇಷ್ಟೇ ಅಲ್ಲದೆ ಕೃಷಿ, ತೋಟಗಾರಿಕೆ, ಹೈನುಗಾರಿಕೆ, ಶಿಕ್ಷಣ, ಆರೋಗ್ಯ, ವಿಜ್ಞಾನ, ಮೂಲಭೂತ ಸೌಕರ್ಯ ಅಭಿವೃದ್ಧಿ, ಸ್ಥಳೀಯ ಆಡಳಿತ, ಗ್ರಾಮಾಭಿವೃದ್ಧಿ, ಅರಣ್ಯೀಕರಣ, ಸ್ವೋದ್ಯೋಗ ಮೊದಲಾದ ಕ್ಷೇತ್ರಗಳ್ಲಿ ಆಕಾಶವಾಣಿ ಗಮನಾರ್ಹ ಸೇವೆ ಸಲ್ಲಿಸುತ್ತಿದೆ.

ಧ್ವನಿ ಪರೀಕ್ಷೆ (Audition test)

ಪ್ರದರ್ಶಕ ಕಲೆಯನ್ನು ಪ್ರಸಾರ ಮಾಡುವ ಕಲಾವಿದರು ಧ್ವನಿಪರೀಕ್ಷೆಯಲ್ಲಿ ತೇರ್ಗಡೆ ಯಾಗಿರಬೇಕು. ಕಾರ್ಯಕ್ರಮದ ಗುಣಮಟ್ಟ ಕಾಯ್ದುಕೊಳ್ಳಲು ಇದು ಅಗತ್ಯ. ಆಕಾಶ ವಾಣಿಯ ಪರಿಣಿತರೊಂದಿಗೆ ಆಯಾಕ್ಷೇತ್ರದ ತಜ್ಞರು ಧ್ವನಿಪರೀಕ್ಷೆ ನಡೆಸುತ್ತಾರೆ. ನಿಗದಿತ ಅರ್ಜಿ ನಮೂನೆಯಲ್ಲಿ ಅರ್ಜಿ ಸಲ್ಲಿಸಿ, ಶುಲ್ಕ ತುಂಬಿದವರಿಗೆ ಆಕಾಶವಾಣಿಯಲ್ಲಿ ಧ್ವನಿ ಪರೀಕ್ಷೆ ನಡೆಸಲಾಗುವುದು.

'ಬಹುಜನ ಹಿತಾಯ ಬಹುಜನ ಸುಖಾಯ' ಎಂಬುದು ಆಕಾಶವಾಣಿಯ ಧ್ಯೇಯವಾಕ್ಯ. ಹಾಗಾಗಿಯೇ ಇದನ್ನು ಸಾರ್ವಜನಿಕ ಪ್ರಸಾರ (Public broadcast) ಎಂದು ಕರೆಯಲಾಗಿದೆ. ಸರ್ಕಾರದ ಅಭಿವೃದ್ಧಿ ಕಾರ್ಯಕ್ರಮಗಳನ್ನು ಜನರ ಗಮನಕ್ಕೆ ತಂದು, ಜನರ ಅವಶ್ಯಕತೆ ಮತ್ತು ಬೇಡಿಕೆಗಳನ್ನು ಸರ್ಕಾರದ ಗಮನಕ್ಕೆ ತರುವ ಸೇತುವೆಯಾಗಿ, ಅಭಿವೃದ್ಧಿಯ ವೇಗವರ್ಧಕವಾಗಿ ಸಾರ್ವಜನಿಕ ಪ್ರಸಾರ ಕಾರ್ಯವೆಸಗುತ್ತದೆ.

ರೇಡಿಯೋ ಸೆಟ್‌ಗಳ ಅಧಿಕೃತತೆಯನ್ನು ದಾಖಲಿಸಲು, ಸೆಟ್‌ಗಳನ್ನು ಉತ್ಪಾದಿಸುವ ಸಂಸ್ಥೆಗಳ ಮೇಲೆ ನಿಯಂತ್ರಣ ಸಾಧಿಸಲು ಮತ್ತು ಪ್ರಸಾರದಿಂದ ಕಿಂಚಿತ್ ಆದಾಯ ಹೊಂದಲು ೧೯೮೦ರ ತನಕವೂ ರೇಡಿಯೋ ಸೆಟ್‌ಗಳಿಗೆ ಅಂಚೆ ಕಛೇರಿಯ ಮೂಲಕ ಲೈಸೆನ್ಸ್ ವಿತರಿಸುವ ನಿಯಮ ಇತ್ತು. ಅನಂತರ ಇಂಡಿಯನ್ ಟೆಲಿಗ್ರಾಫಿಕ್ ಆಕ್ಟ್‌ನಲ್ಲಿ ಮಾರ್ಪಾಡು ತಂದು ಲೈಸೆನ್ಸ್ ಪದ್ಧತಿಯನ್ನು ಕೈಬಿಡಲಾಯಿತು. ಈ ಉದಾರೀಕರಣ ಮತ್ತು ಸೆಟ್‌ಗಳ ಉತ್ಪಾದನೆಯ ಹೆಚ್ಚಳದಿಂದಾಗಿ ಗುಡಿಸಲು ಹಾಗೂ ಕೊಳಚೆ ಪ್ರದೇಶಗಳಿಗೂ ರೇಡಿಯೋ ಸೆಟ್‌ಗಳ ಪ್ರವೇಶ ಆಯಿತು.

'ರೇಡಿಯೋ ಸಂಗೀತ ಸಮ್ಮೇಳನ' ಎಂಬ ವಿಶಿಷ್ಟ ಪರಿಕಲ್ಪನೆಯೊಂದನ್ನು ಆಕಾಶ ವಾಣಿಯು ೧೯೫೪ರ ಅಕ್ಟೋಬರ್ ೨೩ರಂದು ಆರಂಭಿಸಿತು. ದೇಶಾದ್ಯಂತ ಇರುವ ಅತ್ಯುತ್ತಮ ಸಂಗೀತಗಾರರ ಸುಮಾರು ಅರವತ್ತು ಸಂಗೀತ ಕಛೇರಿಗಳನ್ನು ದೇಶದ ನಾನಾಭಾಗಗಳಲ್ಲಿ ಒಂದೇ ದಿನ ಆಹ್ವಾನಿತ ಶ್ರೋತೃಗಳ ಸಮ್ಮುಖದಲ್ಲಿ ಏರ್ಪಡಿಸಿ ಸುಮಾರು ಎರಡು ತಿಂಗಳ ಕಾಲ ಪ್ರತಿದಿನ ರಾತ್ರಿ ಹೊತ್ತು (೯.೩೦ ರಿಂದ ೧೧) ಪ್ರಸಾರ ಮಾಡುವ ವಿಶಿಷ್ಟ ಕಾರ್ಯಕ್ರಮ ಅದಾಗಿತ್ತು. ಇದರಿಂದಾಗಿ ದೇಶದ ಉನ್ನತ ಕಲಾವಿದರ

ಕಚೇರಿಗಳನ್ನು ದೇಶಾದ್ಯಂತ ಎಲ್ಲ ಸಂಗೀತ ಪ್ರೇಮಿಗಳೂ ಸವಿಯುವ ಅವಕಾಶ ಸಿಕ್ಕುತ್ತಿತ್ತು. (ಈಗ ಆಕಾಶವಾಣಿ ಸಂಗೀತ ಕಚೇರಿಯ ಸಂಖ್ಯೆ ಮುವತ್ತೈದಕ್ಕೆ ಇಳಿದಿದ್ದು, ರಾತ್ರಿ ೧೦ ರಿಂದ ೧೧ ರವರೆಗೆ ನವೆಂಬರ್-ಡಿಸೆಂಬರ್ ತಿಂಗಳಲ್ಲಿ ಪ್ರಸಾರವಾಗುತ್ತಿವೆ). (zone) ಇರುತ್ತದೆ. ಆಯಾ ಭಾಗದ ಅಗತ್ಯತೆ ಮತ್ತು ಬೇಡಿಕೆಗಳನ್ನು ಗಮನದಲ್ಲಿಟ್ಟುಕೊಂಡು ಕಾರ್ಯಕ್ರಮಗಳನ್ನು ರೂಪಿಸಿ, ಪ್ರಸಾರ ಮಾಡಲಾಗುತ್ತದೆ. ಆಯಾ ಭಾಗದ ಮಾನವ ಸಂಪನ್ಮೂಲವನ್ನು ವಿವಿಧ ಕಾರ್ಯಕ್ರಮಗಳಿಗೆ ಉಪಯೋಗಿಸಿಕೊಳ್ಳಲಾಗುತ್ತದೆ. ಕೇಂದ್ರದ ಕಾರ್ಯಕ್ರಮ ತನ್ನ 'ಸೇವಾಕ್ಷೇತ್ರ'ವನ್ನು ಮೀರಿ ದೂರದ ಪ್ರದೇಶಗಳಿಗೂ ಕೇಳಿಸಬಹುದು/ ಕೇಳಿಸುತ್ತದೆ. ಕೇಳ್ಮೆ ಅನ್ಯಭಾಗಗಳಲ್ಲಿ ಇದ್ದರೂ ಸೇವಾಕ್ಷೇತ್ರ ಮಾತ್ರ ನಿರ್ದಿಷ್ಟವಾಗಿರುತ್ತದೆ.

ಆಕಾಶವಾಣಿ ಒಂದು ಪ್ರಬಲ ಸಮೂಹ ಮಾಧ್ಯಮವಾದುದರಿಂದ ಅದರ ಸೇವಾ ಸಾಮರ್ಥ್ಯವನ್ನು ಮನಗಂಡು ಸಾರ್ವಜನಿಕ ಕಲ್ಯಾಣಕ್ಕಾಗಿ ಅದನ್ನು ಸ್ಥಾಪಿಸಿ ಬೆಳೆಸಲಾಯಿತಾದರೂ ಉತ್ಪಾದಕರು ಜಾಹಿರಾತಿಗಾಗಿ ಬೇಡಿಕೆ ಸಲ್ಲಿಸಲಾರಂಭಿಸಿದರು. ಜಾಹಿರಾತು ಪ್ರಸಾರದ ಸಲುವಾಗಿ ಹಲವಾರು ನಿಯಮ- ನಿಬಂಧನೆಗಳನ್ನು ವಿಧಿಸಿ ೧೯೭೫ರ ಅಕ್ಟೋಬರ್ ೩ ರಂದು 'ವಿವಿಧ ಭಾರತಿ' ಕೇಂದ್ರಗಳನ್ನು ಆರಂಭಿಸಲಾಯಿತು. ಇವುಗಳು ಮುಖ್ಯವಾಗಿ ಮನರಂಜನೆಯ ಕಾರ್ಯಕ್ರಮಗಳನ್ನು ಬಿತ್ತರಿಸುತ್ತ ಜಾಹಿರಾತು ಮೂಲಕ ಆದಾಯ ತರುವ ಉದ್ದೇಶ ಹೊಂದಿವೆ. ದೇಶದಲ್ಲಿ ಇಂದು ಮೂವತ್ತು ವಿವಿಧ ಭಾರತಿ ಕೇಂದ್ರಗಳಿವೆ. ಅನಂತರ ಜಾಹಿರಾತು ವೃದ್ಧಿಸತೊಡಗಿ ೧೯೮೭ ರಿಂದೀಚೆಗೆ ಮುಖ್ಯ ಕೇಂದ್ರಗಳಿಂದಲೂ ಜಾಹಿರಾತುಗಳು ಪ್ರಸಾರವಾಗತೊಡಗಿದವು.

ವಿದೇಶ ಪ್ರಸಾರ ಆಕಾಶವಾಣಿಯ ಪ್ರಮುಖ ಸೇವೆಗಳ ಪೈಕಿ ಒಂದು. ಭಾರತದೊಂದಿಗೆ ಪ್ರಪಂಚದ ಇತರ ಭಾಗಗಳನ್ನು ಬೆಸೆಯುವ ಒಂದು ಸೇತುವೆ ಇದು. ಇಂಗ್ಲಿಷ್ ಸೇರಿದಂತೆ ೧೫ ಪಾಶ್ಚಾತ್ಯ ಭಾಷೆಗಳಲ್ಲಿ ಮತ್ತು ೯ ಭಾರತೀಯ ಭಾಷೆಗಳಲ್ಲಿ ದಿನವೊಂದರ ೭೬ ಗಂಟೆಗಳ ಕಾರ್ಯಕ್ರಮ ವಿದೇಶ ಕಾರ್ಯಕ್ರಮದಲ್ಲಿ ಪ್ರಸಾರವಾಗುತ್ತದೆ.

ಭಾರತದ ಸಂಸ್ಕೃತಿ-ಪರಂಪರೆ, ಜನಜೀವನ, ಕಲೆ ಸಾಹಿತ್ಯ ಸಂಗೀತ ಮೊದಲಾದ ವಿಚಾರಗಳನ್ನು ಇಲ್ಲಿ ಪ್ರಸಾರ ಮಾಡಲಾಗುತ್ತದೆ. ಪ್ರಪಂಚದ ಎಲ್ಲ ಖಂಡಗಳಿಗೂ- ವಿಶೇಷವಾಗಿ ಪಶ್ಚಿಮ, ಉತ್ತರ, ಪೂರ್ವ ಮತ್ತು ಆಗ್ನೇಯ ಏಷ್ಯಾ, ವಾಯವ್ಯ ಮತ್ತು ಪೂರ್ವ ಆಫ್ರಿಕ, ಆಸ್ಟ್ರೇಲಿಯಾ, ನ್ಯೂಜಿಲ್ಯಾಂಡ್, ಬ್ರಿಟನ್ ಮತ್ತು ಯೂರೋಪ್ ರಾಷ್ಟ್ರಗಳಿಗೆ ಕಾರ್ಯಕ್ರಮಗಳನ್ನು ಬಿತ್ತರಿಸಲಾಗುತ್ತದೆ.

ಈ ಕಾರ್ಯಕ್ರಮಗಳನ್ನು ಹ್ರಸ್ವತರಂಗದಲ್ಲಿ (short wave) ಬಿತ್ತರಿಸಲಾಗುತ್ತದೆ. ಶಾರ್ಟ್‌ವೇವ್‌ಗೆ ಶಕ್ತಿ ಹೆಚ್ಚು, ಹಾಗಾಗಿ ದೂರ ದೇಶಗಳಿಗೆ ಬಿತ್ತರಿಸಲು ನೆರವಾಗುತ್ತದೆ. ಮಧ್ಯಮ ತರಂಗವು (Medium wave) ದೂರ ಸಾಗುತ್ತಿದ್ದಂತೆ ಬಾಹ್ಯ ಶಬ್ದಗಳ ಒತ್ತಡದಿಂದ ತನ್ನ ಶಕ್ತಿ ಕಳೆದುಕೊಳ್ಳುತ್ತ ಹೋಗುವುದರಿಂದ ಕೇಳ್ಮೆಯ ಗುಣಮಟ್ಟ ಕಡಿಮೆಯಾಗುತ್ತದೆ.

ಈ ಶತಮಾನದ ಆರಂಭದಿಂದಲೂ ರೇಡಿಯೋ ಪ್ರಸಾರದ ತರಂಗಾಂತರದ ಗುಣಮಟ್ಟ ವೃದ್ಧಿಗೆ ಪರೀಕ್ಷೆ- ಸಂಶೋಧನೆ ನಡೆಯುತ್ತಲೇ ಇತ್ತು. ೧೯ನೇ ಶತಮಾನದ ಅಂತ್ಯದ ವೇಳೆಗೆ ಮೀಡಿಯಂ ವೇವ್ ತರಂಗಾಂತರ ಪತ್ತೆ ಹಚ್ಚಲಾಗಿತ್ತು. ಪ್ರಸಾರ ಸೇವೆ ಮೊದಲು ಮೀಡಿಯಂ ವೇವ್‌ನಲ್ಲಿ ಆರಂಭವಾಯಿತು. ಅನಂತರ ಶಾರ್ಟ್‌ವೇವ್, ಕಳೆದ ಶತಮಾನದ

ಏಳನೇ ದಶಕದಲ್ಲಿ 'ಫ್ರೀಕ್ವೆನ್ಸಿ ಮಾಡ್ಯುಲೇಷನ್' (ಎಫ್.ಎಂ.) ತರಂಗಾಂತರಗಳು ಸಂಶೋಧನೆಯಾದವು. ಈಗ ಪ್ರಸಾರದಲ್ಲಿ ಅತ್ಯಂತ ಕ್ರಾಂತಿಕಾರಕವಾದ 'ಡಿಜಿಟಲ್ ಪ್ರಸಾರ' ಸೇವೆ ಆರಂಭವಾಗಿದೆ.

ಮೀಡಿಯಂ ವೇವ್

ಮೀಡಿಯಂ ವೇವ್ ನೆಲಮಟ್ಟದಲ್ಲಿ ಸಾಗುವ ತರಂಗಗಳು. ಪರ್ವತ, ಕಟ್ಟಡ, ಹಳ್ಳ ತಿಟ್ಟು ಮೊದಲಾಗಿ ಭೂಮಿಯ ಮೇಲ್ಮೈ ರಚನೆಗನುಗುಣವಾಗಿ ಹತ್ತಿ ಇಳಿದು ಸಾಗುವ ತರಂಗಗಳಾಗಿವೆ. ಪ್ರಸಾರ ಮಾಡುವ- - ಯಂತ್ರದ ಶಕ್ತಿಗನುಸಾರ (ಈ 'ಶಕ್ತಿ'ಯನ್ನು ಕಿಲೋವ್ಯಾಟ್‌ಗಳ ಮೂಲಕ ಅಳೆಯಲಾಗುತ್ತದೆ) ಆ ಸ್ಥಳದಿಂದ ಸುಮಾರು ೫೦೦-೬೦೦ ಕಿ.ಮೀ. ದೂರ ಸಾಗುವ ತರಂಗಗಳು ಇವು. ಆದರೆ ಮುಂದೆ ಸಾಗುತ್ತ ಸಾಗುತ್ತ ದುರ್ಬಲಗೊಳ್ಳುತ್ತವೆ. ರೇಡಿಯೋ ಕೇಂದ್ರದಿಂದ ತುಂಬ ದೂರದಲ್ಲಿರುವವರು ಒಳ್ಳೆಯ ಕಾರ್ಯಕ್ರಮ ಕೇಳಲು ಸಾಧ್ಯವಾಗುವುದಿಲ್ಲ. ಈ ಕೊರತೆಯನ್ನು ನೀಗಿಸಲು ಶಾರ್ಟ್‌ವೇವ್ ಅನ್ನು ಪತ್ತೆ ಹಚ್ಚಿ ಬಳಕೆಗೆ ತರಲಾಯಿತು.

ಶಾರ್ಟ್‌ವೇವ್

ಒಂದು ತರಂಗದಿಂದ ಇನ್ನೊಂದು ತರಂಗಕ್ಕೆ ಇರುವ ಅಂತರ ಕಡಿಮೆಯಾಗಿರುವುದರಿಂದ ಇದನ್ನು 'ಶಾರ್ಟ್‌ವೇವ್' ಎಂದು ಕರೆಯಲಾಗಿದೆ. ಇದು ಅತ್ಯಂತ ಶಕ್ತಿಯುತ. ಬಹುದೂರಕ್ಕೆ- ಅಂದರೆ ಇಡೀ ವಿಶ್ವವನ್ನೇ ಈ ತರಂಗಗಳು ಆವರಿಸಬಲ್ಲವು. ಹಾಗಾಗಿ ದೂರಪ್ರಸಾರಕ್ಕೆ ಮತ್ತು ಖಂಡಾಂತರ ಪ್ರಸಾರಕ್ಕೆ ಶಾರ್ಟ್‌ವೇವ್ ಅನ್ನು ಬಳಸಲಾಗುತ್ತದೆ.

ಮೀಡಿಯಂ ವೇವ್ ಪ್ರಸಾರ ಭೂಮಿಗೆ ಮಟ್ಟಸವಾಗಿ ಚಲಿಸುವುದಾದರೆ, ಶಾರ್ಟ್‌ವೇವ್ ಅನ್ನು ಎತ್ತರಕ್ಕೆ ನೇರವಾಗಿ ಅಯನೋಸ್ಫಿಯರ್‌ಗೆ ಮಾಡಲಾಗುತ್ತದೆ. ಅಯನೋಸ್ಫಿಯರ್‌ನ ಗುಣಧರ್ಮದಿಂದಾಗಿ (reflection and refraction ಪ್ರತಿಫಲನ ಮತ್ತು ಘರ್ಷಣೆ) ಈ ತರಂಗಗಳು ಮತ್ತೆ ಭೂಮಿಗೆ ಬರುತ್ತ, ಭೂಮಿಯಿಂದ ವಾತಾವರಣಕ್ಕೆ ಸಾಗುತ್ತಾ ಮತ್ತೆ ವಾತಾವರಣದಿಂದ ಭೂಮಿಗೆ ಬರುತ್ತಾ, ಭೂಮಿಯಿಂದ ವಾತಾವರಣಕ್ಕೆ ಸಾಗುತ್ತ, ಈ ಪ್ರಕ್ರಿಯೆ ಚಕ್ರಗತಿಯಿಂದ ಇಡೀ ವಿಶ್ವವನ್ನೇ ಆವರಿಸುತ್ತದೆ ಮತ್ತು ಈ ಪ್ರಕ್ರಿಯೆಯಲ್ಲಿ ಅದು ತನ್ನ ಶಕ್ತಿಯನ್ನು ಕಳೆದುಕೊಳ್ಳುವುದಿಲ್ಲ.

ಮೀಡಿಯಂ ವೇವ್ ಪ್ರಸಾರಕ್ಕಿಂತಲೂ ಶಾರ್ಟ್ ವೇವ್ ಪ್ರಸಾರಕ್ಕೆ ಶಕ್ತಿಯ ಬಳಕೆ (power consumption) ಕಡಿಮೆ. ವಾತಾವರಣದ ಕ್ರಿಯೆಯನ್ನು ಬಂಡವಾಳ ಮಾಡಿಕೊಂಡು ವಿಶ್ವಾದ್ಯಂತ ತರಂಗಗಳನ್ನು ಪ್ರಸರಿಸುವುದು ಇದರ ತಾಂತ್ರಿಕತೆ. ಆದರೆ ಇದರಲ್ಲಿರುವ ಒಂದು ದೋಷವೆಂದರೆ ಪ್ರಸಾರ ಕೇಂದ್ರದ ಸಮೀಪ ಈ ತರಂಗಗಳು ಉತ್ಪನ್ನವಾಗುವುದಿಲ್ಲ. ಪ್ರಸಾರ ಕೇಂದ್ರದಿಂದ ಸುಮಾರು ನೂರಿನ್ನೂರು ಕಿ.ಮೀ. ದೂರದವರೆಗೂ shadow zone ('ನೆರಳು ಪ್ರದೇಶ'- ಪ್ರಸಾರ ತರಂಗಗಳು ಉತ್ಪನ್ನವಾಗದೇ ಇರುವುದು) ನಿರ್ಮಾಣವಾಗುತ್ತದೆ. ಹಾಗಾಗಿ ಶಾರ್ಟ್‌ವೇವ್‌ನಲ್ಲಿ ಪ್ರಸಾರ ಮಾಡುವ ಕೇಂದ್ರದ ಸಮಾಪದಲ್ಲಿರುವವರು ಕಾರ್ಯಕ್ರಮ ಕೇಳಲು ಸಾಧ್ಯವಾಗುವುದಿಲ್ಲ. ದೂರ ಪ್ರಸಾರಕ್ಕೆ ಮಾತ್ರ ಶಾರ್ಟ್‌ವೇವ್ ಉಪಯೋಗಕಾರಿ.

ಎಫ್.ಎಂ.

ರೇಡಿಯೋ ಕೇಂದ್ರದ ಸಮೀಪದಲ್ಲಿರುವವರಿಗೆ (ಸುಮಾರು ನೂರು ಕಿ.ಮೀ. ವ್ಯಾಪ್ತಿಯಲ್ಲಿ ವಾಸಿಸುವವರಿಗೆ) ಕಾರ್ಯಕ್ರಮ ಕೇಳಬೇಕು ಮತ್ತು ಅದು ಅತ್ಯುತ್ತಮ ಗುಣಮಟ್ಟದಲ್ಲೂ ಇರಬೇಕು ಎಂಬ ಎರಡು ಉದ್ದೇಶಗಳ ಈಡೇರಿಕೆಗೆ ಎಫ್.ಎಂ. (ಫ್ರೀಕ್ವೆನ್ಸಿ ಮಾಡ್ಯುಲೇಷನ್) ತರಂಗಗಳನ್ನು ಸಂಶೋಧಿಸಿ ಪ್ರಸಾರ ಸೇವೆಗೆ ಬಳಸಿಕೊಳ್ಳಲಾಯಿತು. ಈ ತರಂಗಗಳು ಭೂಮಿಗೆ ಮಟ್ಟಸವಾಗಿ ಸಾಗುತ್ತವೆ. ಆದರೆ ಅಡೆತಡೆಗಳು ದೊರೆತರೆ (ಉದಾ: ಪರ್ವತ, ಎತ್ತರದ ಕಟ್ಟಡಗಳು) ಮುಂದಕ್ಕೆ ಸಾಗಲಾರವು. ಈ ತೊಂದರೆಗಳನ್ನು ನೀಗಿಸಲು ಎಫ್.ಎಂ. ಆ್ಯಂಟೆನಾವನ್ನು (aerial) ಅತಿ ಎತ್ತರದಲ್ಲಿ ಸ್ಥಾಪಿಸಲಾಗುತ್ತದೆ (೧೦ ಕಿಲೋವ್ಯಾಟ್ ಸಾಮರ್ಥ್ಯದ ಎಫ್.ಎಂ. ರೇಡಿಯೋ ಕೇಂದ್ರದ ಆ್ಯಂಟೆನಾವನ್ನು ನೂರು ಮೀಟರ್ ಎತ್ತರದಲ್ಲೂ ದೂರದರ್ಶನದ ಅದೇ ಸಾಮರ್ಥ್ಯದ ಎಫ್.ಎಂ. ಆ್ಯಂಟೆನಾವನ್ನು ನೂರಾ ಐವತ್ತು ಮೀಟರ್ ಎತ್ತರದಲ್ಲೂ ಸ್ಥಾಪಿಸಲಾಗುತ್ತದೆ. ನೂರು ಮೀಟರ್ ಎತ್ತರದಲ್ಲಿ ಸ್ಥಾಪಿಸಿದ ಟವರ್‌ನಿಂದ ಪ್ರಸಾರವಾಗುವ ಕಾರ್ಯಕ್ರಮಗಳು ಸುಮಾರು ೭೫ ರಿಂದ ೧೦೦ ಕಿ.ಮೀ. ವ್ಯಾಸದಲ್ಲಿ ವಾಸಿಸುವವರಿಗೆ ಉತ್ತಮವಾಗಿ ಕೇಳಿಸುತ್ತದೆ).

ತರಂಗಗಳ ಮಧ್ಯ ಇರುವ ಪೂರ್ತಿ ಭಾಗವನ್ನು ಪ್ರಸಾರದಲ್ಲಿ ಉಪಯೋಗಿಸಿ ಕೊಳ್ಳಲಾಗುವುದರಿಂದ (Full frequency audio-band) ಕೇಳ್ಮೆಯಲ್ಲಿ ಎಡ–ಬಲ ನಿರ್ದೇಶನ ಕೂಡ (Stereo and directional) ಇಲ್ಲಿ ಸಾಧ್ಯ. ಮೀಡಿಯಂ ವೇವ್‌ನ ಸಮೀಪತೆ ಮತ್ತು ಉಪಗ್ರಹಗಳ ಬಳಕೆಯಿಂದಾಗಿ, ಶಾರ್ಟ್‌ವೇವ್‌ನ 'ಕಡಿಮೆ ಶಕ್ತಿಯ ಉಪಯೋಗ' (consumption of less power) ಎರಡೂ ಇಲ್ಲಿ ಸಾಧಿತವಾದಂತಾಯಿತು. ಹೀಗೆ ಎಫ್.ಎಂ. ಪ್ರಸಾರ ಗುಣಮಟ್ಟದಲ್ಲಿ ಅದ್ವಿತೀಯವಾಗಿ ನಿಂತಿತು.

ಡಿಜಿಟಲ್ ಪ್ರಸಾರ

ಕಡಿಮೆ ಖರ್ಚಿನಲ್ಲಿ ಹೆಚ್ಚು ಕೆಲಸ ತೆಗೆದುಕೊಳ್ಳಬೇಕು ಮತ್ತು ಹೆಚ್ಚು ಲಾಭವಾಗ ಬೇಕೆಂಬುದು ವಿಜ್ಞಾನದ ಪ್ರವೃತ್ತಿ. ಡಿಜಿಟಲ್ ಪ್ರಸಾರ ಆ ಗುರಿಯನ್ನು ಸಾಧ್ಯವಾಗಿಸಿದೆ. ಒಂದು ಕೇಂದ್ರದ ಒಂದು ತರಂಗಾಂತರದಲ್ಲಿ (frequency spectrumನಲ್ಲಿ) ೨೦೦ ವಾಹಿನಿಗಳನ್ನು ಹರಿಯಬಿಡುವುದೇ ಆ ಕ್ರಾಂತಿಕಾರಿ ಬದಲಾವಣೆ. ಅಂದರೆ ಒಂದು ರೇಡಿಯೋ ಕೇಂದ್ರದ ಒಂದು ಟ್ರಾನ್ಸ್‌ಮಿಟ್ಟರ್‌ನಿಂದ ಏಕಕಾಲಕ್ಕೆ ೨೦೦ ಚಾನೆಲ್‌ಗಳಲ್ಲಿ ಬೇರೆ ಬೇರೆ ಕಾರ್ಯಕ್ರಮಗಳನ್ನು ಪ್ರಸಾರ ಮಾಡಬಹುದಾಗಿದೆ (ಅಂದರೆ ಒಂದು ಕೇಂದ್ರವು ೨೦೦ ಕೇಂದ್ರಗಳಂತೆ ಪ್ರವರ್ತಿಸಬಹುದಾಗಿದೆ). ಆದರೆ ಈ ೨೦೦ ಚಾನೆಲ್‌ಗಳನ್ನು ಸ್ವೀಕರಿಸುವ (receive ಮಾಡುವ) ರೇಡಿಯೋ ಸೆಟ್‌ಗಳು ಬಹು ದುಬಾರಿಯಾಗಬಲ್ಲ ವಾದ್ದರಿಂದ ಎಲ್ಲ ೨೦೦ ಚಾನೆಲ್‌ಗಳನ್ನು ಉಪಯೋಗಿಸುವುದು ಕಷ್ಟಸಾಧ್ಯ. ತೀರ ಆದರ್ಶಯುತವಾಗಿ ಹೇಳಬಹುದಾದರೆ, ಎಫ್.ಎಂ.ನ ಎಲ್ಲ ಗುಣಮಟ್ಟವನ್ನು ಕಾಪಾಡಿ ಕೊಂಡು ಹೆಚ್ಚೆಂದರೆ ಆರು ಸ್ಟೀರಿಯೋ ಚಾನೆಲ್ ಮತ್ತು ಒಂದು ಮೋನೋ ಚಾನೆಲ್ ಅನ್ನು ಸಾಮಾನ್ಯ ರೇಡಿಯೋ ಸೆಟ್‌ಗಳು ಸ್ವೀಕರಿಸಬಲ್ಲವು. ಹಾಗಾಗಿ, ಸದ್ಯಕ್ಕೆ, ಡಿಜಿಟಲ್ ಪ್ರಸಾರದಲ್ಲಿ ಏಕಕಾಲಕ್ಕೆ ಒಂದೇ ಕೇಂದ್ರದಿಂದ, ಒಂದು ಟ್ರಾನ್ಸ್‌ಮಿಟ್ಟರ್‌ನಿಂದ, ಅಷ್ಟೇ ವಿದ್ಯುಚ್ಛಕ್ತಿ ಬಳಕೆ ಮಾಡಿ ಏಳು ಚಾನೆಲ್‌ಗಳಲ್ಲಿ ಕಾರ್ಯಕ್ರಮಗಳನ್ನು ಹರಿಯ ಬಿಡಬಹುದಾಗಿದೆ.

ಡಿಜಿಟಲ್ ಪ್ರಸಾರದ ಆವಿಷ್ಕಾರವು ರೇಡಿಯೋ ಪ್ರಸಾರದಲ್ಲಿ ಒಂದು ಅತ್ಯಂತ ಕ್ರಾಂತಿಕಾರಕ ಬದಲಾವಣೆಯಾಗಿದೆ. ಹೆಚ್ಚು ಹೆಚ್ಚು ರೇಡಿಯೋ ಕೇಂದ್ರಗಳ ಆವಶ್ಯಕತೆ ಇದರಿಂದಾಗಿ ಇಲ್ಲವಾಗಿದೆ. ಒಂದೇ ರೇಡಿಯೋ ಕೇಂದ್ರದಿಂದ ಬೇರೆ ಬೇರೆ ವಾಹಿನಿಗಳಲ್ಲಿ (Channel) ಬೇರೆ ಬೇರೆ ಕಾರ್ಯಕ್ರಮಗಳನ್ನು ಏಕಕಾಲಕ್ಕೆ ಪ್ರಸಾರ ಮಾಡುತ್ತಿರಬಹುದು. ಶಕ್ತಿಯ ಬಳಕೆಯಲ್ಲಿ ವ್ಯತ್ಯಾಸವಿಲ್ಲದೆ, ಅತ್ಯುತ್ತಮ ಗುಣಮಟ್ಟ ಕಾಯ್ದುಕೊಂಡು ಭಿನ್ನ ಸ್ತರದ ಬೇರೆ ಬೇರೆ ಅಭಿರುಚಿಯ ಕೇಳುಗರನ್ನು ಏಕಕಾಲಕ್ಕೆ ತೃಪ್ತಿಪಡಿಸಬಹುದಾಗಿದೆ. ಭಾರತದಲ್ಲಿ ದೆಹಲಿ, ಕಲ್ಕತ್ತಾ, ಮುಂಬೈ ಮೊದಲಾದ ಮೆಟ್ರೋ ನಗರಗಳಲ್ಲಿ ಡಿಜಿಟಲ್ ಪ್ರಸಾರ ಆರಂಭವಾಗಿದ್ದು ಹಂತ ಹಂತವಾಗಿ ಇತರ ಆಕಾಶವಾಣಿ ಕೇಂದ್ರಗಳಿಗೂ ಈ ವ್ಯವಸ್ಥೆ ಕಾಲಿಡಲಿದೆ.

ಧ್ವನಿತರಂಗಗಳು ದೇಶಾತೀತವಾಗಿ ಸಂಚರಿಸುವುದರಿಂದ ಯಾವುದೇ ರೇಡಿಯೋ ಕೇಂದ್ರ ತೆರೆಯಲು ಮತ್ತು ಆವರ್ತಾಂಕವನ್ನು (frequency) ನಿಗದಿಪಡಿಸಲು ಅಂತಾರಾಷ್ಟ್ರೀಯ ಅನುಮತಿ ಬೇಕು. ಈಗ ಮೀಡಿಯಮ್ ವೇವ್‌ನ ಎಲ್ಲ ಫ್ರೀಕ್ವೆನ್ಸಿಗಳೂ ಮುಗಿದಿದ್ದು, ಮೀಡಿಯಮ್ ವೇವ್ ಕೇಂದ್ರಗಳನ್ನು ತೆರೆಯುವಂತಿಲ್ಲ. ಹಾಗಾಗಿ ಹೊಸ ಆವಿಷ್ಕಾರವಾದ ಎಫ್ ಎಂ. (Frequency modulation) ತರಂಗಾಂತರದ ಕೇಂದ್ರಗಳನ್ನು ತೆರೆಯಲಾಗುತ್ತಿದೆ. ಎಫ್.ಎಂ. ತರಂಗಗಳು ಬಾಹ್ಯಘಾತಗಳಿಗೆ ಹಾಳಾಗದೇ ಇರುವುದರಿಂದ ಸುಮಾರು ಅರವತ್ತು ಕಿ.ಮೀ. ದೂರದವರೆಗೂ ತನ್ನ ಗುಣಮಟ್ಟ ಉಳಿಸಿಕೊಳ್ಳುತ್ತದೆ. ಭಾರತದಲ್ಲಿ ೧೯೭೭ರಲ್ಲಿ ಎಫ್.ಎಂ. ಪ್ರಸಾರ ಸೇವೆ ಆರಂಭವಾಯಿತು. ಎಫ್.ಎಂ. ಪ್ರಸಾರದೊಂದಿಗೆ ಭಾರತವು ಮೂರು ಹಂತದ (೩..... System) ಸೇವೆಯನ್ನು ಆರಂಭಿಸಿತು. ವಿದೇಶಸೇವೆ, ದೇಶೀಯವಾದ ಮುಖ್ಯ ಸೇವೆ ಮತ್ತು ಸ್ಥಳೀಯ ಅಭಿವೃದ್ಧಿಗಾಗಿ ಇರುವ ಎಫ್.ಎಂ. ಸೇವೆ, ಎಫ್‌ಎಂ. ಕೇಂದ್ರಗಳನ್ನು ಸ್ಥಳೀಯ ಅಭಿವೃದ್ಧಿಯನ್ನು (local development) ದೃಷ್ಟಿಯಲ್ಲಿಟ್ಟುಕೊಂಡ ಸ್ಥಳೀಯ ಆಕಾಶವಾಣಿ ಕೇಂದ್ರಗಳೆಂದು (Loacl Radio Stations) ಕರೆಯಲಾಗಿದೆ. ಸ್ಥಳೀಯ ಆಡಳಿತದೊಂದಿಗೆ ಸಹಭಾಗಿಯಾಗಿ ಆಯಾ ಜಿಲ್ಲೆಯ ಸರ್ವಾಂಗೀಣ ಅಭಿವೃದ್ಧಿಗೆ ಶ್ರಮಿಸುವುದೇ ಸ್ಥಳೀಯ ರೇಡಿಯೋ ಕೇಂದ್ರಗಳ ಮುಖ್ಯ ಉದ್ದೇಶ. ಎಫ್.ಎಂ.ರೇಡಿಯೋ ಕೇಂದ್ರಗಳ ಕಾರ್ಯ ಚಟುವಟಿಕೆಯು ಪ್ರಾದೇಶಿಕ ಕೇಂದ್ರಗಳ ಕಾರ್ಯ ಚಟುವಟಿಕೆಗಿಂತ ಸಂಪೂರ್ಣ ಭಿನ್ನ. ಕೃಷಿ, ಶಿಕ್ಷಣ, ಉದ್ಯೋಗ, ಆರೋಗ್ಯ ಮೊದಲಾದ ಪ್ರಾಥಮಿಕ ಅವಶ್ಯಕತೆಗಳ ಕಡೆ ಗಮನ ಹರಿಸಿ ಪ್ರಾದೇಶಿಕ ಅಸಮತೆಗಳನ್ನು ಹೋಗಲಾಡಿಸಲು ಅವು ಶ್ರಮಿಸುತ್ತವೆ.

ಕರ್ನಾಟಕದಲ್ಲಿ ಪ್ರಾಥಮಿಕ ಸೇವೆಯ ಕೇಂದ್ರಗಳಾಗಿ (primary channel service) ಬೆಂಗಳೂರು, ಧಾರವಾಡ, ಮಂಗಳೂರು, ಗುಲ್ಬರ್ಗ, ಮೈಸೂರು ಮತ್ತು ಭದ್ರಾವತಿ ಆಕಾಶವಾಣಿ ಕೇಂದ್ರಗಳು ಕಾರ್ಯನಿರ್ವಹಿಸುತ್ತಿದ್ದು ಹಾಸನ, ಮಡಿಕೇರಿ, ಕಾರವಾರ, ಚಿತ್ರದುರ್ಗ, ಹೊಸಪೇಟೆ, ರಾಯಚೂರು ಮತ್ತು ಬಿಜಾಪುರ ಕೇಂದ್ರಗಳು ಸ್ಥಳೀಯ ಕೇಂದ್ರಗಳಾಗಿ (Loacl Radio Stations) ಕರ್ತವ್ಯ ನಿರ್ವಹಿಸುತ್ತಿವೆ. ಬೆಂಗಳೂರಿನಲ್ಲಿ 'ವಿವಿಧ ಭಾರತಿ' ವಾಣಿಜ್ಯ ಕೇಂದ್ರವಿದ್ದು, ಒಂದು ಎಫ್.ಎಂ. ಕೇಂದ್ರವನ್ನೂ ಹೊಂದಿದೆ. ದೊಡ್ಡಬಳ್ಳಾಪುರದಲ್ಲಿ ವಿದೇಶ ಪ್ರಸಾರ ಮಾಡಲಾಗುತ್ತಿದೆ.

ಆಕಾಶವಾಣಿಯು ಸುಮಾರು ೪೫ ಸಾವಿರದಷ್ಟು ಉದ್ಯೋಗಿಗಳನ್ನು ಹೊಂದಿರುವ ಒಂದು ಬೃಹತ್ ಸಂಸ್ಥೆ. ಸಿಬ್ಬಂದಿ ತರಬೇತಿಗಾಗಿ ದೆಹಲಿಯಲ್ಲಿ ಸಿಬ್ಬಂದಿ ತರಬೇತಿ ಕಾರ್ಯಾಲಯವಿದೆ. ಹೈದರಾಬಾದ್, ತಿರುವನಂತಪುರ, ಲಖನೌ, ಕಟಕ್, ಅಹಮದಾ ಬಾದ್ ಮತ್ತು ಶಿಲ್ಲಾಂಗ್‌ನಲ್ಲಿ ಪ್ರಾದೇಶಿಕ ತರಬೇತಿ ಕೇಂದ್ರಗಳಿವೆ.

ಆಡಳಿತಾತ್ಮಕವಾಗಿ ಆಕಾಶವಾಣಿಯಲ್ಲಿ ಕಾರ್ಯಕ್ರಮ, ಎಂಜಿನಿಯರಿಂಗ್, ಜಾಹಿರಾತು ಮತ್ತು ಆಡಳಿತ ಎಂಬ ನಾಲ್ಕು ವಿಭಾಗಗಳಿವೆ. ಇವು ಸಂಸ್ಥೆಯ ಸುಗಮ ಮುನ್ನಡೆಗೆ ಸಹಾಯಕವಾಗಿವೆ.

ಕೇಂದ್ರ ಸರ್ಕಾರದ ವಾರ್ತಾ ಮತ್ತು ಪ್ರಸಾರ ಸಚಿವಾಲಯದ (Ministry of Information and Broadcating) ಅಧೀನದಲ್ಲಿ ಕರ್ತವ್ಯ ನಿರ್ವಹಿಸುತ್ತಿರುವ ಬಾನುಲಿಯನ್ನು ಈಗ ಸ್ವಾಯತ್ತ ಸಂಸ್ಥೆಯಾಗಿ ರೂಪಿಸುವ ಪ್ರಯತ್ನ ನಡೆಯುತ್ತಿದೆ. ಈ ಹೊಸ ವ್ಯವಸ್ಥೆಯನ್ನು "ಪ್ರಸಾರ ಭಾರತಿ" ಎಂದು ಕರೆಯಲಾಗಿದೆ. ವಾರ್ತಾ ಮತ್ತು ಪ್ರಸಾರ ಸಚಿವಾಲಯದ ವ್ಯಾಪ್ತಿಯಲ್ಲಿ ಆಕಾಶವಾಣಿಯ ಸಹಸಂಸ್ಥೆಗಳಾಗಿ ಇತರ ಹದಿನೇಳು ಇಲಾಖೆಗಳಿವೆ. ಅವುಗಳೆಂದರೆ ದೂರದರ್ಶನ, ಫಿಲ್ಮ್ಸ್ ಡಿವಿಜನ್, ಚಲನಚಿತ್ರೋತ್ಸವ ನಿರ್ದೇಶನಾಲಯ, ಮಕ್ಕಳ ಚಲನಚಿತ್ರ ಸೊಸೈಟಿ, ನ್ಯಾಶನಲ್ ಫಿಲ್ಮ್ ಆರ್ಕೈವ್ಸ್ ಆಫ್ ಇಂಡಿಯಾ, ಪುಣೆಯಲ್ಲಿರುವ ಫಿಲ್ಮ್ಸ್ ಮತ್ತು ಟೆಲಿವಿಷನ್ಸ್ ಸಂಸ್ಥೆ, ರಾಷ್ಟ್ರೀಯ ಚಲನಚಿತ್ರ ಅಭಿವೃದ್ಧಿ ನಿಗಮ, ಕ್ಷೇತ್ರ ಪ್ರಚಾರ ನಿರ್ದೇಶನಾಲಯ, ರಿಜಿಸ್ಟ್ರಾರ್ ಆಫ್ ನ್ಯೂಸ್ ಪೇಪರ್ಸ್ ಆಫ್ ಇಂಡಿಯಾ, ಪ್ರಕಟಣಾ ವಿಭಾಗ (Printing and Publishing Division), ಜಾಹಿರಾತು ಮತ್ತು ದೃಶ್ಯ ಪ್ರಚಾರ ನಿರ್ದೇಶನಾಲಯ (DAVP), ಸಂಶೋಧನೆ ಮತ್ತು ಪರಾಮರ್ಶನಾ ವಿಭಾಗ (Research and Reference Division), ಫೋಟೋ ಡಿವಿಜನ್, ಪ್ರೆಸ್ ಇನ್‌ಫಾರ್ಮೆಷನ್ ಬ್ಯೂರೋ, ಸಂಗೀತ- ನಾಟಕ ವಿಭಾಗ, ಇಂಡಿಯನ್ ಇನ್‌ಸ್ಟಿಟ್ಯೂಟ್ ಆಫ್ ಮಾಸ್ ಕಮ್ಯುನಿಕೇಷನ್ ಹಾಗೂ ನ್ಯಾಮ್ ರಾಷ್ಟ್ರಗಳ ಮಾಹಿತಿ ನೆಟ್‌ವರ್ಕ್ (NAMEDIA).

ಆಕಾಶವಾಣಿಯ ಒಟ್ಟಾರೆ ಕಾರ್ಯಕ್ರಮ ರೂಪಣೆಯಲ್ಲಿ- ಸಂಶೋಧನೆಗಳ ಆಧಾರದಿಂದ ಸಲಹೆ-ಸೂಚನೆಗಳನ್ನು ನೀಡಲು 'ಶ್ರೋತೃ ಸಂಶೋಧನಾ ವಿಭಾಗ' ಇದೆ. ಹೊಸ ಆಕಾಶವಾಣಿ ಕೇಂದ್ರವೊಂದು ಸ್ಥಾಪನೆಯಾದಾಗ ಆಯಾ ಭಾಗದ ಭೂಗೋಳ ಪರಿಸ್ಥಿತಿ, ಹವೆ, ಮಳೆ ಬೆಳೆ, ಜನಜೀವನ, ಭಾಷೆ, ಶಿಕ್ಷಣ, ಸಂಸ್ಕೃತಿ, ಕಲೆ, ಸಾಹಿತ್ಯ, ಅಭಿವೃದ್ಧಿ, ಆಡಳಿತ ಮೊದಲಾದವುಗಳ ಹಿನ್ನೆಲೆಯಲ್ಲಿ ಜನರ ಆಸೆ ನಿರೀಕ್ಷೆ ಬೇಡಿಕೆಗಳನ್ನು ಅನುಲಕ್ಷಿಸಿ ಕಾರ್ಯಕ್ರಮಗಳನ್ನು ರೂಪಿಸಲು ಈ ವಿಭಾಗ ಅಪಾರವಾಗಿ ನೆರವಾಗುತ್ತದೆ. ಹೊಸ ಕಾರ್ಯಕ್ರಮಗಳ ಯೋಜನೆ ಮತ್ತು ಬದಲಾವಣೆಗಳ ಹಂತದಲ್ಲೂ 'ಶ್ರೋತೃ ಸಂಶೋಧನಾ ವಿಭಾಗ' ನೆರವಿಗೆ ಬರುತ್ತದೆ.

ಆಕಾಶವಾಣಿಯಲ್ಲಿ ವೃತ್ತಿಪರತೆ ಮತ್ತು ಸ್ಪರ್ಧಾತ್ಮಕ ಮನೋಭಾವ ಬೆಳೆಸಲು ಹಲವಾರು ವಿಭಾಗಗಳಲ್ಲಿ ವಾರ್ಷಿಕ ಪ್ರಶಸ್ತಿಗಳನ್ನು ನೀಡಲಾಗುತ್ತಿದೆ. ಕಾರ್ಯಕ್ರಮಗಳ ವಿಭಾಗದಲ್ಲಿ ಅತ್ಯುತ್ತಮ ನಿರ್ವಹಿಸಲ್ಪಡುತ್ತಿರುವ ಕೇಂದ್ರಗಳಿಗೆ ಪ್ರಶಸ್ತಿ ನೀಡಲಾಗುತ್ತದೆ.

ದೆಹಲಿಯಲ್ಲಿ ಆಕಾಶವಾಣಿಯ ಆಡಳಿತಾತ್ಮಕ ಕೇಂದ್ರವಿದ್ದು ಮಹಾನಿರ್ದೇಶಕರು (Director General) ಸಂಸ್ಥೆಯ ಮುಖ್ಯಸ್ಥರಾಗಿರುವರು. ಏಳು ಮಂದಿ ಉಪಮಹಾ

ನಿರ್ದೇಶಕರು, ಅನಂತರ ಪ್ರಾದೇಶಿಕ ನಿರ್ದೇಶಕರು ರಾಜ್ಯಕ್ಕೆ ಒಬ್ಬೊಬ್ಬರಂತೆ ಇರುತ್ತಾರೆ. ಕೇಂದ್ರ ನಿರ್ದೇಶಕರು ಆಯಾ ಆಕಾಶವಾಣಿ ಕೇಂದ್ರದ ಮುಖ್ಯಸ್ಥರಾಗಿರುತ್ತಾರೆ.

ಆಕಾಶವಾಣಿಯ ಕಾರ್ಯಕ್ರಮಗಳು ಅಪಾರ ಜನಮನ್ನಣೆ ಗಳಿಸಿವೆ. ಆಕಾಶವಾಣಿಯ ಧ್ವನಿಪರೀಕ್ಷೆಯಲ್ಲಿ ಉತ್ತೀರ್ಣರಾಗಿ ವಿವಿಧ 'ಗ್ರೇಡ್'ಗಳನ್ನು ಪಡೆದುಕೊಳ್ಳುವುದು ಕಲಾವಿದರಿಗೆ ಪ್ರತಿಷ್ಠೆಯ ವಿಷಯವಾಗಿದೆ. ದೂರದರ್ಶನ ಹಾಗೂ ಇತರ ಕಡೆಗಳಲ್ಲಿ ಕಾರ್ಯಕ್ರಮ ನೀಡಲು ಆಕಾಶವಾಣಿಯ 'ಗ್ರೇಡ್' ಮೂಲ ಆಧಾರವಾಗಿದೆ.

'ಆಕಾಶವಾಣಿ ಸರ್ಕಾರದ ಸ್ವಾಮ್ಯದಲ್ಲಿರುವ ಒಂದು ಸಂಸ್ಥೆ. ರಚನಾತ್ಮಕ ಕೆಲಸಗಳನ್ನು ನಿರ್ವಹಿಸುವಂಥದು. ಸ್ವಾತಂತ್ರ್ಯಾನಂತರ ರಾಷ್ಟ್ರ ನಿರ್ಮಾಣದಲ್ಲಿ ಈ ಮಾಧ್ಯಮವು ಬಹುದೊಡ್ಡ ಪಾತ್ರ ವಹಿಸಿದೆ. ನೈರ್ಮಲ್ಯ, ಆರೋಗ್ಯ ಮತ್ತು ಶಿಕ್ಷಣದ ಮೂಲಕ ವ್ಯಕ್ತಿ ನಿರ್ಮಾಣ, ಕೃಷಿ, ಸ್ವ ಉದ್ಯೋಗದ ಮೂಲಕ ಸ್ವಾವಲಂಬನೆ ಹಾಗೂ ಬಡತನ ನಿರ್ಮೂಲನೆ ಮತ್ತು ಆ ಮೂಲಕ ವ್ಯಷ್ಟಿ ಬೆಳವಣಿಗೆ- ಹೀಗೆ ದೇಶ ಅಭಿವೃದ್ಧಿ ಸಾಧಿಸಬೇಕೆಂಬ ಕನಸನ್ನು ಗಾಂಧೀಜಿ ಹೊತ್ತಿದ್ದರು. ಈ ನಿಟ್ಟಿನಲ್ಲಿ ಆಕಾಶವಾಣಿಯ ಕೊಡುಗೆ ಅನನ್ಯ. ಕೃಷಿ, ಶಿಕ್ಷಣ, ವಿಜ್ಞಾನದೊಂದಿಗೆ ಕಲೆ, ಸಾಹಿತ್ಯ, ಸಂಸ್ಕೃತಿಯ ಬೆಸುಗೆ ಹಾಕಿ ಜನರ ರುಚಿ ಶುದ್ಧಿಗೊಳಿಸುತ್ತಿರುವ ಹಿರಿಮೆ ಅದರದು. ಕಳೆದ ಎಂಟು ದಶಕಗಳಿಂದ ಜನರ ಜೀವನಾಡಿ ಯೊಂದಿಗೆ ಬೆಳೆದು ಬಂದು ರಾಷ್ಟ್ರದ ಹಿತವನ್ನು ಕಾಪಾಡುವಲ್ಲಿ ಮಹತ್ತರ ಪಾತ್ರವಹಿಸಿದೆ. ನಿಧಾನವಾಗಿ ಖಾಸಗಿ ರೇಡಿಯೋ ಕೇಂದ್ರಗಳು ಪ್ರಸಾರ ಕ್ಷೇತ್ರವನ್ನು ಪ್ರವೇಶಿಸುತ್ತಿದ್ದರೂ ತನ್ನ ಘನ ಕಾರ್ಯದಿಂದ ಒಂದಿನಿತೂ ಜರುಗದಿರುವ ಆಕಾಶವಾಣಿಯು ಈಗ ವಿಶ್ವವಿದ್ಯಾ ನಿಲಯ ಶಿಕ್ಷಣ ಪ್ರಸಾರವನ್ನೂ ತನ್ನ ತೆಕ್ಕೆಗೆ ತೆಗೆದುಕೊಂಡು ಪ್ರಸಾರ ಕ್ಷೇತ್ರದ ಅಭಿಷಿಕ್ತ ಸಾಮ್ರಾಟನಾಗಿಯೇ ಮುಂದುವರಿಯುತ್ತಿದೆ'.

೯

ಶ್ರೀಗಂಧ ಮತ್ತು ವರಧಾನದ ಲೇಖನಗಳು

–ಡಾ.ನರೇಂದ್ರ ರೈ ದೇರ್ಲ

ಐದಾರು ವರ್ಷಗಳ ಹಿಂದೆ ಸಾರಡ್ಕದ ನಾರಾಯಣ ಭಟ್ಟರ 'ನವೀನ ನರ್ಸರಿ'ಗೆ ಹೋಗಿದ್ದೆ. ಇದ್ದಕ್ಕಿದ್ದಂತೆ ಬನ್ನಿ ಬನ್ನಿ ಎಂದು ಭಟ್ಟರು ಅವರ ತೋಟದೊಳಗೆ ಕರೆದೊಯ್ದು ತೋಡಿನ ಬದಿಯಲ್ಲಿ ಆಗ ತಾನೆ ಕಡಿದುರುಳಿಸಿದ ಮರದ ಬೊಡ್ಡೆಯೊಂದನ್ನು ತೋರಿಸಿ, "ಇದು ಯಾವ ಜಾತಿಯ ಮರ ಹೇಳಿ?" ಎಂದರು. ಥಟ್ ಎಂದು ಉತ್ತರಿಸಲಾಗದೆ ನಾನು ಮೊದಲ ಪ್ರಯತ್ನಕ್ಕೆ ಸೋತು, ಅದರ ಗೆಲ್ಲು– ಎಲೆ–ಕಾಯಿ ತೋರಿಸಿ, ಬರೀ ಬೊಡ್ಡೆಯಿಂದ ಅಸಾಧ್ಯ ಎಂದು ಹೇಳಿದೆ. "ಎಲೆ–ರೆಂಬೆ–ಕಾಯಿ ಎಲ್ಲಾ ಬೊಳ್ಳದ ನೀರಿಗೆ ಹೋಗಿದೆ. ಮರವನ್ನು ನಿನ್ನೆ ಕಳ್ಳರು ಒಯ್ದಿದ್ದಾರೆ. ಅದು ಗಂಧದ ಮರ. ಪಾಪಿಗಳು, ನಯಾಪೈಸೆಯ ಪ್ರಯೋಜನವಿಲ್ಲ. ನಾನೇ ಇಪ್ಪತ್ತೈದು ವರ್ಷಗಳ ಹಿಂದೆ ನೆಟ್ಟದ್ದು. ಬೊಡ್ಡೆಯ ಮೇಲೆ 'ಶ್ರೀಗಂಧ' ಎಂದು ಬರೆಯಬೇಕಷ್ಟೇ. ಚೂರೂ ಪರಿಮಳವಿಲ್ಲ" ಎಂದೆಲ್ಲಾ ಅವರು ಗಂಧ ಕಳೆದು ಹೋದ ಬೇನೆಯಲ್ಲಿ ಮಾತನಾಡಲಾರಂಭಿಸಿದರು.

ದೇವರಕೊಂಡದ ಗೌಡರೊಬ್ಬರು ಜಾಹೀರಾತು ಕೊಟ್ಟು ಕೊಟ್ಟು ಶ್ರೀಗಂಧದ ಗಿಡಗಳನ್ನು ಮಾರಾಟ ಮಾಡುತ್ತಿದ್ದುದು ನೆನಪಾಯಿತು. ಅಡಿಕೆಗೆ ರೇಟು ನದಿ ಪಾತಾಳಕ್ಕೆ ಬಿದ್ದ ಕಾಲ ಅದು. ಶ್ರೀಗಂಧ ಹೊಸ ಕೃಷಿಯಾಗಿ ದುಡ್ಡು ಸುರಿಯಬಹುದೆಂದು ರೈತರಲ್ಲಿ ಆಸೆ ಹುಟ್ಟಿದ್ದ ಆ ವೇಳೆಯಲ್ಲೇ ನಾನು ನಾರಾಯಣ ಭಟ್ಟರ ತೋಟದ ತೋಡಿನ ಹತ್ತಿರ ನಿಂತದ್ದು. ಭಟ್ಟರು ಕೈಯಲ್ಲಿದ್ದ ಕತ್ತಿಯಿಂದ ಕೊಡಪ್ಪಿ ಏನಾದರೂ ಪಸೆ ಸಿಗುತ್ತದೋ ಎಂದು ಕೊನೆಯದಾಗಿ ಪ್ರಯತ್ನಿಸಿದೆ. "ಬೊಡ್ಡೆ ಬಿಡಿ ಬೇರಿಗೂ ಪರಿಮಳ ಬಂದಿರಲಿಕ್ಕಿಲ್ಲ. ಆ ಸ್ಥಿತಿಗೆ ಇನ್ನೂ ೪೦ ವರ್ಷ ಬೇಕು" ಎಂದು ಭಟ್ಟರು ನನ್ನನ್ನು ಭ್ರಮನಿರಸನಗೊಳಿಸಿದರು.

ಕಳೆದ ವರ್ಷ ಪಾಪೆಮಜಲಿನ ನನ್ನ ಅಕ್ಕನ ಮನೆಯಂಗಳಕ್ಕೆ ಅಂಟಿಕೊಂಡೇ ಇದ್ದ ಶ್ರೀಗಂಧದ ಮರವನ್ನು ರಾತ್ರಿ ಕಳ್ಳರು ದೋಚಿದರು. ರಾತ್ರಿ ನಾಯಿ ಬೊಗಳಿದಾಗ ಪಕ್ಕದ ಮನೆಯವರಿಗೆ ಎಚ್ಚರವಾಯಿತಂತೆ. ಹೊರಗಿನ ದೀಪ ಉರಿಸಿ ಕಿಟಕಿಯಿಂದಲೇ ಇಣುಕಿ ಏನೂ ಇಲ್ಲ ಎಂದು ಮಲಗಿದರಂತೆ. ಅವರಿಗೆಲ್ಲಾ ಅಂಗಳದ ಅಡಿಕೆ ಮುಖ್ಯವಾಗಿತ್ತೇ ಹೊರತು ಶ್ರೀಗಂಧದ ಗೊಡವೆಯೇ ಇರಲಿಲ್ಲ. ಮರುದಿನವೇ ಗೊತ್ತಾದುದು ಗಂಧ ನಾಪತ್ತೆಯಾಗಿದೆ ಎಂದು. ಆ ಕಳ್ಳರು ಇನ್ನೂ ಸಿಕ್ಕಿಲ್ಲ. ಸಿಕ್ಕರೂ ಮರವನ್ನು ವಾಪಸ್

ಕೊಡುವ ಅಗತ್ಯವಿಲ್ಲ. ಬೇಕಾಗಿರುವುದು ಒಂದೇ. ಅದಕ್ಕೆ ಪರಿಮಳ ಇತ್ತೇ ಇಲ್ಲವೇ ಎಂಬ ಮಾಹಿತಿ!

'ಶ್ರೀಗಂಧವನ್ನು ನೆಡುವುದು ಬಿಡಿ, ಇದ್ದ ಮೂರು ಗಿಡಗಳನ್ನು ನಿನ್ನೆ ಕೈಯಾರೆ ಕಡಿದುರುಳಿಸಿದೆ' ಎಂದರು ಗೆಣಸಿನಕುಮೇರು ರಾಮಣ್ಣ ಗೌಡರು. ಭಾರೀ ಅಪಾಯವೊಂದರಿಂದ ಪಾರಾದಂತೆ ಮತ್ತು ಅದಕ್ಕೆ ಕಾರಣವಾದ ಕುತೂಹಲಕಾರಿ ಕಥೆಯೊಂದು ಇರುವಂತೆ ಕಂಡಿತು. ಜಗಲಿಯ ಕಿವಿಗಳೆಲ್ಲಾ ಗೌಡರು ಮಾತು ಮುಂದುವರಿಸುವ ಖಾತರಿಗಾಗಿ ಕಾದವು. 'ಸಕಲೇಶಪುರದ ಅದ್ಯಾವುದೋ ಹಳ್ಳಿಯಲ್ಲಿ ಅದ್ಯಾವುದೋ ಮನೆ ಮುಂದೆ ಶ್ರೀಗಂಧದ ಮರವಿತ್ತಂತೆ. ಮನೆಯಲ್ಲಿದ್ದವರು ಗಂಡ ಹೆಂಡ್ತಿ ಮಾತ್ರ. ರಾತ್ರಿ ಮನೆಗೆ ಹೊರಗಡೆಯಿಂದಲೇ ಬೀಗ ಜಡಿದು, ಕಡಿದ ಮರ ಉರುಳುವಾಗ ಸದ್ದಾಗಬಾರದೆಂದು ಹೆಗಲುಕೊಟ್ಟು ಇಳಿಸಿದ್ರಂತೆ. ಮರುದಿನ ಯಾರೋ ಬಂದು ಬೀಗ ಮುರಿದು ಮನೆಯವರನ್ನು ಬಿಡಿಸಿದ್ರಂತೆ'. ಗೌಡರ ಕಥೆ ಕೇಳಿ ಮನೆ ಹಿಂದಿನ ಖಾಲಿ ಜಾಗದಲ್ಲಿ ಶ್ರೀಗಂಧ ನೆಡಬೇಕೆಂದು ಗಿಡಗಳಿಗೆ ಅಡ್ವಾನ್ಸ್ ಕೊಟ್ಟ ಇಬ್ರಾಹಿಂ ಬ್ಯಾರಿ ಮೋರೆ ಅಡ್ಡ ಮಾಡಿ ವಿಷಾದದಿಂದ ನಗಲಾರಂಭಿಸಿದರು.

ವೆನಿಲ್ಲಾ, ಸ್ಟಿವಿಯಾ, ಪಚೋಲಿ, ಸಫೇದ್ ಮುಸ್ಲಿ- ಎಲ್ಲಾ ಮುಗಿದು ಇದೀಗ ಶ್ರೀಗಂಧ, ಅಗರ್‌ವುಡ್ ಕೃಷಿ ರೈತರ ತಲೆ ಹಿಡಿದುಕೊಂಡಿದೆ. ಮಿತ್ತಬೈಲು ಸುಕುಮಾರ ಗೌಡ್ರು ತಮ್ಮ ಮನೆಯ ಹಿಂದಿನ ಏರುಗುಡ್ಡೆಗೆ ಮೊದಲು ಗೋಡಂಬಿ ಹಾಕಿದ್ರು. ನಾಲ್ಕೇ ವರ್ಷ ಆದದ್ದು- ಅದನ್ನು ಜೆಸಿಬಿಗೆ ಬಲಿಕೊಟ್ಟು ಅದರ ಮೇಲೆ ರಬ್ಬರ್ ನೆಟ್ಟರು. ಮೊನ್ನೆ ಮೊನ್ನೆ ಅವರಿಗೆ ಹೊಸದಾಗಿ ಶ್ರೀಗಂಧದ ಪರಿಮಳ ಅಡರಿದೆ. 'ರಬ್ಬರಿಗೆ ಒಳ್ಳೇ ರೇಟಿದೆ. ಹೊಸ ಕೃಷಿ ಯಾಕೆ ಗೌಡ್ರೇ?' ಅಂದರೆ ಟ್ಯಾಪಿಂಗ್‌ಗೆ ಜನ ಸಿಗಬೇಕಲ್ಲ ಎಂದು ರಾಗ ತೆಗೆಯುತ್ತಾರೆ. ಆ ರಾಗದ ಒಳಗಡೆ ನಾಜೂಕಾಗಿ ಶ್ರೀಗಂಧದ ಪರಿಮಳ ಕಾಣಿಸುತ್ತದೆ.

ಹಿಂದೆ, ವೆನಿಲ್ಲಾ ರೈತರಿಗೆ ಲಕ್ಷದ ರುಚಿ ತೋರಿಸಿತ್ತು. ಶ್ರೀಗಂಧ ಅದನ್ನು ದಾಟಿ ರೈತರನ್ನೀಗ ಕೋಟಿಗೆ ಏರಿಸಿದೆ. ಬರೀ ಒಂದೇ ಎಕರೆ ಸಾಕು, ಹನ್ನೆರಡು ವರ್ಷ. ಅದರ ತೊಗಟೆ, ಕಾಯಿ, ಬೇರು ಎಲ್ಲದಕ್ಕೂ ರೇಟಿದೆ. ಜಾಹೀರಾತು ರಾರಾಜಿಸುತ್ತದೆ. ಆರು ರೂಪಾಯಿಗೆ ಸಿಗುವ ಗಿಡಗಳನ್ನು ಹೊಸತೊಟ್ಟೆಯಲ್ಲಿಟ್ಟು ೫೦-೬೦ ರೂಪಾಯಿಗೆ ಮಾರುವ; ಕಸಿ, ಹೈಬ್ರೀಡ್ ಎಂದು ಮೋಸಗೊಳಿಸುವ; ಮಾಹಿತಿ- ಗೊಬ್ಬರ-ಸಬ್ಸಿಡಿ ಎಂದು ಗ್ರಾಮ್ಯ ರೈತರನ್ನು ವಂಚಿಸುವ ದಂಧೆಯೇ ಆರಂಭಗೊಂಡಿದೆ. ಜೀವಮಾನವಿಡೀ ಒಂದೇ ಒಂದು ಗಿಡ ನೆಡದ, ಬೇರು-ಚಿಗುರಿದ ಅನುಭವವೇ ಇಲ್ಲದ ಒಂದಷ್ಟು ನಗರಮುಖೀ ನಿರುದ್ಯೋಗಿ ಯುವಕರು ಗುಡ್ಡ ಇಳಿದು, ಪಾಪು ತಡಮೆ ದಾಟಿ ಕೃಷಿಕರ ತೋಟ ಮನೆಗಳಲ್ಲಿ ಕಾಣಿಸಿಕೊಳ್ಳುತ್ತಿದ್ದಾರೆ. ಹಿಂದೆ ಇದೇ ಹುಡುಗರು ಸ್ಟೀವಿಯಾ-ಪಚೋಲಿ, ಸಾಗುವಾನಿ ಎಂದು ಬಣ್ಣದ ಫೋಟೋ ತೋರಿಸಿದವರು. ಮಾಮೂಲಿ ಸಾಗುವಾನಿ ಗಿಡಕ್ಕೆ 'ಶಿವಶಕ್ತಿ' ಎಂದು ನಾಮಕರಣ ಮಾಡಿ ೮೦ ರೂಪಾಯಿಗೆ ಮಾರಾಟ ಮಾಡಿ ದುಡ್ಡು ಮಾಡಿದವರು!

ಹನ್ನೆರಡೇ ವರ್ಷದ ಮರ ಎಂದು ಇವರು ಬಣ್ಣದ ಫೋಟೋ ತೋರಿಸುತ್ತಾರೆ. ನಮ್ಮ ರೈತರು ಎಷ್ಟು ಮುಗ್ಧರೆಂದರೆ ಬಣ್ಣದ ಫೋಟೋದಲ್ಲೇ ಪರಿಮಳ ಹುಡುಕುತ್ತಾರೆ. 'ನೂರು ಗಿಡ ಇರಲಿ' ಎಂದು ಮುಂಗಡ ಕೈಗಿಡುತ್ತಾರೆ. 'ಮರ ಕಡಿಯಲು ಹನ್ನೆರಡು

ವರ್ಷ ಯಾಕೆ? ಐದೇ ವರ್ಷದಲ್ಲಿ ಕಡಿದುರುಳಿಸಬಹುದು. ಹನ್ನೆರಡು ವರ್ಷದ, ಪೋಟೋದಲ್ಲಿರುವ ನಿಮ್ಮ ತೋಟ ತೋರಿಸಿ' ಎಂದು ಆ ಹಸುರು ಹುಡುಗರನ್ನು ನಮ್ಮ ಕೃಷಿಕರು ಪ್ರಶ್ನಿಸುವುದೇ ಇಲ್ಲ.

ಹೊಸತನ್ನು ಸ್ವೀಕಾರ ಮಾಡುವಾಗ ನಮ್ಮ ರೈತರು ಧನಾತ್ಮಕವಾಗಿ ಮಾತ್ರ ಯೋಚಿಸಲು ಇನ್ನೊಂದು ಕಾರಣ ಜಾಹೀರಾತುಗಳ ಜತೆಜತೆಗೆ ಮಾಧ್ಯಮಗಳಲ್ಲಿ ಅಚ್ಚಾಗುವ ವರದಾನದ ಲೇಖನಗಳು, ರಬ್ಬರ್‌ಗೆ ಶುಕ್ರದೆಸೆ; ವೆನಿಲ್ಲಾಗೆ ಚಿನ್ನದ ಬೆಲೆ; ರೈತನ ಬಾಳು ಬೆಳಗಿದ ಪರಂಗಿ ಹಣ್ಣು; ಎಕರೆಯೊಂದರಲ್ಲಿ ನಾಲ್ಕು ಲಕ್ಷ ಆದಾಯ– ಇಂಥ ಹಸುರು ಲೇಖನಗಳು ನಿರಂತರ ನಮ್ಮ ರೈತರ ದಿಕ್ಕು ತಪ್ಪಿಸುತ್ತಿವೆ. ನೆಟ್ಟು ಐದಾರು ವರ್ಷ ಸಾಕಿ ಇನ್ನೇನು ಫಲ ಬಂತು ಅನ್ನುವಾಗ ಪತ್ರಿಕೆಗಳಲ್ಲಿ ಹೊಸ ವರದಾನದ ಲೇಖನಗಳು ಕಾಣಿಸಿಕೊಂಡು ರೈತರ ದಿಕ್ಕು ತಪ್ಪಿಸುತ್ತವೆ.

ಪತ್ರಿಕೆಗಳಲ್ಲಿ ಇಂಥ ವರದಾನದ ಲೇಖನಗಳನ್ನು ಬರೆಯುವವರು ಬಹುಪಾಲು ಜೀವಮಾನದಲ್ಲಿ ಒಂದೇ ಗಿಡ ನೆಟ್ಟುವರಲ್ಲ. ಚಿಗುರು– ಬೇವಿನ ಆಳ ತಿಳಿದವರಲ್ಲ.

ಹಸುರು ಇರುವ ಕಡೆಯೆಲ್ಲಾ ವಕ್ಕರಿಸಿಕೊಳ್ಳುವ ಇಂಥ ಲೇಖಕರಿಗೆ ಕೃಷಿಯ ಅಸುಖಗಳು ಸುಲಭವಾಗಿ ಕಾಣಿಸುವುದೇ ಇಲ್ಲ. ಕಳೆದ ಎರಡು ವಾರಗಳಲ್ಲಿ ಬರೀ ಪಪ್ಪಾಯಿ ಕೃಷಿ ಬಗೆಗೆ ಇಂಥವರು ಆರೇಳು ಲೇಖನ ಬರೆದರು! ರೈತನ ಬೆವರು ಒರಸಿ ಮುಖಕ್ಕೆ ಪೌಡರ್ ಹಚ್ಚಿ ತಲೆಯ ಮೇಲಿನ ಮುಟ್ಟಾಳೆ ತೆಗಿಸಿ ಇವರೆಲ್ಲಾ ಚಂದದ ಫೋಟೋ ತೆಗೆದು ಲೇಖನದೊಂದಿಗೆ ಅಚ್ಚು ಹಾಕುತ್ತಾರೆ. ರೈತನೂ ಹಾಗೆಯೇ.

ಅಚ್ಚಾದ ಲೇಖನಕ್ಕೆ ಅಚ್ಚು ಕೂಡಿಸಿ ಗೋಡೆಗೆ ನೇತು ಹಾಕುತ್ತಾನೆ. ಲೇಖನ ಬರೆದವರಿಗೆ ಸಂಭಾವನೆ ಬರುತ್ತದೆ. ಆದರೆ ರೈತನಿಗೆ ಉಳಿಯುವುದು ಗೋಡೆಯ ಮೇಲಿನ ಅಚ್ಚು ಪಟ ಮಾತ್ರ!

೧೦

ಪತ್ರಿಕೆಗಳಲ್ಲಿ ಸಾಹಿತ್ಯಕ ಅಂಕಣ ಬರೆಹಗಳು

-ಡಾ.ಧನಂಜಯ ಕುಂಬ್ಳೆ

ಅಂಕಣ ಬರಹಗಳು ಇಂದು ಪತ್ರಿಕೆಗಳ ಅವಿಭಾಜ್ಯ ಅಂಗ. ಪತ್ರಿಕೆಯ ನಿರ್ದಿಷ್ಟ ಸ್ಥಳದಲ್ಲಿ ನಿಗದಿತ ದಿನದಂದು ಸ್ಥಿರ ಶೀರ್ಷಿಕೆಯೊಂದಿಗೆ ಪ್ರಕಟಗೊಳ್ಳುವ ಬರಹಗಳೆಂದು ಅಂಕಣ ಬರಹಗಳನ್ನು ಸ್ಥೂಲವಾಗಿ ಪರಿಚಯಿಸಬಹುದು. 'ಸಮಕಾಲೀನ ಸ್ಥಿತಿಗತಿಗಳನ್ನು ವ್ಯಾಖ್ಯಾನಿಸುವ ಸ್ಥಿರ ಶೀರ್ಷಿಕೆಯ ಲೇಖನ ಮಾಲೆ' ಎಂಬ ವಿವರಣೆ ಬ್ರಿಟಾನಿಕಾ ವಿಶ್ವಕೋಶದಲ್ಲಿದೆ. ಶೀರ್ಷಿಕೆ ಸ್ಥಿರವಾಗಿದ್ದರೂ ಬರಹಗಳು ವೈವಿಧ್ಯಪೂರ್ಣ. ವೈವಿಧ್ಯದೊಳಗೊಂದು ಏಕಸೂತ್ರತೆ ಸಾಮಾನ್ಯವಾಗಿ ಎಲ್ಲ ಅಂಕಣಗಳ ಲಕ್ಷಣ. ರಾಜಕೀಯ, ಆರ್ಥಿಕ, ಸಾಹಿತ್ಯ, ಕಲೆ, ಧಾರ್ಮಿಕ, ವ್ಯಕ್ತಿತ್ವ ವಿಕಸನ, ಕ್ರೀಡೆ ಹೀಗೇ ಯಾವುದಾದರೂ ಒಂದು ಮುಖ್ಯ ವಿಷಯವನ್ನು ಕೇಂದ್ರವಾಗಿಟ್ಟುಕೊಂಡು ಅಂಕಣದ ಬರಹಗಳು ಸಿದ್ಧಗೊಳ್ಳುತ್ತವೆ.

ವರದಿ ಮತ್ತು ಸುದ್ದಿ ವಿಶ್ಲೇಷಣೆಗಿಂತ ಅಂಕಣ ಬರಹಗಳು ಭಿನ್ನ. ವರದಿ ನಡೆದದ್ದನ್ನು ನಡೆದಂತೆ ವಿವರಿಸುತ್ತದೆ. ಅದಕ್ಕೆ ಯಾವ ಪೂರ್ವಾಗ್ರಹಗಳೂ ಇರುವುದಿಲ್ಲ. ವರದಿಗಾರನ ವಸ್ತುನಿಷ್ಠ ಮನಸ್ಸನ್ನು ಅದು ಬೇಡುತ್ತದೆ. ಸುದ್ದಿ ವಿಶ್ಲೇಷಣೆಗಳು ಆಯಾ ಸಂದರ್ಭದ ಪ್ರಮುಖ ಸುದ್ದಿಯನ್ನು ಕೇಂದ್ರವಾಗಿಟ್ಟುಕೊಂಡು ಹಲವು ಆಯಾಮಗಳಲ್ಲಿ ಅದರ ಹಿನ್ನೆಲೆ ಮುನ್ನೆಲೆಗಳನ್ನು ವಿವರಿಸುತ್ತದೆ. ಆಯಾ ಕ್ಷೇತ್ರದ ಆಳವಾದ ಜ್ಞಾನವುಳ್ಳ ಪತ್ರಕರ್ತ ಇದನ್ನು ಮಾಡುತ್ತಾನೆ. ಉದಾ: ಕರ್ನಾಟಕದ ಇತ್ತೀಚೆಗಿನ ರಾಜಕೀಯ ಬೆಳವಣಿಗೆಗಳನ್ನು ಗಮನಿಸಿ ಅಲ್ಲಿ ಜಾತೀಯವಾದ, ರಾಜಕೀಯ, ಗುಂಪು ರಾಜಕೀಯ, ಪ್ರಾದೇಶಿಕ ಅಂಶಗಳು ಇತ್ಯಾದಿಗಳು ವಹಿಸಿದ ಪಾತ್ರವೇನು ಇತ್ಯಾದಿ ಚರ್ಚೆ. ಇದೂ ಬಹುತೇಕ ವಸ್ತುನಿಷ್ಠವೇ. ವಿಶ್ಲೇಷಕನಿಗೆ ಕಳೆದ ಕೆಲವು ದಿನಗಳ ವರದಿಗಳು ಮತ್ತು ಆಯಾ ಕ್ಷೇತ್ರದ ಹಿಂದಣ ಬೆಳವಣಿಗೆಗಳ ಸ್ಮೃತಿ ಸಹಕರಿಸುತ್ತಿರುತ್ತದೆ ಅಷ್ಟೇ.

ಅಮೆರಿಕದ ಚಿಂತಕ ವಾಲ್ಟರ್ ಲಿಪ್ಮನ್ 'ಅಂಕಣ ಬರಹ ಮತ್ತು ಸಂಪಾದಕೀಯ ಲೇಖನ ಈ ಎರಡೂ ಸಮಾನ ಹೋಲಿಕೆಯುಳ್ಳ ಅವಳಿಗಳಲ್ಲದೇ ಇದ್ದರೂ ಅವು ತೀರಾ ಹತ್ತಿರದ ಸಹೋದರ ಸಂಬಂಧವುಳ್ಳವು' ಎನ್ನುತ್ತಾನೆ. ಹಾ.ಮಾ. ನಾಯಕರು ಗುಲ್ವಾಡಿಯವರ 'ಅಂತರಂಗ ಬಹಿರಂಗ'ದ ಮುನ್ನುಡಿಯಲ್ಲಿ ಈ ಮಾತನ್ನು ಉದ್ಧರಿಸಿದ್ದಾರೆ. ಸಂಪಾದಕೀಯಗಳು ಅಂಕಣ ಬರಹಗಳೇ ಎಂಬ ಪ್ರಶ್ನೆಗೆ ವಾಲ್ಟರ್‌ನ ಹೇಳಿಕೆಯಲ್ಲಿ ಉತ್ತರವಿದೆ.

ಯು. ಮಹೇಶ್ವರಿಯವರು 'ವಿಷಯದ ಆಯ್ಕೆಯಲ್ಲಿ ಒಬ್ಬ ಅಂಕಣಗಾರ ಸ್ವತಂತ್ರನಿದ್ದರೆ, ಸಂಪಾದಕನಿಗೆ ಸಂಪಾದಕೀಯದಲ್ಲಿ ಬೇರಾವ ವಿಷಯಗಳನ್ನು ಹೇಳುವ ಅವಕಾಶವಿದ್ದರೂ ಪ್ರಮುಖ ರಾಜಕೀಯ ಆಗುಹೋಗುಗಳಿಗೆ ಪ್ರತಿಕ್ರಿಯಿಸಲೇ ಬೇಕಾದ ಬದ್ಧತೆ ಇರುತ್ತದೆ' ಎನ್ನುತ್ತಾರೆ. (ಮಧುರವೇ ಕಾರಣ ಪು.ಸಂ.೮೭) ಹಾಗಿದ್ದಾಗಲೂ ಮಾಸ್ತಿಯವರ ಜೀವನ ಪತ್ರಿಕೆಯ ಸಂಪಾದಕೀಯಗಳು, ಲಂಕೇಶರ ಟೀಕೆ ಟಿಪ್ಪಣಿಗಳು, ಗುಲ್ವಾಡಿಯವರ, ಚಂಪಾರವರ ಸಂಪಾದಕೀಯಗಳು ಸಾಹಿತ್ಯ ಸೌಂದರ್ಯದ ಅಂಕಣದ ಗುಣವನ್ನೂ ಹೊಂದಿವೆ.

ಕನ್ನಡದ ಮೊದಲ ಅಂಕಣ ಪ್ರಕಟಗೊಂಡುದು ಮಂಗಳೂರು ಸಮಾಚಾರದಲ್ಲಿ. ಹರ್ಮನ್ ಮೋಗ್ಲಿಂಗ್ ಬರೆಯುತ್ತಿದ್ದ 'ನೈತಿಕ ವಿಚಾರಗಳು' ಎಂಬ ಧಾರ್ಮಿಕ ವಿಷಯ ಕೇಂದ್ರಿತ ಚಿಂತನ ಬರಹಗಳು ಈ ಅಂಕಣದ ವಿಷಯ. ಆದರೆ ಮುಂದೆ ಕನ್ನಡದ ಕೆಲವು ಸಾಹಿತಿಗಳು ವಿಶೇಷವಾಗಿ ಪತ್ರಿಕಾ ಕ್ಷೇತ್ರದ ಜತೆಗೂ ಸಂಪರ್ಕ ಬೆಳೆಸಿಕೊಂಡುದರಿಂದ ಸಾಂಸ್ಕೃತಿಕ ಮಹತ್ವದ ಸಂಗತಿಗಳನ್ನು ಆಯ್ದುಕೊಂಡು ವಿಶ್ಲೇಷಿಸಿ ಸಾರಸ್ವತ ಲೋಕದಲ್ಲಿ ಒಂದು ಹೊಸ ಬಗೆಯ ಎಚ್ಚರವನ್ನು ಹುಟ್ಟಿಸುವ ಕಾರ್ಯವನ್ನು ನಡೆಸಿದರು. ಸಮುದಾಯದ ಅಗತ್ಯಗಳನ್ನು ಮನಗಂಡು ಬರಹಗಾರ ತನ್ನ ತುಡಿತಗಳನ್ನು ಸೇರಿಸಿ ಅಂಕಣ ಬರಹಗಳನ್ನು ಸಿದ್ಧಪಡಿಸಿಕೊಳ್ಳತೊಡಗಿದ. ಅಲ್ಲಿ 'ಸಾಂಸ್ಕೃತಿಕ ಆಗುಹೋಗುಗಳ ಕುರಿತ ಅಭಿಪ್ರಾಯ, ಅನುಮಾನ, ಶೋಧಕ ಪ್ರಶ್ನೆ ಕೇಳುವ, ಅಪಸಂಸ್ಕೃತಿಯನ್ನು ಕಂಡು ವಿಷಾದಿಸುವ, ಓದುಗರೊಡನೆ ವಿಶ್ವಾಸದ ಸಂಬಂಧವನ್ನು ಸ್ಥಾಪಿಸಿಕೊಂಡು ಅವರ ಪರವಾಗಿ ಮಾತನಾಡುವ, ಖಳನಾಯಕರಿಗೆ ಬುದ್ಧಿ ಹೇಳುವ' (ಮುರಳೀಧರ ಉಪಾಧ್ಯ, 'ಲೋಕಾಭಿರಾಮ'ದ ಹಿನ್ನುಡಿಯಲ್ಲಿ) ಅಂಕಣಗಳು ಬರತೊಡಗಿದವು.

ಮಂಗಳೂರಿನಿಂದ ಪ್ರಕಟಗೊಳ್ಳುತ್ತಿದ್ದ ಕಂಠೀರವ ಪತ್ರಿಕೆಯಲ್ಲಿ ಹುರುಳಿ ಭೀಮರಾಯರು, ರಾಷ್ಟ್ರಬಂಧು ಪತ್ರಿಕೆಯಲ್ಲಿ ಕಡೆಂಗೋಡ್ಲು ಶಂಕರ ಭಟ್ಟರು ಬರೆಯುತ್ತಿದ್ದ 'ಅಲ್ಲಲ್ಲಿ ಇಷ್ಟಿಷ್ಟು' ಅಂಕಣ, ವಾಹಿನಿ ಪತ್ರಿಕೆಯಲ್ಲಿ ಸಿದ್ಧವನಹಳ್ಳಿ ಕೃಷ್ಣ ಶರ್ಮರು ಬರೆಯುತ್ತಿದ್ದ 'ಮಾತಿನ ಮಂಟಪ' ಸಾಹಿತ್ಯಕ ಮೌಲ್ಯದ ಅಂಕಣದ ಪ್ರಾಥಮಿಕ ಹೆಜ್ಜೆಗಳು. ಅನಂತರ ಜಿ.ಪಿ.ರಾಜರತ್ನಂ, ತರಾಸು, ನಿರಂಜನ, ರಾವ್ ಬಹದ್ದೂರು, ಟಿ.ಎಸ್.ರಾಮಚಂದ್ರರಾವ್, ಲಾಂಗೂಲಾಚಾರ್ಯ, ಕು.ಶಿ.ಹರಿದಾಸ ಭಟ್ಟ, ಶ್ರೀರಂಗ ಇನಾಂದಾರ್, ಎಲ್.ಎಸ್.ಶೇಷಗಿರಿ ರಾವ್, ನಿಸಾರ್ ಅಹಮ್ಮದ್, ವೈದೇಹಿ, ಜಯಂತ್ ಕಾಯ್ಕಿಣಿ, ಅಬ್ದುಲ್ ರಶೀದ್ ಮೊದಲಾದ ಸಾಹಿತ್ಯ ಲೋಕದ ದಿಗ್ಗಜರು ಅಂಕಣ ಬರಹಗಳನ್ನು ಬರೆಯತೊಡಗಿದರು.

ಜಿ.ಪಿ.ರಾಜರತ್ನಂ ಅವರು ಸುಧಾ ಪತ್ರಿಕೆಗೆ 'ಭ್ರಮರ' ಎಂಬ ಕಾವ್ಯನಾಮದಲ್ಲಿ ಅಂಕಣಗಳನ್ನು ಬರೆಯುತ್ತಿದ್ದರು. ಚಿಂತನಪೂರ್ಣ, ದೃಷ್ಟಾಂತಗಳನ್ನು, ನೀತಿಕಥೆಗಳನ್ನು ಬಳಸಿಕೊಂಡು ಅಂಕಣಗಳನ್ನು ಸ್ವಾರಸ್ಯಪೂರ್ಣವಾಗಿಯೂ, ಮನಮುಟ್ಟುವಂತೆಯೂ ಬರೆಯುತ್ತಿದ್ದವರು ಜಿ.ಪಿ.ರಾಜರತ್ನಂ. 'ವಿಚಾರ ರಶ್ಮಿ' ಎಂಬ ಹೆಸರಿನಡಿ ಇವರ ಅಂಕಣ ಬರಹಗಳು ಸಂಕಲಿತಗೊಂಡಿವೆ. ಮುಂದೆ ಸಿ.ಪಿ.ಕೆ, ಡಾ.ಸಿ.ಹೊಸಬೆಟ್ಟು, ವಿ.ಬಿ.ಮೊಳೆಯಾರ, ಗುರುರಾಜ ಕರ್ಜಗಿ, ವಿ.ಬಿ.ಅರ್ತಿಕಜೆ ಮೊದಲಾದವರು ಈ ಮಾದರಿಯ ದಾರಿಯಲ್ಲಿ ಅಂಕಣ ಸಾಹಿತ್ಯವನ್ನು ಶ್ರೀಮಂತಗೊಳಿಸಿದ್ದಾರೆ.

ಕನ್ನಡದ ಪ್ರಗತಿಶೀಲ ಸಂದರ್ಭದ ಸಾಹಿತಿ ನಿರಂಜನರು ಮೂರು ದಶಕಗಳಷ್ಟು ಕಾಲ ನಿರಂತರ ಬೇರೆ ಬೇರೆ ಪತ್ರಿಕೆಗಳಿಗೆ ಅಂಕಣಗಳನ್ನು ಬರೆದು ಅಂಕಣ ಸಾಹಿತ್ಯಕ್ಕೆ ವಿಶೇಷ ಮೆರುಗು ಕೊಟ್ಟರು. ಕನ್ನಡದಲ್ಲಿ ಪತ್ರರೂಪದ ಅಂಕಣಗಳಿಗೆ ಅವರೇ ಆರಂಭಿಕರು. 'ಸರೂ ಕೇಳಿದೆಯಾ' ಎಂಬ ಶೀರ್ಷಿಕೆಯಡಿ ೧೯೪೫ರ ಕಾಲಕ್ಕೇ ಪ್ರಜಾಮತ ಪತ್ರಿಕೆಗೆ ಅಂಕಣ ಬರೆಯಲು ತೊಡಗಿದ ನಿರಂಜನರ ಅಂಕಣ ಬರಹ ಸಾಹಿತ್ಯ ಸಾಧನಾ, ಪುಷ್ಪಹಾರ, ಐದು ನಿಮಿಷ, ಕಾಲಕ್ಷೇಪ, ರಾಜಧಾನಿಯಿಂದ, ದಿನಚರಿಯಿಂದ, ನನ್ನ ಅಂಕಣ ಎಂಬ ಕೃತಿಗಳಲ್ಲಿ ಸಂಕಲನಗೊಂಡಿದೆ. ದೇಶ ವಿದೇಶಗಳ ಆಗುಹೋಗುಗಳಿಂದ ಹಿಡಿದು ಸಮಕಾಲೀನ ಸಾಹಿತಿಗಳ ಸಾಮಾಜಿಕ ಜವಾಬ್ದಾರಿಯವರೆಗೆ ಹತ್ತು ಹಲವು ವಿಷಯಗಳನ್ನು ನಿರಂಜನರು ತಮ್ಮ ಅಂಕಣಗಳಲ್ಲಿ ಚರ್ಚಿಸುತ್ತಿದ್ದರು. ಅವರು ಪ್ರಜಾವಾಣಿಗೆ ಬರೆಯುತ್ತಿದ್ದ 'ಬೇವು ಬೆಲ್ಲ' ಅಂಕಣ, ಕರ್ಮವೀರಕ್ಕೆ ಬರೆಯುತ್ತಿದ್ದ 'ರಾಜಧಾನಿಯಿಂದ' ಅತ್ಯಂತ ಜನಪ್ರೀತಿಯನ್ನು ಹೊಂದಿದ್ದವು. ಮಾನವೀಯ ಅಂತ:ಕರಣ ಮತ್ತು ನಿಷ್ಪಕ್ಷಪಾತವಾದ ಪ್ರಗತಿಪರ ಒಲವು ಅವರ ಅಂಕಣಗಳ ಧೋರಣೆಯಾಗಿತ್ತು. ವಿಶೇಷವಾಗಿ ಅವರ ಪತ್ರರೂಪದ ಅಂಕಣ ಹೊಸ ಪ್ರಯೋಗ. 'ನಿರಂಜನರ ಪತ್ರರೂಪದ ಅಂಕಣಗಳಲ್ಲಿ ಅವು ಸಂಗಾತಿಗೆ ಬರೆದ ಪತ್ರಗಳಾದುದರಿಂದ ಸಹಜವಾಗಿ ಒಂದು ಆಪ್ತತೆ, ಶೈಲಿಯಲ್ಲಿ ಸ್ವಲ್ಪ ಮಟ್ಟಿಗೆ ರಮ್ಯತೆ ಇದ್ದೇ ಇದೆ. ಪತ್ರದ ಸಂಬೋಧನೆ, ಮುಕ್ತಾಯಗಳು ಸಂಗಾತಿಯನ್ನು ಉದ್ದೇಶಿಸಿ ಇದ್ದರೂ ಒಳಗಿನ ವಿವರ ಕೇವಲ ಖಾಸಗಿಯಾಗಿರದೇ ಕನ್ನಡ ಜನತೆಗೆ ಸಂಬಂಧಿಸಿದ್ದು. ಸಾಹಿತ್ಯಪ್ರಿಯೆ, ಅರಗಿಣಿ, ಸಾಮಾನ್ಯೆ, ಯೋಧೆ– ಹೀಗೆ ಸಂಗಾತಿಯ ಬಗೆಬಗೆಯ ಕೊಂಡಾಟದ ಸಂಬೋಧನೆಗಳಿಂದ ಮುದ್ದಣನ ರಾಮಾಶ್ವಮೇಧವನ್ನು ನೆನಪಿಗೆ ತರುತ್ತಾರೆ'. (ಮಧುರವೇ ಕಾರಣ. ಡಾ.ಯು ಮಹೇಶ್ವರಿ ಪು.ಸಂ.೮೮).

ಪತ್ರರೂಪದ ಅಂಕಣದ ಈ ಮಾದರಿಯನ್ನು ಎಡನಾಡು ಗಣಪತಿ ದಿವಾಣರು 'ಮಗಳಿಗೆ ಪತ್ರ' ಎಂಬ ಶೀರ್ಷಿಕೆಯಡಿ ಅನುಸರಿಸಿದ್ದನ್ನು ಗಮನಿಸಬಹುದಾಗಿದೆ. ಅಂತೆಯೇ ಇತ್ತೀಚೆಗೆ ಧರ್ಮಸ್ಥಳದಿಂದ ಪ್ರಕಟವಾಗುತ್ತಿರುವ ಮಂಜುವಾಣಿ ಪತ್ರಿಕೆಯಲ್ಲಿ ಇಂತಹ ಪತ್ರರೂಪದ ಅಂಕಣ ಪ್ರಕಟಗೊಳ್ಳುತ್ತಿರುವುದನ್ನು ಗಮನಿಸಬಹುದಾಗಿದೆ.

ಕನ್ನಡದಲ್ಲಿ ಅಂಕಣ ಸಾಹಿತ್ಯಕ್ಕೆ ವಿಶೇಷ ಮೆರುಗು ತಂದುಕೊಟ್ಟವರು ಹಾ.ಮಾ. ನಾಯಕರು.' ನನ್ನ ಮೊದಲನೆಯ ಪ್ರೀತಿ ಕನ್ನಡ, ಕೊನೆಯದೂ ಅದುವೇ' ಎಂದು ಸದಾ ಹೇಳುತ್ತಿದ್ದ ಹಾಮಾನಾ ಕನ್ನಡದಲ್ಲಿ ಅಂಕಣ ಸಾಹಿತ್ಯಕ್ಕೆ ಅಗ್ರ ಮರ್ಯಾದೆ ತಂದುಕೊಟ್ಟವರು. ಪ್ರಜಾಮತ, ಪ್ರಜಾವಾಣಿ, ಕನ್ನಡ ಪ್ರಭ, ಗ್ರಂತಲೋಕ, ತರಂಗ, ಸುಧಾ ಮೊದಲಾದ ಹಲವು ನಿಯತಕಾಲಿಕೆಗಳಿಗೆ ಅವರು ಅಂಕನ ಬರೆದಿದ್ದಾರೆ. ಸಂಕೀರ್ಣ, ಸಂಗ್ರಹ, ಸಂಚಯ, ಸಂದರ್ಭ,ಸಂವಾದ, ಸಪ್ತಕ, ಸಮೀಕ್ಷೆ, ಸಿಂಗಾರ, ಸೃಜನ, ಸ್ತವನ, ಸ್ಮರಣ, ಸಂಪ್ರತಿ, ಸಾಂಪ್ರತ, ಸಂಪದ, ಸಂಗತಿ, ಸಂಪರ್ಕ, ಸಂಪುಟ, ಸಂವಹನ, ಸಮೂಹ, ಸಲ್ಲಾಪ, ಸ್ಪಂದನ, ಸಾಹಿತ್ಯ ಸಲ್ಲಾಪ, ಸೂಲಂಗಿ ಇವು ಅವರ ಅಂಕಣ ಸಾಹಿತ್ಯದ ಸಂಗ್ರಹಗಳು. ಇವುಗಳಲ್ಲಿ 'ಸಂಪ್ರತಿ' ಮೊದಲ ಬಾರಿಗೆ ಅಂಕಣ ಸಾಹಿತ್ಯವೊಂದಕ್ಕೆ ಕೊಡಮಾಡಿದ ಕೇಂದ್ರ ಸಾಹಿತ್ಯ ಅಕಾಡೆಮಿಯ ಗೌರವಕ್ಕೆ ೧೯೮೬ರಲ್ಲಿ ಪಾತ್ರವಾಯಿತು.

ಹಾ.ಮಾ.ನಾಯಕರು ವೈವಿಧ್ಯಮಯ ವಿಷಯಗಳನ್ನು ಆಯ್ದುಕೊಳ್ಳುತ್ತಿದ್ದರು. ಕೇವಲ ಸಾಹಿತ್ಯಕ ಚಟುವಟಿಕೆಗಳಿಗೆ ಮಾತ್ರ ಸೀಮಿತವಾಗಿರದೇ ಒಟ್ಟು ಸಂಸ್ಕೃತಿಯ ಬಗೆಗೆ ಅವರ

ಚಿಂತನೆಗಳು ಅವರ ಅಂಕಣಗಳಲ್ಲಿರುತ್ತಿತ್ತು. 'ನನ್ನ ವಸ್ತುವಿನ ಆಯ್ಕೆ ವ್ಯಾಪಕವಾದುದು. ಕನ್ನಡದ ಓದುಗರಿಗೆ ಸುಲಭವಾಗಿ ದೊರೆಯದ ಸಂಗತಿಗಳನ್ನು ಪರಿಚಯಿಸಬೇಕು. ವಿಶ್ಲೇಷಿಸಬೇಕು ಎಂಬ ಆಸೆಯಿಂದ ನಾನು ಈ ಕೆಲಸ ಮಾಡುತ್ತಿದ್ದೇನೆ. ನಮ್ಮ ಜನರ ದೃಷ್ಟಿ ವಿಶಾಲವಾಗಬೇಕು.ಅವರಲ್ಲಿ ಚಿಂತನಶೀಲತೆ ವೃದ್ಧಿಸಬೇಕು. ಅದಕ್ಕಾಗಿ ನನ್ನ ಅಂಕಣಗಳಲ್ಲಿ ಹೊಸದಾರಿ ಹಿಡಿದಿದ್ದೇನೆ. ಅದೆಂದರೆ ಹೇಳುವುದನ್ನು ಆದಷ್ಟು ಆಕರ್ಷಕವಾಗಿ ಹೇಳಬೇಕೆಂಬುದು' ಎಂದು ಅವರೇ ಒಂದೆಡೆ ಹೇಳಿಕೊಂಡಿದ್ದಾರೆ. ಆದ್ದರಿಂದಲೇ ಅವರ ಅಂಕಣಗಳಲ್ಲಿ ವಿವರ, ಮಾಹಿತಿಗಳು ಹೇರಳವಾಗಿದ್ದು ಅವುಗಳು ವರದಿಯಾಗದೇ ಆಕರ್ಷಕ ರೂಪದಲ್ಲಿರುತ್ತಿದ್ದವು. ಬರವಣಿಗೆಗೆ ಆಯ್ದುಕೊಂಡ ವಿಷಯವನ್ನು ತೂಗಿ ನೋಡುವ ಧೀಮಂತಿಕೆ, ಖಚಿತ ನೇರ ಬರವಣಿಗೆ, ಮಾತಿಗೆ ಗೌರವ ಹುಟ್ಟುವಂತ ನೈತಿಕ ಪ್ರಜ್ಞೆ, ವಿಷಯದ ಘನತೆಯನ್ನು ಪ್ರಕಾಶಕ್ಕೆ ತರುವ ಧನಾತ್ಮಕ ಧೋರಣೆ ಅವರ ಅಂಕಣಗಳ ಮಹತ್ತು.

ಕನ್ನಡದ ಇನ್ನೋರ್ವ ಮಹತ್ವದ ಅಂಕಣಗಾರ ಗೌರೀಶ್ ಕಾಯ್ಕಿಣಿ. ಅವರು ಜನಸೇವಕ ಪತ್ರಿಕೆಯಲ್ಲಿ ಸುದೀರ್ಘಕಾಲ ಅಂಕಣವನ್ನು ಬರೆದರು. ಅವುಗಳು ಅವರ ಸಮಗ್ರ ಸಂಪುಟ ಮಾಲಿಕೆಯಲ್ಲಿ ಪ್ರಕಟಗೊಂಡಿದೆ. ಸೂಕ್ಷ್ಮ ಶೋಧನೆಯ ನೋಟ ಹಾಗೂ ಅನ್ಯಾಯ, ಅಧರ್ಮ, ಸಮಾಜ ವಿರೋಧಿ ಧೋರಣೆಯನ್ನು ಕಟುವಾಗಿ ವಿಮರ್ಶಿಸುವ ಛಾತಿ ಅವರ ಅಂಕಣಗಳ ವಿಶೇಷ. ಉದಯವಾಣಿ ಪತ್ರಿಕೆಗೆ 'ಲೋಕಾಭಿರಾಮ' ಎಂಬ ಅಂಕಣವನ್ನು ಬರೆಯುತ್ತಿದ್ದ ಕು.ಶಿ.ಹರಿದಾಸ ಭಟ್ಟರು ಅಂಕಣ ಬರಹಕ್ಕೆ ಒಂದು ವಾಗ್ಮಿತೆಯ ಓಘವನ್ನು ಕೊಟ್ಟವರು. ಉಡುಪಿಯಲ್ಲಿ ಅರ್ಥಶಾಸ್ತ್ರದ ಉಪನ್ಯಾಸಕರಾಗಿದ್ದ ಕು.ಶಿ.ಯವರು ತಮ್ಮ ಅಂಕಣಗಳ ಮೂಲಕ ಸಾಹಿತ್ಯಾರಾಧಕರಾಗಿ ಕಾಣಿಸಿಕೊಂಡವರು. ಲಲಿತ ಪ್ರಬಂಧದ ಸೊಗಸು ಅವರ ಅಂಕಣಗಳಲ್ಲಿರುತ್ತಿತ್ತು. ಕವನಗಳ ಸಾಲುಗಳನ್ನೇ ಸ್ವಲ್ಪ ಬದಲಾಯಿಸಿಕೊಂಡು ಅಂಕಣದ ಶೀರ್ಷಿಕೆಯಾಗಿ ಬಳಸುತ್ತಿದ್ದುದು ಅವರಿಗೆ ಸಾಹಿತ್ಯದ ಮೇಲಿನ ಆಸಕ್ತಿಗೆ ಸಾಕ್ಷಿ. ಉದಾ: ಇದು ಬರಿ ಬೆಳಗಲ್ಲೋ ಅಣ್ಣಾ, ಇನ್ನೂ ಯಾಕ ಬರಲಿಲ್ಲಾಂವ ಟೀವಿಯಾಂವ ಇತ್ಯಾದಿ.

ತರಾಸು ಅವರ 'ತೋಚಿದ್ದು ಗೀಚಿದ್ದು', ಎಚ್ಚೆಸ್ಕೆಯವರ 'ವಾರದ ವ್ಯಕ್ತಿ', ಕೀರ್ತಿನಾಥ ಕುರ್ತಕೋಟಿಯವರ 'ಉರಿಯ ನಾಲಗೆ', ಪಾಟೀಲ ಪುಟ್ಟಪ್ಪ ಅವರು ತರಂಗದಲ್ಲಿ ಬರೆಯುತ್ತಿದ್ದ 'ಪಾಪು ಪ್ರಪಂಚ', ಪ್ರಜಾಮತದಲ್ಲಿ 'ಸಹಚಿಂತನ' ಶೀರ್ಷಿಕೆಯಲ್ಲಿ ಬರೆಯುತ್ತಿದ್ದ ಎಲ್.ಎಸ್.ಶೇಷಗಿರಿರಾಯರು, ಕನ್ನಡ ಪ್ರಭದಲ್ಲಿ 'ವಂಡರ್ ಕಣ್ಣು' ಎಂಬ ಅಂಕಣವನ್ನು ಬರೆಯುತ್ತಿದ್ದ ವೈಯೆನ್ಕೆ, ಮುಂಗಾರು ಪತ್ರಿಕೆಯಲ್ಲಿ ಅಂಕಣ ಬರೆಯುತ್ತಿದ್ದ ಸಿ.ಎನ್. ರಾಮಚಂದ್ರನ್ (ಆಶಯ–ಆಕೃತಿ), ಡಾ.ಬಿ.ಎ.ವಿವೇಕ್ ರೈ (ಗಿಳಿಸೂವೆ), ಉದಯವಾಣಿಯಲ್ಲಿ 'ಮಾತುಕತೆ' ಅಂಕಣ ಬರೆಯುತ್ತಿದ್ದ ರಾಮಚಂದ್ರ ದೇವ, ಲಂಕೇಶ್ ಪತ್ರಿಕೆಯಲ್ಲಿ ಮಲ್ಲಿನಾಥನ ಧ್ಯಾನ ಎಂಬ ಅಂಕಣ ಬರೆದ ವೈದೇಹಿ, ಹಾಯ್ ಬೆಂಗಳೂರಿನಲ್ಲಿ ಬೊಗಸೆಯಲ್ಲಿ ಮಳೆ ಅಂಕಣ ಬರೆದ ಜಯಂತ್ ಕಾಯ್ಕಿಣಿ, ಪ್ರಜಾವಾಣಿಯಲ್ಲಿ ವೀರಣ್ಣ ದಂಡೆಯ ಕಲ್ಬುರ್ಗಿ ಕಲರವ, ಸಿದ್ಧಲಿಂಗ ಪಟ್ಟಣ ಶೆಟ್ಟಿಯವರ ಚಹಾದ ಜೋಡಿ ಚೂಡಾದ್ಹಂಗ, ನಾದಾ ಶೆಟ್ಟಿಯವರ ತೆಂಕಣಗಾಳಿಯಾಟ, ವಿಜಯ ಕರ್ನಾಟಕದಲ್ಲಿ ಅಬ್ದುಲ್ ರಶೀದ್ ಬರೆಯುತ್ತಿರುವ ಅಂಕಣ, ಹೊಸ ದಿಗಂತದಲ್ಲಿ ಅಂಕಣ ಬರೆಯುತ್ತಿದ್ದ

ವಸಂತ ಕುಮಾರ ಪೆರ್ಲ, ಬಿ.ಜನಾರ್ದನ ಭಟ್ ಇವು ಸಾಹಿತ್ಯಕ ಮೌಲ್ಯ ಹೊಂದಿದ ಕೆಲವು ಅಂಕಣಗಳಿಗೆ ಉದಾಹರಣೆ. ಇತ್ತೀಚೆಗೆ ಅಂಕಣ ಬರಹಗಳಿಗೆ ವಿಶೇಷ ಪ್ರಾಮುಖ್ಯ ಸಿಗುತ್ತಿದ್ದು ಅವು ರಾಜಕೀಯ ಕೇಂದ್ರಿತವಾಗಿರುವುದೇ ಹೆಚ್ಚು.

ಕನ್ನಡದಲ್ಲಿ ಅಂಕಣ ಬರಹಗಳನ್ನು ಗಮನಿಸುತ್ತಾ ಬಂದರೆ ಸುಮಾರು ಹತ್ತು ವರ್ಷಗಳ ಹಿಂದಿನವರೆಗೆ ಅಂಕಣಗಳನ್ನು ಬರೆದವರು ಬಹುತೇಕ ಸಾಹಿತ್ಯ ಕ್ಷೇತ್ರದಿಂದ ಬಂದವರೇ ಆಗಿದ್ದಾರೆ. ಆ ಕಾರಣದಿಂದ ಅಂಕಣ ಬರಹಗಳಲ್ಲಿ ಕನ್ನಡ ನಾಡಿನ ಸಾಹಿತ್ಯಕ ಮತ್ತು ಸಾಂಸ್ಕೃತಿಕ ಒಲವು ನಿಲುವುಗಳು ಹಾಸು ಹೊಕ್ಕಾಗಿವೆ. ಬಹುತೇಕ ಅಂಕಣಗಳು ನಾಡಿನ ಸಾಂಸ್ಕೃತಿಕ ಇತಿಹಾಸವನ್ನು ಕಟ್ಟಿಕೊಡುತ್ತಲೇ ವಿಮರ್ಶೆಯ ಮಗ್ಗುಲಿಗೂ ಹೊರಳಿದ್ದನ್ನು ಗಮನಿಸಬಹುದಾಗಿದೆ. ಆದ್ದರಿಂದಲೇ ಅಂಕಣ ಸಾಹಿತ್ಯಕಾರ ಏಕಕಾಲದಲ್ಲಿ ಇತಿಹಾಸ ಕಾರನೂ ವಿಮರ್ಶಕನೂ ಆಗಿ ಗಮನಸೆಳೆಯುತ್ತಾನೆ. ಕನ್ನಡ ನಾಡಿನ ಸಾಂಸ್ಕೃತಿಕ ಅಧ್ಯಯನ ಕೈಗೊಳ್ಳುವವರು ಅಗತ್ಯ ಗಮನಿಸಲೇಬೇಕಾದ ಆಕರಗಳಾಗಿ ಅಂಕಣ ಬರಹಗಳು ಇಂದು ನಮ್ಮ ಮುಂದಿವೆ.

൧൧

ಮಾಧ್ಯಮದೊಳಗಣ ಮಹಿಳೆ

-ಮೌಲ್ಯ ಜೀವನ್

ಹಿಂದೊಂದು ಮಾತಿತ್ತು. ಸಂಸಾರ ತಾಪತ್ರಯ ಬೇಡದವರು, ಸಂಪಾದನೆ ಮುಖ್ಯವಲ್ಲ ಎಂದೆನ್ನುಕೊಳ್ಳುವವರು ಪತ್ರಿಕೋದ್ಯಮಕ್ಕೆ ಹೋಗಿ ಎಂದು. ದಿನವಿಡೀ ದುಡಿಯಬೇಕಾದ ಅನಿವಾರ್ಯತೆ ಮತ್ತು ಸಿಗುತ್ತಿದ್ದ ಕನಿಷ್ಠ ಸಂಬಳ ಇದಕ್ಕೆ ಕಾರಣವಾಗಿತ್ತು. ಆದರೆ ಈಗ ಮಾಧ್ಯಮ ಬದಲಾಗಿದೆ. ನಿರಂತರವಾಗಿ ಬದಲಾಗುತ್ತಾ ಬಂದ ಮಾಧ್ಯಮದಲ್ಲಿ ಕೆಲಸದ ರೀತಿ ರಿವಾಜು ಎಲ್ಲವೂ ಬದಲಾಯಿತು. ಗಂಡಸರೇ ಕೆಲಸ ಮಾಡಲು ಹೆದರುತ್ತಿದ್ದ ಮಾಧ್ಯಮ ಕ್ಷೇತ್ರ ಹೆಣ್ಣು ಮಕ್ಕಳಿಗೂ ಆಸಕ್ತಿಯ ಕ್ಷೇತ್ರವಾಗಿ ಬೆಳೆಯಿತು. ಇತ್ತೀಚಿನ ವರ್ಷಗಳಲ್ಲಿ ಮಹಿಳೆ ಔದ್ಯೋಗಿಕವಾಗಿ ಎಲ್ಲಾ ಕ್ಷೇತ್ರದಲ್ಲಿ ಮಾಡಿದ ಕ್ರಾಂತಿ ಮಾಧ್ಯಮ ಕ್ಷೇತ್ರದಲ್ಲೂ ಕಾಣಿಸಿಕೊಂಡದ್ದು ಸಹಜವೇ.

ಕೇವಲ ರಾಷ್ಟ್ರೀಯ ಮಟ್ಟದಲ್ಲಿ ಮಾತ್ರವಲ್ಲದೆ ಸ್ಥಳೀಯ ಮಾಧ್ಯಮಗಳಲ್ಲೂ ಮಹಿಳೆ ತನ್ನ ಅಸ್ತಿತ್ವವನ್ನು ಸಾಧಿಸಿದ್ದಾಳೆ. ಹವ್ಯಾಸಿ ಬರಹಗಾರ್ತಿಯಾಗಿ, ಪತ್ರಿಕೆಯ ಸಂಪಾದಕ ಮಂಡಳಿ ಸದಸ್ಯೆಯಾಗಿ, ಸಂಪಾದಕಿಯಾಗಿ ಕಾಣಿಸಿಕೊಳ್ಳುತ್ತಿದ್ದಾಳೆ. ಅತ್ಯಂತ ಸವಾಲಿನ ಕ್ಷೇತ್ರವಾದ ಮಾಧ್ಯಮದಲ್ಲಿ ಮಹಿಳೆಯರು ಅಗಾಧ ಸಂಖ್ಯೆಯಲ್ಲಿ ತಮ್ಮನ್ನು ತಾವು ತೊಡಗಿಸಿಕೊಂಡದ್ದು ವಿಶೇಷವೇ ಸರಿ. ಮಹಿಳೆಗೆ ಸಿಗುತ್ತಿರುವ ಯಥೇಚ್ಛ ಅವಕಾಶಗಳು, ಮೀಸಲಾತಿ, ಪ್ರಾಮುಖ್ಯತೆಗಳು ಹೆಣ್ಣು ಮಕ್ಕಳ ಪಾಲಿಗೆ ಹೆಚ್ಚು ಪೂರಕವಾಯಿತು. ಇನ್ನೊಂದು ಕಡೆ ಸಾಮಾಜಿಕ, ಆರ್ಥಿಕ, ಸಾಂಸ್ಕೃತಿಕ, ಕೌಟುಂಬಿಕ ಬದಲಾವಣೆಗಳು. ಇನ್ನೂ ಒಂದು ಪೂರಕ ಅಂಶವೆಂದರೆ ಹೆಣ್ಣು ಶೈಕ್ಷಣಿಕವಾಗಿ ಹೆಚ್ಚು ಸಬಲಳಾದದ್ದು.

ಹಲವಾರು ಕಾಲೇಜುಗಳಲ್ಲಿ ಪತ್ರಿಕೋದ್ಯಮವನ್ನು ಶೈಕ್ಷಣಿಕ ವಿಷಯವಾಗಿ ಬೋಧಿಸುತ್ತಿರುವುದರಿಂದ ದೂರ ಹೋಗಿ ವಿದ್ಯಾರ್ಜನೆ ಮಾಡಬೇಕಾದ ಅವಶ್ಯಕತೆಗಳೂ ಅಷ್ಟು ಇರುವುದಿಲ್ಲ. ಕೌಟುಂಬಿಕವಾಗಿ ಇದರಿಂದ ಪತ್ರಿಕೋದ್ಯಮ ಶಿಕ್ಷಣಕ್ಕೆ ಯಾವ ತೊಡಕುಗಳೂ ಆಗುತ್ತಿಲ್ಲ. ಹಿಂದೆ ಅತೀ ವಿರಳ ಕಾಲೇಜುಗಳು ಪತ್ರಿಕೋದ್ಯಮವನ್ನು ಬೋಧಿಸುತ್ತಿದ್ದವು. ನಂತರದ ದಿನಗಳಲ್ಲಿ ಹೊಸ ಮಾಧ್ಯಮಗಳ ಆವಿಷ್ಕಾರದ ಜೊತೆಜೊತೆಗೆ ಪತ್ರಿಕೋದ್ಯಮ ಶಿಕ್ಷಣವೂ ಬೆಳೆಯುತ್ತಾ ಬಂದದ್ದು ಹೆಣ್ಣು ಮಕ್ಕಳು ಪತ್ರಿಕೋದ್ಯಮ ಶಿಕ್ಷಣವನ್ನು ಸುಲಭವಾಗಿ ಪಡೆಯುವಲ್ಲಿ ನೆರವಾಯಿತು. ಇತ್ತೀಚಿನ ಬೆಳವಣಿಗೆಯನ್ನು ಗಮನಿಸಿದಾಗ ಪತ್ರಿಕೋದ್ಯಮ

ತರಗತಿಗಳಲ್ಲಿ ಕೇವಲ ೫-೮ ಶೇಕಡ ಹುಡುಗರಿದ್ದರೆ ಉಳಿದ ೯೨ ಶೇಕಡ ವಿದ್ಯಾರ್ಥಿಗಳು ಹೆಣ್ಣು ಮಕ್ಕಳು. ಈ ಒಂದು ಅಂದಾಜಿನ ಲೆಕ್ಕಾಚಾರದಲ್ಲೇ ಮಾಧ್ಯಮ ಕ್ಷೇತ್ರಕ್ಕೆ ಧುಮುಕುವ ಹೆಣ್ಣು ಮಕ್ಕಳ ಸಂಖ್ಯೆಯನ್ನು ಅಂದಾಜಿಸಬಹುದು.

ಮುದ್ರಣ ಮಾಧ್ಯಮದಲ್ಲಿ ಮಹಿಳೆ:

ಬಹಳ ಹಿಂದಿನಿಂದಲೂ ಹಲವಾರು ಮಹಿಳೆಯರು ಪತ್ರಿಕೆಗಳಲ್ಲಿ ದುಡಿಯುತ್ತಿದ್ದಾರೆ. ಹೋರಾಟ, ಚಳುವಳಿಗಳ ಸಮಯದಲ್ಲೂ ಪತ್ರಿಕೆಗಳಲ್ಲಿ ಕೆಲಸ ಮಾಡಿದ ಮಹಿಳಾ ಮಣಿಗಳಿದ್ದಾರೆ. ಸಿ.ಜಿ. ಮಂಜುಳಾ, ಆರ್. ಪೂರ್ಣಿಮಾ, ಸಂಧ್ಯಾ ಪೈ ಸೇರಿದಂತೆ ಕರ್ನಾಟಕದಲ್ಲೂ ಹಲವಾರು ಮಹಿಳೆಯರು ಮಾಧ್ಯಮದಲ್ಲಿ ಉನ್ನತ ಜವಾಬ್ದಾರಿಗಳನ್ನು ನಿರ್ವಹಿಸುತ್ತಿದ್ದಾರೆ. ನಳಿನಿಸಿಂಗ್, ಮೃಣಾಲ್ ಪಾಂಡೆಯವರಂತಹ ರಾಷ್ಟ್ರೀಯ ಖ್ಯಾತಿಯ ಮಹಿಳೆಯರೂ ಮಾಧ್ಯಮದಲ್ಲಿದ್ದೇ ಸಾಧಿಸಿದವರು. ಸಾಹಸೀ ವರದಿಗಾರಿಕೆಗಳಿಂದ ಹಿಡಿದು ಪ್ಯಾಷನ್, ಸಿನೆಮಾ, ಆರೋಗ್ಯ, ಮಹಿಳಾ ಪುರವಣಿಗಳಲ್ಲೂ ಮುಖ್ಯಸ್ಥರಾಗಿ ದುಡಿಯುತ್ತಿದ್ದಾರೆ. ಟಿ.ವಿ ಮಾಧ್ಯಮಗಳ ಕ್ರೇಜ್ ಹೊರತಾಗಿಯು ತಮ್ಮ ಸೃಜನಶೀಲತೆ, ಪರಿಶ್ರಮದ ಜೊತೆ ಮುದ್ರಣ ಮಾಧ್ಯಮದಲ್ಲೂ ಹೆಸರು, ಪ್ರಖ್ಯಾತಿಗಳಿಸಿದ ಮಹಿಳೆಯರ ಸಂಖ್ಯೆ ಅದೆಷ್ಟೋ...!

ವಿದ್ಯುನ್ಮಾನ ಮಾಧ್ಯಮದಲ್ಲಿ ಮಹಿಳೆ :

ಸೌಂದರ್ಯ, ವಾಕ್ಚಾತುರ್ಯ ಒಂದಿದ್ದರೆ ವಿದ್ಯುನ್ಮಾನ ಮಾಧ್ಯಮದಲ್ಲಿ ಕೆಲಸ ಖಚಿತ. ಹೆಣ್ಣು ಮಕ್ಕಳು ಟಿ.ವಿ ಪರದೆಗೆ ಬಂದರೆಂದರೆ ಚಾನಲ್‌ಗಳ ಯಶಸ್ಸಿಗೆ ಹೆಚ್ಚೇನೂ ಬೇಡ. ಉದ್ಯೋಗ ಭರ್ತಿಗಾಗಿ ಸಂದರ್ಶನ ಏರ್ಪಡಿಸಿದರೆ ಮೊದಲ ಆದ್ಯತೆ ಹೆಣ್ಣು ಮಕ್ಕಳಿಗೇ. ಸಾಮಾನ್ಯ ಜ್ಞಾನವೇ ಬಂಡವಾಳವಾಗಿರುವ ಮಾಧ್ಯಮಕ್ಕೆ ಸೌಂದರ್ಯವೇ ಯಶಸ್ಸು ಕೊಡುತ್ತದೆ ಎಂದಲ್ಲ, ಅದರ ಹೊರತಾಗಿಯು ಟಿ.ವಿ ಚಾನೆಲ್ ಮೂಲಕವೇ ಹೆಸರು ಮಾಡಿದ ಅದೆಷ್ಟೋ ಹೆಣ್ಣು ಮಕ್ಕಳಿದ್ದಾರೆ.

ಇತ್ತೀಚೆಗೆ ಒಂದು ಸಂಸ್ಥೆ ದೇಶದ ಅತ್ಯಂತ ಪ್ರಭಾವಿ ಐವರು ಪತ್ರಕರ್ತರ ಹೆಸರನ್ನು ಪಟ್ಟಿ ಮಾಡಿತ್ತು. ಅದರಲ್ಲಿ ಇಬ್ಬರು ಮಹಿಳೆಯರ ಹೆಸರು ಕಾಣಿಸಿಕೊಂಡಿತ್ತು. ಎನ್‌ಡಿ ಟಿವಿಯ ಬರ್ಖದತ್ತ್, ಸಿಎನ್‌ಬಿಸಿಯ ಶರೀನ್ ಬಾನು. ಬರ್ಖಾದತ್ತ್ ಟಿ.ವಿ ಶೋ ಎಂದರೆ ದೇಶದ ಪ್ರತೀ ಪತ್ರಿಕೋದ್ಯಮಿ, ಪತಿಕೋದ್ಯಮ ವಿದಾರ್ಥಿಗಳಿಗೆ ಚಿರಪರಿಚಿತ ಹೆಸರು. ಇಂದು ಎನ್‌ಡಿ.ಟಿ.ವಿಯ ಮ್ಯಾನೇಜಿಂಗ್ ಎಡಿಟರ್. ೧೯೯೯ರ ಕಾರ್ಗಿಲ್ ಯುದ್ಧದ ಸಾಹಸೀ ವರದಿಗಾರಿಕೆಗೆ ಸುದ್ಧಿಯಾದ ಬರ್ಖಾದತ್ತ್‌ರಂತಹ ಹಲವಾರು ಹೆಣ್ಣುಮಕ್ಕಳು ರಾಜಕೀಯ ನಾಯಕರ, ಪ್ರಖ್ಯಾತ ವ್ಯಕ್ತಿಗಳ ಬೆವರಿಳಿಸಿದನ್ನು ಕನ್ನಡದ ವಾಹಿನಿಗಳಲ್ಲು ನೋಡಬಹುದು. ಮಹಿಳೆ ಎಲ್ಲಿಯೂ ಸಲ್ಲುತ್ತಾಳೆ, ಸಾಹಸಕ್ಕೂ ಆಕೆ ಸೈ ಎನ್ನುವುದಂತೂ ಸಾಬೀತಾಗಿದೆ.

ಇಂದು ಆಕಾಶವಾಣಿ ಸೇರಿದಂತೆ ಖಾಸಗೀ ರೇಡಿಯೋ ಚಾನೆಲ್‌ಗಳಲ್ಲೂ ಹುಡುಗಿಯರ ಸುಮಧುರ ಧ್ವನಿ ಕೇಳತ್ತಿದೆ. ಎಷ್ಟೋ ಹೆಣ್ಣುಮಕ್ಕಳು ರೇಡಿಯೋ ಜಾಕಿಗಳಾಗಿ ಕೆಲಸ ನಿರ್ವಹಿಸುತ್ತಿದ್ದಾರೆ. (ದಿನ ಬೆಳಗಾದರೆ ಸಾಕು ಅವರ ಆಕರ್ಷಕ ಮಾತುಗಳು ಕಿವಿ ತಟ್ಟುತ್ತವೆ. ಅವರಿಗೊಂದಷ್ಟು ಅಭಿಮಾನಿಗಳು. ಈ ಅಭಿಮಾನಿಗಳ ಸಂಘ ಟಿ.ವಿ

ನಿರ್ವಹಕರಿಗೂ ಇಲ್ಲದಿಲ್ಲ) ಹಾಯ್, ಹಲೋ, ಗುಡ್ ಮಾರ್ನಿಂಗ್... ಅಂತ ಪ್ರಾರಂಭವಾಗುವ ಹುಡುಗಿಯರ ನಿರ್ವಹಣೆ, ಚೆನ್ನಾಗಿ ನಿದ್ರಿಸಿ ಅನ್ನುವ ತನಕವೂ ಸಾಗುತ್ತಲೇ ಇರುತ್ತದೆ. ಅಂತೂ ಇಲ್ಲೂ ಹುಡುಗಿಯರ, ಮಹಿಳೆಯರ ಅನಿವಾರ್ಯತೆ ಇದೆ ಎನ್ನುವುದು ಸಾಬೀತಾಗಿದೆ.

ಹವ್ಯಾಸೀ ಬರಹಗಾರ್ತಿಯರು:

ನಮ್ಮಲ್ಲಿ ಹವ್ಯಾಸೀ ಬರಹಗಾರ್ತಿಯರಿಗೂ ಕೊರತೆಯಿಲ್ಲ. ಇತ್ತೀಚೆಗಂತೂ ಪತ್ರಿಕೆಗಳು ಸಾಮಾನ್ಯ ಜನರ ಬರವಣಿಗೆಗೆ ಹೇರಳ ಸ್ಥಳ ಕೊಡುತ್ತಿವೆ. ಅದರಲ್ಲೂ ಹಲವಾರು ಪತ್ರಿಕೆಗಳು, ಮ್ಯಾಗಝಿನ್‌ಗಳು ಮಹಿಳಾ ಪುಟಗಳನ್ನು ಮೀಸಲಾಗಿಟ್ಟಿರುವುದರಿಂದ ಬರವಣಿಗೆಗೆ ಅವಕಾಶಗಳು ಹೆಚ್ಚಿವೆ. ಇದರಿಂದ ಆರೋಗ್ಯ, ಸೌಂದರ್ಯ, ಅಡುಗೆ, ಮನೆಮದ್ದು ಹೀಗೆ ಹತ್ತು ಹಲವು ವಿಷಯಗಳು ಚರ್ಚಿತವಾಗುತ್ತಿವೆ. ವಿಜ್ಞಾನ, ಪರಿಸರ, ತಂತ್ರಜ್ಞಾನಕ್ಕೆ ಬರಹಗಾರರ ಕೊರತೆಯಿದ್ದರೂ ಮಹಿಳಾ ಪುರವಣಿಗಳಂತೂ ಅತ್ಯಂತ ಸಲೀಸಾಗಿ ಹೊರಬರುತ್ತಿವೆ. ಬರಹಗಾರರಿಲ್ಲದೆ ಪುರವಣಿ ನಿಂತದ್ದು ಬಹಳ ವಿರಳ.

ಬ್ಲಾಗಿಗರು:

ಸ್ಥಳೀಯ, ರಾಜ್ಯ, ರಾಷ್ಟ್ರಮಟ್ಟದ ಪತ್ರಿಕೆ, ಚಾನೆಲ್‌ಗಳಲ್ಲದೆ ತಮ್ಮದೇ ಬ್ಲಾಗ್‌ಳನ್ನು ರಚಿಸಿ ನಿರಂತರ ಬರೆಯುತ್ತಿರುವ ಹಲವಾರು ಹೆಣ್ಣು ಮಕ್ಕಳಿದ್ದಾರೆ. ತಮ್ಮ ವೈಯಕ್ತಿಕ ಬದುಕು, ಆಸೆ-ನಿರಾಸೆ, ದುಃಖ-ದುಮ್ಮಾನ ಹಂಚಿಕೊಳ್ಳಲು ಅವರಿಗೆ ಬ್ಲಾಗ್ ಸ್ವಲ್ಪ ಪ್ರಮಾಣದ ಸಹಾಯ ಮಾಡುತ್ತಿದೆ ಎನ್ನುವುದು ನಿಶ್ಚಿತ. ಅದರಲ್ಲೂ ಗೃಹಿಣಿಯರು ಇತ್ತೀಚೆಗೆ ತಮ್ಮ ಬರಹಗಳಲ್ಲಿ ಕಾಣಿಸಿಕೊಳ್ಳುತ್ತಿರುವುದು, ಅಂತರಾಷ್ಟ್ರೀಯ ಮಟ್ಟದಲ್ಲಿ ಸಂವಹನ ಕಾಯ್ದುಕೊಳ್ಳುವಲ್ಲಿ ಯಶಸ್ವಿಯಾಗಿದ್ದಾರೆ.

ಪತ್ರಿಕೋದ್ಯಮ ಶಿಕ್ಷಣದಲ್ಲಿ...

ಮಾಧ್ಯಮ ಎಂದರೆ ಕೇವಲ ಪತ್ರಿಕೆ, ಟಿ.ವಿ, ಹೊಸ ಮಾಧ್ಯಮಗಳಷ್ಟೇ ಅಲ್ಲ. ಮಾಧ್ಯಮ ಶಿಕ್ಷಣವೂ ಹೌದು. ಈ ಹಿಂದೆ ಹೇಳಿದಂತೆ ಪತ್ರಿಕೋದ್ಯಮ ಶಿಕ್ಷಣಕ್ಕೆ ಹೆಣ್ಣು ಮಕ್ಕಳು ಹೆಚ್ಚು ಹೆಚ್ಚು ಬಂದಂತೆ ಅದನ್ನು ಭೋದಿಸುವ ಬಳಗಕ್ಕೂ ಹೆಚ್ಚು ಹೆಣ್ಣು ಮಕ್ಕಳೇ ಬರುತ್ತಿರುವುದು ಮತ್ತು ಅದರಲ್ಲಿ ಯಶಸ್ವಿಗಳಾಗುತ್ತಿರುವುದು ಗಮನೀಯ. ಮಾಧ್ಯಮ, ಸೆಮಿನಾರ್, ಕಾರ್ಯಗಾರಗಳಲ್ಲಿ ಮಹಿಳೆಯರ ಸಂಖ್ಯೆಯೇ ಜಾಸ್ತಿಯಾಗಿರುವುದು ಇದಕ್ಕೊಂದು ಸಾಕ್ಷಿ.

ಸಾಂಸಾರಿಕವಾಗಿ ಸ್ವಲ್ಪ ರೀಲಿಫ್ ಬೇಕು ಎನ್ನುವ ಮಂದಿ ಉಪನ್ಯಾಸ ವೃತ್ತಿಯನ್ನು ಆರಿಸಿಕೊಳ್ಳುತ್ತಾರೆ. ಪತ್ರಿಕೋದ್ಯಮದಲ್ಲಿ ಈ ಮಾತು ಸರಿಯಾಗಿ ಒಪ್ಪುತ್ತದೆ. 'ಎಲ್ಲೂ ಸಲ್ಲದವರು ಇಲ್ಲಿ ಸಲ್ಲುತ್ತಾರೆ' ಎನ್ನುವ ಕಾಲವೊಂದಿತ್ತು. ಆದರೆ ಈಗ ಹಾಗಲ್ಲ. ಶೈಕ್ಷಣಿಕವಾಗಿಯೂ, ಪ್ರಾಯೋಗಿಕವಾಗಿಯೂ ಚೆನ್ನಾಗಿರುವ ಹೆಣ್ಣುಮಕ್ಕಳು ಉಪನ್ಯಾಸಕ ವೃತ್ತಿಗೆ ಕಾಲಿಡುತ್ತಿದ್ದಾರೆ.

ಉಪನ್ಯಾಸಕರಾಗಲು ಬಯಸುತ್ತಿದ್ದವರು ಕನ್ನಡ, ಇಂಗ್ಲೀಷ್, ಸಮಾಜಶಾಸ್ತ್ರ ತೆಗೆದು ಕೊಳ್ಳುವ ಕಾಲ ಬದಲಾಗಿದೆ. ಇದೀಗ ಪತ್ರಿಕೋದ್ಯಮ ಆ ಸಾಲಿಗೆ ಸೇರಿಕೊಂಡಿದೆ. ಮಾಧ್ಯಮ ಶಿಕ್ಷಣದ ಹಲವಾರು ದೌರ್ಬಲ್ಯಗಳ ಹೊರತಾಗಿಯೂ ಮಹಿಳೆಯರು

ಪತ್ರಿಕೋದ್ಯಮದ ಉಪನ್ಯಾಸಕರಾಗಿ ಬಹಳಷ್ಟು ಸಾಧಿಸುತ್ತಿದ್ದಾರೆ. ರಾಜ್ಯದ ಪತ್ರಿಕೋದ್ಯಮ ವಿಭಾಗಗಳನ್ನು ತೆಗೆದು ನೋಡಿದಾಗ ಹೆಚ್ಚಿನ ಸಂಖ್ಯೆಯ ಉಪನ್ಯಾಸಕಿಯರನ್ನು ಕಾಣಬಹುದು.

ಸವಾಲುಗಳು:

ರಾತ್ರಿ ಪಾಳಿ, ಅಪರಿಚಿತರೊಂದಿಗೆ ಓಡಾಟ, ಕುಟುಂಬಕ್ಕೆ ಸಿಗುವ ಸೀಮಿತ ಸಮಯ, ಮಾಧ್ಯಮಗಳ ಸ್ಪರ್ಧೆ ಮತ್ತು ಶೀಘ್ರ ಬೆಳವಣಿಗೆ ಇವೆಲ್ಲವೂ ಮಹಿಳಾ ಉದ್ಯೋಗಸ್ಥರಿಗೆ ಮಾಧ್ಯಮದಲ್ಲಿರುವ ಸವಾಲುಗಳು. ಕೇವಲ ಬಿ.ಪಿ.ಒಗಳಲ್ಲಿ ಮಾತ್ರವಲ್ಲ, ಮಾಧ್ಯಮದಲ್ಲೂ ರಾತ್ರಿ–ಹಗಲೆನ್ನದೆ ಕೆಲಸಮಾಡಬೇಕು. ನಿದ್ದೆಯಲ್ಲೂ ಜಾಗೃತರಾಗಿರಬೇಕು. ೨೪ ಗಂಟೆಗಳೂ ಸುದ್ಧಿ ಸೂಕ್ಷ್ಮತೆ ಎಚ್ಚರವಿರಬೇಕಾದದ್ದು ಅನಿವಾರ್ಯ. ಮಾಧ್ಯಮ, ಪತ್ರಿಕೋದ್ಯಮ ಎಂದರೆ ಅದು ಸಮಯದ ಜೊತೆ ನಿರಂತರ ಹೋರಾಟ. ಅದಕ್ಕೆ ಪತ್ರಿಕೋದ್ಯಮಿಗಳನ್ನು 'ಡೆಡ್‌ಲೈನ್ ವೀರರು' ಎಂದೇ ಕರೆಯುತ್ತಾರೆ. ದಿನಪೂರ್ತಿ ತಾಜಾ ಸುದ್ಧಿಗಾಗಿ ಓಡಾಡುತ್ತಿರಬೇಕು. ಗಲ್ಲಿ ಗಲ್ಲಿ ಸುತ್ತಬೇಕು. ಅಪರಿಚಿತ ಸ್ಥಳ, ವ್ಯಕ್ತಿಗಳೊಂದಿಗೆ ವ್ಯವಹರಿಸಬೇಕು. ದೈಹಿಕವಾಗಿ ಪುರುಷರಿಗಿಂತ ಮಹಿಳೆ ದುರ್ಬಲ. ಆ ದೌರ್ಬಲ್ಯವನ್ನು ಮೀರಿ ಕೆಲಸ ಮಾಡುವ ಅನಿವಾರ್ಯ ಅವಶ್ಯಕತೆಗಳು ಆಕೆಗಿವೆ.

ಇನ್ನು 'ಹೆಣ್ಣು ಕುಟುಂಬದ ಕಣ್ಣು' ಎನ್ನುವುದೇನೋ ನಿಜ. ಈ ಅವಸರದಲ್ಲಿ ಕೆಲಸ ಮಾಡುವ ಹೆಣ್ಣು ಮಕ್ಕಳು ಹೇಗೆ ಕುಟುಂಬ ನಿಭಾಯಿಸಬಲ್ಲರು ಎನ್ನುವುದು ದೊಡ್ಡ ಪ್ರಶ್ನೆ. ಮುಖ್ಯವಾಗಿ ವಿದ್ಯುನ್ಮಾನ ಮಾಧ್ಯಮದಲ್ಲಿ ಕೆಲಸ ಮಾಡುವ ಮಹಿಳೆಯರೇ ಹೇಳಿದಂತೆ, ಅವರು ಪೂರ್ತಿಯಾಗಿ ತಮ್ಮನ್ನು ತಾವು ಕೆಲಸಕ್ಕೆ ಅರ್ಪಣೆ ಮಾಡಿಕೊಳ್ಳಬೇಕು. ಇಲ್ಲವಾದಲ್ಲಿ ಮಾಧ್ಯಮಗಳ ಪೈಪೋಟಿಗೆ ತಕ್ಕಂತೆ ಕೆಲಸ ಮಾಡುವುದು ಅಸಾಧ್ಯದ ಮಾತು. ಹೀಗಿರುವಾಗ ಸಂಸಾರದ ಜವಾಬ್ದಾರಿ ಬಂದಾಗ ಕೆಲವು ಮಟ್ಟಿನ ಸವಾಲುಗಳು ಮಹಿಳೆಯರಿಗೆ ತಪ್ಪದೇ ಇರುವುದಿಲ್ಲ.

ಇವೆಲ್ಲವೂ ಸವಾಲುಗಳನ್ನು ಮೀರಿ ಹೆಣ್ಣು ಬೆಳೆದಿದ್ದಾಳೆ ಎನ್ನುವುದು ಎಷ್ಟು ಸತ್ಯವೋ ಅಂತಹ ಹೆಣ್ಣು ಮಕ್ಕಳು ತೀರಾ ವಿರಳ ಎನ್ನುವುದು ಅಷ್ಟೇ ಸತ್ಯ. ಕೆಲವೇ ಹೆಣ್ಣು ಮಕ್ಕಳು ಮಾತ್ರ ಎಂತಹ ಸವಾಲು ಬಂದರೂ ಕೆಲಸ ಮಾಡಬಲ್ಲೆವು ಎನ್ನುವ ಛಲದಿಂದಿರುತ್ತಾರೆ. ಹಲವರು ಕೌಟುಂಬಿಕ, ಸಾಮಾಜಿಕ ಕಾರಣಗಳಿಂದ ಈ ಕ್ಷೇತ್ರದಲ್ಲಿ ಕೆಲಸ ಮಾಡಲು ಮುಂದೆ ಬರುತ್ತಿಲ್ಲ ಎನ್ನುವುದು ಗಮನಿಸಬೇಕಾದ ಅಂಶ.

ಅವಕಾಶಗಳು:

ಇಂದು ಮಾಧ್ಯಮ ಕ್ಷೇತ್ರದಲ್ಲಿ ಹೇರಳ ಅವಕಾಶವಿದೆ. ಮುದ್ರಣ ಮಾಧ್ಯಮ, ವಿದ್ಯುನ್ಮಾನ, ಕಂಪ್ಯೂಟರ್, ಸೃಜನಾತ್ಮಕ ಬರವಣಿಗೆ, ಕಾರ್ಪೊರೇಟ್ ಉದ್ಯಮ, ಸಾರ್ವಜನಿಕ ಸಂಪರ್ಕ, ಜಾಹೀರಾತು ಹೀಗೆ ಸಾಲು ಸಾಲು ಅವಕಾಶಗಳು ಪತ್ರಕರ್ತರಾಗಬಯಸುವವರಿಗೆ ದೊರಕುತ್ತಿದೆ. ಮನೆಯಲ್ಲೆ ಕುಳಿತು ಮಾಡುವ ಕೆಲಸ ಮಾಧ್ಯಮದಲ್ಲಿರುವುದರಿಂದ ಹೆಣ್ಣುಮಕ್ಕಳಿಗೆ ಮಾಧ್ಯಮದಲ್ಲಿ ಕೆಲಸ ಮಾಡಲು ಉತ್ತಮ ವಾತವರಣ ದೊರಕುತ್ತಿದೆ. ಹವ್ಯಾಸಿ ಬರಹಗಾರ್ತಿಯರಾಗಿ ವೆಬ್‌ಸೈಟ್‌ಗಳಿಗೂ ತಮ್ಮ ಬರಹಗಳನ್ನು ಕಳುಹಿಸಬಹುದಾದ ವಿಪುಲ ಅವಕಾಶಗಳಿವೆ. ಇನ್ನು ಭಾಷೆ ಚೆನ್ನಾಗಿದ್ದರೆ ಭಾಷಾಂತರ ಮಾಡುವ ಕೆಲಸಗಳೂ ಬಹಳಷ್ಟು ದೊರೆಯುತ್ತಿದೆ. ಟೆಕ್ನಿಕಲ್ ಬರಹ, ಆರ್ಟಿಸ್ಟಿಕ್ ಬರಹ ಹೀಗೆ ಮತ್ತು ಹಲವು ಅವಕಾಶಗಳು ಇಂದು ಬಾಗಿಲು ತಟ್ಟುತ್ತಿವೆ.

ದುರ್ಬಳಕೆ ಸಲ್ಲದು:

ಇತ್ತೀಚೆಗೆ ಒಂದು ಟಿ.ವಿ ಚಾನೆಲ್‌ನಲ್ಲಿ ವ್ಯಾಲೆಂಟನ್ ಡೇ ಯಂದು ತಮ್ಮ ನಿರ್ವಾಹಕಿಯನ್ನು ರಸ್ತೆಯಲ್ಲಿ ಬಿಟ್ಟು ಎಷ್ಟು ಜನ ಬಲೆಗೆ ಬೀಳುತ್ತಾರೆ ಎಂದು ಹಿಡನ್ ಕ್ಯಾಮರ ಇಟ್ಟು ಪರೀಕ್ಷಿಸಲಾಯಿತು. ಕಾರ್ಯಕ್ರಮ ಅವರ ಮಟ್ಟಿಗೆ ಯಶಸ್ವೀ ಅನ್ನಿಸಿದರೂ ನಿರ್ವಾಹಕಿಯ ನಡತೆ ನೋಡಿದ ನೋಡುಗನಿಗೆ ಅಸಹ್ಯವಾಗಿತ್ತು.

ಹಾಗೇ ಇನ್ನಾವುದೇ ಚಾನಲ್ ತನ್ನ ನಿರ್ವಾಹಕಿಯನ್ನೇ ವರ ಆಯ್ಕೆಯ ಒಂದು ರಿಯಾಲಿಟಿ ಶೋದಲ್ಲಿ ಬಳಕೆ ಮಾಡಿ, ಸಂದರ್ಶನ ಮಾಡಲು ಬಂದವರಿಗೆ ಮೋಸ ಮಾಡಿ, ಅದು ದೊಡ್ಡ ಗೊಂದಲಕ್ಕೆ ಎಡೆಮಾಡಿಕೊಟ್ಟದ್ದು ಇನ್ನೂ ಹೆಚ್ಚಿನವರಿಗೆ ತಿಳಿದಿಲ್ಲ.

ಈ ರೀತಿ ಹೆಣ್ಣು ಮಕ್ಕಳನ್ನು ಉಪಯೋಗಿಕೊಂಡು ಹೆಸರು ಗಿಟ್ಟಿಸಿಕೊಳ್ಳುವ ಮಾಧ್ಯಮಗಳೇನೂ ಕಡಿಮೆಯಿಲ್ಲ. ತುಂಡು ಬಟ್ಟೆ ಕೊಟ್ಟು ಕ್ಯಾಮರ ಎದುರುಗಡೆ ನಿಲ್ಲಿಸಿ ನೋಡುಗರನ್ನು ಪೆದ್ದರನ್ನಾಗಿಸುವ ಅದೆಷ್ಟೋ ಕಾರ್ಯಕ್ರಮಗಳು ನಮ್ಮೆದುರಿಗಿವೆ. ಕೆಲವೊಂದು ಬಾರಿ ನಿರ್ವಾಹಕಿಯರ ಗತ್ತು, ಮಾತಿನ ವಿಧಾನ, ಕಿರುಚಾಟ, ಅರಚಾಟ ನೋಡಲಾರದೆ ಕಿವಿ, ಕಣ್ಣು ಮುಚ್ಚಿಕೊಂಡಿರುವುದು ಅದಷ್ಟೋ ಜನ! ಈ ನಿಟ್ಟಿನಲ್ಲಿ ಮಾಧ್ಯಮಗಳು ಉದ್ಯೋಗಕ್ಕಾಗಿ ಬರುವ ಹೆಣ್ಣುಮಕ್ಕಳಿಗೆ ಸೂಕ್ತ ಗೌರವ ಕೊಡುವ ಅವಶ್ಯಕತೆ ಇದೆ. ಸೌಂದರ್ಯದ ಜೊತೆಗೆ ಭಾಷೆ ಸಂಸ್ಕೃತಿಯ ಬಗೆಗೆ ಕಾಳಜಿ ವಹಿಸಬೇಕಾದ ಅನಿವಾರ್ಯತೆ ಇದೆ.

ಕೊನೆಯ ಮಾತು:

ಶೈಕ್ಷಣಿಕವಾಗಿ ಯಾರು ಹಿಂದಿದ್ದಾರೋ ಅವರಿಗೆ ಪತ್ರಿಕೋದ್ಯಮ ಫಿಟ್ ಅನ್ನುವ ಭಾವನೆ ಇತ್ತು. ಆ ಪರಿಸ್ಥಿತಿ ವಿದ್ಯುನ್ಮಾನ ಮಾಧ್ಯಮಗಳ ಬೆಳವಣಿಗೆ ಮತ್ತು ವಿಸ್ತರಿಸಿದ ವ್ಯಾಪ್ತಿಯಿಂದ ಪೂರ್ತಿಯಾಗಿ ಬದಲಾಗಿದೆ. ಸುದ್ಧಿಯ ವೇಗ ಮತ್ತು ತೀಕ್ಷ್ಣತೆಗಳಿಗೆ ಈಗಿನ ಯುವ ಜನತೆ ಒಂದು ರೀತಿಯಲ್ಲಿ ಮಾರು ಹೋಗಿದ್ದಾರೆ. ಗ್ಲಾಮರ್ ಮನೆ ಮಾಡಿದೆ. ಗ್ಲಾಮರಸ್ ಹುಡುಗ-ಹುಡುಗಿಯರ ದಂಡು ಪ್ಯಾಶನ್‌ಗಾಗಿ ಮಾಧ್ಯಮದತ್ತ ಉದ್ಯೋಗವನ್ನು ಅರಸುತ್ತಾ ಬರುತ್ತಿದ್ದಾರೆ. ಆದರೆ ಅದರ ಜೊತೆ ಕಠಿಣ ಪರಿಶ್ರಮ, ಪ್ರಾಮಾಣಿಕತೆ ಸಾಮಾನ್ಯ ಜ್ಞಾನವೂ ಇರಲಿ ಎನ್ನುವುದು ಆಶಯ. ಅದರಲ್ಲೂ ಮಾಧ್ಯಮದೊಳಗಿನ ಮಹಿಳೆಯರು ಶಿಸ್ತು, ಸಮಯಪ್ರಜ್ಞೆ, ವಾಸ್ತವದೊಂದಿಗೆ ಕೆಲಸ ಮಾಡಿದರೆ ಒಳಿತು. ಮನೆ ಬೆಳಗಬೇಕಾದ ಕೈಗಳು ಮಾಧ್ಯಮ ಕ್ಷೇತ್ರವನ್ನೂ ಬೆಳಗು ವಂತಾಗಬೇಕು.

೧೨

ರಿಯಾಲಿಟಿ ಶೋ: ಮೂರು ಮುಖಗಳು

ರಿಯಾಲಿಟಿ ಶೋ ಎಂಬ ಅವಾಸ್ತವ

–ಭಾರತೀದೇವಿ

ರಂಜನೆಯನ್ನು ಗುರಿಯಾಗಿರಿಸಿಕೊಂಡ ರಿಯಾಲಿಟಿಶೋಗಳನ್ನು ಇಂದು ನೋಡದವರಿಲ್ಲ. ಕರ್ನಾಟಕದಲ್ಲಿ ಮನೋರಂಜನೆಯನ್ನೇ ಕೇಂದ್ರವಾಗಿರಿಸಿ ಕೊಂಡ ಖಾಸಗಿ ವಾಹಿನಿಗಳು ಹುಟ್ಟುತ್ತಿದ್ದಂತೆ ಅವುಗಳೊಡನೆ ರಿಯಾಲಿಟಿ ಶೋ ಎಂಬ ಇದುವರೆಗೆ ಇರದಿದ್ದ ಹೊಸ ಬಗೆಯ ಕಾರ್ಯಕ್ರಮಗಳು ಪ್ರಸಾರ ವಾಗತೊಡಗಿದವು. ಬಹುಸಂಖ್ಯಾತ ಜನರ ನಾಡಿಯನ್ನು ಹಿಡಿಯುವ ಮೂಲಕ ಅವರನ್ನು ಸೆಳೆದಿಟ್ಟುಕೊಳ್ಳುವ ತಂತ್ರವನ್ನು ಇವು ತಮ್ಮ ಕಾರ್ಯಕ್ರಮಗಳನ್ನು ರೂಪಿಸುವಾಗ ಬಳಸಿದವು. ಎಲ್ಲರಿಗೂ ಅವಕಾಶ ದೊರಕಿಸುತ್ತದೆ, ಆತ್ಮವಿಶ್ವಾಸ ಹೆಚ್ಚಿಸುತ್ತದೆ, ಮಾಮೂಲು ಕಾರ್ಯಕ್ರಮಗಳ ಜಾಡನ್ನು ಬಿಟ್ಟು ಏನೋ ಹೊಸ ಪ್ರಯೋಗ ಎಂಬೆಲ್ಲ ಬಣ್ಣದ ಮಾತುಗಳನ್ನು ಎರಚುತ್ತಾ ಅಡಿಯಿಟ್ಟ ರಿಯಾಲಿಟಿ ಶೋ ಇಂದು ಜನಪ್ರಿಯತೆಯ ದೃಷ್ಟಿಯಿಂದ ಉಳಿದೆಲ್ಲ ಕಾರ್ಯಕ್ರಮಗಳನ್ನು ಹಿಂದಿಕ್ಕುತ್ತಾ ದಾಪುಗಾಲಿಡುತ್ತಿದೆ. 'ಇಂಡಿಯನ್ ಐಡಲ್'ನ ಮೂಲಕ ಸೋನಿ ಟೀವಿ ಬಾಚಿಕೊಂಡ ಜನಪ್ರಿಯತೆ, ಲಾಭ ನಮಗೆಲ್ಲ ತಿಳಿದೇ ಇದೆ. ಇಂದು ಅಮೆರಿಕನ್ ಐಡಲ್, ಬಿಗ್ ಬಾಸ್, ಇಮೋಷನಲ್ ಅತ್ಯಾಚಾರ್, ರಾಖಿ ಕಾ ಇನ್ಸಾಫ್‌ನಿಂದ ತೊಡಗಿ ನಮ್ಮ ಪ್ರಾದೇಶಿಕ ವಾಹಿನಿಗಳ ಕುಣಿಯೋಣು ಬಾರಾ, ಕಾನ್ಫಿಡೆಂಟ್ ಸ್ಟಾರ್ ಸಿಂಗರ್, ಹಳ್ಳಿಹೈದ ಪ್ಯಾಟೇಗ್ ಬಂದ, ಪ್ಯಾಟೆ ಮಂದಿ ಹಳ್ಳೀಗ್ ಬಂದ್ರು, ಸರಿಗಮಪ ಲಿಟಲ್ ಚಾಂಪ್ಸ್ ಮುಂತಾದವುಗಳವರೆಗೆ ಇದು ಸಾಗಿ ಬಂದಿದೆ.

ರಿಯಾಲಿಟಿ ಶೋ ಎಂಬುದರ ವ್ಯಾಪ್ತಿ ತುಸು ದೊಡ್ಡದು. ಇಂದು ಸುದ್ದಿಯ ಮರುರೂಪಣೆ, ಮಕ್ಕಳು ಮತ್ತು ದೊಡ್ಡವರಿಗಾಗಿರುವ ಹಾಡು–ನೃತ್ಯಗಳ ಸ್ಪರ್ಧೆ, ಸಾಹಸಮಯ ಕೆಲಸಗಳನ್ನು ಮಾಡುವುದು, ಅಪರಾಧ ಜಗತ್ತಿನ ಅನಾವರಣ, ಒಂದಷ್ಟು ಜನರನ್ನು ಒಂದಷ್ಟು ಕಾಲ ಜೊತೆಗೆ ಇರಿಸಿ ಅವರ ಅತ್ಯಂತ ಖಾಸಗಿ, ಆಪ್ತ ವರ್ತನೆಗಳನ್ನು ದಾಖಲಿಸುವುದು ಇವೆಲ್ಲ ಇಂದು ರಿಯಾಲಿಟಿ ಶೋಗಳ ಹೆಸರಿನಲ್ಲಿ ಪ್ರಸಾರವಾಗುತ್ತಿವೆ. ಪ್ರತಿಭಾ ಶೋಧ, ಮನೋರಂಜನೆ, ತಿಳುವಳಿಕೆಯಾಚೆಗೂ ಇವುಗಳ ವ್ಯಾಪ್ತಿ ಇರುವುದೇ ಇವುಗಳ ಬಗ್ಗೆ ಬಹು ಚರ್ಚೆಗೆ ಕಾರಣವಾಗಿದೆ. ರಿಯಾಲಿಟಿಯ ಹೆಸರಿನಲ್ಲಿ ಇವು ನೀಡುವ ಪ್ರದರ್ಶನ ನಿಜಜೀವನಕ್ಕೆ ಎಷ್ಟು ಹತ್ತಿರ ಎಂಬ ಪ್ರಶ್ನೆ ನಾವು ಹಾಕಿಕೊಂಡಾಗ ಇವುಗಳ ಹಿಂದಿನ ವಾಸ್ತವ ಎದ್ದುಕಾಣುತ್ತಾ ಹೋಗುತ್ತದೆ. ಈ ನೆಲೆಯಲ್ಲಿ ಸಮಾಜದ ಮೇಲೆ ಇವು ಬೀರುವ, ಬೀರುತ್ತಿರುವ ಪರಿಣಾಮಗಳೇನು ಎಂಬ ದಿಸೆಯಲ್ಲಿ ಈ ಬರಹ ಸಾಗುತ್ತದೆ.

ರಿಯಾಲಿಟಿ ಶೋಗಳು ಎಲ್ಲ ರೀತಿಯಲ್ಲಿಯೂ ಮಾರುಕಟ್ಟೆಯ ಕೂಸುಗಳು. ಆದಷ್ಟು ಹೆಚ್ಚು ಜನರನ್ನು ಸೆಳೆದು ಉತ್ಪನ್ನವನ್ನು ಜನಪ್ರಿಯಗೊಳಿಸುವುದು ಇದರ ಮುಖ್ಯ ಉದ್ದೇಶ. ಹೀಗಾಗಿ ಅತಿ ಹೆಚ್ಚು ಜನರನ್ನು ಯಾವ ಬಗೆಯಲ್ಲಾದರೂ ಸೆಳೆದಿರಿಸಬೇಕು ಎಂಬುದೇ ಮುಖ್ಯವಾದುದರಿಂದ ಬಹುಸಂಖ್ಯಾತ ಜನರ ಮನಸ್ಸು ಹೇಗೆ ಕೆಲಸ ಮಾಡುತ್ತದೆ ಎಂಬ ಬಗ್ಗೆ ಅಧ್ಯಯನ ನಡೆಸಿ ಕಾರ್ಯಕ್ರಮದ ರೂಪುರೇಷೆಯನ್ನು ನಿರ್ಧರಿಸಲಾಗುತ್ತದೆ. "ಶೋನ ಭಾಗವಾಗಿಬಿಡುವ, ಅಲ್ಲಿನ ವ್ಯಕ್ತಿಗಳ ಜೊತೆಗೆ ತಮ್ಮನ್ನು ಸುಲಭವಾಗಿ ಗುರುತಿಸಿಕೊಳ್ಳುವ ನೋಡುಗರ ಸಾಮರ್ಥ್ಯ" ಇಲ್ಲಿ ಪ್ರಮುಖ ಮಾನದಂಡ. ನೋಡುಗರ ಸಂಖ್ಯೆಯ ಮೇಲೆ ಟೆಲಿವಿಷನ್ ರೇಟಿಂಗ್ ಪಾಯಿಂಟ್ ನಿರ್ಧಾರವಾಗುತ್ತದೆ. ಅದರ ಮೇಲೆ ಜಾಹೀರಾತು ನಿರ್ಧರಿತವಾಗುತ್ತದೆ. ಹೀಗೆ ಉದ್ಯಮ ಲೆಕ್ಕಾಚಾರ ಹಾಕುತ್ತದೆ.

ಜಾಹೀರಾತುಗಳು ಕೊಳ್ಳುವ ಸಂಸ್ಕೃತಿಗೆ ನೀರೆರೆಯುತ್ತವೆ. ಹೆಚ್ಚು ಹೆಚ್ಚು ಕೊಳ್ಳಲು ಹಣ ಬೇಕು, ಹೇಗಾದರೂ ಸರಿ ಶ್ರೀಮಂತರಾಗಬೇಕು. ಇದೇ ಇಂದು ನಮ್ಮೆಲ್ಲ ರಂಗವನ್ನು ಆಳುತ್ತಿರುವ ಮನೋಭಾವ. ಈ ಕೊಳ್ಳುವ, ಸೆಳೆಯುವ ಗಳಿಸುವ ಭರದಲ್ಲಿ 'ದಾರಿ'ಯ ಕಡೆಗೆ ಗಮನ ಕಡಿಮೆ. ಯಾವುದಾದರೊಂದು ವಸ್ತುವನ್ನು ಕೊಳ್ಳುವಂತೆ ಮಾಡಲು ಜನರನ್ನು ಭಾವನಾತ್ಮಕವಾಗಿ ಸೆಳೆಯಬೇಕು. ಹೀಗಾಗಿ ಎಲ್ಲಿ ಬಡಿದರೆ ಮಿಡಿಯುತ್ತದೆ ಎಂಬುದನ್ನು ಮಾರುಕಟ್ಟೆ ಕಂಡುಕೊಳ್ಳುತ್ತದೆ. ನಗರ ಬದುಕಿನ ಧಾವಂತ, ಏಕಾಂಗಿತನ, ಕಳೆದುಹೋಗುತ್ತಿರುವ ಸಾಮುದಾಯಿಕ ಬದುಕು ಇವೆಲ್ಲ ಜನರ ಬದುಕಲ್ಲಿ ಒಂದು ಬಗೆಯ ಉದಾಸೀನ, ಏಕತಾನತೆ, ಒಂಟಿತನ ಮತ್ತು ಜನಸಾಗರದಲ್ಲಿ ಸ್ವಪ್ರಾಮುಖ್ಯ ಇಲ್ಲದಿರುವುದು ಇವೆಲ್ಲವನ್ನೂ ಹುಟ್ಟು ಹಾಕಿವೆ. ಈ ಸಂದರ್ಭದಲ್ಲಿ ಈ ಬಗೆಯ ಕಾರ್ಯಕ್ರಮಗಳು ಅವರ ಮನಸ್ಸನ್ನು ಸೆಳೆದು ಅವರು ಅದರಲ್ಲಿ ತೊಡಗಿಕೊಳ್ಳುವಂತೆ ಮಾಡುತ್ತವೆ. ಜೊತೆಗೆ ಕೀರ್ತಿ, ಹಣ ಇವೆಲ್ಲವೂ ಅದರಲ್ಲಿ ಭಾಗವಹಿಸಲು ಅವರನ್ನು ಸೆಳೆಯುತ್ತವೆ. ಇದರಲ್ಲಿ ಭಾಗವಹಿಸುವ ಮೂಲಕ ಸಾಮಾನ್ಯರೂ ಪ್ರಸಿದ್ಧರಾಗಿಬಿಡಬಹುದು, ಆ ಮೂಲಕ ಮುಂದೆ ಸಿನೆಮಾ, ಉದ್ಯಮಗಳಲ್ಲಿ ದೊಡ್ಡ ಅವಕಾಶ ಪಡೆಯಬಹುದು ಎಂಬುದು ಅವರಿಗಿರುವ ಇನ್ನೊಂದು ವಿಶೇಷ ಆಕರ್ಷಣೆ. ಇನ್ನೊಬ್ಬರ ಖಾಸಗಿ ಬದುಕಿನಲ್ಲಿ ಇಣುಕುವ ಕುತೂಹಲ, ಇನ್ನೊಬ್ಬರ ಸೋಲು, ಮುಜುಗರ ನೋಡಿ ಸದ್ಯ ನಾನು ಆ ಸ್ಥಿತಿಯಲ್ಲಿಲ್ಲ ಎಂಬ ವಿಕೃತ ಸಮಾಧಾನ ಪಡುವ ಮನಸ್ಸು ಇವುಗಳೇ ರಿಯಾಲಿಟಿ ಶೋಗಳನ್ನು ಆಳುತ್ತಿರುವುದು. ಮನುಷ್ಯನ ಸುಪ್ತಮನಸ್ಸಿನ ಈ ವಿಕ್ಷಿಪ್ತತೆಯನ್ನು ಮುನ್ನೆಲೆಗೆ ತಂದು ಕಾಮ, ಕ್ರೌರ್ಯ, ಅಶ್ಲೀಲತೆ, ಇಬ್ಬಂದಿತನ, ದುಃಖ ಇವೆಲ್ಲವನ್ನೂ ಲಾಭ ಗಳಿಸುವ ದಾಳಗಳಾಗಿ ಮಾರುಕಟ್ಟೆ ಜನರ ಮುಂದೊಡ್ಡುತ್ತಿದೆ.

ಈ ಎಲ್ಲ ಅಂಶಗಳು ನಿಜಕ್ಕೂ ಮನುಷ್ಯನ ಬದುಕಿನ ಘನತೆಯನ್ನು ಹೆಚ್ಚಿಸುತ್ತವೆಯೇ, ಸಾಮುದಾಯಿಕ ಬದುಕಿನ ದೃಷ್ಟಿಯಿಂದ ಆರೋಗ್ಯಕರವಾಗಿವೆಯೇ ಎಂಬ ನೆಲೆಯಲ್ಲಿ ಆಲೋಚಿಸಿದಾಗ ಮನುಷ್ಯನ ಋಣಾತ್ಮಕ ಗುಣಗಳನ್ನೇ ದಾಳವಾಗಿ ಬಳಸುವ ಇವುಗಳಿಂದ ಆಗುವ ಧನಾತ್ಮಕ ಪರಿಣಾಮಗಳೂ ಬದುಕಿನ ಗುಣಮಟ್ಟವನ್ನು, ಘನತೆಯನ್ನು ಹೆಚ್ಚಿಸುವ ಬಗೆಯದಲ್ಲ ಎಂದು ಗೋಚರಿಸುತ್ತದೆ. ಅಲ್ಲದೆ, ನೇರವಾಗಿಯೇ ಇವು ಬೀರುವ ಋಣಾತ್ಮಕ ಪರಿಣಾಮಗಳು ಇನ್ನೂ ಹೆಚ್ಚಿನ ವ್ಯಾಪ್ತಿಯುಳ್ಳವು ಎನಿಸುತ್ತದೆ. ರಿಯಾಲಿಟಿ ಎಂಬ ಹೆಸರಿನಲ್ಲಿ ವಾಸ್ತವವನ್ನು ತಿರುಚಿ ಮನುಷ್ಯರ ಅಸಹಾಯಕತೆಯನ್ನೂ ನಗದೀಕರಿಸಿಕೊಳ್ಳುವ, ಇನ್ನೊಬ್ಬರ ಖಾಸಗಿ ಬದುಕಿಗೆ ಇಣುಕಿ ವಿಕೃತ ಸಂತೋಷ ಪಡೆಯುವ, ಇನ್ನೊಬ್ಬರ ಸಂಕಟವನ್ನು ಪ್ರದರ್ಶನದ ಸರಕಾಗಿಸುವ, ಟಿಆರ್‌ಪಿಯ ಹೆಸರಿನಲ್ಲಿ ಎಲ್ಲವನ್ನೂ

ಹಸಿಹಸಿಯಾಗಿ ಬಿತ್ತರಿಸುವ ಇವು ಬೀರುತ್ತಿರುವ ಪರಿಣಾಮ, ಬಿತ್ತುತ್ತಿರುವ ಮೌಲ್ಯಗಳು ಆರೋಗ್ಯಕರವಾದವಲ್ಲ.

೨೦೧೧ ತಿಂಗಳ ಮಯೂರ ಮಾಸಪತ್ರಿಕೆಯಲ್ಲಿ ರಂಗಕರ್ಮಿ ಪ್ರಸನ್ನ ಜನಪ್ರಿಯ ಮಾಧ್ಯಮಗಳ ಬಗ್ಗೆ ನಡೆಸಿದ ಚಿಂತನೆ ಪ್ರಕಟವಾಗಿತ್ತು. ಹಿಂದೊಮ್ಮೆ ಜನಪದ ಕಲೆಗಳು, ಕಾದಂಬರಿಗಳು ಮುಂತಾದವು ಜನರಲ್ಲಿ ಸದಭಿರುಚಿಯನ್ನು ಮೂಡಿಸುವಲ್ಲಿ ವಹಿಸಿದ ಪಾತ್ರವೇನು ಎನ್ನುತ್ತಾ ಅವರು ಬಯಲಾಟ ಮುಂತಾದವುಗಳು, ತರಾಸು. ಅನಕೃ ಮುಂತಾದವರ ಕಾದಂಬರಿಗಳು ಹೇಗೆ ಜನರ ಪ್ರಜ್ಞೆಯ ಭಾಗವಾಗಿದ್ದವು ಎಂಬುದನ್ನು ಹೇಳುತ್ತಾರೆ. ಅದೇ ಇಂದು ಅತ್ಯಂತ ಪ್ರಭಾವೀ ಜನಪ್ರಿಯ ಮಾಧ್ಯಮ ಎನಿಸಿದ ಚಾನೆಲ್‌ಗಳು ನಮ್ಮ ಸಮಾಜದ ಮೇಲೆ ಬೀರಿರುವ ಪ್ರಭಾವ ಎಂತಹುದು ಎಂದೂ ಚರ್ಚಿಸುತ್ತಾರೆ. ಇವೆರಡರ ನಡುವೆ ಎದ್ದುಕಾಣುವ ಅಂತರವಿದೆ. ಅತ್ಯಂತ ಆಧುನಿಕವೆನ್ನುವಂತೆ ಕಾಣುವ ಹಲವು ಕಾರ್ಯಕ್ರಮಗಳು ಅತ್ಯಂತ ಪ್ರತಿಗಾಮಿಗಳಾಗಿವೆ ಎಂಬುದಕ್ಕೆ ಮುಂದೆ ನಿದರ್ಶನವನ್ನು ನೀಡಬಯಸುತ್ತೇನೆ. ಜೊತೆಗೆ ಇವು ಮುಗ್ಧರ ಬದುಕಿನ ಮೇಲೆ ತಮ್ಮ ಲಾಭಕ್ಕಾಗಿ ಎಂತಹ ಆಟ ಆಡುತ್ತವೆ ಎಂಬ ನೆಲೆಯಲ್ಲಿ ನಾವಿದನ್ನು ಗಮನಿಸಬೇಕಾಗುತ್ತದೆ.

ರಿಯಾಲಿಟಿ ಶೋಗಳು ನಮ್ಮ ವಾಸ್ತವದ ನಿರ್ವಚನವನ್ನು ಮರುಪರಿಶೀಲನೆಗೆ ಒಳಪಡಿಸುತ್ತವೆ. ಈ ಶೋಗಳು ನಮ್ಮ ಮುಂದೆ ಬಿಂಬಿಸುತ್ತಿರುವ ವಾಸ್ತವ ಯಾವುದು? ಹತಾಶೆ, ಅಳು, ಭಯ, ಇಬ್ಬಂದಿತನ ಮುಂತಾದ ಅಂತರಂಗದ ಸಂಗತಿಗಳು ಹೇಗೆ ಪ್ರದರ್ಶನದ ಸರಕಾದವು? ಮಾನವ ಸಹಜ ಭಾವಗಳಿಗೆ, ದೌರ್ಬಲ್ಯಗಳಿಗೆ ಭೂತಗನ್ನಡಿ ಹಿಡಿದು ಅವನ್ನು ಎಲ್ಲರ ಮುಂದೆ ಇರಿಸುವಂತೆ ಜನರನ್ನು ಪ್ರೇರೇಪಿಸುತ್ತಿರುವ ಸಂಗತಿ ಏನು? ಅದನ್ನು ಇನ್ನಿಲ್ಲದ ಕುತೂಹಲದಿಂದ ವೀಕ್ಷಿಸುವಂತೆ ಮಾಡುವ ಮನಸ್ಸು ಎಂಥದ್ದು? ಒಟ್ಟಿನಲ್ಲಿ ಇಡೀ ಸಮಾಜ ಸಮಾಜ ಹಿಂಸಾರತಿಯತ್ತ ಹೋಗುತ್ತಿದೆಯೇ? ಹೀಗೆ ಅನೇಕ ಪ್ರಶ್ನೆಗಳು ಎದುರಾಗುತ್ತವೆ. ಖಾಸಗಿ ಬದುಕನ್ನು ತೆರೆಯ ಮುಂದಿಟ್ಟು ಹಸಿಹಸಿ ಭಾವಗಳ ಪ್ರದರ್ಶನವೇ ಮನೋರಂಜನೆಯ ಸಾಧನವಾದರೆ ನಾಗರಿಕ ಸಮಾಜ ಎತ್ತ ಸಾಗುತ್ತಿದೆ ಎಂಬ ಪ್ರಶ್ನೆಯನ್ನು ನಾವು ಹಾಕಿಕೊಳ್ಳಬೇಕಾಗುತ್ತದೆ.

ಈ ನೆಲೆಯಲ್ಲಿ ರಿಯಾಲಿಟಿ ಶೋಗಳ ಸ್ವರೂಪ ಮತ್ತು ಅವು ಸಮಾಜವನ್ನು ಪ್ರಭಾವಿಸುತ್ತಿರುವ ಬಗೆಯನ್ನು ಈ ರೀತಿ ಗಮನಿಸಬಹುದು.

ಪ್ರದರ್ಶನದ ಸರಕಾದ ಖಾಸಗಿ ಮತ್ತು ಸಾರ್ವಜನಿಕ ಬದುಕು: ಯಾವುದು ಖಾಸಗಿ, ಯಾವುದು ಸಾರ್ವಜನಿಕ ಎಂಬ 'ಇಂಡಿವಿಜುಯಲ್ ಸ್ಪೇಸ್'ನ ಕಲ್ಪನೆಯೇ ಇಂದು ಶಿಥಿಲವಾಗುತ್ತಿದೆ. ವ್ಯಕ್ತಿಯೊಬ್ಬನ ಖಾಸಗಿ ಬದುಕು ಸಿನೆಮಾದಷ್ಟೇ ರೋಚಕವಾಗಿ ಪ್ರದರ್ಶಿತವಾಗುತ್ತಿದೆ. ಕನ್ನಡದ ಜನಪ್ರಿಯ ವಾಹಿನಿಯೊಂದರ 'ಇದು ಕತೆಯಲ್ಲ ಜೀವನ' ಎಂಬ ಕಾರ್ಯಕ್ರಮ, ಅದೇ ರೀತಿಯ 'ಬದುಕು ಜಟಕಾ ಬಂಡಿ', ಇವೆಲ್ಲ ಒಂದು ಖಾಸಗಿ ವಲಯದಲ್ಲಿ, ಗೋಪ್ಯತೆ ಕಾಪಾಡುವ ಭರವಸೆಯ ನೆಲೆಯಲ್ಲಿ ಪರಿಹರಿಸಬೇಕಾದ ವೈಯಕ್ತಿಕ ಸಮಸ್ಯೆಗಳನ್ನು ಬೀದಿಗೆ ತಂದಿರಿಸಿವೆ.

ವೈಯಕ್ತಿಕ ಸಮಸ್ಯೆಯನ್ನು ಪರಿಹರಿಸುವ ವೇದಿಕೆಯಾಗಿ ಆರಂಭಗೊಂಡ ಕೆಲವು ರಿಯಾಲಿಟಿ ಶೋಗಳು ಪೈಪೋಟಿ, ಡೀಲುಗಳಲ್ಲಿ ಕೊನೆಗೊಂಡದ್ದೂ ಇದೆ. ಸಮಸ್ಯೆಗಳನ್ನು ನಾಟಕೀಯವಾಗಿ ಮುಂದಿಡಬೇಕಾದಾಗ ವಾಸ್ತವವನ್ನು ತಿರುಚುವ ಬಗೆ ಅಸಹ್ಯಕರವಾಗಿದೆ. ಜೊತೆಗೆ, ಆತ್ಮೀಯತೆ, ಅದರಿಂದ ಹೊಮ್ಮುವ ಮುಕ್ತತೆ ಸಾಕಷ್ಟು ಸಮಯದ ನಂತರ

ಬಳಿಕ ನಿಧಾನವಾಗಿ ಅರಳಬಹುದಾದದ್ದು. ಇದನ್ನು ಸರಳೀಕರಿಸಿ ಯಾರೋ ಅಪರಿಚಿತರ ಬಳಿ ಜನ್ಮಾಂತರದ ನಂಟೋ ಎನ್ನುವ ಹಾಗೆ ಸಂಕಟಗಳನ್ನು ಲಕ್ಷಾಂತರ ಜನ ತೆರೆಯ ಮೇಲೆ ನೋಡುತ್ತಿರುವಂತೆ ಹೇಳಿಕೊಳ್ಳುವುದು ಹೇಗೆ ಸಾಧ್ಯ? ಬದುಕಿನ ಗೋಜಲುಗಳಿಗೆ ಅಷ್ಟು ಸರಳ ಪರಿಹಾರಗಳಿವೆಯೇ? ನಾಡಿನ ಯಾವುದೋ ಭಾಗದ, ಯಾವುದೋ ಮೂಲೆಯಲ್ಲಿ ನಡೆಯುವ ಗಂಡ ಹೆಂಡಿರ ಅಥವಾ ಅಪ್ಪ ಮಗನ ಜಗಳ ನಮಗೆ ಯಾಕೆ ಕುತೂಹಲ ಕೆರಳಿಸಬೇಕು? ಗಂಡು ಹೆಣ್ಣಿನ ಆಪ್ತ ಸಂಬಂಧದಲ್ಲಿ ಅವರ ಏಕಾಂತದಲ್ಲಿ ವ್ಯಕ್ತವಾಗುವ ಭಾವಗಳನ್ನು ತೆರೆಯ ಮುಂದೆ ತರುವುದೂ ಮನೋರಂಜನೆಯ ಒಂದು ಬಗೆಯಾಗಿದೆ ಎಂಬುದು ವಿಪರ್ಯಾಸ.

ಸುವರ್ಣ ವಾಹಿನಿಯಲ್ಲಿ ಬರುತ್ತಿದ್ದ 'ಹಳ್ಳಿ ಹೈದ ಪ್ಯಾಟೆಗ್ ಬಂದ' ಕಾರ್ಯಕ್ರಮದಲ್ಲಿ ಪೇಟೆಯ ಹುಡುಗಿಯರ ವರ್ತನೆಯಿಂದ ಆ ಹುಡುಗರು ಕೆಲವೊಮ್ಮೆ ಅನುಭವಿಸುತ್ತಿದ್ದ ಮುಜುಗರ, ಯಾತನೆ ಮನೋರಂಜನೆಯ ಹೆಸರಿನಲ್ಲಿ ಅವರ ಮೇಲೆ ಎಸಗುತ್ತಿರುವ ದೌರ್ಜನ್ಯವಲ್ಲದೆ ಇನ್ನೇನೂ ಅಲ್ಲ. ಅದರಲ್ಲಿ ಭಾಗಿಯಾದವರಲ್ಲೊಬ್ಬನಾದ ರಾಜೇಶ್ ವಿಚಾರವನ್ನೇ ತೆಗೆದುಕೊಂಡರೆ ಆ ಶೋನಲ್ಲಿ ಅವನ ಜೊತೆಗೆ ಇದ್ದ ಹುಡುಗಿ ಹಲವು ಸಂದರ್ಭದಲ್ಲಿ ನನ್ನನ್ನು ಹಾಗೆ ಹಿಡಿ, ಇಲ್ಲಿ ಹಿಡಿದುಕೋ ಹೀಗೆಲ್ಲ ಅಂದಾಗ ಇಂತಹ ಜಗತ್ತಿನ ಪರಿಚಯವೇ ಇಲ್ಲದವರಿಗೆ ಮಾನಸಿಕವಾಗಿ ಎಷ್ಟು ಯಾತನೆಯಾಗಿರಬೇಡ? ಆದರೆ ಟಿವಿ ಮುಂದೆ ಕುಳಿತಿರುವ ಜನ ಅವನ ವಿಚಿತ್ರ ಮುಜುಗರವನ್ನು ನೋಡಿ ಆನಂದಿಸಿದ್ದಾರೆ.

ಭಾವನಾತ್ಮಕ ಅತ್ಯಾಚಾರ: ಇದು ಬಿಂದಾಸ್ ವಾಹಿನಿಯಲ್ಲಿ ಬರುವ ರಿಯಾಲಿಟಿ ಶೋ ಒಂದರ ಹೆಸರೂ ಹೌದು. ಖಾಸಗಿ ವಲಯದ ಅತ್ಯಂತ ಆಪ್ತ ಭಾವಗಳು ನಮ್ಮನ್ನು ಜೀವನದುದ್ದಕ್ಕೂ ಪೊರೆಯುವಂಥವು. ಎಷ್ಟೋ ನೋವುಗಳು, ನವಿರು ಭಾವಗಳು ಅಭಿವ್ಯಕ್ತಿಗೆ ನಿಲುಕದವು ಮತ್ತು ಹೇಳ ಹೊರಟಾಗ ನಮ್ಮಲ್ಲಿ ಖಾಲಿತನವನ್ನು ಉಂಟು ಮಾಡುವಂಥವು. ರಿಯಾಲಿಟಿ ಶೋ ಹೆಸರಿನಲ್ಲಿ ಎಲ್ಲವೂ ಬಹಿರಂಗವಾಗಿ, ಪ್ರದರ್ಶನದ ಸರಕಾದಾಗ ಮನುಷ್ಯನ ಒಳಮನಸ್ಸಿನಲ್ಲಿ ಏಳುವ ಪಾಪಪ್ರಜ್ಞೆ, ಅಧೀರತೆ ಅವನನ್ನು ಖಿನ್ನತೆಗೆ ತಳ್ಳುತ್ತವೆ. ರಾಖಿ ಕಾ ಇನ್ಸಾಫ್, ಇಮೋಷನಲ್ ಅತ್ಯಾಚಾರ್, ಬಿಗ್ ಬಾಸ್ ಮುಂತಾದವು ಅವು ವ್ಯಕ್ತಿತ್ವದ ಕೇಂದ್ರಕ್ಕೇ ಗುರಿಹೊಡೆದು ನಡುಗಿಸುತ್ತವೆ. ಕನ್ನಡದ ಸುವರ್ಣ ವಾಹಿನಿಯಲ್ಲಿ ಬರುತ್ತಿದ್ದ 'ಹಳ್ಳಿ ಹೈದ ಪ್ಯಾಟೆಗ್ ಬಂದ' ಕಾರ್ಯಕ್ರಮದಲ್ಲಿ ಪೇಟೆಯ ಮುಕ್ತವಾಗಿ ವರ್ತಿಸುವ ಹುಡುಗಿಯರ ವರ್ತನೆಯಿಂದ ಆ ಹುಡುಗರು ಕೆಲವೊಮ್ಮೆ ಅನುಭವಿಸುತ್ತಿದ್ದ ಮುಜುಗರ, ಯಾತನೆ ಮನೋರಂಜನೆಯ ಹೆಸರಿನಲ್ಲಿ ಅವರ ಮೇಲೆ ಎಸಗುತ್ತಿರುವ ಅತ್ಯಾಚಾರವಲ್ಲದೆ ಇನ್ನೇನೂ ಅಲ್ಲ.

ಬದಲಾದ ಮಾದರಿಗಳು: ಮಕ್ಕಳ ವಿಚಾರಕ್ಕೆ ಬಂದರಂತೂ ರಿಯಾಲಿಟಿ ಶೋಗಳು ಅವರ ಬದುಕನ್ನು ವಿಚಿತ್ರವಾದ, ಅಪಾಯಕಾರಿಯಾದ ರೀತಿಯಲ್ಲಿ ಪ್ರಭಾವಿಸುತ್ತಿವೆ. ಹಿಂದೆ ಮಕ್ಕಳ ಮುಂದೆ ಇದ್ದ ಮಾದರಿಗಳು ಬೇರೆ ಬಗೆಯದಾಗಿದ್ದವು. ದೇಶಕ್ಕಾಗಿ ದುಡಿದವರ, ಅತ್ಯುನ್ನತ ಸಾಧನೆ ಮಾಡಿದವರ ಚಿತ್ರ ಅವರ ಕಣ್ಣಮುಂದಿತ್ತು. ಆದರೆ ಈಗ ಅವರ ಮುಂದಿರುವುದು ಬಣ್ಣದ ಜಗತ್ತಷ್ಟೆ. ಹೇಗಾದರೂ ಸರಿ, ಹೆಸರು ಗಳಿಸು, ಹಣ ಸಂಪಾದಿಸು. ರಿಯಾಲಿಟಿ ಶೋನಲ್ಲಿ ಪ್ರದರ್ಶಿತವಾಗದಿದ್ದಲ್ಲಿ ಪ್ರತಿಭೆಯಿದ್ದರೂ ಅದಕ್ಕೆ ಬೆಲೆ ಇಲ್ಲ. ಆ ಕಾರ್ಯಕ್ರಮಗಳಲ್ಲಿ ನಿರೂಪಣೆ ಮಾಡುವವನೋ, ಮೆಂಟರೋ, ತೀರ್ಪುಗಾರನೋ ಅಥವಾ ಸಿನೆಮಾ ನಟನೋ ಅವರನ್ನು ಸೆಳೆದಲ್ಲಿ ಆಶ್ಚರ್ಯವಿಲ್ಲ.

ಇಲ್ಲಿ ಗೆದ್ದವನಿಗೆ ಮಣೆ. ಉಳಿದವರಿಗೆ 'ಎಲಿಮಿನೇಷನ್' ಎಂಬ ಭೂತ. ಈ ಪದವೇ ಎಷ್ಟು ಅಮಾನವೀಯವಾಗಿದೆ ಎನಿಸುತ್ತದೆ. ಇದಕ್ಕಿಂತಲೂ ಅಪಾಯ ಆಚೆ ಸೋಲಲದೆ ಈಚೆ ಗೆಲ್ಲುವ ಅರ್ಹತೆ ಇರುವವರ ಗುಂಪಿಗೂ ಬರದೆ 'ಡೇಂಜರ್ ಜೋನಿ'ನಲ್ಲಿರುವ ಮಕ್ಕಳು. ಇಂತಹ ಮಕ್ಕಳು ಎಂತಹ ಮಾನಸಿಕ ಒತ್ತಡದಲ್ಲಿರಬಹುದು ಎಂಬುದನ್ನು ನೆನೆಸಿಕೊಂಡರೆ ಭಯವಾಗುತ್ತದೆ. ಈ ಮಗುವಿನ ನೆರವಿಗೆ ಸ್ವತಃ ಅದರ ತಾಯಿ ಕೂಡಾ ಇರುವುದಿಲ್ಲ. ಎಲ್ಲರೂ ಗೆಲ್ಲು, ಓಡು, ಸೋಲಬೇಡ, ಸೋತರೆ ನೋಡು.. ಎನ್ನುವವರೇ. ಇನ್ನು ಗೆದ್ದ ಮಗುವನ್ನೂ ಅದೇ ಜಗತ್ತಿನ ಅತಿ ಶ್ರೇಷ್ಠ ಹಾಡುಗಾರ ಎಂಬಂತೆ ಬಿಂಬಿಸಲಾಗುತ್ತದೆ. ಅದು ತಾನು ಇನ್ನೂ ಬೆಳೆಯಬೇಕಿದೆ ಎಂಬುದನ್ನು ಮರೆಯುತ್ತದೆ. ಬಹುತೇಕ 'ಚೈಲ್ಡ್ ಪ್ರೊಡಿಜಿ'ಗಳು 'ಅಡಲ್ಟ್ ಟ್ರಾಜಿಡಿ'ಗಳಾಗುವುದು ಹೀಗೇ...

ಅಧಿಕಾರದ ನಿರ್ವಚನ–ಎಲ್ಲವನ್ನೂ ದ್ವಿಮಾನ ವೈರುಧ್ಯದಲ್ಲೇ ನೋಡುವ ಬಗೆ: ಕನ್ನಡದ ಪ್ರಸಿದ್ಧ 'ಹಳ್ಳಿ ಹೈದ ಪ್ಯಾಟೆಗ್ ಬಂದ' ಕಾರ್ಯಕ್ರಮವನ್ನೇ ಗಮನಿಸಿ, ಇಲ್ಲಿ ಬುಡಕಟ್ಟುಗಳಿಗೆ ಸೇರಿದ ಹುಡುಗರನ್ನು ಅವರು 'ಶಿಲಾಯುಗಕ್ಕೆ ಸೇರಿದ ಬರ್ಬರ' ಜನರು ಎಂಬಂತೆ ಪ್ರೊಮೋದಲ್ಲಿ ಚಿತ್ರಿಸಲಾಗಿದೆ. ಅವರಿಗೆ ಏನೂ ತಿಳಿಯದು, ಅವರನ್ನು ಶಿಕ್ಷಿತರನ್ನಾಗಿಸುವ ಮಹತ್ತರ ಜವಾಬ್ದಾರಿ ಈ ಪೇಟೆ ಹುಡುಗಿಯರ ಹೆಗಲಿಗೇರಿದೆ. 'ಟ್ವಿಂಕಲ್ ಟ್ವಿಂಕಲ್ ಲಿಟ್ಲ್ ಸ್ಟಾರ್' ಕಲಿಯುವುದೋ ಅಥವಾ ಸೊಂಟ ಕುಣಿಸಿ ನೃತ್ಯ ಮಾಡುವುದೋ ಬಹಳ ಶ್ರೇಷ್ಠ ವಿದ್ಯೆ ಎಂಬಂತೆ ಇಲ್ಲಿ ತೋರಿಸುತ್ತಾರೆ. ಬುಡಕಟ್ಟು ಜನರಿಗೆ ಕಾಡಿನ ಬಗ್ಗೆ, ಔಷಧೀಯ ಗಿಡಗಳ ಬಗ್ಗೆ, ಪ್ರಾಣಿಗಳ ಬಗ್ಗೆ, ಪರಿಸರದ ಬಗ್ಗೆ ಇರುವ ಅಪಾರ ತಿಳುವಳಿಕೆಯ ಮುಂದೆ ಈ ಪೇಟೆಯ ಮೊದ್ದುಗಳು ಏನೇನೂ ಅಲ್ಲ. ಹೀಗಿದ್ದರೂ ಪೇಟೆಯ ತಿಳುವಳಿಕೆಯೇ ಸರ್ವಸ್ವ ಎಂಬ ನೆಲೆಗೆ ಇದು ಒಯ್ಯುತ್ತದೆ. ಹಾಗೆಯೇ ಇನ್ನು ಪೇಟೆಯ ಮಂದಿ ಹಳ್ಳಿಗೆ ಬಂದೊಡನೆ ಭಾರ ಹೊರುವುದು, ಹಾರುವುದು, ಸೆಣಸುವುದು ಇವೇ ಹಳ್ಳಿಗಳ ಮೂಲಸತ್ವ ಎಂಬಂತೆ ತೋರಿಸಲಾಗುತ್ತದೆ. ಹಳ್ಳಿಗಳ ಸಾಮುದಾಯಿಕ ಬದುಕು, ಜ್ಞಾನದ ನೆಲೆಗಳು ಇವರಿಗೆ ಗೋಚರವಾಗುವುದೇ ಇಲ್ಲ. ಈ ಬಗೆಯ ದ್ವಿಮಾನ ವೈರುಧ್ಯಗಳಲ್ಲೇ ಇವರು ಕಾರ್ಯಕ್ರಮವನ್ನು ರಂಜನೆಗೆ ಬಳಸಿಕೊಳ್ಳುತ್ತಾರೆ ಹೊರತು ಸತ್ಯದ, ವಾಸ್ತವದ ನೆಲೆ ಇವರಿಗೆ ಬೇಕಾಗಿಲ್ಲ.

ಹಾಗೆಯೇ ಸಾರ್ವಜನಿಕ ನೆಲೆಯಲ್ಲಿ ನಿರ್ವಹಿಸಬೇಕಾದ ಸಂಗತಿಯನ್ನು ಖಾಸಗಿ ಸ್ತರಕ್ಕೆ ಒಯ್ಯುವುದು ಇಲ್ಲಿ ಗಮನಿಸಬೇಕಾದ ಇನ್ನೊಂದು ಅಂಶ. 'ಇದು ಕತೆಯಲ್ಲ ಜೀವನ' ಕಾರ್ಯಕ್ರಮಕ್ಕೆ ಸಂಬಂಧಿಸಿದಂತೆ ಕೋರ್ಟಿನಲ್ಲಿ ಇತ್ಯರ್ಥವಾಗದ್ದೂ ಇಲ್ಲಿ ಇತ್ಯರ್ಥವಾಗುತ್ತದೆ ಎಂದು ಕೇಳಿ ಬಂದಿತ್ತು. 'ಹಳ್ಳಿ ಹೈದ ಪ್ಯಾಟೆಗ್ ಬಂದ' ಕಾರ್ಯಕ್ರಮದಲ್ಲಿ ಬುಡಕಟ್ಟು ಜನರ ಏಳಿಗೆಗೆ ಸರಕಾರ ಏನು ಮಾಡುತ್ತಿದೆ, ಮಾಡಬಹುದು ಎನ್ನುವುದಕ್ಕಿಂತ ವೈಯಕ್ತಿಕ ನೆಲೆಯಲ್ಲಿ ಏನು ಮಾಡಬಹುದು ಎಂಬುದಕ್ಕೇ ಹೆಚ್ಚಿನ ಒತ್ತು ಕಾಣಿಸಿಕೊಂಡಿತ್ತು. ಇಲ್ಲಿ ಆದ್ಯತೆ ಜಾಹೀರಾತು ನೀಡುವವರಿಗೆ. ನಾವು ನಾಗರಿಕ ಸಮುದಾಯವಾಗಿ ಇಲ್ಲಿ ಸರಕಾರದ ಪಾತ್ರವನ್ನು ಬದಿಗೆ ಸರಿಸುತ್ತಿರುತ್ತೇವೆ.

ಸಾಂಪ್ರದಾಯಿಕ ಮೌಲ್ಯಗಳ ಬಲಪಡಿಸುವಿಕೆ: ಈ ಕಾರ್ಯಕ್ರಮಗಳು ಹೊಸ ಬಗೆಯಲ್ಲಿ ಸಾಂಪ್ರದಾಯಿಕ ಮೌಲ್ಯಗಳನ್ನು ಬಲಪಡಿಸುತ್ತಿವೆ. 'ಪ್ಯಾಟೆ ಹುಡುಗೀರ ಹಳ್ಳಿ ಲೈಫು' ಕಾರ್ಯಕ್ರಮದಲ್ಲಿ ಹುಡುಗಿ ಹೇಗೆ ಅಡುಗೆ ಮಾಡುತ್ತಾಳೆ, ಪೂಜೆ ಮಾಡುತ್ತಾಳೆ, ಉರುಳು ಸೇವೆ ಮಾಡುತ್ತಾಳೆ ಇಂತಹ ಸ್ಟಿರಿಯೋಟೈಪ್ಡ್ ಆದ ಹೆಣ್ಣಿನ ಮಾದರಿಗೇ ಒತ್ತು ನೀಡಲಾಗಿತ್ತು. ಹೆಚ್ಚಿನ ಶೋಗಳಲ್ಲಿ ಹೆಣ್ಣನ್ನು ಕೇವಲ ದೇಹವಾಗಿ ನೋಡುವ ಬಗೆಯೇ ಕಾಣುತ್ತದೆ.

ಗಂಡಿಗೆ ಶಕ್ತಿ ಪ್ರದರ್ಶನ ಮಾನದಂಡವಾದರೆ ಹೆಣ್ಣಿಗೆ ದೇಹಪ್ರದರ್ಶನವೇ ಒಂದು ಮಾನದಂಡ.

ಎಲ್ಲಕ್ಕಿಂತ ಮುಖ್ಯವಾಗಿ ಇಂದಿನ ಬಹುತೇಕ ಚಾನೆಲ್‌ಗಳ ಕಾರ್ಯಕ್ರಮಗಳು ಜನರನ್ನು ವೈಚಾರಿಕವಾಗೇನೂ ಬೆಳೆಸುತ್ತಿಲ್ಲ. ಬೆಳ್ಳಂಬೆಳಗ್ಗೆ ಆರಂಭವಾಗುವ ಜ್ಯೋತಿಷ್ಯದ ಕಾರ್ಯಕ್ರಮದಿಂದ ಹಿಡಿದು ರಾತ್ರಿಯ ಕ್ರೈಮ್ ಶೋನವರೆಗೆ ಎಲ್ಲವೂ ಜನರನ್ನು ಇನ್ನಷ್ಟು ಭಯದಲ್ಲಿ, ಬಂಧನದಲ್ಲಿರಿಸುವ ಕಾರ್ಯಕ್ರಮಗಳೇ. ರಾಜೇಶ್‌ನಂತಹ ಹುಡುಗರು ನಿಜವಾದ ಅರ್ಥದಲ್ಲಿ ಆಧುನಿಕರಾಗುವುದರ ಬಗ್ಗೆ ಇವರು ತಲೆಕೆಡಿಸಿಕೊಳ್ಳುವುದಿಲ್ಲ. ಇಲ್ಲಿ ನಡೆಯುವುದು ಆಧುನಿಕತೆಯ 'ಅಣಕ'. ಅವರು ಹಾಗೇ ಒರಟಾಗಿ ಇರಬೇಕು, ಇವರು ಅವರನ್ನು ಪ್ರದರ್ಶನದ ಸರಕಾಗಿಸಬೇಕು, ಅವರು ಇಂಗ್ಲಿಷ್ ಕಲಿಯುವಾಗ ತೊದಲುವುದನ್ನು ಇವರು ಆನಂದಿಸಬೇಕು.

'ದೀವ'ವಾದ ಹೆಣ್ಣಿನ ದೇಹ: ಕಣ್ಣೀರು, ದುಃಖ, ಖಾಸಗಿತನ ನಗದೀಕರಣಗೊಂಡಂತೆ ಹೆಣ್ಣಿನ ದೇಹವೂ ಇಲ್ಲಿ ಜನರನ್ನು ಸೆಳೆಯುವ ಒಂದು ಸಾಧನ. ಬೇಟೆಗಾರ ಬೇಟೆಯನ್ನು ಸೆಳೆಯಲು ಯಾವುದಾದರೊಂದು ಚಿಕ್ಕ ಪ್ರಾಣಿಯನ್ನು 'ದೀವ'ವಾಗಿ ಇಡುವಂತೆ ಹೆಣ್ಣಿನ ದೇಹ ಈ 'ಕೊಳ್ಳುಬಾಕ' ಪ್ರಪಂಚದಲ್ಲಿ ಗಿರಾಕಿಗಳನ್ನು ಆಕರ್ಷಿಸುವ ವಸ್ತು.

ಇವೆಲ್ಲವುಗಳ ಪರಿಣಾಮ ಒಂಬತ್ತು ವರ್ಷದ ಹುಡುಗ ಚಂದನ್ ಸಿಂಗ್ ಎಂಟಿವಿಯಲ್ಲಿ ಬರುವ ರಿಯಾಲಿಟಿ ಶೋನ ಸ್ಟಂಟ್ ಒಂದನ್ನು ಅನುಕರಣೆ ಮಾಡಲು ಹೋಗಿ ಆಕಸ್ಮಿಕವಾಗಿ ಉರುಲು ಬಿಗಿದು ಪ್ರಾಣ ಕಳೆದುಕೊಳ್ಳುತ್ತಾನೆ. ರಿಯಾಲಿಟಿ ಶೋ ಒಂದರಿಂದ ಎಲಿಮಿನೇಟ್ ಆದಾಗಿನ ಆಘಾತ ತಾಳಲಾಗದೇ ಶಿಂಜಿನಿ ಸೇನ್‌ಗುಪ್ತಾ ಮಾನಸಿಕವಾಗಿ ಛಿದ್ರವಾಗಿ ನಿಮ್ಹಾನ್ಸ್ ಸೇರಿಕೊಳ್ಳುತ್ತಾಳೆ. ರಾಖಿ ಕಾ ಇನ್ಸಾಫ್ ಕಾರ್ಯಕ್ರಮದಲ್ಲಿ 'ನಾಮರ್ದ್' ಎಂಬ ಪದಕ್ಕೆ ಜರ್ಜರಿತನಾದ ಲಕ್ಷ್ಮಣ್ ಅಹರ್‌ವಾರ್ ಆತ್ಮಹತ್ಯೆಗೆ ಶರಣಾಗುತ್ತಾನೆ.

ಆದರೆ ನಿಜಕ್ಕೂ ಆಘಾತಕಾರಿಯಾದ ಸಂಗತಿ ಎಂದರೆ ಲಕ್ಷಾಂತರ ಜನ ಇವುಗಳನ್ನು ನೋಡಿ ಆನಂದಿಸುತ್ತಿರುವುದು. ಯಾವುದೋ ಅನ್ಯಗ್ರಹದ ಜೀವಿಗಳನ್ನು ನೋಡುವಂತೆ ಇವರನ್ನು ನೋಡಿ, ಸಂಕಟದ ಚೀರಾಟಗಳನ್ನೆಲ್ಲ ನೋಡಿ ಗಹಗಹಿಸುವ ನಾಗರಿಕ ಸಮಾಜ ದಿಗಿಲು ಹುಟ್ಟಿಸುತ್ತದೆ. ಇವರಿಂದ ವ್ಯಕ್ತವಾದ ಪ್ರತಿರೋಧ ತೀರಾ ಸಣ್ಣ ಪ್ರಮಾಣದ್ದು.

ಇಂತಹ ರಿಯಾಲಿಟಿ ಶೋಗಳು ನಮ್ಮ ಸಮಾಜದ ಸಂಸ್ಕೃತಿ ಮತ್ತು ನೈತಿಕತೆಯ ಮೇಲೆ ಬಹಳ ದೊಡ್ಡ ಪ್ರಹಾರಕ್ಕೆ ಸಿದ್ಧವಾಗಿವೆ ಎಂದೇ ಅನಿಸುತ್ತದೆ. ಇವು ನಮ್ಮ ಶ್ರೇಣೀಕೃತ ಸಮಾಜದ ಸ್ತರಗಳನ್ನು ಮತ್ತಷ್ಟು ಬಲಪಡಿಸುತ್ತವೆಯೇ ಹೊರತು ಬದಲಾವಣೆ ತರಲಾರವು. ನಮ್ಮ ಮುಂದಿರುವ ನೈಜ ವಾಸ್ತವಕ್ಕೆ ಮುಖ ತಿರುಗಿಸಿ 'ರೂಪಿತ ಮತ್ತು ಕಲ್ಪಿತ' ವಾಸ್ತವವನ್ನೇ 'ರಿಯಾಲಿಟಿ' ಎಂದು ವಿಜೃಂಭಿಸಿ ಒಳಬದುಕಿನ ಪದರಗಳನ್ನು ಒಡೆಯುವ, ಏಕಾಂತವನ್ನು ಕಲಕುವ, ಎಲ್ಲವನ್ನೂ ಪ್ರದರ್ಶನಕ್ಕೆ ಒಡ್ಡುವಂತೆ ಮಾಡುವ ಇವುಗಳನ್ನು ಆರೋಗ್ಯವಂತ ಸಮಾಜ ನಿರ್ಮಾಣದಲ್ಲಿ ಭರವಸೆ ಇಟ್ಟವರು ಪ್ರಶ್ನಿಸಲೇಬೇಕಾಗಿದೆ. ರಿಯಾಲಿಟಿ ನಮ್ಮನ್ನು ಕಲಕಿ ಕ್ರಿಯೆಗೆ ಹಚ್ಚಬೇಕೇ ಹೊರತು ಅದು ಮನೋರಂಜನೆಯ ಸಂಗತಿಯಾಗುವುದು ಸಾಧ್ಯವಿಲ್ಲ.

೧೩

ದೃಶ್ಯ ಮಾಧ್ಯಮ, ಮಹಿಳೆ, ಮಾತು ಮತ್ತು ಮೌನ

–ಆರತಿ ಪಟ್ರಮೆ

ಸ್ವಭಾವತಃ ಹೆಂಗಸರು ಮೌನಿಗಳೇನಲ್ಲ. ಅಪ್ಪಟ ಮಾತುಗಾತಿಯರು. ಮಾತಿಗೂ ಹೆಮ್ಮಕ್ಕಳಿಗೂ ಅವಿನಾಭಾವ ಸಂಬಂಧ. ದೊಡ್ಡವರೆಂದೇನು, ಸಣ್ಣ ಮಕ್ಕಳಾದರೂ ಹುಡುಗಿಯರೇ ಹುಡುಗರಿಗಿಂತ ಹೆಚ್ಚು ಮಾತಾಡುವವರು. ಸಣ್ಣ ಮಗು ಚಿಟಪಟ ಅಂತ ಮಾತಾಡಲು ತೊಡಗಿದರೂ "ಅವಳು ಹುಡುಗಿ ಅಲ್ವಾ? ಹೆಚ್ಚು ಮಾತಾಡ್ಲೇ ಬೇಕು ಮತ್ತೆ. ಅದವಳ ಜನ್ಮ ಸಿದ್ಧ ಹಕ್ಕು" ಎಂದೆಲ್ಲ ತಮಾಷೆ ಮಾಡುವವೇ ಎಲ್ಲರೂ.

ಹೆಂಗಸರನ್ನು ತರಗೆಲೆ ಹಕ್ಕಿಗೆ ಹೋಲಿಸುವುದೂ ಇದೇ ಕಾರಣಕ್ಕೆ. ಕಾಂಪೌಂಡ್ ಗೋಡೆಗಳ ಇಕ್ಕೆಲಗಳಲ್ಲಿ ನಿಂತು ವಿಚಾರ ವಿನಿಮಯ ಮಾಡುವುದಕ್ಕೆಲ್ಲ ಅವರೇ ಉದಾಹರಣೆ. ಗಂಡಸರೂ ಪುರುಸೊತ್ತು ಸಿಕ್ಕಿದಾಗೆಲ್ಲ ಕೆಲಸಕ್ಕೆ ಬಾರದ(ಎಂದು ಹೆಂಗಸರಿಗೆ ಅನ್ನಿಸುವ) ರಾಜಕೀಯ ಮಾತಾಡಿಕೊಂಡು ಕಾಲಕ್ಷೇಪ ಮಾಡುವುದು ಈ ಲೆಕ್ಕಕ್ಕೆ ಬರುವುದಿಲ್ಲ! ಇರಲಿ, ಯಾರಿಗೇ ಆದರೂ ಮನಸ್ಸು ಹಗುರಾಗಬೇಕಾದರೆ ಮಾತಾಡಬೇಕು. ನಾನು ಇಲ್ಲವೆನ್ನುವುದಿಲ್ಲ. ಮನೆಯೊಳಗಿನ ಇಡೀ ದಿನದ ದುಡಿಮೆಯಿಂದ ಕೊಂಚ ಹೊತ್ತು ಬ್ರೇಕ್ ಬೇಕು. ಸ್ವಲ್ಪ ಹರಟಬೇಕು; ಕಣ್ಣಲ್ಲಿ ನೀರು ತುಂಬುವಷ್ಟು ನಗಬೇಕು. ಮಾತಾಡುತ್ತಿರಬೇಕು ಮತ್ತು ಮಾತನಾಡುತ್ತಲೇ ಇರಬೇಕು.

ಆದರೆ ತೀರಾ ನಾವು ಮಾತಾಡಲೇ ಬೇಕಿರುವ ಅದೆಷ್ಟೋ ವಿಷಯಗಳಿಗೆ ಬಂದಾಗ ನಾವು ಮೌನದ ಮೊರೆ ಹೋಗುತ್ತೇವೆ. ನಾಲಗೆಯೇ ಹೊರಳುವುದಿಲ್ಲವೇನೋ ಅನ್ನುವ ಮಟ್ಟಿಗೆ ಮಾತು ಮರೆಯುತ್ತೇವೆ. ಮಹಿಳಾಪರ ಹೋರಾಟ, ಮಹಿಳಾವಾದ, ಸ್ತ್ರೀ ಪರ ಚಿಂತನೆ ಎಂಬಿತ್ಯಾದಿ ಪದಪುಂಜಗಳನ್ನೆಲ್ಲ ನಾವು ಕ್ಲೀಷೆಯೆನ್ನಿಸುವಷ್ಟರ ಮಟ್ಟಿಗೆ ಕೇಳುತ್ತೇವೆ. ನಮ್ಮ ಹಕ್ಕುಗಳ ಬಗ್ಗೆ, ಸ್ವಾತಂತ್ರ್ಯದ ಬಗ್ಗೆ ಮಾತಾಡಿದ್ದನ್ನೇ ಆಡಿ ಉರು ಹೊಡೆಯುತ್ತೇವೆ. ಸಮಾಜದಲ್ಲಿನ ನಮ್ಮ ಸ್ಥಾನಮಾನಗಳ ಬಗ್ಗೆ ಬಹಳ ಎಚ್ಚರದಿಂದಿರುತ್ತೇವೆ. ಎಲ್ಲಾಬಗೆಯ ಶೋಷಣೆಗಳನ್ನೂ ಮೀರಿ ನಿಂತು ಸಾಧನೆಯ ಪಥದಲ್ಲಿ ಸಾಗಬೇಕು ಎಂದೆಲ್ಲ ಬಡಾಯಿ ಕೊಚ್ಚುತ್ತೇವೆ. ಆದರೆ ದೃಶ್ಯ ಮಾಧ್ಯಮಗಳಲ್ಲಿ ಹೆಣ್ಣು ಚಿತ್ರಿತವಾಗುವ ಪರಿ ಮಾತ್ರ ಹಾಗೇ ಉಳಿದಿದೆ. ಸಾರ್ವತ್ರಿಕವಾಗಿ, ಸಾರ್ವಜನಿಕವಾಗಿ, ಸಾಮೂಹಿಕವಾಗಿ ನಡೆಯುವ ಈ ಬಗೆಯ ಶೋಷಣೆಯ ಬಗ್ಗೆ ಸೊಲ್ಲೆತ್ತದೇ ನಮಗೆ ಸಂಬಂಧಿಸಿದ್ದೇ ಅಲ್ಲವೇನೋ ಎಂಬಂತೆ ಮೌನವಾಗಿರುತ್ತೇವೆ.

ನೀವು ಸಿನೆಮಾಗಳ ಉದಾಹರಣೆ ತೆಗೆದುಕೊಳ್ಳಿ. ಹೀರೋಗೆ ಮೈ ತುಂಬಾ ಸೂಟು, ಕೋಟು, ಬೂಟು ಇದ್ದರೆ ಹೀರೋಯಿನ್ ಮಾತ್ರ ಹೆಚ್ಚಾಗಿ ಬಿಚ್ಚಮ್ಮ. ಮಾಡರ್ನ್ ಆಗಿರುವುದೆಂದರೆ ಮಿನಿ, ಬಿಕಿನಿ ಧರಿಸುವುದಕ್ಕೆ ಸೀಮಿತ. ಕ್ಯಾಬರೆ ನೃತ್ಯಗಳ ಬಗ್ಗೆ ಮಾತಾಡುವುದು ಬೇಡ ಬಿಡಿ. ಹೆಣ್ಣೆಂದರೆ ಮಾದಕತೆ! ಹೀಗೆ ಬಿಂಬಿಸುವುದು ನಿರ್ಮಾಪಕರಿಗೂ ನಿರ್ದೇಶಕರಿಗೂ ಮಾತ್ರವಲ್ಲ, ಸ್ವತಃ ನಟಿಗಳಿಗೂ ಅನಿವಾರ್ಯವೇ. ಯಾಕೆಂದರೆ ಲಕ್ಷಗಟ್ಟಲೆ ಹಣದ ರಾಶಿ ಮಾತು ಮರೆಸುತ್ತದೆ. ಹಸಿದ ಕ್ಯಾಮರಾ ಕಣ್ಣು ತನ್ನನ್ನು ಯಾವ ರೀತಿ ಸೆರೆಹಿಡಿದರೂ ನಿರಾಕರಿಸದ ಮಟ್ಟಕ್ಕೆ ದುಡ್ಡು ಅವಳ ಮಾತನ್ನು ಕೊಂಡುಕೊಂಡಿರುತ್ತದೆ! ಮೌನ ಬಂಗಾರ ಅನ್ನುವುದು ಇಲ್ಲಿಯೂ ಎಷ್ಟು ಸತ್ಯ!

ಜಾಹೀರಾತುಗಳ ಕಥೆಯಂತೂ ಸಿನೆಮಾವನ್ನೂ ಮೀರಿಸುತ್ತದೆ. ಇಲ್ಲಿ ಎಕ್ಸ್‌ಪೋಸ್ ಅನ್ನುವುದು ಕಡಿಮೆಯಿದ್ದರೂ ಸ್ತ್ರೀಯರಿಗೆ ಸ್ವಾಭಿಮಾನವೇ ಇಲ್ಲವೇನೋ ಅನ್ನುವಂತೆ ಅವರನ್ನು ತೋರಿಸಲಾಗುತ್ತದೆ. ಕೇವಲ ಒಬ್ಬ ಗಂಡಸಿನ ಉಸಿರಿನ ಫ್ರೆಶ್‌ನೆಸ್‌ಗೆ ಮನಸೋತು ಅವನನ್ನು ಹಿಂಬಾಲಿಸುವಂತೆಯೋ ಅಥವಾ ಅವನ ಬಾಡಿ ಸ್ಪ್ರೇಯ ಸುಗಂಧಕ್ಕೆ ಮಾರುಹೋಗುವಂತೆಯೋ ಚಿತ್ರಿಸಿಬಿಡುತ್ತಾರೆ. ಹೆಣ್ಣಿನ ಮನಸ್ಸು ಗೆಲ್ಲುವುದು ಅಷ್ಟು ಸುಲಭವಾ? ಒಬ್ಬ ಗಂಡು ಉಪಯೋಗಿಸುವ ಟೂತ್ ಪೇಸ್ಟೋ, ಬಾಡಿ ಸ್ಪ್ರೇಗಳೋ ಒಂದು ಹೆಣ್ಣನ್ನು ಗೆಲ್ಲಬಲ್ಲುದಾದರೆ ಅವನಿಗೆ ಉದ್ಯೋಗ ಯಾಕೆ ಬೇಕು ಅಥವಾ ಒಳ್ಳೆಯ ಸಂಸ್ಕಾರದ ಕುಟುಂಬದ ಹಿನ್ನಲೆ ಯಾಕೆ ಬೇಕು? ಈ ಪ್ರಶ್ನೆಗಳ್ನು ಯಾರಿಗೆ ಕೇಳೋಣ?

ಮಹಿಳೆಯರಿಗೇ ಮೀಸಲಾಗಿರುವ ಪತ್ರಿಕೆಗಳನ್ನು ನೋಡಿ. ಸೌಂದರ್ಯವನ್ನು ಹೆಚ್ಚಿಸಿ ಕೊಳ್ಳುವ ಬಗ್ಗೆ ಪ್ರಾಮುಖ್ಯತೆ ಕೊಡಲಾಗುತ್ತದೆ ವಿನಾಃ ಮನಸ್ಥೈರ್ಯ ಹೆಚ್ಚಿಸಿಕೊಳ್ಳುವುದಕ್ಕಲ್ಲ. ಅಡುಗೆಯಲ್ಲಿ ಪರಿಣಿತಿ ಸಾಧಿಸುವುದು ಅಗತ್ಯ ವಿನಾಃ ಆತ್ಮಗೌರವ ವೃದ್ಧಿಸಿಕೊಳ್ಳುವುದಲ್ಲ. ಇನ್ನುಳಿದ ವಿಷಯಗಳಾದರೋ ಗಂಡನನ್ನು ಮೆಚ್ಚಿಸುವುದು ಹೇಗೆ, ಗಂಡ ಪರಸ್ತ್ರೀಯಲ್ಲಿ ವ್ಯಾಮೋಹಗೊಳ್ಳದ ಹಾಗೆ ನೋಡಿಕೊಳ್ಳುವುದು ಹೇಗೆ, ಪರರ ಎದುರಿನಲ್ಲಿ ಗಂಡನೊಂದಿಗೆ ಹೇಗೆ ವರ್ತಿಸಬೇಕು...ಇಂಥವೇ ಕಾಗಕ್ಕ ಗುಬ್ಬಕ್ಕ ಹೊರತು ಬೇರೆ ವಿಷಯಗಳಿಲ್ಲ. ಕೆಲವು ದಿನಪತ್ರಿಕೆಗಳ ಮಹಿಳಾಪುಟಗಳಲ್ಲಿ ಮಾತ್ರ ಮಹಿಳಾಸಾಧಕರನ್ನು ಗುರುತಿಸುವ ಕೆಲಸ ನಡೆಯುತ್ತಿದೆ ಎನ್ನುವುದೊಂದು ಪುಟ್ಟ ಸಮಾಧಾನ.

ಧಾರಾವಾಹಿಗಳನ್ನು ತೆಗೆದುಕೊಳ್ಳಿ. ಕುಟುಂಬವನ್ನು ಪ್ರೀತಿಯಿಂದ ಬಂಧಿಸಿಡುವ, ಇಡಬೇಕಾದ ಹೆಣ್ಣುಮಗಳು ಧಾರಾವಾಹಿಗಳಲ್ಲಿ ಮನೆಮುರುಕಳೇ ಆಗಿರುತ್ತಾಳೆ. ವೃಥಾ ಇತರರ ಮೇಲೆ ದ್ವೇಷ ಸಾಧಿಸುವುದು, ಇನ್ನೊಬ್ಬರಿಗೆ ತೊಂದರೆಯುಂಟು ಮಾಡುವುದು, ಇತರರ ಪ್ರೀತಿಗೆ ಕಲ್ಲು ಹಾಕುವುದು, ಉದ್ಯೋಗ ಕ್ಷೇತ್ರದಲ್ಲಿ ನಂಜಿನ ಮೊಟ್ಟೆಯಾಗಿರುವುದು, ಮನೆಯಲ್ಲಿ ಸ್ವಾರ್ಥಿ ಸೊಸೆಯಾಗಿಯೋ, ಕ್ರೂರಿ ಅತ್ತೆಯಾಗಿಯೋ, ನಾದಿನಿಯಾಗಿಯೋ ಹೆಣ್ಣನ್ನು ತೋರಿಸುವುದಷ್ಟೇ ಹೆಚ್ಚಿನ ನಿರ್ದೇಶಕರ, ಕಥೆಗಾರರ ಕೆಲಸ. ನಮ್ಮ ಹೆಣ್ಣು ಮಕ್ಕಳೆಲ್ಲ ಮಧ್ಯಾಹ್ನ, ಸಂಜೆ ಬಿಡುವಿದ್ದಾಗೆಲ್ಲ ಸುಮ್ಮನೆ ಇವನ್ನು ನೋಡುತ್ತಾರೆ ಪಾಪ. ಬೇರೆ ಮನರಂಜನೆ ಅವರಿಗಿಲ್ಲ. ಇದರಿಂದ ಯಾರೇನು ಸಾಧಿಸಿದಂತಾಯ್ತು? ಅಥವಾ ಚಾನೆಲ್ಲುಗಳು ಯಾವ ಬಗೆಯ ಶಿಕ್ಷಣವನ್ನು ಜನತೆಗೆ ಕೊಟ್ಟಂತಾಯ್ತು?

ನಾವು ಒಪ್ಪಬೇಕಾದ್ದೇ. ನಾವೆಲ್ಲರೂ ಕಲ್ಪನಾ ಚಾವ್ಲಾರಲ್ಲ; ಕಿರಣ್ ಬೇಡಿಯಲ್ಲ ಅಥವಾ ನೀರಜಾ ಭಾನೋಟ್ ಅಲ್ಲ. ನಮ್ಮಲ್ಲಿದ್ದುದು ಒಬ್ಬಳೇ ಕಲ್ಪನಾ ಚಾವ್ಲಾ, ಒಬ್ಬಳೇ

ಕಿರಣ್ ಬೇಡಿ ಮತ್ತು ಒಬ್ಬಳೇ ನೀರಜಾ ಭಾನೋಟ್. ಆದರೆ ನಮಗಿವರೆಲ್ಲ ಮಾದರಿಯಂತೂ ನಿಜವಷ್ಟೇ? ಜತೆಗೆ ನಾವೆಲ್ಲರೂ ಮಗಳಂದಿರು, ತಂಗಿಯರು, ಅಕ್ಕಂದಿರು, ಪತ್ನಿಯರು ಮತ್ತು ತಾಯಂದಿರು. ಶಿಕ್ಷಕ ವರ್ಗವನ್ನು ತೆಗೆದುಕೊಂಡರೆ ಬಹುಶಃ ಶಿಕ್ಷಕಿಯರ ಸಂಖ್ಯೆಯೇ ಹೆಚ್ಚು. ಹೀಗಿದ್ದೂ ನಾವು ನಮ್ಮನ್ನು ಹೀಗಳೆಯುವ, ತೀರಾ ಅಗ್ಗವಾಗಿ ಬಿಂಬಿಸುವ ಇಂಥಾ ಜಾಹೀರಾತುಗಳನ್ನಾಗಲೀ, ಧಾರಾವಾಹಿಗಳನ್ನಾಗಲೀ, ಸಿನಿಮಾಗಳನ್ನಾಗಲೀ ಏಕೆ ಬಹಿಷ್ಕರಿಸುವುದಿಲ್ಲ? ನಾವು ಮೌನವಾಗುಳಿಯುವುದು ಇಲ್ಲಿ, ಮಾತಾಡಬೇಕಿದೆ!

ವಿಷಾದವೆನ್ನಿಸುವುದು ಬರಿಯ ಈ ಬಗೆಯ ಅಸಹಾಯಕ ಮೌನಕ್ಕಲ್ಲ. ಮೌನವಾಗಿ ಯಾದರೂ ಇವನ್ನೆಲ್ಲ ತಿರಸ್ಕರಿಸುವ ಬದಲು ಒಂದೊಂದಾಗಿ ನಮ್ಮ ಬದುಕಿಗೇ ತಂದು ಕೊಳ್ಳುತ್ತಿದ್ದೇವಲ್ಲ, ಅದಕ್ಕೆ. ಯಾವ್ಯಾವುದೋ ಸಿನೆಮಾದ ವೇಷಭೂಷಣಗಳನ್ನು ಅನುಕರಣೆ ಮಾಡಲು ಹೋಗುತ್ತೇವೆ. ಧಾರಾವಾಹಿಯ ಯಾವುದೋ ನೆಗೆಟಿವ್ ರೋಲೊಂದು ನಮಗೆ ಗೊತ್ತಿಲ್ಲದ ಹಾಗೆ ನಮ್ಮೊಳಗೆ ಆವಾಹನೆಯಾಗುತ್ತದೆ. ಮನರಂಜನೆಯೆನ್ನುವುದು ಅಷ್ಟಕ್ಕೆ ಸೀಮಿತವಾಗದೇ ಪುಟ್ಟಹುಡುಗಿಯರ ದಾರಿ ತಪ್ಪಿಸುವಲ್ಲಿ ಕೆಲಸ ಮಾಡುತ್ತಿದೆ. ಸಮಾಜದಲ್ಲಿ ವಿಕೃತ ಕಾಮುಕರು ತಲೆಯೆತ್ತಲು ಈಗಿನ ಹುಡುಗಿಯರ ವೇಷಭೂಷಣಗಳೇ ಕಾರಣ ಎಂದು ಹೇಳಿಸಿಕೊಂಡೂ ಸುಮ್ಮನಿದ್ದುಬಿಡುತ್ತೇವೆ ಹೊರತು ತಿದ್ದುವ ಪ್ರಯತ್ನ ಮಾಡುವುದಿಲ್ಲ. ಹಿರಿಯರು ಯಾರಾದರೂ ಬುದ್ಧಿವಾದ ಹೇಳಹೊರಟರೂ ಹಳೆಕಾಲದ ಗೌರಮ್ಮನ ಹಾಗೆ ಡ್ರೆಸ್ ಮಾಡ್ಕೊಂಡು ಕಾಲೇಜಿಗೆ ಹೋಗ್ಲಿಕ್ಕಾಗ್ತದಾ? ಎಲ್ಲರೂ ನಗ್ತಾರಷ್ಟೇ ಅಂತ ಅವರಿಗೇ ಉತ್ತರಿಸಿ ಮುಂದೆ ಸಾಗುತ್ತಾರೆ. ಆ ಹೆಜ್ಜೆ ಅವರನ್ನು ಎಲ್ಲಿಗೆ ತಲುಪಿಸುತ್ತದೋ ಯಾರಿಗೆ ಗೊತ್ತು?

ಇದು ಆತ್ಮಾವಲೋಕನದ ಸಮಯ. ಮಾಧ್ಯಮಗಳೂ ಸೇರಿದಂತೆ ಇಡೀ ಜಗತ್ತು ಬೇರೇನಲ್ಲದಿದ್ದರೂ ರಾಷ್ಟ್ರಕವಿ ಜಿ. ಎಸ್ ಶಿವರುದ್ರಪ್ಪನವರ ಈ ಸಾಲುಗಳನ್ನು ನೆನೆಯಲಿ...

'ಮನೆಮನೆಯಲಿ ದೀಪ ಉರಿಸಿ
ಹೊತ್ತುಹೊತ್ತಿಗೆ ಅನ್ನ ಉಣಿಸಿ
ತಂದೆ, ಮಗುವ ತಬ್ಬಿದಾಕೆ
ನಿನಗೆ ಬೇರೆ ಹೆಸರು ಬೇಕೆ
ಸ್ತ್ರೀ ಎಂದರೆ ಅಷ್ಟೇ ಸಾಕೆ?'

ಎಲ್ಲೋ ಕಳೆದು ಹೋಗುತ್ತಾ ಸ್ವಾಭಿಮಾನ ಮರೆತಿದ್ದೇವೆ. ಅದು ಮರೆಯಬೇಕಿರುವುದಲ್ಲ, ಮೆರೆಯಬೇಕಿರುವುದು. ಒಂದಕ್ಷರವಷ್ಟೇ ವ್ಯತ್ಯಾಸ. ಆದರೆ ಅರ್ಥ ವಿಸ್ತೃತ. ನಾವು ಸಾಧಿಸಬೇಕಾದ್ದು ಬಹಳವಿದೆ. ಎಲ್ಲಕ್ಕೂ ಮುನ್ನ ನಾವು ಚೆನ್ನಾಗಿ ಮಾತಾಡುವುದನ್ನು ಕಲಿಯಬೇಕಿದೆ. ಮಾತಾಡಬೇಕಾದಲ್ಲಿ ಮಾತಾಡಬೇಕಿದೆ!

೧೪

ರಿಯಾಲಿಟಿ ಶೋಗಳ ವೈನೋದಿಕ ಹಿಂಸೆ

–ಉಷಾ ಕಟ್ಟೆಮನೆ

ಇಪ್ಪತ್ತು ವರ್ಷಗಳ ಹಿಂದಿನ ಸಮಾಚಾರ; 'ಮನ್ವಂತರ' ಎಂಬ ರಾಜಕೀಯ ವಾರಪತ್ರಿಕೆಯು ಮುಖಾಂತರ ನಾನು ಪತ್ರಿಕಾರಂಗಕ್ಕೆ ಅಡಿಯಿಟ್ಟೆ. ಆ ಪತ್ರಿಕೆಯ ಸಹ ಪ್ರಕಟಣಾ ಮಾಸಪತ್ರಿಕೆಯೊಂದಿತ್ತು. ಅದರ ಹೆಸರು 'ಸುರತಿ', ಮಾರು ಕಟ್ಟೆಯಲ್ಲಿ ಅದಕ್ಕೆ ಪೈ ಪೋಟಿ ನೀಡುತ್ತಿರುವ ಇನ್ನೊಂದು ಮಾಸಪತ್ರಿಕೆಯಿತ್ತು. ಅದರ ಹೆಸರು 'ರತಿವಿಜ್ಞಾನ', ಸರ್ಕ್ಯೂಲೇಶನಿನಲ್ಲೂ ಪರಸ್ಪರ ಪೈಪೋಟಿ ನೀಡುತ್ತಿದ್ದ ಆ ಪತ್ರಿಕೆಗಳ ಒಟ್ಟು ಪ್ರಸರಣ ಸಂಖ್ಯೆ ಐದು ಲಕ್ಷ ದಾಟಿ ಹೋಗುತ್ತಿತ್ತು.

ಪ್ರಸರಣದ ದೃಷ್ಟಿಯಿಂದ ನೋಡಿದರೆ ಅವೆರಡು ಪತ್ರಿಕೆಗಳು ಜನಪ್ರಿಯವಾದ ಮಾಸಪತ್ರಿಕೆಗಳು. ಆದರೆ ಅವು ಮನುಷ್ಯನ ಬೇಸಿಕ್ ಇನ್ಸ್ಟಿಂಗ್ಟ್ ಆದ ಲೈಂಗಿಕ ಕುತೂಹಲವನ್ನು ತಣಿಸುವ, ಕೆರಳಿಸುವ ಪುಸ್ತಕಗಳು ಅಷ್ಟೆ. 'ಸೆಗಣಿಯಲ್ಲಿ ಸಾವಿರ, ಮಧ್ಯಾಹ್ನಕ್ಕೆ ಲಯ' ಎಂಬಂತೆ ಅದರಿಂದಾಚೆಗೆ ಅವುಗಳಿಗೆ ಪ್ರತ್ಯೇಕ ಐಡೆಂಟಿಟಿ ಇರಲಿಲ್ಲ.

ಅದು ಮುದ್ರಣ ಮಾಧ್ಯಮದ ಸಾರ್ವಭೌಮತ್ವದ ಕಾಲಘಟ್ಟ. ಈಗ ಏನಿದ್ದರೂ ದೃಶ್ಯ ಮಾಧ್ಯಮದ ಯುಗ. ಸರ್ಕ್ಯೂಲೇಷನ್ ಎಂಬುದು ಹಿಂದಕ್ಕೆ ಸರಿದು ಟಿ.ಆರ್.ಪಿ ಎಂಬ ಭೂತ ಟಿ.ವಿಯನ್ನು ಅಳುತ್ತಿರುವ ಕಾಲ. ಇಲ್ಲೂ ಇದೇ ಟೆಕ್ನಿಕ್; ಮನುಷ್ಯನ ಮೂಲಭೂತ ಕಾಮನೆಗಳನ್ನು ತಣಿಸುವುದು. ಮನುಷ್ಯ ಮೂಲತಃ ಕ್ರೂರಿ. ಆತ ಹಿಂಸ್ರಾ ಪಶು. ಆತನಲ್ಲಿರುವ ಆಕ್ರಮಣ ಶೀಲತೆ ಸೂಕ್ತ ಸಂದರ್ಭಕ್ಕಾಗಿ ಹೊಂಚು ಹಾಕುತ್ತಿರುತ್ತದೆ.

ಇತ್ತೀಚೆಗೆ ಜನಪ್ರಿಯವಾಗುತ್ತಿರುವ ಟಿ.ವಿ ಧಾರಾವಾಹಿಗಳನ್ನೇ ನೋಡಿ, ಟಿ.ಆರ್.ಪಿ. ಗ್ರಾಫ್ ಉರ್ಧ್ವಮುಖಿಯಾಗಿ ಸಾಗಿದ್ದು, ಸಾಗುತ್ತಿರುವುದು; ಸಚ್ ಕಾ ಸಾಮ್ನಾ, ಇಮೋಷನಲ್ ಅತ್ಯಾಚಾರ್, ಕನ್ನಡದ ಹಳ್ಳಿಹೈದ ಪ್ಯಾಟೆಗೆ ಬಂದ... ಮುಂತಾದ ಭಾವಕೋಶವನ್ನು ಕಲುಷಿತಗೊಳಿಸುವ ಧಾರಾವಾಹಿಗಳಿಗೆ ಮಾತ್ರ. ಇದರ ಜೊತೆಗೆ ಕೃತ್ರಿಮತೆಯನ್ನೇ ಢಾಳಾಗಿ ತೋರಿಸುವ ಸ್ವಯಂವರದ ಧಾರಾವಾಹಿಗಳು, ಖಾಸಗಿ ಬದುಕನ್ನು ನಾಟಕೀಯವಾಗಿ ರಂಗದ ಮೇಲೆ ತಂದು ಸಾರ್ವಜನಿಕರ ಬಾಯಿಗೆ ಎಲೆಯಡಿಕೆಯಾಗಿಸುವ ಕಥೆಯಲ್ಲ ಜೀವನ; ಬದುಕು ಜಟಾಕಾ ಬಂಡಿ, ಸಾವಿನಾಚೆಗೆ ಏನಿದೆ ಎಂಬ ಮನುಷ್ಯನ ಅನಾದಿ ಕಾಲದ ಜಿಜ್ಞಾಸೆಯನ್ನು, ಸಹಜ ಕುತೂಹಲವನ್ನು ಮಾರುಕಟ್ಟೆಯ ಮೌಲ್ಯಗಳಿಗೆ ಬಾಗಿಸುತ್ತಿರುವ ಜನ್ಮಾಂತರಗಳು, ಹೀಗೂ ಉಂಟೇ..!

ಟಿ.ಆರ್.ಪಿ ಗ್ರಾಫ್ ಮೇಲೇರಿದಂತೆಲ್ಲಾ ಚಾನಲ್‌ಗಳಿಗೆ ಆ್ಯಡ್ ರೆವಿನ್ಯು ಜಾಸ್ತಿಯಾಗುತ್ತದೆ. ಟಿ.ಆರ್.ಪಿ ಅಂದರೆ ಟಾರ್ಗೆಟ್ ರೇಟಿಂಗ್ ಪಾಯಿಂಟ್. ಇದು ಜನಪ್ರಿಯ ಟಿ.ವಿ ಪ್ರೋಗ್ರಾಮ್‌ಗಳ ಪಟ್ಟಿಯನ್ನು ಕೊಡುತ್ತದೆ. ಕನ್ನಡದಲ್ಲಿ ಪ್ರತಿ ಬುಧವಾರದಂದು ಈ ಪಟ್ಟಿ ಬಿಡುಗಡೆಯಾಗುತ್ತದೆ. ಹಾಗಾಗಿ ವಾರಕೊಮ್ಮೆ ಟಿ.ವಿ. ನಿರ್ಮಾಪಕರ ಎದೆಬಡಿತ ಏರುಪೇರಾಗುತ್ತದೆ!.. ಯಾಕೆಂದರೆ ರೇಟಿಂಗ್ ಇಲ್ಲ ಎಂಬ ಕಾರಣದಿಂದಾಗೆ ಹಲವು ಸದಭಿರುಚಿಯ ಕಾರ್ಯಕ್ರಮಗಳು ವೈಂಡ್ ಆಫ್ ಆದ ಉದಾಹರಣೆ ಟಿ.ವಿ. ಇತಿಹಾಸಕ್ಕಿದೆ.

ಟಿ.ಆರ್.ಪಿಯನ್ನು ಯಾರು ನಿರ್ಧರಿಸುತ್ತಾರೆ? ವೀಕ್ಷಕರು. ಆದರೆ ಎಲ್ಲಾ ವೀಕ್ಷಕರಲ್ಲ. ಆಯ್ದ ವೀಕ್ಷಕರು. ಅವರ ನಿರ್ವಹಣೆಯನ್ನು ಏಜೆನ್ಸಿಯೊಂದು ಮಾಡುತ್ತದೆ. ಅವರು ಆಯ್ದು ಕೆಲವರ ಮನೆಗಳಲ್ಲಿ 'ಪೀಪಲ್ಸ್ ಮೀಟರ್' ಎಂಬ ಉಪಕರಣವೊಂದನ್ನು ಅಳವಡಿಸುತ್ತಾರೆ. ಆ ಮನೆಯವರು ಯಾವ ಚಾನಲ್, ಯಾವ ಪ್ರೋಗ್ರಾಮನ್ನು ಎಷ್ಟೊತ್ತು ನೋಡುತ್ತಾರೆ ಎಂಬುದರ ಮೇಲೆ ಕಾರ್ಯಕ್ರಮಗಳ ಜನಪ್ರಿಯತೆಯನ್ನು ಏಜೆನ್ಸಿ ಸಂಯೋಜಿಸುತ್ತದೆ. ಅದೇ ಟಿ.ಆರ್.ಪಿ. ಆದರೆ ಅದರ ನಿಖರತೆಯ ಬಗ್ಗೆಯೇ ಈಗೀಗ ಸಂಶಯ ವ್ಯಕ್ತವಾಗುತ್ತಿದೆ.

ಕರ್ನಾಟಕದಲ್ಲಿ ಬೆಂಗಳೂರನ್ನು ಹೊರತುಪಡಿಸಿ ಒಟ್ಟು ೮ ಟಿ.ಆರ್.ಪಿ ಸೆಂಟರ್‌ಗಳಿವೆ. ಅದನ್ನು ಟಿ.ವಿ ಭಾಷೆಯಲ್ಲಿ ಆರ್.ಓ.ಕೆ ಎಂದು ಕರೆಯುತ್ತಾರೆ. ಅಂದರೆ ರೆಸ್ಟ್ ಆಫ್ ಕರ್ನಾಟಕ. ಅವು ಮೈಸೂರು, ಮಂಗಳೂರು, ದಾವಣಗೆರೆ, ಹುಬ್ಬಳ್ಳಿ, ಗದಗ, ಬೆಳಗಾವಿ, ಗುಲ್ಬರ್ಗಾ ಮತ್ತು ರಾಯಚೂರು. ಜಾಹಿರಾತುದಾರರು ಈ ಸೆಂಟರ್‌ಗಳಿಗಿಂತಲೂ ಬೆಂಗಳೂರಿಗೇ ಹೆಚ್ಚು ಗಮನ ಕೊಡುತ್ತಾರೆ. ಯಾಕೆಂದರೆ ಬೆಂಗಳೂರಲ್ಲಿ ಹೆಚ್ಚು ದುಡ್ಡು ಓಡಾಡುತ್ತದೆ. ಇಲ್ಲಿಯ ಜನರ ಖರೀದಿ ಶಕ್ತಿ ಜಾಸ್ತಿ ಎಂಬುದು ಅವರ ತರ್ಕ. ಹಾಗಾಗಿ ಈ ನಗರವೊಂದರಲ್ಲೇ ಸುಮಾರು ೧೮೦ ಮನೆಗಳಲ್ಲಿ ಟಿ.ಆರ್.ಪಿ ಮಾಪನವಾದ 'ಪೀಪಲ್ಸ್ ಮೀಟರ್'ಗಳನ್ನು ಅಳವಡಿಸಲಾಗಿದೆ.

ಇದರರ್ಥ ಇಷ್ಟೆ; ಟಿ.ವಿ. ಮಾಧ್ಯಮದವರ ಲೆಕ್ಕಾಚಾರದಲ್ಲಿ ಗ್ರಾಮಾಂತರ ಪ್ರದೇಶದ, ಬಹುಸಂಖ್ಯಾತ ಜನರು ಟಿ.ವಿ. ವೀಕ್ಷಕರೇ ಅಲ್ಲ. ಅಡ್ ರೆವಿನ್ಯೂ ತರುವ ಟಿ.ಆರ್.ಪಿ ಸೆಂಟರ್‌ನ ಜನರಿಗಾಗಿ ಅವರು ಕಾರ್ಯಕ್ರಮವನ್ನು ತಯಾರಿಸಬೇಕು. ಅಂದರೆ ಆಧುನಿಕ ಮನೋಭಾವದ, ಉಳ್ಳವರ ಮನೋರಂಜನೆಗಾಗಿ ಕಾರ್ಯಕ್ರಮ ಹಣೆಯಬೇಕು. ನಿಜಕ್ಕೂ ಅದೊಂದು ಸವಾಲು. ಸಾಹಸ, ಹಾಸ್ಯ ಮತ್ತು ಭಾವುಕತೆಯ ಹದವಾದ ಮಿಶ್ರಣದ ಕಾರ್ಯಕ್ರಮಗಳು ಎಲ್ಲಾ ವರ್ಗದ ಪ್ರೇಕ್ಷಕರನ್ನು ಸೆಳೆಯುತ್ತದೆ. ಆದರ ತಯಾರಿಕೆಗೆ ಶ್ರಮ ಮತ್ತು ಪ್ರತಿಭೆ ಬೇಕು. ಮುಖ್ಯವಾಗಿ ಹೃದಯವಂತಿಕೆ ಬೇಕು. ಅದಿಲ್ಲವಾದರೆ ಏನಾಗುತ್ತದೆ ಎಂಬುದಕ್ಕೆ ಇತ್ತೀಚೆಗೆ ಪ್ರಸಾರವಾಗುತ್ತಿರುವ 'ಹಳ್ಳಿಹೈದ ಪ್ಯಾಟೆಗೆ ಬಂದ' ರಿಯಾಲಿಟಿ ಶೋ ಉತ್ತಮ ಉದಾಹರಣೆ.

ಇಲ್ಲಿ ಎಲ್ಲವೂ ಇದೆ. ಆದರೆ ಹೃದಯವಂತಿಕೆ ಇಲ್ಲ. ಹಳ್ಳಿಯ ಏಳೆಂಟು ಹುಡುಗರನ್ನು ಪೇಟೆಗೆ ತಂದು ಹಾಕಿದ್ದಾರೆ. ಅವರಿಗೆ ನಾಗರಿಕೆ ನಡವಳಿಕೆಗಳನ್ನು ಕಲಿಸಲು ಒಬ್ಬೊಬ್ಬ ಹುಡುಗಿಯರನ್ನು ನೇಮಿಸಲಾಗಿದೆ. ಅವರ ವೇಷಭೂಷಣಗಳನ್ನು ನೋಡಿಯೇ ಪಾಪ ಹುಡುಗರು ದಂಗಾಗಿರಬೇಕು! ಆಮೇಲೆ ಶುರು ನೋಡಿ, ಅವರಿಗೆ ನಾಗರಿಕ ನಡತೆಯನ್ನು ಕಲಿಸುವ ಪಾಠಗಳು; ಮಾಲ್‌ಗಳಲ್ಲಿ ಭಿಕ್ಷೆ ಬೇಡುವುದು, ಬ್ರಿಗೇಡ್ ರೋಡ್‌ನಲ್ಲಿ ಹುಡುಗಿಯರ ಮೊಬೈಲ್ ನಂಬರ್‌ಗಳನ್ನು ಕಲೆಕ್ಟ್ ಮಾಡುವುದು, ಇಂಗ್ಲೀಷ್ ಕಲಿಯುವುದು, ಯಾರ್‍ಯಾರನ್ನೋ

ಕಾಡಿ ಬೇಡಿ ಮೆಜೆಸ್ಟಿಕ್ ತಲುಪುವುದು, ಹುಡುಗಿಯರನ್ನು ಹೊತ್ತುಕೊಂಡು ಕೆಸರಿನಲ್ಲಿ ಓಡುವುದು. ಇದೆಲ್ಲಕ್ಕಿಂತಲೂ ಭೀಬತ್ಸಕರವಾದ ಇನ್ನೊಂದು ಟಾಸ್ಕ್ ಇತ್ತು. ಅತೀ ಹೆಚ್ಚು ಯಾರು ತಿನ್ನುತ್ತಾರೆ, ಕುಡಿಯುತ್ತಾರೆ ಅಂತ. ಅದರಲ್ಲಿ ಸ್ಪರ್ಧಿಗಳಿಗೆ ಗೊತ್ತಿಲ್ಲದಂತೆ ಭೇದಿ ಮಾತ್ರೆ ಹಾಕಿರ್ತಾರೆ. ಆದರೆ ಟಾಯ್ಲೆಟ್ಗೆ ಹೋದ್ರೆ ಸ್ಪರ್ಧೆಯಿಂದ ಹೊರ ಹೋಗಬೇಕಾಗುತ್ತದೆ. ದೇಹ ಬಾಧೆಯನ್ನು ತಡೆದುಕೊಂಡು ಅವರು ಒದ್ದಾಡುವುದು ನೋಡುವಾಗ ಇದು ಅಮಾನವೀಯ ಅನ್ನಿಸಿಬಿಡುತ್ತದೆ. ಇನ್ನು ಆ ಹಳ್ಳಿ ಹುಡುಗರ ಜೊತೆ ಪೇಟೆ ಹುಡುಗಿಯರನ್ನು ರೆಸ್ಲಿಂಗ್ (ಕುಸ್ತಿ) ಆಡಿಸುವುದು ಖಂಡಿತವಾಗಿಯೂ ಆರೋಗ್ಯಕರ ಟಾಸ್ಕ್ ಅನ್ನಿಸುವುದಿಲ್ಲ. ಯಾವ ಮನಸ್ಥಿತಿಯಿಂದ ಅವರು ಪ್ಯಾಟೆಗೆ ಬಂದರೋ ಅದೇ ಮನಸ್ಥಿತಿಯೊಂದಿಗೆ ಅವರು ಹಳ್ಳಿಗೆ ಮರಳಲು ಸಾಧ್ಯವೇ? ಅವರ ಮುಗ್ಧತೆಯನ್ನು ನಾಶ ಮಾಡಿದ ಶಾಪ ಯಾರನ್ನು ತಟ್ಟುತ್ತದೆ?

ಇದೇ ಚಾನಲಿನ 'ಪ್ಯಾಟೆ ಹುಡ್ಗೀರ ಹಳ್ಳಿ ಲೈಫ್' ಇದಕ್ಕೆ ಹೋಲಿಸಿದರೆ ಚೆನ್ನಾಗಿತ್ತು. ಯಾಕೆಂದರೆ ಹಳ್ಳಿಯಲ್ಲಿ ಮುಕ್ತವಾದ ವಾತಾವರಣವಿರುತ್ತದೆ. ಅವರಲ್ಲಿ ಇನ್ನೂ ಅಂತಃಕರಣ ಉಳಿದಿರುತ್ತದೆ. ಹೊರಗಿನಿಂದ ಬಂದವರನ್ನು ಕೂಡ ಅವರು ಕ್ರಮೇಣ ತಮ್ಮವರೆಂದು ಒಪ್ಪಿಕೊಂಡುಬಿಡುತ್ತಾರೆ. ನಗರದ ಜನತೆಯದು ಕವರ್ಡ್ ಮನಸ್ಥಿತಿ, ಅವರು ಯಾರನ್ನೂ ನಂಬಲಾರರು. ಹಳ್ಳಿ ಹುಡುಗರಿಗೆ ಮೊಬೈಲ್ ನಂಬರ್ ಕಲೆಕ್ಟ್ ಮಾಡುವುದು, ಲಿಫ್ಟ್ ಪಡೆಯುವುದು ಹಾಗಾಗಿಯೇ ತುಂಬಾ ಕಷ್ಟವಾಗಿದ್ದು, ನಾಗರಿಕ ಜನರ ಕೈಯಲ್ಲಿ ಸಿಕ್ಕು ಅವರು ಪಡುವ ಪರಿಪಾಟಲು ಕಂಡಾಗ ೬೦ ವರ್ಷಗಳ ಹಿಂದೆ ಹಳ್ಳಿಯಿಂದ ನೇರವಾಗಿ ಬೆಂಗಳೂರೆಂಬ ಮಾಯಾಂಗನೆಯ ತೆಕ್ಕೆಗೆ ಬಂದು ಬಿದ್ದ ನನ್ನದೇ ಅನುಭವ ಮರುಕಳಿಸಿದಂತಾಯಿತು. ರಾಜೇಶನೆಂಬ ಹಳ್ಳಿ ಹುಡುಗನಲ್ಲಿ ನನ್ನನ್ನು ನಾನು ಕಂಡುಕೊಂಡೆ.

ಇನ್ನು, ನಿರೂಪಕ ಅಕುಲ್ ಬಾಲಾಜಿಯ ಇಂಗ್ಲೀಷ್ ಶೈಲಿಯ ಕನ್ನಡ ಉಚ್ಚಾರಣೆ ಮತ್ತು ಅವರು ಹುಡುಗಿಯರನ್ನು ಬಹುವಚನದಲ್ಲೂ ಹುಡುಗರನ್ನು ಏಕವಚನದಲ್ಲೂ ಸಂಬೋಧಿಸುವುದು. ಹುಡುಗಿಯರಿಗೆ ಗಂಭೀರವಾಗಿ ಬಯ್ಯುವುದು, ಹುಡುಗರಿಗೆ ಅದನ್ನೇ ಗೇಲಿ ಮಾಡುತ್ತಾ ಎಚ್ಚರಿಸುವುದು ಅವರು ನಗರ ಪಕ್ಷಪಾತಿ ಎಂಬುದನ್ನು ತೋರಿಸುತ್ತದೆ. ಇನ್ನು ಸ್ಕ್ರಿಪ್ಟ್ ಮತ್ತು ವಾಯ್ಸ್ ಓವರ್ ವೈನೋದಿಕ ಹಿಂಸೆಗೆ ಅತ್ಯುತ್ತಮ ಉದಾಹರಣೆ. ಅವಕಾಶ ಸಿಕ್ಕಾಗಲೆಲ್ಲಾ ಇಡೀ ಗ್ರಾಮೀಣ ಜನತೆಯನ್ನು, ಅವರ ನಂಬಿಕೆಗಳನ್ನು ಮತ್ತು ಅವರ ಕಪ್ಪು ವರ್ಣವನ್ನು ಲೇವಡಿ ಮಾಡಲಾಗಿದೆ. ಇದಲ್ಲದೆ ಆ ಹುಡುಗರ ಬಾಯಲ್ಲಿ ಪ್ರೀತಿ, ಪ್ರೇಮ, ಮುತ್ತು ಎಂಬ ಮಾತುಗಳನ್ನೆಲ್ಲಾ ಆಡಿಸಿ ಕಾಮನೆಗಳನ್ನು ಕೆರಳಿಸುವ ಪ್ರಯತ್ನವೂ ನಡೆಯುತ್ತಿದೆ.

ರಿಯಾಲಿಟಿ ಶೋಗಳಲ್ಲಿ ಕೆಲಸ ಮಾಡಿದ ನನ್ನ ಗೆಳತಿಯೊಬ್ಬಳು; ಅಲ್ಲಿ 'ಡಿವೈಡ್ ಅಂಡ್ ರೂಲ್' ಅಂದರೆ ಒಡೆದು ಆಳುವ ನೀತಿಯನ್ನು ಅನುಸರಿಸಲಾಗುತ್ತದೆಯೆಂದು. ಸ್ಪರ್ಧಿಗಳಲ್ಲೇ ಪೈಪೋಟಿಯನ್ನು ಹುಟ್ಟು ಹಾಕಿಸಿ ಪರಸ್ಪರ ಅಪನಂಬಿಕೆಯನ್ನು ಸೃಷ್ಟಿಸುವುದು. ಪ್ರತಿಯೊಬ್ಬರಿಗೂ ಗೆಲ್ಲುವ ತವಕ. ಹಳ್ಳಿಹೈದ...ದಲ್ಲಿ ಪ್ಯಾಟೆ ಸುಂದರಿಯರಿಗೆ ಮಾತ್ರ ಗೆಲ್ಲುವ ತವಕ. ಹೈದರಿಗೆ ಇಲ್ಲಿಂದ ತಪ್ಪಿಸಿಕೊಂಡು ಊರಿಗೆ ಓಡುವ ತುಡಿತ. ಬಹುಶಃ ಕಾರ್ಯಕ್ರಮದ ನಿಬಂಧನೆಗಳು ಮತ್ತು ಆಕರ್ಷಣೆಗಳು ಅವರನ್ನು 'ಇಲ್ಲಿರಲಾರೆ ಅಲ್ಲಿಗೆ ಪೋಗಲಾರೆ' ಎಂದು ಕಟ್ಟಿ ಹಾಕಿರಬಹುದು.

ಹಳ್ಳಿ ಜನರ ಬಡತನ, ಅಸಹಾಯಕತೆ ಮತ್ತು ಮುಗ್ಧತೆ ಟಿ.ವಿಯಲ್ಲಿ ಮಾರಾಟದ ಸರಕಾಗುತ್ತಿದೆ. ಅದ್ದೂರಿಯ ಬಂಗಲೆಗಳಲ್ಲಿ ಕುಳಿತು, ಕುರುಕುಲು ತಿಂಡಿ ತಿನ್ನುತ್ತಾ ನಗರಗಳ ಸುಶಿಕ್ಷಿತ ಜನರು ಇದನ್ನು ಎಂಜಾಯ್ ಮಾಡುತ್ತಾರೆ! ಹಾಗೆಂದು ಅವರನ್ನು ಹೃದಯಹೀನರೆಂದು, ಗ್ರಾಮೀಣ ಜನರನ್ನು ಉಪೇಕ್ಷಿಸುವರೆಂದು ಅನ್ನುವ ಹಾಗಿಲ್ಲ. ಯಾಕೆಂದರೆ ಕಳೆದ ಬಾರಿ ಉತ್ತರ ಕರ್ನಾಟಕದ ಜನತೆ ನೆರೆ ಹಾವಳಿಯಿಂದ ಬದುಕು ಕಳೆದುಕೊಂಡಾಗ ಮುಖ್ಯಮಂತ್ರಿಗಳ ಜೋಳಿಗೆಗೆ ಕೋಟ್ಯಾಂತರ ರೂಪಾಯಿಗಳನ್ನು ಹಾಕಿದವರು ಇದೇ ಪೇಟೆ ಜನರು.

ಇದೇ ನಗರದ ಸೆಲೆಬ್ರಿಟಿಗಳನ್ನು ಅಚ್ಚರಿಯ ಕಣ್ಣುಗಳಿಂದ ನೋಡುತ್ತಿದ್ದ ಹಳ್ಳಿ ಜನರೆದುರು ಅವರ ಖಾಸಗಿ ಬದುಕನ್ನು ತೆರೆದಿಟ್ಟು ಮಾದರಿಗಳನ್ನು ಒಡೆಯುವ ಪ್ರಯತ್ನವೂ ಕಿರು ತೆರೆಯಲ್ಲಿ ನಿರಂತರ ನಡೆಯುತ್ತಿದೆ. ಸಾಮಾಜಿಕ ಹೊಣೆಗಾರಿಕೆ ಯೆಂಬುದು ದೃಶ್ಯ ಮಾಧ್ಯಮದ ನಿಘಂಟಿನಲ್ಲಿಲ್ಲದ ಪದ. ಇದೇ ಚಾನಲ್‌ನವರು ಹಿಂದೆ ಸ್ವಯಂವರ ರಿಯಾಲಿಟಿ ಶೋ ಒಂದು ಮಾಡಿದ್ದರು. ಅದರಲ್ಲಿ ಭಾಗವಹಿಸಲು ವಧುಗಳು ಮುಂದೆ ಬರದಾದಾಗ ಕಿರುತೆರೆ ನಟಿಯರನ್ನೇ ಬಾಡಿಗೆ ವಧುಗಳಾಗಿ ತಂದು ವಿವಾಹಕಾಂಕ್ಷಿಗಳನ್ನು ಬೆಚ್ಚಿ ಬೀಳಿಸಿದ ಇತಿಹಾಸವೂ ಇದಕ್ಕಿದೆ.

ಪುತ್ತೂರಿನ ದಲಿತ ಸಂಘರ್ಷ ಸಮಿತಿಯ ಸಂಚಾಲಕರಾದ ಮಾಧವ ಭಾವಿಕಟ್ಟೆಯವರು 'ಹಳ್ಳಿ ಹೈದ ಪ್ಯಾಟೆಗೆ ಬಂದ' ಕಾರ್ಯಕ್ರಮದ ಬಗ್ಗೆ ತೀವ್ರ ಅಸಮಾಧಾನಗೊಂಡು ನ್ಯಾಯಾಲಯದ ಮೊರೆ ಹೋಗಿದ್ದಾರೆ. ಹಳ್ಳಿ ಜನರನ್ನು ಸ್ನಾನ ಮಾಡದವರು, ತಲೆ ಬಾಚಿಕೊಳ್ಳದವರು, ಕಾಡು ಜನರಂತೆ ಬದುಕುತ್ತಾರೆ ಎಂಬಂತೆ ಚಿತ್ರಿಸಲಾಗಿದೆ; ಗ್ರಾಮೀಣ ಜನರನ್ನು ಅವಮಾನಿಸಲಾಗಿದೆ ಎಂಬುದು ಅವರ ಆರೋಪ. ನಾನು ಮಾತಾಡಿಸಿದ ಬಹುತೇಕ ಜನರ ಅಭಿಪ್ರಾಯವೂ ಇದೇ ಆಗಿದೆ. 'ಹಳ್ಳಿ ಹೈದ ಪ್ಯಾಟೆಗೆ ಬಂದ' ಎಂಬ ರಿಯಾಲಿಟಿ ಶೋದ ಕೆಲವು ಎಪಿಸೋಡುಗಳನ್ನು ನೋಡಿದೆ. ಅದು ನನಗೆ ಇಷ್ಟನ್ನೆಲ್ಲಾ ಬರೆಯಲು ಪ್ರಚೋದಿಸಿತು. ಅದಕ್ಕಾಗಿ ಆ ಶೋ ದ ಕ್ರಿಯೇಟಿವ್ ಹೆಡ್‌ಗೆ ನನ್ನ ಕೃತಜ್ಞತೆಗಳು!

೧೫

ಬಾಲಿವುಡ್ ಚಿತ್ರಗಳೆಂಬ ಭಾರತದ ಸಾಫ್ಟ್‌ವೇರ್

ಶ್ರೀಶ ಪುಣಚ

ನಿಮಗೆ ಜಗತ್ತನ್ನೇ ನಮ್ಮತ್ತ ನೋಡುವಂತೆ ಮಾಡಿದ ಭಾರತದ 'ಸಾಫ್ಟ್‌ವೇರ್ ಪವರ್' ಬಗ್ಗೆ ತಿಳಿದಿರಬಹುದು. ಆದರೆ ನಮ್ಮ ವೈಶಿಷ್ಟ್ಯತೆಗಳನ್ನು ಜಗತ್ತಿಗೇ ಪರಿಚಯಿಸುತ್ತಾ ವಿದೇಶಿಯರಲ್ಲಿ ಬೆರಗು ಹುಟ್ಟಿಸಿರುವ ಭಾರತದ 'ಸಾಫ್ಟ್ ಪವರ್' ಬಗ್ಗೆ ಗೊತ್ತಾ?

ಸಾಫ್ಟ್‌ಪವರ್ ಎಂಬ ಪರಿಕಲ್ಪನೆಯನ್ನು ಮೊತ್ತಮೊದಲನೆಯ ಬಾರಿ ಬಿತ್ತಿದ್ದು ಹಾರ್ವರ್ಡ್ ವಿಶ್ವವಿದ್ಯಾನಿಲಯದ ಸಂಶೋಧಕ ಜೋಸಫ್ ನೇ. ೧೯೯೦ರಲ್ಲಿ. ಜೋಸೆಫ್ ಪ್ರಕಾರ ಸಾಫ್ಟ್‌ಪವರ್ ಎಂದರೆ ಯಾವುದೇ ಬೆದರಿಕೆಗಳನ್ನು ಹಾಕದೆ, ಹಣದ ಅಮಿಷ ಒಡ್ಡದೆ ಒಂದು ದೇಶ ಇನ್ನೊಂದು ದೇಶವನ್ನು ಆಕರ್ಷಿಸುವುದು ಹಾಗೂ ಅಲ್ಲಿನ ಜನರ ಮನಸ್ಸನ್ನು ಗೆಲ್ಲುವುದು. ಬಲಪ್ರಯೋಗವಿಲ್ಲದೆಯೇ ಭಾರತದ ವೈಶಿಷ್ಟ್ಯತೆಗಳನ್ನು ಇನ್ನೊಂದು ದೇಶ ಒಪ್ಪಿಕೊಳ್ಳುವಂತಾದರೆ; ನಮ್ಮ ಆಚಾರ ವಿಚಾರ, ಉಡುಗೆತೊಡುಗೆ, ಜೀವನ ಕ್ರಮಗಳು ಇನ್ನೊಂದು ದೇಶದ ಜನರ ವರ್ತನೆಯ ಮೇಲೆ ಪ್ರಭಾವ ಬೀಳುವ ಶಕ್ತಿಹೊಂದಿದ್ದರೆ; ಆ ಸಾಮರ್ಥ್ಯ ನಮ್ಮ ದೇಶದ ಸಾಫ್ಟ್‌ಪವರ್. ಭಾರತದ ಆಯುರ್ವೇದ, ಯೋಗ, ಆಹಾರ, ಸಿನಿಮಾಗಳು ಇಂದು ಜಗತ್ತಿನ ಮೂಲೆ ಮೂಲೆಯಲ್ಲೂ ಜನಪ್ರಿಯವಾಗಿ, ಭಾರತದ ಜೀವನಕ್ರಮಗಳು ಸದ್ದಿಲ್ಲದೇ ಜಗತ್ತಿನಾದ್ಯಾಂತ ಪಸರಿಸಿ ವಿದೇಶಿಯರ ಬದುಕಿನ ಮೇಲೆ ಪ್ರಭಾವ ಬೀರುತ್ತಿದೆಯಲ್ಲ; ಇವೆಲ್ಲವೂ ಒಂದರ್ಥದಲ್ಲಿ ಭಾರತದ ಸಾಫ್ಟ್‌ಪವರ್.

ಭಾರತದ ಸಾಫ್ಟ್‌ಪವರ್‌ನ ಬಗ್ಗೆ ಪಟ್ಟಿ ಮಾಡ ಹೊರಟರೆ ಮೊದಲು ಕಾಣಸಿಗುವುದೇ ಬಾಲಿವುಡ್ ಸಿನಿಮಾಗಳು. ವಿದೇಶಿಯರ ಮನಸ್ಸಿನಲ್ಲಿ ಭಾರತದ ಬಗ್ಗೆ ಸ್ಪಷ್ಟ ಕಲ್ಪನೆಯನ್ನು ಮೂಡಿಸುತ್ತಿರುವ ಶ್ರೇಯಸ್ಸು ಬಾಲಿವುಡ್ ಸಿನಿಮಾಗಳಿಗೇ ಸಲ್ಲಬೇಕು. ಅರಬ್ಬಿಗಳಿಂದ ಆಫ್ರಿಕನ್ನರವರೆಗೆ, ಕಾಂಬೋಡಿಯರನ್ನರಿಂದ ಕೆನಡಿಯನ್ನರವರೆಗೆ, ಅಮೇರಿಕನ್ನರಿಂದ ಆಸ್ಟ್ರೇಲಿಯನ್ನರವರೆಗೆ ಯಾರಿಗೂ ನಮ್ಮ ಹಿಂದಿ ಚಿತ್ರಗಳ ಸಮ್ಮೋಹಿನಿಯೊಂದ ತಪ್ಪಿಸಿಕೊಳ್ಳಲಾಗಿಲ್ಲ. ನಮ್ಮ ಚಿತ್ರಗಳು ಹಾಳಾಗಿವೆ. ಪಾಶ್ಚಾತ್ಯರ ಕಾಪಿಕ್ಯಾಟ್‌ಗಳಾಗಿವೆ '. ಮುಂದೊಂದು ದಿನ ಭಾರತೀಯ ಸಂಸ್ಕೃತಿಯನ್ನೇ ಬಿಕರಿಗಿಡುತ್ತದೆ ಎಂಬ ವಾದಕ್ಕೆ ಕಣ್ಮುಚ್ಚಿ ದನಿಗೂಡಿಸುವ ಮೊದಲು; ಇವೇ ಚಿತ್ರಗಳು ವಿಶ್ವ ಪಟದಲ್ಲಿ ಭಾರತದ ಅಸ್ಮಿತೆಯ ಕುರುಹಾಗಿ, ಭಾರತೀಯತೆಯ ಚಹರೆಯಾಗಿ, ಭಾರತೀಯ ಬದುಕಿನ ಬಿಂಬಗಳಾಗಿ,

ಸಾಂಸ್ಕೃತಿಕ ರಾಯಭಾರಿಗಳಾಗುವ ಸಾಫ್ಟ್‌ಪವರ್ ಆಗಿ ಸಾಫ್ಟಾಗಿ ಹೆಜ್ಜೆ ಇಡುತ್ತಿದೆ ಎಂಬುದನ್ನೂ ಅರ್ಥಮಾಡಿಕೊಳ್ಳಬೇಕು.

ಕೆಲವು ಬಾರಿ ನಮಗೆ ನಮ್ಮ ಚಿತ್ರಗಳ ಬಗ್ಗೆ– ಅದೇ ಚರ್ವಿತ ಚರ್ವಣ ಪ್ರೇಮ ಕಥೆ, ಓಲ್ಡ್ ವೈನ್ ಇನ್ ನ್ಯೂ ಬಾಟಲ್ ಎಂದೆಲ್ಲ ಅನಿಸಿರಬಹುದು. ಆದರೆ ವಿದೇಶಿನೆಲದಲ್ಲಿ ನಿಂತು ಭಾರತದ ಸಿನಿಮಾವನ್ನು ನೋಡಿದರೆ, ಅದರಲ್ಲೂ ಜಗತ್ತಿನ ಬೇರೆ ಬೇರೆ ಜನರ ಜೊತೆ ಬೆರೆಯುತ್ತಾ ಅವರು ಬಾಲಿವುಡ್ ಬಗ್ಗೆ ಆಡುವ ಮಾತುಗಳನ್ನು ಕೇಳಿದರೆ, ಹಾಗೂ ಹಿಂದಿ ಸಿನಿಮಾದ ಜನಪ್ರಿಯತೆಯನ್ನು ಜಗತ್ತಿನ ಇತರ ಭಾಷೆಗಳ ಸಿನಿಮಾದ ಜತೆ ಅಳೆದು ತೂಗಿದರೆ, ನಮಗನಿಸುತ್ತದೆ– 'ವಾಹ್, ಬಾಲಿವುಡ್ ಕ್ಯಾ ಕಮಾಲ್ ಕರ್‌ದಿಯಾ?'.

ನಿಜ, ಹೆಚ್ಚಿನ ವಿದೇಶಿಯರಿಗೆ ಭಾರತದ ಭವ್ಯತೆಯನ್ನು ಬೆರಗು ಕಣ್ಣುಗಳಿಂದ ನೋಡಲು ಕಿಂಡಿಯಾಗಿರುವುದು ಇದೇ ಬಾಲಿವುಡ್. ಕಳೆದ ಕೆಲವು ವರ್ಷಗಳಲ್ಲಿ ವಿದೇಶದಲ್ಲಿ ನೆಲೆಸಿರುವ ನಮಗೆ ಇದು ಹೆಜ್ಜೆಗೂ ಹೆಜ್ಜೆಗೂ ಅನುಭವಕ್ಕೆ ಬಂದಿದೆ. ಮಸ್ಕತ್‌ಗೆ ಬಂದಿಳಿದ ಮೊದಲ ದಿನ ನಮಗೂ ನಾಚಿಕೆಯಾಗುವಂತೆ ಹಿಂದಿ ಮಾತಾಡುತ್ತಿದ ಟಾಕ್ಸಿವಾಲ ಒಮಾನಿಯೊಬ್ಬನನ್ನು ಕಂಡು ಅಚ್ಚರಿ ಪಟ್ಟಿದ್ದೆವು. ಅರೆ! ವಿದೇಶಿಯನಾಗಿಯೂ ಈ ಪರಿ ನಿರರ್ಗಳವಾಗಿ ನಮ್ಮ ಹಿಂದಿ ಭಾಷೆ ಮಾತನಾಡುತ್ತಲ್ಲ?– ಹೇಗಿರಬಹುದು ಎಂದು ಬೆರಗುಗೊಂಡಿದ್ದೆವು. ಈ ಕುತೂಹಲದ ಜಾಡುಹಿಡಿದು ಸಾಗಿದರೆ ಕೊನೆಯಲ್ಲಿ ಬಂದುನಿಂತಿದ್ದು ಬಾಲಿವುಡ್ ಸಿನಿಮಾಗಳಲ್ಲಿ. ಒಮಾನ್‌ನ ಸಮೇತ ಅರಬ್ ದೇಶಗಳಾದ ಬಹರೈನ್, ಕತಾರ್, ಕುವೈತ್, ಯುಎಇ ಯಲ್ಲಿ ಭಾರತೀಯ ಸಿನಿಮಾಗಳಿಗೆ ಅಪಾರ ಪ್ರೇಕ್ಷಕರಿದ್ದಾರೆ. ಥಿಯೇಟರ್‌ಗಳ ತುಂಬಾ ಹಿಂದಿ ಸಿನೆಮಾಕ್ಕೆ ಅರಬ್ಬಿಗಳದ್ದೇ ಕ್ಯೂ. ನಮ್ಮ ಶಾರುಖ್, ಸಲ್ಮಾನ್, ಅಮಿತಾಭ್, ಐಶ್ವರ್ಯರೈ, ಅಮೀರ್ ಎಂದರೆ ತಮ್ಮದೇ ಮನೆಮಕ್ಕಳಷ್ಟು ಪ್ರೀತಿಸುವ ಜನರಿದ್ದಾರೆ. ಹಾಗಾಗಿಯೇ ಕಳೆದ ವರ್ಷ ಒಮಾನ್‌ನ 'ಮಸ್ಕತ್ ಫಿಲ್ಮ್ ಫೆಸ್ಟಿವಲ್' ಉದ್ಘಾಟನೆ ಮಾಡಿದ್ದು ಬಿಗ್ ಬಿ ಅಮಿತಾಬ್! ಅರಬ್ಬಿಗಳಿಗೆ ಹಿಂದಿ ಸಿನಿಮಾದ ಹುಚ್ಚು ಎಷ್ಟರ ಮಟ್ಟಿಗೆ ಇದೆ ಎಂದರೆ, ಅರಬ್ ರಾಷ್ಟ್ರಗಳಿಗಾಗಿಯೇ ಝೀ ಸಮೂಹ 'ಝೀಅಫ್ಲಾಂ' ಎಂಬ ಚಾನೆಲ್ ಆರಂಭಿಸಿ, ಹಿಂದಿ ಸಿನಿಮಾಗಳನ್ನು ಅರಾಬಿಕ್ ಉಪ ಶೀರ್ಷಿಕೆಗಳ ಬಿತ್ತರಿಸಿ ಅಭೂತ ಪೂರ್ವ ಯಶಸ್ಸು ಪಡೆದಿವೆ. ನಮ್ಮ ಹಿಂದಿ ಸಿನಿಮಾಗಳ ಜನಪ್ರಿಯತೆ ಮುಂದೆ ಅರಬ್ಬಿಗಳ ನೆಲದಲ್ಲೇ ಈಜಿಪ್ಟ್‌ನ ಅರಾಬಿಕ್ ಸಿನಿಮಾಗಳು ತತ್ತರಿಸಿ ಹೋಗಿವೆ.

ಅದು ಬಾಲಿವುಡ್ ತಾಕತ್ತು!

ಬದುಕಿಗೆ ಹತ್ತಿರವಾಗಿರುವ ಕಥೆ, ಹಿಂಸೆಯ ವೈಭವೀಕರಣವಿಲ್ಲದ ನಿರೂಪಣೆ, ಮನ ರಂಜಿಸುವ ನೃತ್ಯಗಳು, ಅರಾಬಿಕ್‌ಗೆ ಸನಿಹವಾಗಿರುವ ಉರ್ದು ಪದಗಳುಳ್ಳ ಹಿಂದಿ ಭಾಷೆಯ ಸಿನಿಮಾ ಅರಬ್ಬಿಗಳನ್ನು ವಿಸ್ಮಯಗೊಳಿಸಿವೆ. ಹಾಗಾಗಿಯೇ ಅರಬ್ಬಿಗಳಿಗೂ ಹಿಂದಿ ಭಾಷೆಯ ಬಗ್ಗೆ ಗೊತ್ತಿದೆ. ಭಾರತೀಯ ಮದುವೆಗಳ, ಹರಿಹಬ್ಬಗಳ ಸಂಸ್ಕೃತಿಯ ಅರಿವಿದೆ. ಕೇವಲ ಅರಬ್ಬಿಗಳನ್ನು ಮಾತ್ರವಲ್ಲ. ಜಗತ್ತಿನ ಹೆಚ್ಚಿನ ಜನರನ್ನೂ ಸೂಜಿಗಲ್ಲಿನಂತೆ ಸೆಳೆದಿದೆ ನಮ್ಮ ಚಿತ್ರಗಳು. ಬೇರೆ ಬೇರೆ ದೇಶದ ಜನರು ಭಾರತದ ಬಗ್ಗೆ ಮಾತಾಡುವಾಗಲೆಲ್ಲ ನಮ್ಮ ಹಿಂದಿ ಸಿನಿಮಾಗಳನ್ನು ಉಲ್ಲೇಖಿಸದಿಲ್ಲ. ಮಲೇಷಿಯಾ, ಇಂಡೋನೇಷಿಯಾ, ಈಜಿಪ್ಟ್, ಯುರೋಪ್, ಆಫ್ರಿಕಾ ಹೀಗೆ ವಿಶ್ವದ ಎಲ್ಲರಿಗೂ ಜಾದು ಮಾಡಿದೆ ಬಾಲಿವುಡ್.

ಅದೆಲ್ಲಕ್ಕಿಂತ ಅಚ್ಚರಿ ಮೂಡಿಸಿದ್ದು, ಹಿಂದಿ ಚಿತ್ರಗಳ ಮಾಯೆ ಏನೆಂಬುದು ಗೊತ್ತಾದ್ದು– ಓರ್ವ ಪಾಕಿಸ್ತಾನಿಯೊಬ್ಬನ ಜತೆಗಿನ ೯ ಘಂಟೆಗಳ ಪ್ರಯಾಣದಲ್ಲಿ. ಅಂದು ಸಲಾಲ ಎಂಬ ಊರಿನಿಂದ ಇಬ್ರಿಗೆ ಬಸ್ಸಿನಲ್ಲಿ ಹೋಗುತ್ತಿದ್ದೆ. ಪಕ್ಕದ ಸೀಟಿನಲ್ಲಿ ಕೂತದ್ದು ಒಬ್ಬ ಪಾಕಿಸ್ತಾನಿ. ಆತನನ್ನು ಪ್ರಯಾಣ ಪೂರ್ತಿ ಭಾರತ–ಪಾಕಿಸ್ತಾನದ ಸಂಬಂಧ, ರಾಜಕೀಯ, ಕ್ರಿಕೆಟ್ ಎಲ್ಲದರ ಬಗ್ಗೆ ಸುದೀರ್ಘವಾದ ಮಾತಿಗೆಳೆದಿದ್ದೆ. ಆ ಪಾಕಿಸ್ತಾನಿ ಎಲ್ಲೂ ಪಾಕಿಸ್ತಾನ ಭಾರತಕ್ಕಿಂತ ಕಡಿಮೆ ಎಂದು ಒಪ್ಪಿಕೊಳಲೇ ಇಲ್ಲ. ಅತನ ಮಾತಿನ ಪೂರ್ತಿ ಪಾಕಿಸ್ತಾನದ ಶ್ಲಾಘನೆ. ಅದು ಭಾರತದಷ್ಟೇ ಪಾಕ್ ಕೂಡ ಮುಂದುವರಿಯುತ್ತಿದೆ ಎಂಬ ಸಮರ್ಥನೆ. ಕೊನೆಗೆ ನಾನೆ ಬಸ್ಸಿನಲ್ಲಿ ಬರುತ್ತಿದ್ದ ಹಿಂದಿ ಸಿನೆಮಾ ತೋರಿಸಿ 'ಇಂಡಿಯಾಕಿ ಮೂವಿ ದೇಕ್‌ತೆ ಹೇ ಆಪ್?' ಅಂದಿದಕ್ಕೆ ಅವನು ಒಂದರೆ ಕ್ಷಣ ಮೌನವಾದ. ಮುಂದುವರಿಸಿ 'ಇಂಡಿಯಾಕಿ ಫಿಲ್ಮ್ ವರ್ಲ್ಡ್ ಮೇ ನಂಬರ್ ವನ್ ಹೇ, ಪಾಕಿಸ್ತಾನ್‌ಮೇ ಭೀ ಬಹುತ್ ಫೇಮಸ್ ಹೇ, ಇನ್ಶಿಯಾ ಅಲ್ಲಾ, ಏಕ್ ದಿನ್, ಪಾಕಿಸ್ತಾನ್ ಭೀ ಇಂಡಿಯಾ ಕಿ ತರಹ್ ಫಿಲ್ಮ್ ಬನಾಯೇಗಿ' ಎಂದಿದ್ದ. ಆಗ ಒಂದಂತೂ ತಿಳಿಯಿತು, ಹಿಂದೂಸ್ತಾನವೆಂದರೆ ಎಗರಾಡುವ ಸಾಮಾನ್ಯ ಪಾಕಿಸ್ತಾನಿಗಳೂ ಸಹ ಭಾರತದ ಚಿತ್ರಗಳನ್ನು ಪ್ರೀತಿಯಿಂದ ಎದೆಗವುಚಿಕೊಳ್ಳುತ್ತಾರೆ!

ಪಾಕಿಸ್ತಾನದ ಸುದ್ದಿ ಬಿಡಿ, ಅಪ್ಪಟ ಕರ್ಮಠ ಅಫ್‌ಘಾನಿಸ್ತಾನಿಗಳೂ ಕೂಡ ಭಾರತದ ಹಿಂದಿ ಚಿತ್ರಗಳು ಇಸ್ಲಾಂ ವಿರೋಧಿ ಎಂದು ಕೊಂಕು ತೆಗೆದರೂ ಕೂಡ ಇಷ್ಟ ಪಟ್ಟು ನೋಡುತ್ತಾರೆ ಎಂಬುದನ್ನು ನಂಬುತ್ತೀರಾ? ಪಾಶ್ಚಾತ್ಯ ಪತ್ರಿಕೆಗಳ ವರದಿಯನ್ನು ಓದಿದರೆ ಇದನ್ನು ನಂಬಲೇಬೇಕಾಗುತ್ತದೆ. ಭಾರತೀಯ ಸಿನಿಮಾಗಳ ಡಿವಿಡಿಗಳು ಮಾರಾಟವಾಗುವ ದೇಶದಲ್ಲಿ ಅಫ್ಘಾನ್ ಕೂಡ ಒಂದು. ಬಿಸ್‌ನೆಸ್ ಲೈನ್ ಪತ್ರಿಕೆಯ ವರದಿಯ ಪ್ರಕಾರ ,ಇಲ್ಲಿನ ಜನಪ್ರಿಯ ರಿಯಾಲಿಟಿ ಟಿವಿ ಶೋ 'ಅಫ್‌ಘಾನ್ ಐಡಲ್' ನಲ್ಲಿ ಅಫ್‌ಘಾನ್ ಹಾಡುಗಳಿಗಿಂತ ಹೆಚ್ಚಾಗಿ ಹಿಂದಿ ಚಿತ್ರಗಳ ಹಾಡುಗಳನ್ನೇ. ಅಫ್ಘಾನ್‌ನಲ್ಲಿ ಭಾರತದ ಸಿನಿಮಾಗಳು ಮಾತ್ರವಲ್ಲ ಮೆಗಾ ಸೀರಿಯಲ್‌ಗಳೂ ಕೂಡ ಅಷ್ಟೇ ಜನಪ್ರಿಯ. 'ಕ್ಯೊಂಕಿ ಸಾಸ್ ಭೀ ಕಭೀ ಬಹೂ ಥೀ' ಎಂಬ ಹಿಂದಿ ಧಾರಾವಾಹಿ ಅಫ್ಘಾನ್‌ನ ಟಿವಿ ಲೋಕದಲ್ಲಿ ಇತಿಹಾಸ ಸೃಷ್ಟಿಸಿತ್ತು.'ಧುರಿ' ಎಂಬ ಹೆಸರಿನಲ್ಲಿ ಅಫ್‌ಘಾನ್ ಭಾಷೆಯಲ್ಲಿ ಟೋಲೋ ಟಿವಿನಲ್ಲಿ ರಾತ್ರಿ ೮.೩೦ಕ್ಕೆ ಪ್ರಸಾರವಾಗುತ್ತಿದ್ದ ಈ ಧಾರಾವಾಹಿ ಅಪ್ಪಟ ಭಾರತೀಯ ಸಂಸ್ಕೃತಿಯ ಪ್ರತಿಬಿಂಬವಾಗಿದ್ದೂ ಕೂಡ ಅಫ್‌ಘಾನ್‌ನಲ್ಲಿ ದಾಖಲೆ ಸೃಷ್ಟಿಸಿತ್ತು. ಅಲ್ಲಿನ ಜನ ಧಾರಾವಾಹಿಯ ಸಮಯಕ್ಕೆ ಕುಂದು ಬರದಂತೆ ತಮ್ಮೆಲ್ಲ ಕೆಲಸಗಳನ್ನು ಮಾಡುತ್ತದ್ದರು. ಮುಸಲ್ಮಾನರ ಪವಿತ್ರ ರಮದಾನ್ ತಿಂಗಳಲ್ಲಿ ಪ್ರಾರ್ಥನೆಯ ಸಮಯದಲ್ಲಿ ಧಾರಾವಾಹಿ ಬರುತ್ತದ್ದರಿಂದ 'ಧುರಿ'ಯ ಪ್ರಸಾರವನ್ನು ಬದಲಾಯಿಸುವಂತೆ ಪ್ರೇಕ್ಷಕರು ಚಾನೆಲ್‌ಗೆ ಮನವಿ ಮಾಡಿದ್ದರು: ರಾಯಟರ್ಸ್ ನ ವರದಿ ಪ್ರಕಾರ 'ಈ ಧಾರಾವಾಹಿ ಪ್ರಸಾರವಾಗುವ ಹೊತ್ತಿಗೆ, ಅಲ್ಲಿನ ಕ್ರೈಂ ರೇಟ್ ವಿಪರೀತ ಹೆಚ್ಚಾಗ್ಗಿತ್ತು. ಜನರೆಲ್ಲ ಧಾರಾವಾಹಿಯಲ್ಲಿ ಮಗ್ನವಾಗಿರುವ ಹೊತ್ತಲ್ಲಿ ಕಳ್ಳರು ಕರಾಮತ್ತು ತೋರಿಸುತ್ತಿದ್ದರು.'

ಅಮೇರಿಕಾದ ಟೈಂ ಪತ್ರಿಕೆಯ ವರದಿಯ ಪ್ರಕಾರ ' ಈ ಧಾರಾವಾಹಿಗಳ ಪ್ರಭಾವದಿಂದ ಅಫ್‌ಘಾನ್ ಯುವಕರು ಭಾರತದ ಮದುವೆ ಪದ್ಧತಿಗಳನ್ನು, ಭಾರತೀಯ ಸಂಸ್ಕಾರವನ್ನು ಅನುಕರಿಸಲು ಆರಂಭಿಸಿದರು. ಮಕ್ಕಳು ಹಿರಿಯರ ಕಾಲುಮುಟ್ಟಿ ನಮಸ್ಕರಿಸಲು ಕಲಿತರು.

ಇದು ಅಫ್ಘಾನ್‌ನ ಮುಲ್ಲಾಗಳ ಕಣ್ಣು ಕೆಂಪಗಾಗಿಸಿತು. ತಮ್ಮ ಜನರ ಸಾಂಸ್ಕೃತಿಕ ಪಲ್ಲಟವನ್ನು ಗುರುತಿಸಿದ ಸರ್ಕಾರ ಅಫ್‌ಘಾನ್ ಸಂಸ್ಕೃತಿಯನ್ನು ಉಳಿಸುವ ನಿಟ್ಟಿನಲ್ಲಿ ೨೦೦೮ರ ಮೇ ತಿಂಗಳಲ್ಲಿ ಭಾರತೀಯ ಧಾರಾವಾಹಿಗಳೆಲ್ಲ 'ಇಸ್ಲಾಂ' ವಿರೋಧಿ ಎಂಬ ಹಣೆಪಟ್ಟಿ ಕಟ್ಟಿ ಬ್ಯಾನ್ ಮಾಡಿತು.' ಆದರೂ ಅಫಘಾನಿಗಳು ಧಾರಾವಾಹಿಯ ನಾಯಕಿ 'ತುಲಸಿ ಜಿಂದಾಬಾದ್' ಎಂದು ಘೋಷಣೆ ಕೂಗುತ್ತಲೇ ಇದ್ದರು. ತುಲಸಿ ಪಾತ್ರ ಮಾಡಿದ್ದ ಸ್ಮೃತಿ ಇರಾನಿ ಅಫ್ಘಾನಿಗಳ ಮನದಲ್ಲಿ ಶಾಶ್ವತ ಮನೆ ಮಾಡಿದ್ದರು.

ಕೇವಲ ಈ ದೇಶಗಳಲ್ಲಿ ಮಾತ್ರವಲ್ಲ ಜಗತ್ತಿನ ಅನೇಕ ದೇಶಗಳು ಭಾರತದ ಸಿನಿಮಾಗಳಿಗೆ, ಹಾಡುಗಳಿಗೆ ಮಾರು ಹೋಗಿವೆ. ಇಂದು ನೀವು ಅಮೇರಿಕಾಕ್ಕೋ, ದುಬೈಗೋ ಭೇಟಿ ನೀಡಿದರೆ ಅಲ್ಲಿನ ಎಫ್‌ಎಂ ಚಾನೆಲ್‌ಗಳು ಹಿಂದಿ ಹಾಡನ್ನು ಪ್ರಸಾರ ಮಾಡುವುದನ್ನು ಕೇಳುತ್ತೀರಿ. ಬಾಲಿವುಡ್ ಈ ಪರಿ ಜನಪ್ರಿಯವಾಗಿರುವುದನ್ನು ಕಂಡೇ ಝೀ ಸಂಸ್ಥೆ ೨೦೦೪ರಲ್ಲಿ ಹಾಂಕಾಂಗ್, ಮಲೇಷಿಯಾ, ಸಿಂಗಾಪುರ್, ಇಂಡೋನೇಷಿಯಾದ ಸಹಿತ ೧೪ ದೇಶಗಳಲ್ಲಿ ಅಲ್ಲಿನ ಭಾಷೆಯಲ್ಲಿ ಸಿನಿಮಾಗಳನ್ನು ಡಬ್ ಮಾಡಿ ಪ್ರಸಾರ ಮಾಡುವ ಚಾನೆಲ್‌ನ್ನು ಆರಂಭಿಸಿತು. ೨೦೧೨ರ ಎಪ್ರಿಲ್‌ನಲ್ಲಿ ಝೀ ಚಾನೆಲ್ ಚೀನಾ ಮಾರು ಕಟ್ಟೆಯನ್ನೂ ಕೂಡ ಪ್ರವೇಶಿಸಿತು. ಚೀನೀಯರಿಗೆ ಭಾರತದ ಸಿನಿಮಾಗಳತ್ತ ಆಕರ್ಷಣೆ ಯಿದ್ದರೂ ಇತ್ತೀಚಿನ ತನಕವೂ ಅದನ್ನು ನೋಡುವ ಅವಕಾಶವಿರಲಿಲ್ಲ. ೧೯೭೦ರಲ್ಲಿ ಅಲ್ಲಿನ ಸರ್ಕಾರ ಭಾರತದ ಸಿನಿಮಾಗಳನ್ನು ಸಾರ್ವಜನಿಕವಾಗಿ ತೋರಿಸಬಾರದು ಎಂಬ ಕಟ್ಟಪ್ಪಣೆ ಮಾಡಿತ್ತು. ಆದರೆ ೨೦೦೯ರಲ್ಲಿ ತೆರೆಕಂಡ ಅಮೀರ್ ಖಾನ್ ಅವರ 'ತ್ರೀ ಈಡಿಯಟ್ಸ್' ಚೀನಾದ ಕಾಲೇಜು ವಿದ್ಯಾರ್ಥಿಗಳಲ್ಲಿ ಸಂಚಲನ ಮೂಡಿಸಿತ್ತು. ಇಂಟರ್ ನೆಟ್‌ನಲ್ಲಿ ಸುಂಟರಗಾಳಿಯನ್ನೇ ಹಬ್ಬಿಸಿತ್ತು. ಅದನ್ನು ಕಂಡ ಚೀನಾದ ಸರ್ಕಾರ ಕೊನೆಗೆ ೨೦೧೧ರಲ್ಲಿ 'ತ್ರೀ ಈಡಿಯಟ್ಸ್' ಸಿನಿಮಾವನ್ನು ಚೈನೀಸ್ ಭಾಷೆಗೆ ಡಬ್ ಮಾಡಿ ದೇಶಾದ್ಯಂತ ತೋರಿಸಿಬೇಕಾಯಿತು. ನಲುವತ್ತು ವರ್ಷಗಳ ನಂತರ ಚೀನಾದಲ್ಲಿ ಭಾರತದ ಸಿನಿಮಾವೊಂದು ಊಹಿಸಲಾಗದ ಯಶಸ್ಸು ಕಂಡಿತ್ತು. ಇಂಗ್ಲೆಂಡ್‌ನಲ್ಲೂ ಭಾರತದ ಸಂಗೀತ, ಸಿನಿಮಾ, ನೃತ್ಯಗಳ ಖ್ಯಾತಿ ಕಡಿಮೆಯೇನಿಲ್ಲ. ಇಂಗ್ಲೆಂಡ್‌ನ ಶಾಲೆಯಲ್ಲಿ ಹಿಂದಿ ಹಾಡುಗಳಿಗೆ ನೃತ್ಯ ತರಬೇತಿ ನೀಡಲಾಗುತ್ತದೆ. 'ಬಾಲಿವುಡ್ ಡ್ಯಾನ್ಸ್' ಅವರ ಪಠ್ಯೇತರ ಚಟುವಟಿಕೆಯ ಭಾಗವಾಗಿ ಬಿಟ್ಟಿದೆ. ಈ ಜನಪ್ರಿಯತೆಯನ್ನು ಕಂಡೇ ಇತ್ತೀಚೆಗೆ ಇಂಗ್ಲೆಂಡ್ ಪ್ರಧಾನಿ ಕೆಮರೂನ್ 'ಇಂಗ್ಲೆಂಡ್‌ನ ಶಾಲೆಗಳಲ್ಲಿ ಬಾಲಿವುಡ್ ಡಾನ್ಸ್‌ಗಳ ಬದಲಾಗಿ, ವಿದ್ಯಾರ್ಥಿಗಳು ಒಲಿಂಪಿಕ್ ಕ್ರೀಡೆಗಳ ಬಗ್ಗೆ ಗಮನ ಹರಿಸಬೇಕಾಗಿದೆ' ಎಂದಿದ್ದು.

ಬಾಲಿವುಡ್ ಕರಾಮತ್ತು ಮಾಡದ ದೇಶವಿಲ್ಲ. ಮಾಜಿ ಉಪಪ್ರಧಾನಿ ಎಲ್.ಕೆ ಅಡ್ವಾಣಿ ರಷ್ಯಾದ ಅನುಭವವನ್ನು ಹಂಚಿಕೊಳ್ಳುತ್ತಾ ಇತ್ತೀಚೆಗೆ ತನ್ನ ಬ್ಲಾಗ್‌ನಲ್ಲಿ ಬರೆದಿದ್ದರು. 'ನಾನು ಮಾಸ್ಕೋಗೆ ಹೋಗಿದ್ದಾಗ ಧೋತಿ ಕುರ್ತಾ ಧರಿಸಿದ್ದ ನನ್ನನ್ನು ಮಹಿಳೆಯೊಬ್ಬಳು ತದೇಕ ಚಿತ್ತದಿಂದ ಗಮನಿಸುತ್ತಿದ್ದಳು. ನಂತರ ಹತ್ತರ ಬಂದು 'ಇಂಡಿಯಾ?' ಎಂದಳು. 'ರಾಜ್ ಕಪೂರ್ ಇಂಡಿಯಾ?' ಎಂದು ಮತ್ತೊಮ್ಮೆ ದೃಢಪಡಿಸಿಕೊಂಡಳು. ನಾನು ಹೌದೆಂದು ತಲೆ ಅಲ್ಲಾಡಿಸಿದೆ. ಆಮೇಲೊಂದು ಚುಟುಕು ಸಂವಾದ. ನಮ್ಮ ಚಿತ್ರಗಳು, ಚಲನ ಚಿತ್ರನಟರೂ ರಾಷ್ಟ್ರೀಯ ಚಹರೆಯ ಭಾಗಗಳಾಗಿ ರೂಪುಗೊಳ್ಳುತ್ತಾರೆ ಎಂಬುದು ಆಗ ತಿಳಿಯಿತು'.

ಹಾಗೆಯೇ, ಆಫ್ರಿಕಾದ ದೇಶಗಳಲ್ಲಿ ಹಿಂದಿ ಚಿತ್ರಗಳು ಮಾಡಿರುವ ಮೋಡಿಯನ್ನು ವಿವರಿಸುತ್ತಾರೆ ಬರಹಗಾರ, ಕಾಂಗ್ರೆಸ್ ಸಂಸದ ಶಶಿ ತರೂರ್. ಆ ಸುಂದರ ಅನುಭವವನ್ನು ಅವರ ಮಾತಲ್ಲೇ ಕೇಳಿ. ಓವರ್ ಟು ಶಶಿ ತರೂರ್- 'ನಾನು ಅಮೇರಿಕದ ನ್ಯೂಯಾರ್ಕ್‌ನಲ್ಲಿ ಆಫ್ರಿಕಾದ ಯುವಕನೊಬ್ಬನನ್ನು ಭೇಟಿ ಮಾಡಿದ್ದೆ. ಆತನ ತಾಯಿ ಅನಕ್ಷರಸ್ಥೆ. ಆಫ್ರಿಕಾದ ಸೆನಗಲ್‌ನ ಹಳ್ಳಿಯೊಂದರ ನಿವಾಸಿ. ಆದರೆ ತಿಂಗಳಿಗೊಂದು ಬಾರಿ ಹಿಂದಿ ಸಿನೆಮಾ ನೋಡಲೆಂದೇ ರಾಜಧಾನಿ ಡಾಕರ್‌ಗೆ ಬಸ್ ಹಿಡಿದು ಬರುತ್ತಿದ್ದಳು. ತನಗೆ ಹಿಂದಿ ಅರ್ಥವಾಗುತ್ತಿರಲಿಲ್ಲ. ಫ್ರೆಂಚ್ ಉಪಶೀರ್ಷಿಕೆಗಳನ್ನು ಓದಲೂ ಬರುತ್ತಿರಲಿಲ್ಲ. ಆದಾಗ್ಯೂ ಆಕೆಗೆ ಹಿಂದಿ ಸಿನೆಮಾಗಳೆಂದರೆ ಅಚ್ಚುಮೆಚ್ಚು. ಇಲ್ಲಿನ ಹಾಡು, ನೃತ್ಯಗಳೆಂದರೆ ಎಲ್ಲಿಲ್ಲದ ಆಕರ್ಷಣೆ. ಅನಕ್ಷರಸ್ಥರನ್ನೂ, ಭಾಷೆ ಬಾರದವರನ್ನೂ ಥಿಯೇಟರಿಗೆ ಎಳೆಯುವ ಸಾಮರ್ಥ್ಯ ಇರುವುದು ಬಾಲಿವುಡ್‌ಗೆ ಮಾತ್ರ.'

ಬಾಲಿವುಡ್ ಸಿನಿಮಾಗಳು ಸ್ವೀಡನ್,ಅಮೇರಿಕಾ, ಇರಾನ್, ಕೆನ್ಯಾ , ವೆಸ್ಟ್ ಇಂಡೀಸ್, ಸೇರಿದಂತೆ ಜಗತ್ತಿನ ಹೆಚ್ಚಿನ ದೇಶಗಳಲ್ಲಿ ಮನೆ ಮಾತಾಗಿವೆ. ಮೋಷನ್ ಪಿಕ್ಚರ್ ಆಫ್ ಅಮೇರಿಕಾದ ೨೦೦೨ರ ವರದಿಯ ಪ್ರಕಾರ ಹಿಂದಿ ಚಲನ ಚಿತ್ರಗಳು ಜನಪ್ರಿಯತೆಯಲ್ಲಿ ಹಾಲಿವುಡ್ ಸಿನಿಮಾಗಳನ್ನು ಹಿಂದಿಕ್ಕಿದೆ. ಬಾಲಿವುಡ್ ವರ್ಷಕ್ಕೆ ೩.೬ ಬಿಲಿಯನ್ ಟಿಕೇಟ್‌ಗಳನ್ನು ಮಾರಟ ಮಾಡಿದರೆ, ಇದೇ ಹಾಲಿವುಡ್‌ನಲ್ಲಿ ಮಾರಾಟವಾಗುವ ಟಿಕೇಟ್‌ಗಳು ವರ್ಷಕ್ಕೆ ೨.೬ ಬಿಲಿಯನ್ ಮಾತ್ರ. ಹಾಲಿವುಡ್ ೫.೬% ವಾರ್ಷಿಕ ಪ್ರಗತಿ ಸಾಧಿಸಿದರೆ ,ಬಾಲಿವುಡ್ ದಾಖಲೆಯ ೧೨.೬% ಅಭಿವೃದ್ಧಿ ಹೊಂದುತ್ತಿದೆ. ಬಾಲಿವುಡ್ ನಾಗಲೋಟ ಹೀಗೆ ಮುಂದುವರಿದರೆ ಜನಪ್ರಿಯತೆಯ ಆಧಾರದಲ್ಲಿ ಮುಂದಿನ ದಿನಗಳಲ್ಲಿ ಭಾರತ ಸಿನಿಮಾ ಜಗತ್ತಿನ ಹೊಸ ಹರಿಕಾರನಾಗುವುದರಲ್ಲಿ ಸಂಶಯವಿಲ್ಲ. ಆದರೆ ಹಾಲಿವುಡ್ ಚಿತ್ರಗಳ ಬಾಕ್ಸ್ ಆಫೀಸ್ ಗಳಿಕೆಗೆ ಹೋಲಿಸಿದರೆ ಹಿಂದಿ ಸಿನಿಮಾದ ಗಳಿಕೆಯಲ್ಲಿ ಅಜಗಜಾಂತರವಿದೆ ಎಂಬುದು ಕೂಡ ಅಷ್ಟೇ ಸತ್ಯ.

ಹಾಗೆ ನೋಡಿದರೆ, ಹಿಂದಿ ಚಿತ್ರಗಳ ಜನಪ್ರಿಯತೆ ಹಾಲಿವುಡ್ ನಿರ್ದೇಶಕರ ನಿದ್ದಿಗೆಡಿಸಿದೆ. ಇವು ಇಂಗ್ಲೀಷ್ ಚಿತ್ರಗಳ ಮೇಲೂ ಪ್ರಭಾವ ಬೀರಿದೆ. ಹಿಂದಿ ಚಿತ್ರಗಳ ಈ ಪರಿಯ ಖ್ಯಾತಿಗೆ ಜನ ಮಾನಸಕ್ಕೆ ಹತ್ತಿರವಾಗಿರುವ ಹಾಡು- ನೃತ್ಯವೇ ಕಾರಣ ಎಂಬ ನಿರ್ಧಾರಕ್ಕೆ ಬಂದ ನಿರ್ದೇಶಕ ಬಝ್‌ಲುಹರಮಾನ್ ಹಾಲಿವುಡ್‌ನಲ್ಲೂ ತನ್ನ ಮೌಲಿನ್ ರಗ್ ಚಿತ್ರದ ಮೂಲಕ ಸಂಗೀತ ಮಯ ಚಿತ್ರಗಳ ಪರಂಪರೆಯನ್ನು ಪುನರಾರಂಭಿಸಿದರು. ನಂತರ ಚಿಕಾಗೊ, ದಿ ಪ್ರೊಡ್ಯೂಸರ್ಸ್, ರೆಂಟ್, ಡ್ರೀಮ್‌ಗರ್ಲ್ಸ್, ಹೇರ್ ಸ್ಪ್ರಿಂಗ್, ಎಕ್ರಾಸ್ ದಿ ಯುನಿವರ್ಸ್ ಮುಂತಾದ ಸಾಲು ಸಾಲು ಸಂಗೀತ ಮಯ ಚಿತ್ರಗಳು ತೆರೆಗೆ ಬಂದವು.

ಒಂದಂತೂ ನಿಜ. ಚೀನಾ, ಇರಾನ್, ಜಪಾನ್, ಅಮೇರಿಕಾದ ಹಲವು ಸಿನಿಮಾಗಳು ಬಾಲಿವುಡ್ ಸಿನಿಮಾಗಳಿಗಿಂತ ಗುಣಮಟ್ಟದಲ್ಲಿ ಚೆನ್ನಾಗಿವೆ. ವೈವಿಧ್ಯಪೂರ್ಣವಾಗಿಯೂ ಇದೆ. ಆದಾಗ್ಯೂ ಅವುಗಳಿಗೆ ಹಿಂದಿ ಚಿತ್ರಗಳ ಥರ ಮಾಸ್ ಹಿಪ್ನೋಟಿಸಂ ಮಾಡಲು ಸಾಧ್ಯವಾಗಿಲ್ಲ. ವಿಶ್ವದ ಮೂಲೆಮೂಲೆಯ ಪ್ರೇಕ್ಷಕರನ್ನು ಭಾಷೆ, ಸಂಸ್ಕೃತಿಯ ಗಡಿ ದಾಟಿ ಸೆಳೆದು ತರಲು ಸಾಧ್ಯವಾಗಿಲ್ಲ. ಆದರೆ ಬಾಲಿವುಡ್ ಚಿತ್ರಗಳಿಗೆ, ಭಾರತದ ಕಥೆಗಳಿಗೆ ಜಗತ್ತೇ ಬೆರಗಾಗಿದೆ. ಈ ಸಿನಿಮಾಗಳು 'ಭಾರತೀಯತೆ'ಯ ಜತೆಗೇ ಥಳುಕು ಹಾಕಿ

ಕೊಂಡಿರುವುದು ನಮಗೆ, ನಮ್ಮ ದೇಶಕ್ಕೆ ಹೆಮ್ಮೆ ತರುತ್ತದ ಎಂಬುದೂ ಸತ್ಯ. ಅದರೆ ಜಗತ್ತಿನ ವೇದಿಕೆಯಲ್ಲಿ ಈ ಸಿನಿಮಾಗಳು ಭಾರತದ ಪ್ರತಿನಿಧಿಗಳು. ಇವು ಏನನ್ನು ಹೇಳುತ್ತವೆಯೋ ಅದು ಭಾರತದ ಬದುಕಿನ ಪ್ರತಿಬಿಂಬಗಳೆಂದು ವಿದೇಶಿಯರು ನಂಬುತ್ತಾರೆ. ಹಾಗಾಗಿ ನಮ್ಮ ಸಿನಿಮಾ ನಿರ್ಮಾಪಕ–ನಿರ್ದೇಶಕರ ಜವಾಬ್ದಾರಿ ಹೆಚ್ಚಿದೆ. ಭಾರತದ ವಸ್ತು ಸ್ಥಿತಿ ತೋರಿಸುವ ಬದಲು ಸೆಕ್ಸ್, ಕ್ರೈಮ್‍ಗಳ ವೈಭವೀಕರಿಸುತ್ತಾ, ಭಾರತ ಕೊಳಗೇರಿ ರಾಷ್ಟ್ರ ಎಂದು ನಮ್ಮ ಸಿನಿಮಾಗಳೇ ಹೇಳಿದರೆ ನಾವು ಮೇಲೆ ನೋಡಿ ಉಗುಳಿ ಕೊಂಡಂತಾದೀತು; ಸಾಫ್ಟ್ ಪವರ್ ಹಾರ್ಡ್ ಆಗಿ ನಮಗೇ ತಿರುಗಿ ಹೊಡೆದೀತು ಎಂಬ ಎಚ್ಚರ ಸದಾ ಇರಬೇಕು. ಅಲ್ಲವೇ?

■

೧೯

ಕನ್ನಡ ನಾಡಿನಲ್ಲಿ ಛಾಯಾಚಿತ್ರ ಪತ್ರಿಕೋದ್ಯಮ

–ಆಸ್ಟ್ರೋ ಮೋಹನ್

ನ್ಯೂಯಾರ್ಕಿನ ಜಾಕೋಬ್ ರೀಸ್ ಅಮೆರಿಕೆಯ ಕೆಲ ಕೊಳಗೇರಿಯ ದಾರುಣ ಪರಿಸ್ಥಿತಿಯನ್ನು ಕರುಣಾಪೂರ್ವಕ ಚಿತ್ರಗಳನ್ನು ತೆಗೆದು ಪ್ರಕಟಿಸಿದಿದ್ದರೆ ಇಂದು ಛಾಯಾಚಿತ್ರ ಪತ್ರಿಕೋದ್ಯಮ ಮತ್ತೊಂದು ದಿಶೆಯಲ್ಲಿರುತ್ತಿತ್ತೋ ಏನೋ?

ಸುದ್ದಿಗಳನ್ನು ಓದಿದರೆ ಸಾಕು. ಚಿತ್ರಕ್ಕಿಂತಲೂ ಸುದ್ದಿಯಲ್ಲಿ ಪದಗಳ ಮೂಲಕ ಪರಿಣಾಮಕಾರಿ ಸಂವಹನ ಸಾಧ್ಯವೆಂದು ಅರಿತಿದ್ದ ಅನೇಕರಿಗೆ ಜಾಕೋಬ್ ರೀಸ್ ಅವರ ಕೊಳಗೇರಿಯ ಚಿತ್ರಗಳು ಉತ್ತರ ನೀಡಿದ್ದವು. ೧೮೮೦ರಲ್ಲಿ ಒಂದು ರೀತಿಯ ಛಾಯಾಚಿತ್ರ ಪತ್ರಿಕೋದ್ಯಮದಲ್ಲಿ ಕ್ರಾಂತಿ ಆರಂಭವಾಯಿತು. ೧೮೩೭ರಲ್ಲಿ ಛಾಯಾಚಿತ್ರವು ಉಗಮವಾಗಿತ್ತಾದರೂ ಅದು ಪ್ರಭಾವಶಾಲಿಯಾಗಿ ಮಾಧ್ಯಮವಾಗಿ ಕಂಡುಬಂದಿರಲಿಲ್ಲ.

ಇದಕ್ಕೂ ಮುನ್ನ ಯುದ್ಧದ ಚಿತ್ರಗಳು ಚಿತ್ರ ಕಲಾವಿದರ ಮೂಲಕ ಪತ್ರಿಕೆಗಳ ಮುಖಪುಟವನ್ನು ಅಲಂಕರಿಸುತ್ತಿದ್ದವು. ವಾಸ್ತವ ಚಿತ್ರಣವನ್ನು ನೀಡಬೇಕೆಂದು ಪಣತೊಟ್ಟ ಅನೇಕ ಪತ್ರಿಕಾಲಯಗಳನ್ನು ಯುದ್ಧಭೂಮಿಗೆ ಪತ್ರಿಕಾ ಛಾಯಾಗ್ರಾಹಕರನ್ನು ಕಳುಹಿಸಿದರು. ಅವರು ತಂದ ಚಿತ್ರಗಳನ್ನು ಆ ಕ್ಷಣಕ್ಕೆ ನೋಡಲು ಲಭ್ಯವಾಗುತ್ತಿದ್ದರೂ ಅವುಗಳನ್ನು ಪ್ರಕಟಿಸುವ ಬಗ್ಗೆ ತುಂಬ ಚಿಂತಿತರಾಗಿದ್ದರು. ಛಾಯಾಚಿತ್ರ ನಿರ್ಮಾಣ ಕಾರ್ಯ ಆರಂಭವಾಗುತ್ತಿದ್ದಂತೆ ಚಿತ್ರಗಳನ್ನು ಮರುಪ್ರಕಟಮಾಡುವ ಸಮಸ್ಯೆಯನ್ನು ಸುದ್ದಿಮನೆಯನ್ನು ಆವರಿಸಿತ್ತು. ಪರಿಹಾರವಾಗಿ ಉಬ್ಬುಶಿಲ್ಪ ಅಥವಾ ಲಿಥೋಗ್ರಾಫ್‌ಗಳ ಮೂಲಕ ಮುದ್ರಣ ಆರಂಭವಾಯಿತು.

ಟಿ.ಎಸ್. ಸತ್ಯನ್ ಅವರ 'ಪಂಚಶೀಲ' ಚಿತ್ರ ಅಂತಾರಾಷ್ಟ್ರೀಯ ಮನ್ನಣೆಯನ್ನು ತಂದುಕೊಟ್ಟವು. ಅಂದಿನ ಪ್ರಧಾನಿ ಜವಾಹರಲಾಲ್ ನೆಹರು ಅವರು ಪಂಚಶೀಲದ ವರದಿಯನ್ನು ಕೈಯಲ್ಲಿ ಹಿಡಿದುಕೊಂಡು ಸಂವಿಧಾನದತ್ತ ಸಾಗುವ ಚಿತ್ರ ದೃಶ್ಯ ಸಂವೇದಿ ಎಂದೆನಿಸಿತು.

ಮೈಸೂರು ದಸರಾ, ಉಡುಪಿ ಪರ್ಯಾಯ, ಮೇಲುಕೋಟೆಯ ವೈರ್‌ಮುಡಿ ಉತ್ಸವ, ಸವದತ್ತಿ ಎಲ್ಲಮ್ಮನ ಜಾತ್ರೆ, ಬೆಳಗಾವಿಯ ಸಾರ್ವಜನಿಕ ಗಣೇಶೋತ್ಸವ, ಕ್ರಿಸ್‌ಮಸ್, ರಂಜಾನ್ ಆಚರಣೆಯ ಚಿತ್ರಗಳಂತೂ ಇದೀಗ ಎಲ್ಲ ಪತ್ರಿಕೆಗಳಲ್ಲಿ ಅಗ್ರಸ್ಥಾನವನ್ನು

ಪಡೆಯುತ್ತಿವೆ. ಇದಕ್ಕೆ ಪೂರಕವೆಂಬಂತೆ ಕ್ರೀಡಾ ಚಿತ್ರಗಳೂ ಸಹ ಅಷ್ಟೇ ಮಹತ್ವವನ್ನು ಪಡೆದುಕೊಂಡಿರುವುದು ಪರಿಣಾಮಕಾರಿಯಾಗಿ, ವಿಶ್ವಭಾಷೆಯಾಗಿ ಪತ್ರಿಕಾಛಾಯಾಚಿತ್ರಗಳು ಬೆಳೆಯುವಲ್ಲಿ ಸಹಾಯವಾಗುತ್ತಿವೆ.

ಕನ್ನಡ ಪತ್ರಿಕೋದ್ಯಮದಲ್ಲಿ ದೃಶ್ಯನಿರೂಪಣೆಗೆ ಹೆಚ್ಚಿನ ಸ್ಥಾನವು ಪ್ರಾಪ್ತವಾದದ್ದು ಏಷ್ಯಾಡ್ ಕ್ರೀಡಾಕೂಟ, ಮದರ್ ತೆರಸಾ ನಿಧನ, ಗುಜರಾತ್ ಭೂಕಂಪ, ತ್ಸುನಾಮಿ ಘಟನೆಗಳು. ಮದರ್ ತೆರಸಾ ಅವರು ನಿಧನರಾದಾಗ ದಿ ಟೆಲಿಗ್ರಾಫ್ ಪತ್ರಿಕೆಯು ಅರ್ಧಪುಟದಷ್ಟು ಮದರ್‌ತೆರಸಾ ಅವರ ಪಾರ್ಥೀವ ಶರೀರವನ್ನು ಪ್ರಕಟಿಸಿತ್ತು. ಗುಜರಾತ್ ಭೂಕಂಪ ಸಂಭವಿಸಿದಾಗ ನಾಶವಾದ ಕಟ್ಟಡ ಸಮೂಹದ ಚಿತ್ರವೊಂದನ್ನು ಪ್ರಕಟಿಸಿ ಗುಜರಾತ್ ಭೂಕಂಪ ೫೦,೦೦೦ ಸಾವು? ಎಂಬ ಶಿರೋನಾಮದಿಂದ ಪ್ರಕಟವಾದ ಚಿತ್ರಗಳು ಛಾಯಾಚಿತ್ರ ಪತ್ರಿಕೋದ್ಯಮದ ದಿಶೆಯನ್ನೇ ಬದಲಿಸಿದವು.

ದೂರದರ್ಶನ ಮಾಧ್ಯಮವು ಒಂದು ಹಂತದಲ್ಲಿ ಛಾಯಾಚಿತ್ರ ಪತ್ರಿಕೋದ್ಯಮಕ್ಕೆ ಸವಾಲಾಗಿ ಪರಿಣಮಿಸಬಹುದೆಂದು ಕೆಲವು ಮಾಧ್ಯಮ ತಜ್ಞರು ಭವಿಷ್ಯ ನುಡಿದಿದ್ದರು. ಆದರೆ ಮುದ್ರಣ ಮಾಧ್ಯಮದ ಛಾಯಾಚಿತ್ರ ಪತ್ರಿಕೋದ್ಯಮದಲ್ಲಿ ಅವುಗಳ ಪ್ರಭಾವ ಹೆಚ್ಚಾಗಿ ಕಾಡಲಿಲ್ಲ. ಕ್ಷಣಾರ್ಧದಲ್ಲಿ ಟಿವಿ ತೆರೆಯಲ್ಲಿ ಮೂಡಿಬಂದು ಅದೃಶ್ಯವಾಗುವ ಚಿತ್ರಸರಣಿಯ ಜೊತೆಗೆ ದೈನಿಕಗಳಲ್ಲಿ ಪ್ರಕಟವಾಗುವ ಪತ್ರಿಕಾ ಛಾಯಾಚಿತ್ರಗಳಿಗೂ ಜನರು ವಿಶೇಷ ಮನ್ನಣೆ ನೀಡಿದರು. ಸೂಕ್ಷ್ಮ ಸಂವೇದನಾಶೀಲ ಚಿತ್ರಗಳು ಪ್ರಕಟವಾದಾಗ ಓದುಗರ ಆ ಚಿತ್ರಗಳ ಕುರಿತಾಗಿ ವಿಮರ್ಶೆಯನ್ನು ಮಾಡತೊಡಗುವುದು ಇದಕ್ಕೆ ಜ್ವಲಂತ ಉದಾಹರಣೆ.

ಪತ್ರಿಕಾ ಛಾಯಾಗ್ರಹಣಕ್ಕೂ ಸೆನ್ಸರ್‌ಶಿಪ್

ಸುದ್ದಿಗಳ ವೈಭವೀಕರಣಗಳನ್ನು ಗಮನಿಸಿದಾಗ ಒಂದು ಹಂತದಲ್ಲಿ ದೃಶ್ಯಮಾಧ್ಯಮವೂ ತನ್ನ ಶಿಸ್ತುಬದ್ಧವಾದ ವಾತಾವರಣದಿಂದ ದೂರವಾಗುತ್ತಿದೆ ಎಂದು ಭಾಸವಾಗುತ್ತಿದೆ. ಇನ್ನು ದಿನ ಪತ್ರಿಕೆಗಳಲ್ಲಿ ಪ್ರಕಟವಾಗುವ ಅಪಘಾತ ದೃಶ್ಯ, ಭೀಕರ ಕೊಲೆ ಚಿತ್ರಗಳು ಓದುಗರ ನೆಮ್ಮದಿಯನ್ನು ಹಾಳುಮಾಡುತ್ತಿವೆ. ಛಿದ್ರವಿಛಿದ್ರವಾಗಿ ಬಿದ್ದಿರುವ ದೇಹ, ಕೊಳೆತ ಸ್ಥಿತಿಯಲ್ಲಿ ಪತ್ತೆಯಾದ ಅಥವಾ ಮೀನುಗಳು ಅರ್ಧ ತಿಂದಿರುವ ದೇಹದ ಚಿತ್ರಗಳನ್ನು ತೋರಿಸುವುದಕ್ಕೆ ಅನೇಕ ಓದುಗರ ವಿರೋಧವಿದೆ. ನೇಣು ಬಿಗಿದುಕೊಂಡು ಆತ್ಮಹತ್ಯೆ ಮಾಡಿಕೊಂಡಿರುವವರ ಚಿತ್ರವನ್ನು ಯಥಾವತ್ತಾಗಿ ಚಿತ್ರ ಸಮೇತ ಪ್ರಕಟಿಸುವುದರಿಂದ ಅನೇಕ ಮಕ್ಕಳಿಗೆ ಆತ್ಮಹತ್ಯೆ ಮಾಡಿಕೊಳ್ಳುವ ವಿಧಾನವನ್ನು ಪರೋಕ್ಷವಾಗಿ ಕಲಿಸಿಕೊಟ್ಟ ಹಾಗೆ ಆಗುತ್ತಿದೆ ಎಂದು ಅನೇಕ ಮಾನಸಿಕರೋಗ ತಜ್ಞರ ಅಭಿಪ್ರಾಯವೂ ಆಗಿದೆ. ಈ ಹಂತದಲ್ಲಿ ಪತ್ರಿಕಾ ಛಾಯಾಗ್ರಹಣಕ್ಕೂ ಸೆನ್ಸರ್‌ಶಿಪ್ ಅಗತ್ಯವಿದೆ ಎಂದೆನಿಸುತ್ತಿದೆ. ಆದರೆ ಕರ್ನಾಟಕದ ಕೆಲ ಸಭ್ಯ ದಿನಪತ್ರಿಕೆಗಳು ಓದುಗರಿಗೆ ನೋವಾಗುವಂತಹ ಚಿತ್ರಗಳನ್ನು ಪ್ರಕಟಿಸದೆ ಇರುವ ಬಗ್ಗೆ ಧೋರಣೆ ತಳೆದಿರುವುದು ಸ್ವಾಗತಾರ್ಹವಾದ ವಿಚಾರವಾಗಿದೆ.

ಸುಮಾರು ೧೫೦ ವರ್ಷ ಸುದೀರ್ಘವಾದ ಇತಿಹಾಸವನ್ನು ಹೊಂದಿರುವ ಕನ್ನಡ ಪತ್ರಿಕೋದ್ಯಮವು ವಿವಿಧ ಹಂತದಲ್ಲಿ ಬದಲಾವಣೆಗೆ ಒಳಗಾಗಿದೆ. ಓದುಗರಿಗೆ ಸುದ್ದಿ, ಜಾಗೃತಿ, ಮಾಹಿತಿ, ಎಚ್ಚರಿಕೆ ಹಾಗೂ ದಿನನಿತ್ಯದ ಹತ್ತಾರು ವಿಷಯಗಳನ್ನು ಮುಂದಿಟ್ಟು ಕೊಂಡು ಓದುಗರನ್ನು ಆಕರ್ಷಿಸುತ್ತಿದೆ. ಕರ್ನಾಟಕದಲ್ಲಿಂದು ಅನೇಕ ಪ್ರತಿಭಾಸಂಪನ್ನ

ಛಾಯಾಚಿತ್ರ ಪತ್ರಕರ್ತರು ಸಾಧನೆಯನ್ನು ಮಾಡುತ್ತಿರುವುದು ಆಶಾದಾಯಕ ವಿಚಾರವಾಗಿದೆ. ಆದರೆ ಪತ್ರಿಕೆಗಳಲ್ಲಿ ಜಾಹಿರಾತುಗಳ ಮಿತಿಮೀರಿದ ಭರಾಟೆಯಿಂದಾಗಿ ಪತ್ರಿಕಾ ಛಾಯಾಚಿತ್ರಗಳಿಗೆ ಸೂಕ್ತ ಸ್ಥಳಾವಕಾಶ ದೊರಕದೇ ಹೊರಹೊಮ್ಮಿದ ನ್ಯಾಷನಲ್ ಜಿಯೋಗ್ರಾಫಿ ಮ್ಯಾಗಜಿನ್ 'ದೃಶ್ಯ ಸಿರಿ'ಯನ್ನು ಅರಿಯ ಬಯಸುವವರಿಗೆ ರಸದೂಟವನ್ನು ಉಣಬಡಿಸಿದವು.

ಈ ಹೊತ್ತಿಗೆ ಭಾರತದಲ್ಲಿ ಆಂಗ್ಲ ಪತ್ರಿಕೆಗಳ ಪರಂಪರೆ ಆರಂಭವಾಗಿತ್ತು. ದಿ ಹಿಂದೂ, ಟೈಮ್ಸ್ ಆಫ್ ಇಂಡಿಯಾದಂತಹ ಪತ್ರಿಕೆಗಳು ಪತ್ರಿಕಾಛಾಯಾಗ್ರಹಣಕ್ಕೆ ಪೂರಕ ವಾತಾವರಣವನ್ನು ನಿರ್ಮಿಸುತ್ತಿದ್ದವು. ೧೯೪೭ ಸ್ವಾತಂತ್ರ್ಯ ಹಾಗೂ ೧೯೪೮ರ ಮಹಾತ್ಮ ಗಾಂಧಿ ಅವರ ನಿಧನದ ಸುದ್ದಿಗಳು ಅಂದಿನ ಪತ್ರಿಕೆಗಳಲ್ಲಿ ಪ್ರಕಟಗೊಂಡ ಮಹತ್ವಪೂರ್ಣ ಛಾಯಾಚಿತ್ರಗಳಾದ್ದವು ಹಾಗೂ ಅವು ಛಾಯಾಚಿತ್ರ ಪತ್ರಿಕೋದ್ಯಮಕ್ಕೆ ಹೊಸ ಭಾಷೆಯನ್ನು ಬರೆದವು.

ಕರ್ನಾಟಕದಲ್ಲಿ ಈ ಹೊತ್ತಿಗೆ ಪ್ರಜಾವಾಣಿ, ಸಂಯುಕ್ತ ಕರ್ನಾಟಕ, ಕನ್ನಡ ಪ್ರಭ ಪತ್ರಿಕೆಗಳು ಓದುಗರನ್ನು ಆಕರ್ಷಿಸಿದ್ದವು. ಛಾಯಾಚಿತ್ರ ಪತ್ರಿಕೋದ್ಯಮವೂ ದಿನ ಪತ್ರಿಕೆಗಳ ಒಂದು ಅವಿಭಾಜ್ಯ ಅಂಗವೆಂಬುದನ್ನು ಈ ಪತ್ರಿಕೆಗಳು ಅಕ್ಷರಶಹ ನಿರೂಪಿಸಲು ಆರಂಭಿಸಿದವು. ಪತ್ರಿಕಾ ಛಾಯಾಗ್ರಹಣವು ಕೇವಲ ದಿನಪತ್ರಿಕೆಗಳಿಗೆ ಸೀಮಿತವಾಗಲಿಲ್ಲ. ವಾರಪತ್ರಿಕೆ, ಮಾಸಿಕ ಪತ್ರಿಕೆಗಳಲ್ಲೂ ವಿಶೇಷ ಸ್ಥಾನವನ್ನು ಪಡೆದವು. ಸಾಮಾನ್ಯ ಛಾಯಾಚಿತ್ರಗಳಿಗಿಂತ ಕೊಂಚ ಭಿನ್ನ ಶೈಲಿಯಲ್ಲಿ ಕಂಡು ಬರುವ ಈ ಚಿತ್ರಗಳಿಗೆ ಹಾಗೂ ಇಂತಹ ಚಿತ್ರಗಳನ್ನು ರೂಪಿಸುವ ಪತ್ರಿಕಾ ಛಾಯಾಗ್ರಾಹಕರಿಗೆ ಉತ್ತಮ ಬೇಡಿಕೆಯೂ ಆರಂಭವಾಯಿತು.

ಸ್ವಾತಂತ್ರ್ಯ ನಂತರ ರಾಜ್ಯ ಕಂಡ ಅದ್ವಿತೀಯ ಪತ್ರಿಕಾ ಛಾಯಾಗ್ರಾಹಕರಲ್ಲಿ ಮೈಸೂರಿನ ಟಿ.ಎಸ್. ಸತ್ಯನ್, ಬೆಂಗಳೂರಿನ ಟಿ.ಎಲ್. ರಂಗಸ್ವಾಮಿ ಡಿ.ವಿ.ರಾವ್, ಕೃಪಾಕರ ಸೇನಾನಿ, ಪೂರ್ಣಚಂದ್ರ ತೇಜಸ್ವಿ, ಮಂಗಳೂರಿನ ಯಜ್ಞ, ಸಾಗ್ಗೆರೆ ರಾಮಸ್ವಾಮಿ, ಕೆ. ಗೋಪಿನಾಥನ್ ಮುಂತಾದವರು ಪ್ರಮುಖರು. ಇರುವುದು ಒಂದು ಕಡೆ ನಿರಾಶೆಯನ್ನು ತೋರಿಸುತ್ತಿದೆ. ಇನ್ನೂ ಕೆಲವು ಪತ್ರಿಕೆಗಳಲ್ಲಿ ಜಾಹಿರಾತುಗಳು ಪ್ರಕಟವಾಗುವ ವರ್ಣಗಳಿಗಿಂತಲೂ ಪ್ರಖರವಾದ ಚಿತ್ರಗಳು ಪ್ರಕಟವಾಗದಂತೆ ನೋಡಿಕೊಳ್ಳುತ್ತಿರುವುದು ನೋವಿನ ವಿಷಯವಾಗಿದೆ. ಒಂದು ಕಾಲಘಟ್ಟದಲ್ಲಿ ಕನ್ನಡ ಪತ್ರಿಕೋದ್ಯಮ ಉಳಿದ ಪತ್ರಿಕೆಗಳಿಗಿಂತಲೂ ವಿಶಿಷ್ಟವಾದ ನಿಲುವುನ್ನು ಹೊಂದಿ 'ಪತ್ರಿಕಾ ಛಾಯಾಚಿತ್ರಗಳಿಗೆ' ನ್ಯಾಯವನ್ನು ಒದಗಿಸಬೇಕಾಗಿದೆ.

೧೭

ಮಾಧ್ಯಮವೆಂಬ ವಾಣಿಜ್ಯ ಲೋಕದಲ್ಲಿ ಸುದ್ದಿ ಮಾರಾಟಕ್ಕಿದೆ

–ವಾಹಿನಿ ಎ.ಎಸ್.

ಸುದ್ದಿ ಮಾರಾಟಕ್ಕಿದೆ... ಬಿಸಿ ಸುದ್ದಿ, ಹಸಿ ಸುದ್ದಿ, ಉತ್ಪ್ರೇಕ್ಷೆ ಹಾಗೂ ಉತ್ಪಾದಿತ ಸುದ್ದಿ, ಹೀಗೆ ಹಲವಾರು ವೆರೈಟಿಯೊಂದಿಗೆ ಓದುಗರನ್ನು, ನೋಡುಗರನ್ನು ರಂಜಿಸುವ ಸಮಾಜದ ಎಲ್ಲಾ ಸ್ಥರಗಳ ಆಗು ಹೋಗುಗಳನ್ನು ಪ್ರತಿ ಕ್ಷಣ ಜನತೆಯ ಮುಂದಿಡುವ, ಸರ್ವ ಸ್ವಾತಂತ್ರ್ಯವನ್ನು ಅನುಭವಿಸುತ್ತಿರುವ ಸಮೂಹ ಮಾಧ್ಯಮಗಳು ತಮ್ಮ ಕರ್ತವ್ಯವನ್ನು ಎಷ್ಟು ಸಮರ್ಥವಾಗಿ ನಿರ್ವಹಿಸುತ್ತಿದೆ ಎಂಬುದು ಪ್ರಸಕ್ತ ಗಂಭೀರವಾಗಿ ವಿಶ್ಲೇಷಿಸಲೇ ಬೇಕಾದ ಸಂಗತಿ.

ಪತ್ರಿಕೆಯ ಪುಟಗಳು ರಿಯಲ್ ಎಸ್ಟೇಟ್ ಉದ್ಯಮದಂತೆ ಬಳಕೆಯಾಗುತ್ತಿರುವುದು ಪತ್ರಿಕಾ ಸ್ವಾತಂತ್ರ್ಯದ ದುರಂತವೇ ಸರಿ. ಈ ಕುರಿತು ಸಂಶೋಧಿಸುತ್ತಾ ಹೋದರೆ "ಹೀಗೂ ಉಂಟೆ" ಅನ್ನಿಸದೇ ಇರದು.

ಇತಿಹಾಸದ ಪುಟಗಳಲ್ಲಿ ಅಚ್ಚೊತ್ತಿದಂತೆ ೧೭೮೦ನೇ ಇಸವಿಯಿಂದಲೂ ಪತ್ರಿಕೆಗಳು ಸಮಾಜ ಸುಧಾರಣೆ, ಸ್ವಾತಂತ್ರ್ಯ ಹೋರಾಟ, ತದನಂತರದ ಹಸಿರು ಕ್ರಾಂತಿ, ಕೈಗಾರಿಕಾ ಕ್ರಾಂತಿ, ಹಾಗೂ ಇತ್ತೀಚಿನ ಮಾಹಿತಿ ತಂತ್ರಜ್ಞಾನ ಕ್ರಾಂತಿಯಲ್ಲೂ ಅತ್ಯದ್ಭುತವಾದ ಧನಾತ್ಮಕ ಪಾತ್ರವಹಿಸಿದೆ. ಭಾರತ ಸುಮಾರು ೭೦ ಸಾವಿರಕ್ಕೂ ಮಿಕ್ಕಿ ಪತ್ರಿಕೆಗಳನ್ನು ಹಾಗೂ ೪೫೦ಕ್ಕೂ ಹೆಚ್ಚು ಟಿವಿ ವಾಹಿನಿಗಳನ್ನು ಹೊಂದಿದೆ. ಪ್ರತಿ ನಿತ್ಯ ಸುಮಾರು ೧೦೭ ಮಿಲಿಯನ್ ಪತ್ರಿಕೆಗಳ ಪ್ರಸರಣದೊಂದಿಗೆ ಭಾರತ ಪ್ರಪಂಚದಲ್ಲೆ ಮೊದಲ ಸ್ಥಾನವನ್ನು ಹೊಂದಿದೆ. (ಎನ್ ರಾಮ್, ೨೦೧೦).

ಭಾರತದ ರಾಜಕೀಯ, ಔದ್ಯಮಿಕ, ಕ್ರೀಡಾ, ಸಾಂಸ್ಕೃತಿಕ, ಆರ್ಥಿಕ ಹಾಗೂ ಸಾಮಾಜಿಕ ವಿಚಾರಗಳಲ್ಲಿ ಸುದ್ದಿ ವಾಹಕವಾಗಿ, ಬದಲಾವಣೆಯ ಹರಿಕಾರರಾಗಿ, ಅಭಿವೃದ್ಧಿಯ ಮೂಲವಾಗಿ ಹಾಗೂ ಇವೆಲ್ಲಕ್ಕೂ ಮಧ್ಯವರ್ತಿಯಾಗಿ ಕಾರ್ಯ ನಿರ್ವಹಿಸುತ್ತಿರುವುದು ಇದೇ ಸಮೂಹ ಮಾಧ್ಯಮ. ಮಾಧ್ಯಮದಲ್ಲಿ ಬರುವ ಎಲ್ಲಾ ಮಾಹಿತಿಯನ್ನು ವೇದವಾಕ್ಯವಾಗಿ ಸ್ವೀಕರಿಸುವಷ್ಟು, ಜನರ ನಡುವೆ ಇದು ಹಾಸುಹೊಕ್ಕಾಗಿದೆ. ಯಾವುದೇ ಸುದ್ದಿಯ ಬಗ್ಗೆ ಸಂಶಯ ಪಡದೇ, ಅದೇ ಪರಮ ಸತ್ಯವೆಂದು ಜನ ತಿಳಿದುಕೊಂಡಿದ್ದಾರೆ. ಆದರೆ ಕ್ಲಾಡ್ ಕೊಕ್ ಬರ್ನ್ ಎನ್ನುವವರು ಇತ್ತೀಚಿನ ಸಮೂಹ ಮಾಧ್ಯಮದಲ್ಲಾದ ಬದಲಾವಣೆಯನ್ನು ಹೀಗೆ ವ್ಯಾಖ್ಯಾನಿಸುತ್ತಾರೆ "News is something someone, somewhere doesn't want to read. The rest is PR." (ಸುದ್ದಿ ಎಂದರೆ ಯಾರೂ, ಯಾವಾಗಲೂ ಓದಲು ಇಚ್ಛಿಸದ್ದು, ಉಳಿದದ್ದೆಲ್ಲ ಸಾಮಾಜಿಕ ಸಂಪರ್ಕ).

ಸಮಾಜ ಸಂಪೂರ್ಣವಾಗಿ ಅವಲಂಬಿತವಾಗಿರುವ ಸಂವಿಧಾನದಲ್ಲಿ ವಿಶೇಷ ಹಕ್ಕು ಬಾಧ್ಯತೆಯನ್ನು ಹೊಂದಿರುವ ಸಮೂಹ ಮಾಧ್ಯಮ ಸ್ವೇಚ್ಛಾಚಾರದಿಂದ ಹಣಮಾಡುವ ಖಯಾಲಿ ಅಂಟಿಸಿಕೊಂಡಿರುವುದು ವಿಪರ್ಯಾಸವೇ ಸರಿ. ಮಾಧ್ಯಮ ಇಂದು ಸಾಮಾಜಿಕ ಜವಾಬ್ದಾರಿಯ ಅಸ್ತಿತ್ವವನ್ನು ಕಳೆದುಕೊಂಡು ಸರ್ವ ಸ್ವಾತಂತ್ರ್ಯವನ್ನು ಹೊಂದಿದ ವಾಣಿಜ್ಯೋದ್ಯಮವಾಗಿ ಪರಿವರ್ತನೆಯಾಗಿದೆ. ಸುದ್ದಿ ಮಾರಾಟದ ಕುರಿತು ಮೊದಲು ದನಿ ಎತ್ತಿದ ಚುನಾವಣಾ ಆಯೋಗದಿಂದ ಹಿಡಿದು, ಪತ್ರಿಕಾ ಮಂಡಳಿ, ರಾಜಕೀಯ ಪಕ್ಷಗಳು, ಪತ್ರಕರ್ತರು, ಸಮಾಜ ಸುಧಾರಕರೆಲ್ಲಾ ಈ ಕುರಿತು ಹಲವಾರು ವೇದಿಕೆಗಳಲ್ಲಿ ಆತಂಕ ವ್ಯಕ್ತ ಪಡಿಸಿದ್ದಾರೆ. ಆದರೆ ಈ ಸಂಗತಿ ಇಂದು ನಿನ್ನೆಯದಲ್ಲ. ಬಹಳ ಹಿಂದಿನಿಂದಲ್ಲೂ ಒಂದಿಲ್ಲೊಂದು ರೂಪದಲ್ಲಿ ಸಣ್ಣ ಪ್ರಮಾಣದಲ್ಲಿ ಚಾಲ್ತಿಯಲ್ಲಿತ್ತು. ಇದು ಕೇವಲ ರಾಜಕೀಯ ಸುದ್ದಿಗಳಿಗೆ ಸೀಮಿತವಾಗಿರದೆ, ಕ್ರೀಡೆ, ಸಿನಿಮಾ, ವಾಣಿಜೋದ್ಯಮ, ಅಪರಾಧ ಇತ್ಯಾದಿ ವಿಭಾಗಗಳಿಗೂ ಹಬ್ಬಿದೆ. ಈ ಬೆಳವಣಿಗೆಗಳ ನಡುವೆ, ಪತ್ರಿಕಾಧರ್ಮ, ನೀತಿ ಸಂಹಿತೆ, ತತ್ವ ಹಾಗೂ ಮಾನವೀಯ ಭಾವನೆಗಳು ಭಯಾನಕ ಪರಿಸ್ಥಿತಿಯಲ್ಲಿವೆ.

ಹಾಗಾದರೆ ಪೇಯ್ಡ್ ನ್ಯೂಸ್ ("paid news") ಎಂದರೇನು? ಯಾವುದೇ ಪತ್ರಿಕೆ, ದೂರದರ್ಶನ ವಾಹಿನಿ ಅಥವಾ ಮಾಧ್ಯಮ ಸಂಸ್ಥೆ ಚುನಾವಣೆ ಅಭ್ಯರ್ಥಿ ಅಥವಾ ಯಾವುದೇ ಸಂಸ್ಥೆ ಯಾ ವ್ಯಕ್ತಿಗೆ ಜಾಹಿರಾತಿನ ರೀತಿಯಲ್ಲಿ (ಜಾಹಿರಾತಲ್ಲ) ಹೊಗಳಿಕೆಯ ಸುದ್ದಿಯ ಮೂಲಕ ಪ್ರಚಾರ ನೀಡಿ ಪ್ರತಿಯಾಗಿ ಹಣವನ್ನು ಪಡೆದುಕೊಳ್ಳುವ ಒಪ್ಪಂದ ಮಾಡಿಕೊಳ್ಳುವುದು ಹಾಗೂ ಇನ್ನೊಬ್ಬ ಅಭ್ಯರ್ಥಿ, ಪಕ್ಷ ಅಥವಾ ಸಂಸ್ಥೆಯ ಕುರಿತು ಋಣಾತ್ಮಕ ಪ್ರಚಾರ ಕಾರ್ಯಾಚರಣೆಯಲ್ಲಿ ತೊಡಗಲು ಹಣಪಡೆದು ಸುದ್ದಿಯಂತೆ ಬಿತ್ತರಿಸುವುದನ್ನು ಸುದ್ದಿ ಮಾರಾಟ ಎಂದು ಕರೆಯುತ್ತಾರೆ (Jayanthi Natarajan, 2010).

ಸುದ್ದಿಯಲ್ಲೂ ನಾನಾ ಬಗೆಗಳಿವೆ. ಲೇಖನ, ನುಡಿಚಿತ್ರ, ಸಂದರ್ಶನ, ಸಂಪಾದಕೀಯ, ವಿಶ್ಲೇಷಣೆ, ಲೇಖನದೊಂದಿಗೆ ಜಾಹೀರಾತು, ಲೇಖನ ಹಾಗೂ ವ್ಯಕ್ತಿ ಚಿತ್ರಣ, ಪ್ರತಿಸ್ಪರ್ಧಿಗಳ ಕುರಿತು ಋಣಾತ್ಮಕ ಪ್ರಚಾರ ಎಂಬ ಪ್ಯಾಕೇಜ್‌ಗಳು ಇವೆ.

ಪತ್ರಿಕಾವೃತ್ತಿ ಅಭಿವೃದ್ಧಿ ಪಥದಿಂದ ವಾಣಿಜ್ಯ ಪಥದೆಡೆಗೆ ಸಾಗುತ್ತಿದೆ. ಓದುಗರು/ ನೋಡುಗರು ಸುದ್ದಿ ಹಾಗೂ ಮಾರಾಟಗೊಂಡ ಸುದ್ದಿಯ ನಡುವೆ ತಬ್ಬಿಬ್ಬಾಗಿದ್ದಾರೆ. ಸುದ್ದಿ ಸಂಸ್ಥೆಗಳೊಂದಿಗೆ ಕೆಲವು ಪತ್ರಕರ್ತರು ಕೂಡ ಭ್ರಷ್ಟಾಚಾರದಲ್ಲಿ ತೊಡಗಿದ್ದಾರೆ. ಕಳೆದ ಚುನಾವಣಾ ಸಂದರ್ಭದಲ್ಲಿ ಹಲವು ಚುನಾವಣಾಧಿಕಾರಿಗಳು ಹಾಗೂ ವಿದ್ಯಾವಂತ ಪ್ರಜೆಗಳು "ರಾಜಕೀಯ ವ್ಯಕಿಗಳ ವಾಹನಗಳಿಗಿಂತ ಪತ್ರಕರ್ತರ ಕಾರುಗಳನ್ನು ಜಪ್ತಿ ಮಾಡಿದರೆ ಹೆಚ್ಚು ಹಣ ಸಿಗುತ್ತದೆ" ಎಂಬ ಅಭಿಪ್ರಾಯ ವ್ಯಕ್ತ ಪಡಿಸಿದ್ದರು.

ಸಾಂಸ್ಕೃತಿಕ ಅವನತಿ, ಅನಭಿವೃದ್ಧಿ, ವಿದೇಶೀ ವ್ಯಾಮೋಹ ಎಂಬಿತ್ಯಾದಿ ವಿಷಯಗಳು ಇತ್ತೀಚಿನ ದಿನಗಳಲ್ಲಿ ಬಹಳ ಚರ್ಚಿತವಾಗುತ್ತಿದೆ. ಈ ಎಲ್ಲಾ ಸಂದರ್ಭಗಳಲ್ಲಿ ವಿದೇಶೀ ಮಾಧ್ಯಮಗಳ ಮೇಲೆ ಗೂಬೆಕೂರಿಸಲಾಗುತ್ತಿದೆ, ಆದರೆ ಒಳಗಿನ ಶತ್ರು ಪ್ರಜಾಪ್ರಭುತ್ವದ ಬುಡವನ್ನೆ ಕ್ಷೀಣಗೊಳಿಸುತ್ತಿರುವುದು, ಜನರ ಭಾವನೆಗಳೊಂದಿಗೆ ಆಟವಾಡುತ್ತಿರುವುದು ಗಮನಸೆಳೆಯುತ್ತಿಲ್ಲ.

ದೇಶದ ಬೃಹತ್ ಮಾಧ್ಯಮ ಸಂಸ್ಥೆ ಬೆನೆಟ್ ಅಂಡ್ ಕೋಲಮನ್ ಕಂಪನಿ ಆರಂಭಿಸಿರುವ ಹೊಸ ಶೆಖೆ "ಸಂಪಾದಕೀಯ ಜಾಹಿರಾತು" (advertorial) ಸರಳವಾದ ಭಾಷೆಯಲ್ಲಿ ಸುದ್ದಿ ಮಾರಾಟ ಎಂದು ಕರೆಯಬಹುದಾಗಿದೆ (Ninan, ೨೦೧೦).

ಮಾಧ್ಯಮ ಸಂಸ್ಥೆಯೊಂದರ ಸುದ್ದಿ ಮಾರಾಟದ ಕುರಿತಾದ ಮಾಹಿತಿ ಪಟ್ಟಿ ಈ ಕೆಳಗೆ ಕೊಡಲಾಗಿದೆ.

ಹೊಸ ದಿಗಂತ

ಬಿಬಿಎಂಪಿ ಮತ ಸಮರ

ನಾಗಪುರ ವಾರ್ಡ್-67

ಸಮಾಜಮುಖಿ ಕೆ.ಎ.ರವಿಶಂಕರ್‌ಗೆ ಅಭಿವೃದ್ಧಿಯೇ ಶ್ರೀರಕ್ಷೆ

ಆದರ್ಶ ರಾಜಕಾರಣಿ

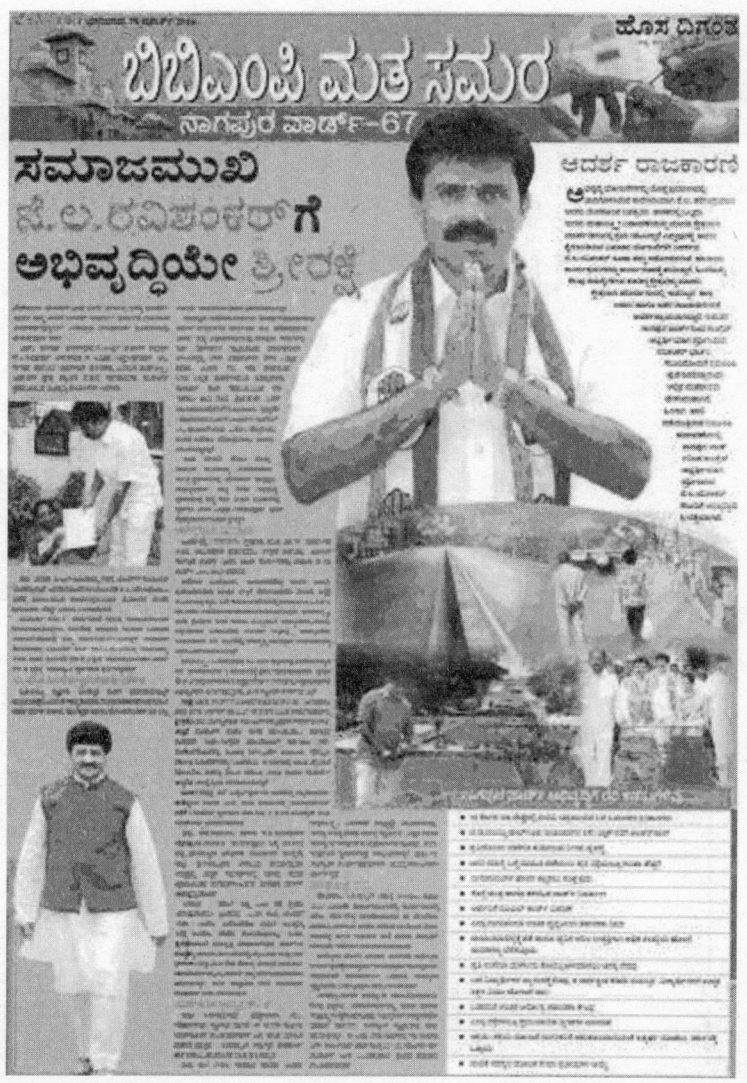

PAID-FOR NEWS IN A SMALL TOWN

A rate card for the different kinds of election coverage for candidates—all at a price

FOR NEWSPAPERS — Package for a candidate Rs 50,000–70,000

Pradhar abhiyan — Coverage of election campaign
Space: 96 column centimetres

With black & white photograph	Rs 14,400
With colour picture	Rs 18,000

No. of stories: 3

Jan sampark — Candidate's interface with the janata
Space: 72 column centimetres

With black & white photograph	Rs 3,600
With colour picture	Rs 4,500

No. of stories: 1

Jan Sabhayein — Coverage of election rallies
Space: 96 column centimetres

With black & white photograph	Rs 14,400
With colour picture	Rs 18,000

No. of stories: 3

Prayojit sakshatkar — Soft focus interview with candidate
Space: 84 column centimetres

With black & white photograph	Rs 7,200
With colour picture	Rs 9,000

No. of stories: 1

Maang par vishesh — Special feature on candidate's demand
Space: 144 column centimetres

With black & white photograph	Rs 7,200
With colour picture	Rs 9,000

No. of stories: 1

Vote ke liye appeal — Appeal to voters
Space: 64 column centimetres

With black & white photograph	Rs 6,400
With colour picture	Rs 8,000

No. of stories: 2

FOR TELEVISION — Package for a candidate Rs 15,00,000

- Half-hour interview
- Five news items of two–three minutes duration
- On the campaign trail
- 'News' on credibility/capability of candidate
- Story on partymen extolling virtues of the candidate
- Scrolling of candidate's profile

ಸುದ್ದಿ ಮಾರಾಟದ ಕುರಿತು ಹಿರಿಯ ಪತ್ರಕರ್ತ ಪಿ. ಸಾಯಿನಾಥ್ (೨೦೦೯) ಹೀಗೆ ಅಭಿಪ್ರಾಯ ಪಡುತ್ತಾರೆ. "The game has moved from the petty personal corruption of a handful of journalists to the structured extraction of huge sums of money by media outfits. Further, it is significant that the media is unique in that it is a profit-seeking business that has constitutional guarantees and protection. No other business - from automobile manufacture to banking - enjoys this privilege." (ಆಟ ಈಗ ಪತ್ರಕರ್ತರು ಮಾಡುವ ವ್ಯಕ್ತಿಗತ ಭ್ರಷ್ಟಾಚಾರದಿಂದ ರಚನಾತ್ಮಕವಾಗಿ ಮಾಧ್ಯಮ ಸಂಸ್ಥೆಗಳು ದೊಡ್ಡಮಟ್ಟಿಗೆ ಹಣಗಳಿಸುವ ರೂಪ ಪಡೆದುಕೊಂಡಿದೆ. ಇದರೊಂದಿಗೆ ಮಾಧ್ಯಮಗಳು ಹಣಗಳಿಸಲು ಸಾಂವಿಧಾನಿಕ ಭದ್ರತೆಯನ್ನು, ಖಾತರಿಯನ್ನು ಹೊಂದಿದೆ. ಇನ್ಯಾವುದೇ ಉದ್ಯಮ ಇಂತಹ ವಿಶೇಷ ಹಕ್ಕನ್ನು ಹೊಂದಿಲ್ಲ).

ಪತ್ರಿಕಾ ಮಂಡಳಿಯ ಸದಸ್ಯರಾದ ಪರಂಜಯ್ ಗುಹ ತಾಕುರ್ತ ಅವರು "ಪತ್ರಿಕೆ ನಿಜವಾಗಿಯೂ ವಸ್ತುವಾಗಿದ್ದರೆ ಅದಕ್ಕೆ ಬಳಸಿದ ಸಾಮಗ್ರಿಗಳನ್ನು ಓದುಗರಿಗೆ ತಿಳಿಸಿ. ಪ್ರಾಯೋಜಿತ ಸುದ್ದಿ/ನುಡಿಚಿತ್ರ ಎಂದು ಹೇಳಿ" ಎಂದು ಅಭಿಪ್ರಾಯಪಟ್ಟಿದ್ದಾರೆ.

"ಆಯ್ದ ಸುದ್ದಿಗಳು ಮಾತ್ರ ಜನರನ್ನು ತಲುಪುವುದು ಅಪಾಯಕಾರಿ. ವಸ್ತು ನಿಷ್ಠ, ಸಂಶೋಧಿತ, ತಟಸ್ಥ, ಸಮತೋಲಿತ ಸುದ್ದಿ ನೀಡುವ ಜವಾಬ್ದಾರಿ ಸುದ್ದಿ ಸಂಸ್ಥೆಗಳ ಮೇಲಿದೆ. ಅದರೆ ಸುದ್ದಿಮಾರಾಟ ಪತ್ರಿಕಾವೃತ್ತಿಯ ವಿಶ್ವಾಸಾರ್ಹತೆಗೆ ಸಂಚಕಾರ ತಂದಿದೆ" (Vinod Mehta, 2009).

ಕಳೆದ ಮಹರಾಷ್ಟ್ರ ವಿದಾನಸಭಾ ಚುನಾವಣೆಯಲ್ಲಿ ಮುಖ್ಯಮಂತ್ರಿ ಅಶೋಕ್ ಚೌಹಾಣ್ ಜಾಹಿರಾತಿಗಾಗಿ ಅಧಿಕೃತವಾಗಿ ವ್ಯಯಿಸಿದ್ದು ಕೇವಲ ರೂ.೫೩೮೦. ಅದಕ್ಕೆ ಪ್ರತಿಯಾಗಿ ಅವರ ಕುರಿತು ೪೭ ಪುಟಗಳ ಚುನಾವಣಾ ಪ್ರಚಾರ ಸುದ್ದಿ ಪ್ರಕಟವಾಗಿತ್ತು. ಮಹಾರಾಷ್ಟ್ರ ಟೈಮ್ಸ್ ಹಾಗೂ ಲೋಕಮತ್ ಪತ್ರಿಕೆಗಳಲ್ಲಿ ಇದೇ ಸಂದರ್ಭ ಸುಮಾರು ೮೯ ಪುಟಗಳ ಪ್ರಚಾರ ದೊರಕಿತ್ತು (J. Balaji, 2010).

ಪತ್ರಿಕೆಗಳು ರಾಜಕಾರಣಿಗಳ ಭವಿಷ್ಯ ಬರೆಯುತ್ತಿದ್ದ ಕಾಲವೊಂದಿತ್ತು. ಈಗ ರಾಜ ಕಾರಣಿಗಳ ತಾಳಕ್ಕೆ ತಕ್ಕಂತೆ ಕುಣಿಯುವ ಮಾಧ್ಯಮಗಳೇ ತಾಂಡವವಾಡುತ್ತಿವೆ. ಅದಕ್ಕೆ ಉದಾಹರಣೆ ಎಂಬಂತೆ ಅಶೋಕ್ ಖೇಣಿ ಹಾಗೂ ಮಾಜಿ ಪ್ರಧಾನಿ ದೇವೇಗೌಡರು ನೈಸ್ ರಸ್ತೆಯ ಕುರಿತಾದ ತಮ್ಮ ತಮ್ಮ ಅಭಿಪ್ರಾಯಗಳನ್ನು ರಾಜ್ಯದ ಮುಂಚೂಣಿ ಪತ್ರಿಕೆಗಳಾದ ವಿಜಯ ಕರ್ನಾಟಕ ಹಾಗೂ ಕನ್ನಡಪ್ರಭವನ್ನು ಬಳಸಿಕೊಂಡಿರುವುದು. ಇದು ನೈಸ್ ಜರ್ನಲಿಸಮ್ ಎಂದೇ ಪ್ರಖ್ಯಾತಿ ಪಡೆದಿತ್ತು.

ಖೇಣಿ ಜತೆ ಶಾಮೀಲಾಗಿರುವ ಯಡಿಯೂರಪ್ಪ ಮನೆಗೆ ಹೋಗಬೇಕು. ಈ ಖೇಣಿ ಇದ್ದಾನಲ್ಲ, ಸತ್ಯ ಹೇಳ್ತೀನಿ, ಆತ ದಾವೂದ್‌ಗಿಂತ ದೊಡ್ಡ ಡಾಕು

ಖೇಣಿಯದು ಒಂದಲ್ಲ, ಎರಡಲ್ಲ, ಮೂವತ್ತು ಸಾವಿರ ಕೋಟಿ ರೂ. ಲೂಟಿ ಕಥೆ ಕಣ್ರೆ »9

ಗೌಡರ ಹೇರಾಫೇರಿ ದಾಖಲೆ, ಅವರದು ಬಂಡಲ್: ಖೇಣಿ

● ಕುಮಾರಸ್ವಾಮಿ ಜಂಟಲ್‌ಮ್ಯಾನ್ ಕಣ್ರೀ...

ಬೆಂಗಳೂರು: ನೈಸ್ ವಿವಾದಕ್ಕೆ ಸಂಬಂಧಿಸಿದಂತೆ ದೇವೇಗೌಡರ ಬಳಿ ಇರುವುದೆಲ್ಲಾ 'ಹೇರಾಫೇರಿ' ದಾಖಲೆ. ಅವೆಲ್ಲವೂ ಅಸಲಿ ಎಂದು ಗೌಡ್ರು ಬಂಡಲ್ ಬಿಡುತ್ತಿದ್ದಾರಷ್ಟೆ...

'ವಿಧಾನಸೌಧದ ಮುಂದಿನ ಮೆಟ್ಟಿಲುಗಳ ಮೇಲೆ ನನ್ನನ್ನು ಹಾಸಿಗೆಯಲ್ಲಿ ಮಲಗಿಸಿ, ದೇವೇಗೌಡರನ್ನು ಒಂದು ಹಾಸಿಗೆಯಲ್ಲಿ ಮಲಗಿಸಿ, ಅವರ ಮಕ್ಕಳಿಗೆ ಹಾಸಿಗೆ ಹಾಕಿ ಸುಳ್ಳುಪತ್ತೆ ಪರೀಕ್ಷೆ ನಡೆಸಲಿ. ಅದನ್ನು ಟಿವಿ ಚಾನೆಲ್‌ಗಳು ಲೈವ್ ಕೊಡಲಿ. ಅಲ್ಲಿ ದೇವೇಗೌಡರ ಬಣ್ಣ ಬಿಚ್ಚಿಡುತ್ತೇನೆ. ಇದಾಗದಿದ್ದರೆ ನೈಸ್ ರಸ್ತೆಯಲ್ಲಿ ಗೌಡ್ರ ಜಾತಕ ಬಯಲು ಮಾಡುತ್ತೇನೆ...'

ನೈಸ್ ಕಂಪನಿ ಸಾವಿರಾರು ಎಕರೆ ಭೂಮಿ ಕಬಳಿಸಿ ರಿಯಲ್ ಎಸ್ಟೇಟ್ ದಂಧೆ ಮಾಡುತ್ತಿದೆ ಎಂದು ಬೆಂಗಳೂರು–ಮೈಸೂರು ಎಕ್ಸ್‌ಪ್ರೆಸ್ ಕಾರಿಡಾರ್ ರಸ್ತೆ ಯೋಜನೆ ವಿರುದ್ಧ ಸಮರ ಸಾರಿರುವ ಮಾಜಿ ಪ್ರಧಾನಿ ಎಚ್.ಡಿ. ದೇವೇಗೌಡರ ವಿರುದ್ಧ ನೈಸ್ ಮುಖ್ಯಸ್ಥ ಅಶೋಕ್ ಖೇಣಿ ಅವರು ಗುಡುಗಿದ ಬಗೆ ಇದು.

ನೈಸ್ ವಿವಾದ ತಾರಕಕ್ಕೇರಿದ ನಂತರ ಮೊದಲ ಬಾರಿಗೆ ಪ್ರತಿಕ್ರಿಯಿಸಿರುವ ಅಶೋಕ್ ಖೇಣಿ, ದೇವೇಗೌಡರು ಎಷ್ಟೇ ವಿರೋಧ ವ್ಯಕ್ತಪಡಿಸಲಿ. ಹಿಂದೆ ಸರಿಯುವ ಪ್ರಶ್ನೆಯೇ ಇಲ್ಲ ಎಂದರು. ➤ *11ನೇ ಪುಟಕ್ಕೆ*

ದೇವೇಗೌಡರೇ... ನೈಸ್ ಯೋಜನೇಲಿ ನ್ಯಾಯಾಲಯದ ಆದೇಶ ಉಲ್ಲಂಘನೆ ಮಾಡಲಾಗಿದೆ ಎಂಬುದನ್ನು ನೀವು ಸಾಬೀತು ಪಡಿಸುತ್ತೀರಾ?

ಯುವ, ಕ್ರಿಯಾಶೀಲ ವರದಿಗಾರರನ್ನು ಸುದ್ದಿ ಮಾರಾಟದ ಪದಾತಿದಳದ ಸೈನಿಕರನ್ನಾಗಿ ಉಪಯೋಗಿಸುತ್ತಿರುವುದು ಆಘಾತಕರ, ಹಾಗೂ ಅನೈತಿಕ ಮತ್ತು ಖಂಡನೀಯ ಎಂದು ಚುನಾವಣಾ ಆಯೋಗದ ಅಧ್ಯಕ್ಷರಾದ ಎಸ್. ವೈ. ಖುರೇಷಿ ಸುದ್ದಿ ಮಾರಾಟ ವಿಷಯದ ಕುರಿತಾದ ಸಮ್ಮೇಳನದಲ್ಲಿ ಅಭಿಪ್ರಾಯಪಟ್ಟರು.

ಪತ್ರಿಕಾ ಮಂಡಳಿ ಚುನಾವಣಾ ವರದಿಗಾರಿಕೆಗೆ ನೀತಿ ಸಂಹಿತೆ ರೂಪಿಸಿದೆ. ಇದರ ಪ್ರಕಾರ ಪತ್ರಿಕೆ/ಮಾಧ್ಯಮ ಅಭ್ಯರ್ಥಿಗೆ ಪ್ರಚಾರನೀಡುವ ಸಲುವಾಗಿ ಯಾವುದೇ ಆರ್ಥಿಕ ಸಹಾಯವನ್ನು ಪಡೆಯುವಂತಿಲ್ಲ, ಈ ಸಂದರ್ಭದಲ್ಲಿ ವಿಶೇಷ ಭೋಜನ ಕೂಟ ಇತ್ಯಾದಿ ಕಾರ್ಯಕ್ರಮಗಳಲ್ಲಿ ಭಾಗವಹಿಸುವಂತಿಲ್ಲ. ಚುನಾವಣಾ ಆಯೋಗ, ಆಯುಕ್ತರು ಹಾಗೂ ಚುನಾವಣಾ ಅಧಿಕಾರಿಗಳು ಕಾಲಕಾಲಕ್ಕೆ ವಿಧಿಸುವ ನೀತಿ ಸಂಹಿತೆಗಳನ್ನು ತಪ್ಪದೇ ಪಾಲಿಸಬೇಕು (Press Council of India, 2009).

ಈ ಪತ್ರಿಕಾ ಸ್ವಾತಂತ್ರ್ಯದ ಹರಣವನ್ನು ಸಾಕ್ಷಿ ಸಮೇತ ಸಾದರಪಡಿಸಲು ಪತ್ರಿಕಾ ಮಂಡಳಿಯ ಯಾವ ತನಿಖೆಗೂ ಇದುವರೆಗೆ ಸಾಧ್ಯವಿಲ್ಲ. ಸಾಂದರ್ಭಿಕ ಸಾಕ್ಷಿಗಳು ಸುದ್ದಿ ಮಾರಾಟವನ್ನು ಬೊಟ್ಟುಮಾಡಿ ತೋರಿಸಿದರೂ ಸಹ ಯಾವುದೇ ಕಠಿಣ ಕ್ರಮ ಕೈಗೊಳ್ಳಲು ಸಾಧ್ಯವಾಗುತ್ತಿಲ್ಲ. ಇತ್ತೀಚಿನ ದಿನಗಳಲ್ಲಿ ಮಾಧ್ಯಮ ತನ್ನದೇ ಆದ ಕಟಕಟೆಯನ್ನು ನಿರ್ಮಿಸಿಕೊಂಡು ಶಾಸಕಾಂಗ, ಕಾರ್ಯಾಂಗ ಹಾಗೂ ನ್ಯಾಯಾಂಗವನ್ನೂ ಕೂಡ ತನಿಖೆ ನಡೆಸುತ್ತಿರುವಾಗ, ಈ ಮೂರು ಸ್ತಂಭಗಳು ಮಾಧ್ಯಮವನ್ನು ಕೂಡ ತನಿಖೆಗೆ ಒಳಪಡಿಸಬೇಕಾಗಿದೆ.

ಡೆಕ್ಕನ್ ಹೆರಾಲ್ಡ್ ಪತ್ರಿಕೆ ಸಂಪಾದಕರಾದ ತಿಲಕ್ ಕುಮಾರ್ ಹೇಳುವಂತೆ, 'ಸಂಪಾದಕರಾಗಲಿ, ವರದಿಗಾರರಾಗಲಿ ಅಥವಾ ಮಾಧ್ಯಮ ನಿರ್ವಾಹಕರು, ನಡೆಸುವವರಾಗಲಿ ಸುದ್ದಿಯನ್ನು ಪ್ರಕಟಿಸಿ ಅದರಿಂದ ವೈಯಕ್ತಿಕ ಲಾಭವನ್ನು ಪಡೆದರೆ ಶಿಕ್ಷಾರ್ಹ ಅಪರಾಧ'. ಜನರ ನಂಬಿಕೆಯೇ ಪತ್ರಿಕಾವೃತ್ತಿಯ ಆತ್ಮ, ಅದನ್ನು ಪಣವಾಗಿಸಿ ಹಣಮಾಡಲು ಇಳಿದರೆ ಭವಿಷ್ಯದಲ್ಲಿ ಜನರ ನಂಬಿಕೆ ಕಳೆದುಕೊಂಡು ಬಡವಾಗಬೇಕಾಗುತ್ತದೆ. ಪತ್ರಿಕಾ ವೃತ್ತಿಯಲ್ಲಿ ತೊಡಗಿರುವ ಎಲ್ಲರೂ ನ್ಯಾಯ ನೀತಿಗೆ ಅನುಗುಣವಾಗಿ ನಡೆದುಕೊಂಡರೆ ಈ ಕೆಟ್ಟ ಬೆಳವಣಿಗೆಗೆ ಅಂತ್ಯಹಾಡಲು ಸಾಧ್ಯ, ದೂರದೃಷ್ಟಿ ಹಾಗೂ ಮಹತ್ತರ ಸಾಧನೆ ಮಾಡಲು ಚಿಕ್ಕ ನಷ್ಟ ಅನುಭವಿಸಲು ಸಿದ್ಧರಾಗಬೇಕು'.

ಅಭ್ಯರ್ಥಿಗಳಿಗೆ ಚುನಾವಣಾ ಆಯೋಗದ ಕಣ್ಣಿಗೆ ಮಣ್ಣೆರಚಲು ಸುಲಭದ ದಾರಿ ಈ ಸುದ್ದಿ ಮಾರಾಟ. ಇತ್ತೀಚೆಗೆ ನಡೆದ ಉಪ ಚುನಾವಣೆ ಹಾಗೂ ಮಹಾನಗರ ಪಾಲಿಕೆ ಚುನಾವಣೆಗಳಲ್ಲಿ ನಡೆದ ಈ ಅವ್ಯವಹಾರಗಳನ್ನು ಆಯೋಗ ಗಂಭೀರವಾಗಿ ಪರಿಗಣಿಸಿ, ಈ ಕುರಿತಾದ ನೀತಿ ಸಂಹಿತೆ ರಚಿಸಲು ಮುಂದಾಗಿದೆ. ಮಾಧ್ಯಮ ಸಂಸ್ಥೆಗೂ ಕೂಡ ನೀತಿ ನಿಯಮಗಳನ್ನು ರೂಪಿಸುವ ಅನಿವಾರ್ಯತೆಯೂ ಇದೆ ಎಂಬುದು ವಿಶೇಷ ಚುನಾವಣಾಧಿಕಾರಿ ಆರ್. ಮನೋಜ್ ಅಭಿಪ್ರಾಯ.

ಇಂದು ಪತ್ರಿಕೆ/ಟಿವಿ ಮಾಧ್ಯಮಗಳಿಗೆ ಜಾಹಿರಾತು ನೀಡುವಾಗ ಆಯಾ ಕಂಪನಿಗಳು ತಮ್ಮ ಕುರಿತಾಗಿ ಋಣಾತ್ಮಕ ಅಂಶಗಳನ್ನು ಪ್ರಕಟಮಾಡಬಾರದೆಂಬ ನಿಬಂಧನೆಯನ್ನೂ ಹೇರುತ್ತಾರೆ. ಜಾಹಿರಾತಿಗಾಗಿಯೇ ಇರುವ ಮಾಧ್ಯಮಗಳು ಇವುಗಳನ್ನು ಒಪ್ಪಿ ಅಪ್ಪಿ ಮುನ್ನಡೆಸುತ್ತವೆ. ಹಲವಾರು ಸಂದರ್ಭಗಳಲ್ಲಿ ಮುದ್ರಣಕ್ಕೆ ತಯಾರಾದ ಲೇಖನಗಳು

ಜಾಹಿರಾತು ವಿಭಾಗದಿಂದ ಸಂಪಾದಕೀಯ ವಿಭಾಗಕ್ಕೆ ಬರುತ್ತವೆ. ಅದನ್ನು ಸರಿಯಾದ ಸ್ಥಳದಲ್ಲಿ ಮುದ್ರಿಸುವುದು ಮಾತ್ರ ಸಂಪಾದಕ ಮಂಡಳಿಯ ಕೆಲಸ. ಹೀಗಿರುವಾಗ ಸಾಮಾಜಿಕ ಜವಾಬ್ದಾರಿಗೆ ಎಲ್ಲಿದೆ ಜಾಗ? ಸಾಮಾನ್ಯವಾಗಿ ಚುನಾವಣಾ ಸಂದರ್ಭದಲ್ಲಿ ಇಡಿ ಪತ್ರಿಕೆ/ವಿದ್ಯುನ್ಮಾನ ಮಾಧ್ಯಮವೇ ಕೆಲವೊಂದು ಬಾರಿ ಮಾರಾಟಕ್ಕಿರುತ್ತದೆ. ಇಲ್ಲಿ ವರದಿಗಾರರಿಗಾಗಲಿ, ಸಂಪಾದಕರಿಗಾಗಲಿ ಮುಕ್ತ ವರದಿಗಾರಿಕೆ ಮಾಡಲು ಅವಕಾಶವೇ ಇರುವುದಿಲ್ಲ. ಇಂದು ಮಾಧ್ಯಮ ಶಿಕ್ಷಣ ನೀಡುವ, ಮಾಹಿತಿ ಕೊಡುವ ಹಾಗೂ ಜಾಗೃತಿ ಮೂಡಿಸುವ ಬದ್ಧತೆಯನ್ನು ಮರೆತು ಮನರಂಜನೆಯನ್ನೇ ಧ್ಯೇಯವಾಗಿಸಿಕೊಂಡಿರುವುದು ದೇಶದ ದುರಂತ.

ಇದನ್ನು ನಿಯಂತ್ರಿಸಲು ಓದುಗ/ನೋಡುಗರಿಂದ ಮಾತ್ರ ಸಾಧ್ಯ. ವಾಣಿಜ್ಯೋದ್ಯಮ ವಾಗಿಸಿಕೊಂಡ ಪತ್ರಿಕೆ/ ಟಿವಿ ವಾಹಿನಿಯನ್ನು ಸಾರಾಸಗಟಾಗಿ ತಳ್ಳಿ ಹಾಕಬೇಕು. ಇತರ ಉದ್ಯಮಗಳಿಗಿರುವ ಕೆಲವು ನಿಯಮಾವಳಿಗಳನ್ನು ಮಾಧ್ಯಮಕ್ಕೂ ಅಳವಡಿಸಬೇಕು. ಮಾಧ್ಯಮ ಕೂಡ ಮಾಹಿತಿ ಹಕ್ಕು ಕಾಯ್ದೆಯಡಿಗೆ ಸೇರ್ಪಡೆಗೊಳ್ಳಬೇಕು.

ಚುನಾವಣಾ ಆಯೋಗದ ೧೦ ಎ ಪರಿಚ್ಛೇದದಡಿಯಲ್ಲಿ ಚುನಾವಣಾ ಅಭ್ಯರ್ಥಿಗೆ ಅಥವಾ ಪಕ್ಷಕ್ಕೆ ಸಂಬಂಧಿತ ಜಾಹಿರಾತನ್ನು, ಮಾಹಿತಿಯನ್ನು ನಿಯಂತ್ರಿಸ ಬಹುದಾದರೂ, ಅನಿಸಿಕೆ, ಅಭಿಪ್ರಾಯ, ವಿಚಾರಮಂಥನಗಳನ್ನು ಈ ನಿಯಮದಡಿ ತರಲು ಸಾಧ್ಯವಾಗುತ್ತಿಲ್ಲ. ನೋಮ್ ಚೋಮ್ಸ್ಕಿಯ ಸಹಮತದ ಉತ್ಪಾದನೆ (Manufacturing Consent) ಮತ್ತೆ ಮುಂಚೂಣಿಯಲ್ಲಿದೆ. ಮಾಧ್ಯಮ ಸಂಸ್ಥೆಗಳು ತಮ್ಮ ಅಭಿಪ್ರಾಯಗಳನ್ನು ಜನರ ಮೇಲೆ ಹೇರಿದರೆ, ಅಥವಾ ವಾಣಿಜ್ಯ ಉದ್ದೇಶಗಳಿಂದ ಸಂಸ್ಥೆ ಅಥವಾ ವ್ಯಕ್ತಿ ಮಾಧ್ಯಮದ ಮೂಲಕ ತಮ್ಮ ಸ್ವಾರ್ಥ ಸಾಧನೆಗೆ ನಿಂತರೆ ಪ್ರಜಾಪ್ರಭುತ್ವದ ಬುನಾದಿಯೆ ಅಲುಗಾಡುತ್ತದೆ. ಇನ್ನೊಂದು ಮುಖ್ಯ ವಿಚಾರ ಸಂಶೋಧಕರು ಗಮನಿಸಬೇಕಾದದ್ದು, ಮಾಧ್ಯಮ ಅಭಿಪ್ರಾಯ ಗಳನ್ನು ಜನರ ಮೇಲೆ ಹೇರಬೇಕೆ ಅಥವಾ ಜನರನ್ನು ಸ್ವಅಭಿಪ್ರಾಯ ರೂಪಿಸಿಕೊಳ್ಳಲು ಪುಷ್ಟಿ ನೀಡಬೇಕೆ ಎಂಬುದು.

ಗ್ರಂಥ ಋಣ:

Ninan Sevanti, March 28th, 2010, '*Paid News for Dummies*' The Hindu,3

Sainath P. Oct 2009, '*The medium, message and the money*', The Hindu

Mehtha Vinod, Dec 29 2009, 'Please do not sell' OUTLOOK

N. Ram ,Jan 4th 2010, '*Tendency to dumb down journalism disturbing*' The Hindu

Jayanthi Natarajan, 2010, '*Paid News Syndrome*', The Asian Age

J. Balaji, Jan 23rd 2010, '*Election Commission seeks Chavan's reply on paid news*', The Hindu

presscouncil.nic.in/act.htm

eci.nic.in/eci_main/recent/Seminar_speech_ec(s).pdf

೧೮

ಮಾಧ್ಯಮ ಹಾಗೂ ಮಾನವ ಹಕ್ಕುಗಳು

–ಆದಿತ್ಯ ಭಟ್

'ಮಾಧ್ಯಮ ಹಾಗೂ ಮಾನವ ಹಕ್ಕುಗಳು' ಎಂಬ ವಿಷಯದ ಕುರಿತು ಒಂದೇ ಅಭಿಪ್ರಾಯವಿರಲು ಸಾಧ್ಯವಿಲ್ಲ. ಬಹಳಷ್ಟು ಸಂದರ್ಭಗಳಲ್ಲಿ ಮಾಧ್ಯಮದಿಂದಲೆ ಮಾನವ ಹಕ್ಕುಗಳ ರಕ್ಷಣೆಯಾಗಿದೆ. ಕೆಲವು ಸಂದರ್ಭಗಳಲ್ಲಿ ಮಾಧ್ಯಮದಿಂದ ಮಾನವ ಹಕ್ಕುಗಳ ಉಲ್ಲಂಘನೆಯಾಗಿದೆ. ಆದ್ದರಿಂದ ಈ ವಿಷಯದ ಕುರಿತು ಕೆಲವು ವಿಚಾರಗಳನ್ನು ಮಾತ್ರ ತಮ್ಮ ಮುಂದೆ ಪ್ರಸ್ತುತಪಡಿಸುತ್ತೇನೆ.

ಶಿಕ್ಷಣದಿಂದ ಆರೋಗ್ಯದ ತನಕ, ಮಠಗಳಿಂದ ಉದ್ಯಮದ ತನಕ ಇಂದು ಯಾವ ಕ್ಷೇತ್ರವೂ ಪರಿಪೂರ್ಣ ಅಲ್ಲ. ಮಾಧ್ಯಮವನ್ನೂ ಸೇರಿಸಿ, ಡೊನೇಶನ್ ಸೀಟು, ಪಂಚತಾರಾ ಹೋಟೆಲ್‌ನಂತಹ ಆಸ್ಪತ್ರೆಗಳ ಯುಗದಲ್ಲಿ ನಾವು ಬದುಕುತ್ತಿದ್ದೇವೆ. ಮಾಧ್ಯಮ ಕ್ಷೇತ್ರಕ್ಕೆ ಬಂದರೆ ನಾವು 'ಬ್ರೇಕಿಂಗ್ ನ್ಯೂಸ್'ನ ಯುಗದಲ್ಲಿ ಇದ್ದೇವೆ. ಇತ್ತೀಚೆಗೆ ನೀಲಿ ಚಿತ್ರಗಳ ನಾಯಕಿಯೊಬ್ಬಳು ಬಾಲಿವುಡ್ ಪ್ರವೇಶಿಸಿದ್ದು ಬ್ರೇಕಿಂಗ್ ನ್ಯೂಸ್ ಎಂಬಂತೆ ಉತ್ತರಿಸಲಾಯಿತು. ದಿನಕ್ಕೆ ೧೨ಕ್ಕಿಂತ ಹೆಚ್ಚು ಅತ್ಯಾಚಾರವಾಗುವ ಭಾರತದಲ್ಲಿ ಶೇ. ೩೭ಕ್ಕಿಂತ ಹೆಚ್ಚು ಜನರಿಗೆ ಎರಡು ಹೊತ್ತಿನ ಊಟವೂ ಇಲ್ಲದ ಭಾರತದಲ್ಲಿ ನೀಲಿ ಚಿತ್ರಗಳ ನಾಯಕಿಯ ಪ್ರವೇಶ ವಿಶೇಷ ಸುದ್ಧಿಯಾಗುತ್ತದೆ. ಹಸಿದ ಹೊಟ್ಟೆಗಳ ೩೭% ಜನರ ನೋವನ್ನು ಇತರರಿಗೆ ಹಾಗೂ ಜನಪ್ರತಿನಿಧಿಗಳಿಗೆ ಯಾರು ತಿಳಿಸಬೇಕು? ನೀಲಿ ಚಿತ್ರಗಳ ನಾಯಕಿಯ ಬಗ್ಗೆ ನಾನು ಪ್ರಸ್ತಾಪಿಸಿದ್ದು ಒಂದು ಉದಾಹರಣೆ ಮಾತ್ರ. ಅಂತಹ ನೂರಾರು ಉದಾಹರಣೆಗಳು ಕಾಣಸಿಗುತ್ತದೆ. ಐಶ್ವರ್ಯ ರೈ ಮಗು ಹೆತ್ತದ್ದು, ಸೈಫ್ ಅಲಿ ಖಾನ್ ಕರಿನಾ ಕಪೂರ್ ಜೊತೆ ಒಡಾಡಿದ್ದು ಇದ್ಯಾವುದು ಪ್ರಮುಖ ಸುದ್ದಿಯಲ್ಲಿ ಆದರೆ ಪ್ರಮುಖ ಎಂಬಂತೆ ಬಿತ್ತರಿಸಲಾಯಿತು. ಚಳಿಗಾಲದ ಎರಡು ತಿಂಗಳಿನಲ್ಲಿ ೯೦ಕ್ಕೂ ಹೆಚ್ಚು ಜನ ಮೈತುಂಬ ಬಟ್ಟೆ ಇಲ್ಲದೆ ಚಳಿಯಲ್ಲಿ ನರಳಿ ಪ್ರಾಣ ಕಳೆದುಕೊಂಡರು ಇದು ಪ್ರಮುಖ ಸುದ್ಧಿ ಆಗಬೇಕಾಗಿತ್ತು. ಆದರೆ ಆಗಲಿಲ್ಲ. ಮಾನವ ಹಕ್ಕುಗಳಿಗಿಂತ ಸಿನಿಮಾ ಮತ್ತು ಕ್ರಿಕೆಟ್‌ಗೆ ಹೆಚ್ಚು ಪ್ರಾಮುಖ್ಯತೆ ನೀಡುತ್ತಿದೆ ಮಾಧ್ಯಮ.

ಮಾನವ ಹಕ್ಕುಗಳು ಎಂದರೆ ಮಾನವನ ಬದುಕು, ಸ್ವಾತಂತ್ರ್ಯ, ಸಮಾನತೆಗೆ ಸಂಬಂಧಿಸಿದ ಹಕ್ಕುಗಳು. ಅವುಗಳು ಇಲ್ಲದಿದ್ದರೆ ಗೌರವಾನ್ವಿತವಾಗಿ ಬದುಕುವುದು ಕಷ್ಟ.

ಕೆಲವು ಸಂದರ್ಭದಲ್ಲಿ ಬದುಕುವುದೇ ಕಷ್ಟ. ಅಂತಹ ಮಾನವ ಹಕ್ಕುಗಳಿಗಿಂತ ಸಿನಿಮಾ ಮತ್ತು ಕ್ರಿಕೆಟ್‌ಗೆ ಮಾಧ್ಯಮ ಹೆಚ್ಚು ಪ್ರಾಮುಖ್ಯತೆ ನೀಡುತ್ತಿರುವುದು ವಿಪರ್ಯಾಸ. ಪ್ರೆಸ್ ಕೌನ್ಸಿಲ್‌ನ ಅಧ್ಯಕ್ಷರಾದ ಮಾರ್ಕಂಡೇಯ ಒಡ್ಜು ಸಹ ಇದೆ ಅಭಿಪ್ರಾಯ ವ್ಯಕ್ತಪಡಿಸಿದ್ದಾರೆ.

ಕೆಲವು ದಶಕಗಳ ಹಿಂದೆ ಇಲ್ಯುಸ್ಟ್ರೇಟೆಡ್ ವಿಕ್ಲಿ ಒರಿಸ್ಸಾದ ಮುಖ್ಯಮಂತ್ರಿಯವರಿಗೆ ಮಹಿಳೆಯೊಬ್ಬಳೊಂದಿಗೆ ಅನೈತಿಕ ಸಂಬಂಧವಿದೆ ಎಂದು ಪ್ರಕಟಿಸಿತ್ತು. ಆ ವಿಚಾರವನ್ನು ಸರ್ವೋಚ್ಛ ನ್ಯಾಯಾಲಯದ ತನಕ ಕೊಂಡೊಯ್ಯಲಾಯಿತು. ಸರ್ವೋಚ್ಛ ನ್ಯಾಯಾಲಯವು ಮಾಧ್ಯಮ ಜನರ ಖಾಸಗಿ ವಿಚಾರಗಳ ಬಗ್ಗೆ ಮಾತನಾಡಬಾರದು ಎಂದು ಹೇಳಿತ್ತು. ಇದರ ನಂತರವೂ ಸಹ ಮಾಧ್ಯಮ ಜನರ ಖಾಸಗಿ ವಿಚಾರಗಳ ಬಗ್ಗೆ ಸುದ್ದಿ ಬಿತ್ತರಿಸುತ್ತಿದೆ. ಮಾನವ ಹಕ್ಕುಗಳ ಪ್ರಕಾರ ಪ್ರತಿ ವ್ಯಕ್ತಿಗೂ Right to Privacy ಅರ್ಥಾತ್ ಖಾಸಗಿ ಬದುಕನ್ನು ಹೊಂದುವ ಹಕ್ಕು ಇದೆ, ಆದರೆ ಬಹುಶಃ ಮಾಧ್ಯಮಕ್ಕೆ ಈ ವಿಷಯ ತಿಳಿದಿಲ್ಲ. ಕೆಲವು ವರ್ಷಗಳ ಹಿಂದೆ ಕನ್ನಡದ ನಟರೊಬ್ಬರು ಮಾಧ್ಯಮದವರಿಗೆ ಹೇಳದೆ, ಆಹ್ವಾನಿಸದೆ ಮದುವೆಯಾದರು. ಯಾರನ್ನು ಆಹ್ವಾನಿಸಬೇಕು ಎಂದು ನಿರ್ಧರಿಸುವ ಹಕ್ಕು ಅವರಿಗೆ ಇದೆ. ಆಹ್ವಾನವಿಲ್ಲದಿದ್ದರೂ ಮಾಧ್ಯಮ ಮದುವೆಯಲ್ಲಿ ಪಾಲ್ಗೊಂಡು ಅದನ್ನು ಸುದ್ದಿಯಾಗಿ ಬಿತ್ತರಿಸಿತು. ಆ ನಟ ಕೇಳಿದ "ನನಗೆ ಖಾಸಗಿ ಬದುಕು ಇಲ್ಲವೇ?" ಯಾರದ್ದೊ ಖಾಸಗಿ ಬದುಕು ಮಾಧ್ಯಮಕ್ಕೆ ಮನೋರಂಜನೆ ನೀಡುವ ಸರಕು.

ಮಾಧ್ಯಮವನ್ನು ಪ್ರಜಾಪ್ರಭುತ್ವದ ನಾಲ್ಕನೆ ಸ್ತಂಭ ಎಂದು ಪರಿಗಣಿಸಲಾಗುತ್ತದೆ. ಆ ಕಾರಣಕ್ಕಾದರು ಮಾಧ್ಯಮ ದೇಶದ ಹಿತವನ್ನು ಜನರ ಹಕ್ಕುಗಳನ್ನು ಎತ್ತಿಹಿಡಿಯಬೇಕಾಗಿತ್ತು. ಆದರೆ ಇಂದು ಮಾಧ್ಯಮ 'ಮನೋರಂಜನೆಯ ಸಾಧನ' ಎಂಬಂತೆ ಕಾರ್ಯ ನಿರ್ವಹಿಸುತ್ತಿದೆ.

ಪರೀಕ್ಷೆಯೊಂದರಲ್ಲಿ ವಿದ್ಯಾರ್ಥಿ ನಕಲು ಮಾಡುತ್ತಿದ್ದ. ಉತ್ತರವನ್ನು ಮೊದಲೆ ಚೀಟಿಯಲ್ಲಿ ಬರೆದು ಪರೀಕ್ಷೆಗೆ ತಂದಿದ್ದ. ಶಿಕ್ಷಕರು ಆತನನ್ನು ನೋಡಿ ಅನುಮಾನಿಸಿದರು. ಸ್ವಲ್ಪ ಸಮಯದ ನಂತರ ಆತ ಹೇಗೋ ಆ ಚೀಟಿಯನ್ನು ಎಸೆದ. ಚೀಟಿ ಹುಡುಗಿಯೊಬ್ಬಳ ಕಾಲು ಬುಡ ತಲುಪಿತು. ಹುಡುಗಿಯ ಕಾಲ ಬುಡದಲ್ಲಿ ಚೀಟಿ ಸಿಕ್ಕಿತು. ಆದ್ದರಿಂದ ಆ ಹುಡುಗಿಯನ್ನು ಅನುಮಾನಿಸಲಾಯಿತು. ಈ ವಿಷಯ ಒಂದು ಪತ್ರಿಕೆಯಲ್ಲಿ ಪ್ರಕಟವಾಯಿತು. ಪ್ರಕಟವಾದ ನಂತರ ಸಮಾಜ ಆಕೆಯನ್ನು ಅನುಮಾನಿಸಿತು. ಮಾನಸಿಕವಾಗಿ ಕುಗ್ಗಿದ ಆ ಹುಡುಗಿ ಆತ್ಮಹತ್ಯೆ ಮಾಡಿಕೊಂಡಳು. ಕೆಲವು ದಿನಗಳ ನಂತರ ಆಕೆ ನಕಲು ಮಾಡುತ್ತಿರಲಿಲ್ಲ ಎಂಬ ಸತ್ಯ ತಿಳಿಯಿತು. ಆದರೆ ಹುಡುಗಿಯೇ ಬದುಕಿರಲಿಲ್ಲ. ನಾಲ್ಕನೆ ಸ್ತಂಭ ಮಾನವ ಹಕ್ಕನ್ನು ರಕ್ಷಿಸಬೇಕಿತ್ತು. ಆದರೆ ಅದರಿಂದಾಗಿಯೆ ಮುಗ್ಧ ಹುಡುಗಿ ಪ್ರಾಣ ಕಳೆದುಕೊಂಡಳು.

ಮಾಧ್ಯಮದಲ್ಲಿ ಇಂತಹ ಬೆಳವಣಿಗೆ ಹೊಂದಲು ಹಲವಾರು ಕಾರಣಗಳಿವೆ. ಮೊದಲನೆಯ ಕಾರಣ ಮಾಧ್ಯಮದಲ್ಲಿರುವ Unhealthy ಸ್ಪರ್ಧೆ. ಆರೋಗ್ಯಕರವಾದ ಸ್ಪರ್ಧೆ ಮುಂಚೆ ಇತ್ತು. ಈಗ ಅಪಾಯಕಾರಿ ಸ್ಪರ್ಧೆ ಇದೆ. ಎಲ್ಲರಿಗೂ ನಂಬರ್ ಒನ್ ಸ್ಥಾನ ಆಕ್ರಮಿಸಿಕೊಳ್ಳುವ ಹಪಹಪಿ. ಹೇಗಾದರು ಮಾಡಿ ಟಿ.ಆರ್.ಪಿ ಹೆಚ್ಚಿಸಿಕೊಳ್ಳುವ ಧಾವಂತ ಆರೋಪಿಯನ್ನು ಅಪರಾಧಿಯನ್ನಾಗಿಸುತ್ತದೆ. ಅನುಮಾನವೇ ಬ್ರೇಕಿಂಗ್ ನ್ಯೂಸ್ ಆಗುತ್ತದೆ. ಪರಿಣಾಮವಾಗಿ ಯಾರೊ ಆತ್ಮಹತ್ಯೆ ಮಾಡಿಕೊಳ್ಳುತ್ತಾರೆ. ಎರಡನೆಯವಾಗಿ

ಮಾನವ ಹಕ್ಕುಗಳ ಬಗ್ಗೆ ಜ್ಞಾನವಿಲ್ಲದಿರುವುದೂ ಕಾರಣ. ಮಾನವ ಹಕ್ಕುಗಳ ಬಗ್ಗೆ ಪದವಿಯ ಪ್ರಥಮ ವರ್ಷದಲ್ಲಿ ಕಲಿಸಲಾಗುತ್ತದೆ. ವಿದ್ಯಾರ್ಥಿ ಪದವಿ ಮುಗಿಸಿ ಪತ್ರಕರ್ತನಾಗುವುದರೊಳಗೆ ಕಲಿತದ್ದು ಮರೆಯುತ್ತಾನೆ. ಈ ವಿಚಾರ ಎಲ್ಲರಿಗೂ ಅನ್ವಯಿಸುವುದಿಲ್ಲ. ಮಾನವ ಹಕ್ಕುಗಳ ಬಗ್ಗೆ ವಿದ್ವಾಂಸರಾಗಿರುವ ಪತ್ರಕರ್ತರೂ ಇದ್ದಾರೆ. ಪತ್ರಕರ್ತರಾಗಿ ಸೇರಿದ ಕೂಡಲೆ ಮಾನವ ಹಕ್ಕುಗಳ ಕುರಿತು ಒಂದು ಕಾರ್ಯಾಗಾರ ಏರ್ಪಡಿಸಿ ಉಪಯುಕ್ತ ಮಾಹಿತಿ ನೀಡುವುದು ಅಗತ್ಯ.

ದೇಶವನ್ನೇ ತಲ್ಲಣಗೊಳಿಸಿದ ಜೆಸ್ಸಿಕಾ ಲಾಲ್ ಕೊಲೆ ಪ್ರಕರಣದಲ್ಲಿ ಅಪರಾಧಿಯನ್ನು ಶಿಕ್ಷೆಗೆ ಒಳಪಡಿಸಿದ್ದೇ ಮಾಧ್ಯಮ. ಅಪರಾಧಿ ರಾಜಕಾರಣಿಗಳಿಗೆ ಹಾಗೂ ನ್ಯಾಯಾಂಗದ ಹಲವು ಹುದ್ದೆಯಲ್ಲಿರುವವರಿಗೆ ಹಣ ನೀಡಿ ಶಿಕ್ಷೆಯಿಂದ ತಪ್ಪಿಸಿಕೊಳ್ಳಲು ಸಿದ್ಧನಾಗಿದ್ದ. ಈ ವಿಷಯವನ್ನು ಮಾಧ್ಯಮ ದೊಡ್ಡ ಸುದ್ದಿಯನ್ನಾಗಿ ಮಾಡಿತು. ಸಮಸ್ತ ದೇಶವೇ ಅಪರಾಧಿಯ ವಿರುದ್ಧ ಹೋರಾಡಲು ಸಜ್ಜಾಯಿತು. ಅಂತಿಮವಾಗಿ ಅಪರಾಧಿಗೆ ಶಿಕ್ಷೆಯಾಯಿತು. ಮಾಧ್ಯಮ ತನ್ನ ಶಕ್ತಿ ನಿರೂಪಿಸಿತು. ಜೆಸ್ಸಿಕಾ ಲಾಲ್ ಹತ್ಯೆ ಪ್ರಕರಣ ಭಯೋತ್ಪಾದಕರು, ನಕ್ಸಲೈಟ್, ಎಲ್ಲರೂ ಮಾನವ ಹಕ್ಕುಗಳನ್ನು ಉಲ್ಲಂಘಿಸುವವರೇ ಆದರೆ ಒಂದು ಪತ್ರಿಕೆಯಲ್ಲಿ ನಕ್ಸಲರನ್ನು "ಬಂದೂಕು ಹೊತ್ತ ಗಾಂಧಿಗಳು" ಎಂದು ಕರೆಯಲಾಯಿತು. ಜನರನ್ನು ಕೊಂದವರು ಎಂದಾದರೂ ಗಾಂಧಿ ಆಗಲು ಸಾಧ್ಯವೇ? ನಕ್ಸಲರಿಂದ ಕೊಲ್ಲಲ್ಪಟ್ಟ ಪ್ರತಿ ವ್ಯಕ್ತಿಗೂ ಜೀವ ಇತ್ತು. ಆ ಜೀವ ನಮಗೂ ನಿಮಗೂ ಇರುವಂತಹ ಜೀವವೇ ಆಗಿತ್ತು. ಅಂತಹ ಜೀವ ತೆಗೆದವರು ಎಂದೂ ಗಾಂಧೀಜಿಯಾಗಲು ಸಾಧ್ಯವಿಲ್ಲ. ಜೀವದ ಬೆಲೆ ಅರಿಯದವರು. ಮಾನವ ಹಕ್ಕುಗಳ ಬಗ್ಗೆ ಸರಿಯಾದ ತಿಳುವಳಿಕೆ ಇಲ್ಲದವರು ಮಾತ್ರ ಕೊಲೆಗಾರರನ್ನು ಗಾಂಧಿ ಎಂದು ಕರೆಯುತ್ತಾರೆ. ಮಾಧ್ಯಮ ನಮ್ಮ ಅಭಿಪ್ರಾಯ ತಿಳಿಸುವ ವೇದಿಕೆ ಮಾತ್ರ ಅಲ್ಲ. "ಒಂದು ಹನಿ ಮಸಿ, ಕೋಟಿ ಜನಕ್ಕೆ ಬಿಸಿ" ಎಂದಿದ್ದರು ಬೈರನ್– ಮಾಧ್ಯಮ ಕೊಟ್ಯಾಂತರ ಜನರನ್ನು ರೂಪಿಸಬಹುದಾದ ಒಂದು ಶಕ್ತಿ. ಒಂದು ತಪ್ಪು ಅರ್ಥೈಸುವಿಕೆ ಕೋಲಾಹಲವನ್ನೇ ಮಾಡಬಹುದು. ನಕ್ಸಲರು ಮುಗ್ಧರನ್ನು ಕೊಂದಾಗ ಅದು ಬಡವರ ಹತಾಶೆ ಎಂಬಂತೆ ಕೆಲವು ಪತ್ರಿಕೆಗಳು ವರದಿ ಮಾಡಿದವು. ಉಳ್ಳವರ ಹಾಗೂ ಬಡವರ ನಡುವಿನ ಸಂಗ್ರಾಮ ಎಂಬಂತೆಯು ಬಿಂಬಿಸಲಾಯಿತು. ಅದೊಂದು ಮಾನವ ಹಕ್ಕುಗಳ ಉಲ್ಲಂಘನೆ ಎಂದು ಸುದ್ಧಿಯಾದದ್ದು ಕಡಿಮೆ. ಆದರೆ ನಕ್ಸಲರು ಪೋಲಿಸರ ಗುಂಡೇಟಿಗೆ ಬಲಿಯಾದಾಗ "ಇದು ಮಾನವ ಹಕ್ಕುಗಳ ಉಲ್ಲಂಘನೆ" ಎಂದು ಸುದ್ಧಿ ಬಿತ್ತರಿಸಲಾಯಿತು. ನಕ್ಸಲರಿಗೆ ಮಾತ್ರ ಮಾನವ ಹಕ್ಕು ಇದೆಯೆ? ಸಾವಿರಾರು ಮುಗ್ಧರು ಭಯೋತ್ಪಾದಕರಿಂದ ಸಾವನ್ನಪ್ಪುತ್ತಾರೆ. ಆಗ ಮಾನವ ಹಕ್ಕುಗಳ ಪ್ರಶ್ನೆ ಉದ್ಭವಿಸುವುದು ಕಡಿಮೆ, ಆದರೆ ಭಯೋತ್ಪಾದನೆಯಲ್ಲಿ ತೊಡಗಿದವರಿಗೆ ಮರಣ ದಂಡನೆ ವಿಧಿಸಿದ ಕೂಡಲೆ ಮಾನವ ಹಕ್ಕುಗಳ ಪ್ರಶ್ನೆ ಉದ್ಭವಿಸುತ್ತದೆ. ಯಾಕೆ? ಸಾಮಾನ್ಯ ಮನುಷ್ಯನಿಗೆ ಬದುಕುವ ಹಕ್ಕಿಲ್ಲವೆ? ಮಾನವ ಹಕ್ಕು ಇಲ್ಲವೆ? ಮಾನವ ಹಕ್ಕುಗಳು ಕೇವಲ ನಕ್ಸಲರಿಗೆ ಹಾಗೂ ಭಯೋತ್ಪಾದಕರಿಗೆ ಮಾತ್ರ ಇದೆಯೆ? ಭಯೋತ್ಪಾದಕ ಅಫ್ಜಲ್‌ಗೆ ಸುಪ್ರಿಂ ಕೋರ್ಟು ಗಲ್ಲು ಶಿಕ್ಷೆ ವಿಧಿಸಿತು. ಹಲವಾರು ಪತ್ರಕರ್ತರು ಆತನ ಮಾನವ ಹಕ್ಕುಗಳ ಬಗ್ಗೆ ಬರೆದು ಆತನಿಗೆ ಕ್ಷಮಾಧಾನ ನೀಡಬೇಕು ಎಂದು ವಾದಿಸಿದರು. ಈ ಕುರಿತು ಮಾನವ ಹಕ್ಕುಗಳ ತಜ್ಞರಿಂದ ಅಭಿಪ್ರಾಯ ಸಂಗ್ರಹಿಸುವ

ಅಗತ್ಯವಿದೆ. "ಮಾನವ ಹಕ್ಕುಗಳ ಹೆಸರಿನಲ್ಲಿ ಭಯೋತ್ಪಾದಕನಿಗೆ ವಿಧಿಸಿದ ಗಲ್ಲು ಶಿಕ್ಷೆಯನ್ನು ಪ್ರಶ್ನಿಸಬಹುದೆ?" "Human Rights are derired from nature" ಅಂತ ಹೇಳಲಾಗುತ್ತದೆ. ದುರಾದೃಷ್ಟವೆಂದರೆ ಮಾನವರೇ ಮಾನವ ಹಕ್ಕುಗಳ ಉಲ್ಲಂಘನೆಯಲ್ಲಿ ಪಾಲ್ಗೊಳ್ಳುತ್ತಾರೆ. ವಿಶ್ವಸಂಸ್ಥೆ ಘೋಷಿಸಿರುವ Universal Declaration of Human Rights ಅನ್ನು ಮೈಲಿಗಲ್ಲು ಎಂದು ಪರಿಗಣಿಸಲಾಗುತ್ತದೆ. ಆದರೆ ಅವುಗಳು ಕಾರ್ಯರೂಪಕ್ಕೆ ಬಂದದ್ದು ವಿರಳ.

ಜಾಗತಿಕ ಮಟ್ಟದಲ್ಲೂ ಮಾನವ ಹಕ್ಕುಗಳನ್ನು ತಪ್ಪಾಗಿ ಅರ್ಥೈಸಲಾಗುತ್ತಿದೆ. ಸುಮಾರು ೬೦ ವರ್ಷಗಳ ಕಾಲ ಕಾಶ್ಮೀರದಲ್ಲಿ ಭಾರತೀಯರ ಮಾನವ ಹಕ್ಕುಗಳನ್ನು ಉಲ್ಲಂಘಿಸಲಾಯಿತು. ಆದರೆ ಬಹುತೇಕ ಇಂಗ್ಲೀಷ್ ಪತ್ರಿಕೆಗಳು ಅದನ್ನು ದೊಡ್ಡ ಸುದ್ದಿಯನ್ನಾಗಿ ಮಾಡಲಿಲ್ಲ. ಆದರೆ ಸದ್ದಾಂ ಹುಸೈನ್‌ನನ್ನು ಅಮೇರಿಕಾ ಗಲ್ಲಿಗೇರಿಸಿದ ಕೂಡಲೆ ಮಾನವ ಹಕ್ಕುಗಳು ಆ ಪತ್ರಿಕೆಗಳಿಗೆ ನೆನಪಾದವು. ಸುಮಾರು ೫೦ ವರ್ಷಗಳ ಕಾಲ ಭಾರತೀಯರನ್ನು ಕಾಶ್ಮೀರದಲ್ಲಿ ಭಯೋತ್ಪಾದಕರು ಕೊಂದರು. ಅಮೇರಿಕಾ ಕುರುಡಾಗಿತ್ತು. ಆದರೆ ಇರಾಕ್‌ನಲ್ಲಿ ಸದ್ದಾಂ ಮುಗ್ಧರನ್ನು ಕೊಂದಾಗ ಮಾನವ ಹಕ್ಕುಗಳ ಬಗ್ಗೆ ಅಮೇರಿಕಾ ಮಾತನಾಡಿತು. ಸದ್ದಾಂ ಹುಸೈನ್‌ನಿಂದಲೂ ಮಾನವ ಹಕ್ಕುಗಳ ಉಲ್ಲಂಘನೆಯಾಗಿದೆ ಎಂದು ನಾವು ಮರೆಯುವಂತೆ ಇಲ್ಲ.

ಪ್ರತಿ ಮನುಷ್ಯನಿಗೂ ಮಾನವ ಹಕ್ಕುಗಳು ಇದೆ. ಚಳಿಯಿಂದ ಪ್ರಾಣ ಕಳೆದುಕೊಂಡ ೯೦ಕ್ಕೂ ಹೆಚ್ಚು ಜನರಿಗೆ, ಭಯೋತ್ಪಾದಕರಿಂದ ಪ್ರಾಣ ಕಳೆದುಕೊಂಡ ಸಾವಿರಾರು ಜನರಿಗೆ, ಎಲ್ಲರಿಗೂ ಮಾನವ ಹಕ್ಕು ಇತ್ತು ಹಾಗೂ ಇದೆ. ಸಿನಿಮಾ ತಾರೆಯರ ಕ್ರಿಕೆಟ್ ತಾರೆಯರ ಮದುವೆಯ ಸುದ್ದಿ ಅವುಗಳನ್ನು ಬದಿಗೆ ತಳ್ಳದಿರಲಿ.

೧೯

ಕನ್ನಡ ಅಂತರ್ಜಾಲ ಸುದ್ದಿ ಮಾಧ್ಯಮ: ವಾಸ್ತವ ಸ್ಥಿತಿ-ಗತಿ

-ಹರೀಶ್ ಕೆ. ಆದೂರು

ಇಂಟ್ರೋ

ಸಾಂಪ್ರದಾಯಿಕ ಮಾಧ್ಯಮ ,ಮುದ್ರಣ ಮಾಧ್ಯಮ, ವಿದ್ಯುನ್ಮಾನ ಮಾಧ್ಯಮಗಳ ನಂತರ ಮೂಡಿ ಬಂದಿರುವುದೇ "ನವ ಮಾಧ್ಯಮ". ಅರ್ಥಾತ್ ಇಂದಿನ ಆಧುನಿಕ ಮಾಧ್ಯಮವಾದ ಅಂತರ್ಜಾಲ ಮಾಧ್ಯಮ. ಆದರೆ ಭಾರತದ ಮಟ್ಟಿಗೆ ಅಂತರ್ಜಾಲ ಸುದ್ದಿ ಮಾಧ್ಯಮಕ್ಕೆ "ಮಾಧ್ಯಮ" ಎಂಬ ಅಂಗೀಕಾರ ದೊರೆತಿಲ್ಲ- ಅದನ್ನೊಂದು ಮಾಧ್ಯಮ ಎಂದು ಪರಿಗಣಿಸುವ ಔದಾರ್ಯ ಯಾರೂ ಮಾಡುತ್ತಿಲ್ಲ. ಕೇವಲ ಮುದ್ರಣ, ಟಿ.ವಿ.ಮಾಧ್ಯಮಗಳಷ್ಟೇ ಇಂದು ಮಾಧ್ಯಮಗಳು ಎಂಬ ಭ್ರಮೆ ಸಮಾಜದಲ್ಲಿದೆ. ಇವೆರಡಕ್ಕಿಂತಲೂ ಮಿಗಿಲಾಗಿ ಸುದ್ದಿ, ವೈವಿಧ್ಯ, ವಿಚಾರಗಳನ್ನು ನೀಡುವ ಕೆಲವೊಂದು ಕನ್ನಡ ಅಂತರ್ಜಾಲ ತಾಣಗಳು ಕನ್ನಡ ಭಾಷೆಯಲ್ಲೂ ಇವೆ. ಇಂದಿಗೂ ಉಳಿದುಕೊಂಡಿದೆ ಎಂಬುದು ಹೆಮ್ಮೆಯ ವಿಚಾರ.ನನ್ನ ಈ ಬರಹವನ್ನು ಕನ್ನಡ ಅಂತರ್ಜಾಲ ಸುದ್ದಿತಾಣಗಳ ಬಗ್ಗೆಯಷ್ಟೇ ಸೀಮಿತಗೊಳಿಸುತ್ತಿದ್ದೇನೆ. ಆ ಚೌಕಟ್ಟಿನೊಂದಿಗೆ ಕೆಲವು ವಿಚಾರಗಳನ್ನು ಹಂಚಿಕೊಳ್ಳುತ್ತಿದ್ದೇನೆ.

"ಕನ್ನಡ ಅಂತರ್ಜಾಲ ಸುದ್ದಿ ಮಾಧ್ಯಮ: ವಾಸ್ತವ ಸ್ಥಿತಿ-ಗತಿ" ಯ ಅವಲೋಕನಕ್ಕೆ ಹೊರಟರೆ ಇದೊಂದು ಬಹು ವಿಸ್ತಾರವಾದ ವ್ಯಾಪ್ತಿಯನ್ನೊಳಗೊಂಡಿರುವುದು ಸ್ಪಷ್ಟವಾಗುತ್ತದೆ. ಇಲ್ಲಿ "ಮಾಧ್ಯಮ" ಎಂಬ ಪ್ರಮುಖ ಒಂದಂಶವನ್ನೇ ಎತ್ತಿಕೊಂಡರೂ ಅದರಲ್ಲಿ ಬಹು ಪ್ರಾಚೀನವಾದಂತಹ ಮುದ್ರಣ ಮಾಧ್ಯಮ, ನಂತರದ ದಿನಗಳಲಿ ಬಂದಂತಹ ವಿದ್ಯುನ್ಮಾನ ಮಾಧ್ಯಮ; ಅದರಲ್ಲೂ ಬಾನುಲಿ ಹಾಗೂ ದೂರದರ್ಶನ ಮಾಧ್ಯಮ, ನಂತರದ ಮಾಧ್ಯಮ ಕ್ರಾಂತಿಯ ಸಂದರ್ಭದಲ್ಲೇ ಆವಿರ್ಭವಿಸಲ್ಪಟ್ಟ ನವ ಮಾಧ್ಯಮಗಳು ಇವೆಲ್ಲದರ ನಡುವೆ ಇಂದು ನಲುಗಿ ಹೋಗುತ್ತಿರುವ ಸಾಂಪ್ರದಾಯಿಕ ಮಾಧ್ಯಮಗಳು... ಇಷ್ಟೆಲ್ಲ ವಿಚಾರಗಳು ಬಹು ಮುಖ್ಯ ಎಂದೆನಿಸಲ್ಪಡುತ್ತವೆ. ಇರಲಿ... ಇಷ್ಟಕ್ಕೆ ಮುಗಿದು ಹೋಗಿಲ್ಲ. ಭಾಷೆಯೂ ಇಲ್ಲಿ ಪ್ರಾಧಾನ್ಯತೆಯನ್ನು ಪಡೆಯುತ್ತದೆ. ಭಾಷೆಯೂ ಕೂಡ ಈ ವಾಸ್ತವ ಸ್ಥಿತಿ ಗತಿಯೊಳಗೆ ಸೇರಲ್ಪಡುತ್ತವೆ. ಮಾಧ್ಯಮಗಳ ದೃಷ್ಟಿಕೋನ, ಬದ್ಧತೆ, ನಿಲುವು, ಧೋರಣೆ, ವರದಿಗಾರಿಕೆ, ವ್ಯಾಪ್ತಿ, ಪ್ರಸಾರ, ಜನಪ್ರಿಯತೆ, ನಡತೆ, ಹಾಗೂ ಸಮಸ್ತ ಅಂಶಗಳು ಈ ವಿಷಯದಲ್ಲಿ ಸೇರಿಕೊಳ್ಳುತ್ತವೆ.

ಇಷ್ಟೇ ಅಲ್ಲದೆ "ಮಾಧ್ಯಮ ಹಾಗೂ ಮಾಧ್ಯಮ ಕ್ಷೇತ್ರದ ವೃತ್ತಿ ನಿರತರು" ಇವರ ವಾಸ್ತವ ಸ್ಥಿತಿ ಗತಿಯೂ ಅಷ್ಟೇ ಮುಖ್ಯ. ಆ ಎಲ್ಲಾ ಅಂಶಗಳು ಸೇರಿದಾಗ ಮಾತ್ರವೇ ಕನ್ನಡ ಅಂತರ್ಜಾಲ ಸುದ್ದಿ ಮಾಧ್ಯಮದ ಸಮಗ್ರ, ವಾಸ್ತವ ಸ್ಥಿತಿ ಗತಿಯ ಅವಲೋಕನ ಮಾಡಿದಂತಾಗುತ್ತದೆ.

ಬಿಸಿಲ್ಕುದುರೆಯ ಬೆನ್ನೇರಿ...

ಮಾಹಿತಿ ತಂತ್ರಜ್ಞಾನ ಓಘದ ಯುಗದಲ್ಲಿ ಪ್ರಪಂಚವೇ ಇಷ್ಟು ಕಿರಿದಾಗಿದೆಯಲ್ಲಾ ಎಂಬ "ಭ್ರಮೆ" ಇಂದಿನ ಜನತೆಯಲ್ಲಿ ಮೂಡಿದೆ ಅಥವಾ ಮೂಡುತ್ತಿದೆ ಎಂದರೆ ತಪ್ಪಾಗಲಾರದು.

ಹುಟ್ಟುವ ಮಗುವಿನಿಂದ ಆರಂಭಗೊಂಡು ವಯೋವೃದ್ಧರ ತನಕವೂ ಇಂದು ಬದಲಾವಣೆಗೆ ಸ್ಪಂದಿಸುತ್ತಾ ಹೊಸತನ್ನು ಮೈಗೂಡಿಸುತ್ತಾ ಭವಿಷ್ಯದ ಬದಲಾವಣೆ, ವಾಸ್ತವ ಕ್ಷಿಪ್ರಗತಿಯ ರೂಪಾಂತರಗಳಿಗೆ ತನ್ನನ್ನೊಡ್ಡಿ ಕೊಳ್ಳುತ್ತಾ ಸಾಗುತ್ತಿರುವುದು ವಾಸ್ತವ ಸ್ಥಿತಿ.

ಇಂದು ಸಮೂಹ ಮಾಧ್ಯಮಗಳು ಸಮಾಜದಲ್ಲೊಂದು ಕ್ರಾಂತಿಯನ್ನೇ ಮಾಡಿವೆ. ಆರಂಭದಲ್ಲಿ ಪತ್ರಿಕೆಗಳು ಸುದ್ದಿಯನ್ನು ಜನತೆಗೆ ನೀಡುತ್ತಾ ಬಂದವು.ಕಾಲ ಬದಲಾದಂತೆ ಪತ್ರಿಕೆಯ ಜೊತೆ ಜೊತೆಗೆ ಎಲೆಕ್ಟ್ರಾನಿಕ್ (ಅಂದಿನ ಟಿ.ವಿ.ಚಾನಲ್ ಗಳು,ರೇಡಿಯೋ) ಮಾಧ್ಯಮಗಳು ತಮ್ಮ ಪ್ರಾಬಲ್ಯವನ್ನು ಸ್ಥಾಪಿಸಲಾರಂಭಿಸಿದವು. ಪ್ರಪಂಚದ ಯಾವುದೋ ಮೂಲೆಯಲ್ಲಿ ನಡೆದ ಸುದ್ದಿಯನ್ನು ಜನತೆಗೆ ಪತ್ರಿಕೆಗಳಿಗಿಂತ ಮೊದಲೇ ನೀಡುವ ಪ್ರಯತ್ನಕ್ಕೆ ಈ ಮಾಧ್ಯಮಗಳು ಕೈಯಿಕ್ಕಿ ಸಫಲತೆ ಸಾಧಿಸಿದವು. ಅದರ ನಂತರ ಪ್ರಾರಂಭಗೊಂಡ ಸುದ್ದಿ ವಾಹಿನಿಗಳು (ಟಿ.ವಿ.ನ್ಯೂಸ್ ಚಾನೆಲ್)– ಅವುಗಳ ನೇರ ಪ್ರಸಾರ (ಲೈವ್ ರಿಪೋರ್ಟಿಂಗ್) ಸುದ್ದಿಯನ್ನು ಆ ಸಮಯದಲ್ಲೇ ವೀಕ್ಷಕರ ಎದುರಿಗೆ ಇಡುವ ಕಾರ್ಯವನ್ನು ಮಾಡತೊಡಗಿದವು. ಇದು ಪ್ರಪಂಚದ ಮಾತಾದರೆ ಇತ್ತೀಚಿನ ವರುಷಗಳಲ್ಲಿ ಕರ್ನಾಟಕದಲ್ಲೂ ಕನ್ನಡ ಸುದ್ದಿವಾಹಿನಿಗಳ ಕಾಟ ಅತಿಯಾದವು. ಕಳೆದ ಐದಾರು ವರುಷಗಳ ಹಿಂದೆಯಷ್ಟೇ ಈ ಸುದ್ದಿವಾಹಿನಿಗಳು ರಾಜ್ಯದಲ್ಲಿ ಬೇರೂರಿ, ವರದಿಗಾರಿಕೆಯ ಹೆಸರಿನಲ್ಲಿ ಸಮಾಜದ ಸ್ವಾಸ್ಥ್ಯವನ್ನು ಕೆಡಿಸುವ ಕಾರ್ಯವನ್ನು ವ್ಯವಸ್ಥಿತವಾಗಿ ನಡೆಸಿದೆ. (ಸುದ್ದಿವಾಹಿನಿಗಳ ಕೆಲವೊಂದು ಕಾರ್ಯಕ್ರಮಗಳು ಒಳಿತನ್ನು ಮಾಡಿದೆ ಎಂಬುದನ್ನು ಮರೆಯುವಂತಿಲ್ಲ.)

ದೇಶ – ರಾಜ್ಯದಲ್ಲಿ ಪ್ರಭಾವಿಯಾಗಿಲ್ಲ...

ಅಂತರ್ಜಾಲ ಸುದ್ದಿ ತಾಣಗಳು ಭಾರತಕ್ಕೆ ಇನ್ನೂ ಅಷ್ಟೊಂದು ಅಪ್ಯಾಯಮಾನವಾಗಿಲ್ಲ. ವಿದೇಶಗಳಿಗೆ ಹೋಲಿಸಿದರೆ ಭಾರತದಲ್ಲಿ ಅಂತರ್ಜಾಲ ಸುದ್ದಿಮಾಧ್ಯಮಗಳು ಒಂದು ಪ್ರಕಾರದ ಸುದ್ದಿಮಾಧ್ಯಮ ಎಂದೇ ಗುರುತಿಸಲ್ಪಡುತ್ತಿಲ್ಲವೇನೋ ಎಂಬಂತೆ ಗೋಚರ ವಾಗುತ್ತಿದೆ.

ಭಾರತ ದೇಶದಲ್ಲಿ ಹಿಂದಿ, ಇಂಗ್ಲಿಷ್, ಮಲೆಯಾಳಂ ಹಾಗೂ ಇತರೆ ಆಯ್ದ ಕೆಲವು ಭಾಷೆಗಳ ಅಂತರ್ಜಾಲ ಸುದ್ದಿತಾಣಗಳು ಒಂದಷ್ಟು ಪ್ರಚಲಿತದಲ್ಲಿದೆ. ಆದರೆ ಕನ್ನಡದ ಅಂತರ್ಜಾಲ ಸುದ್ದಿತಾಣಗಳು ಹೇಳುವಂತಹ ಪ್ರಮಾಣದಲ್ಲಿ ಗುರುತಿಸಿಕೊಳ್ಳುವಲ್ಲಿ ವಿಫಲವಾಗಿದೆ.

ಕಳೆದ ಒಂದು ದಶಕವನ್ನವಲೋಕಿಸಿದಾಗ ಕನ್ನಡ ಅಂತರ್ಜಾಲಗಳ ಪೈಕಿ ಬ್ಲಾಗ್ ಒಂದಷ್ಟು ಹೆಸರು ಮಾಡಿತ್ತು. ಫೀನಿಕ್ಸ್‌ನಂತೆ ಬ್ಲಾಗ್‌ಗಳು ಎದ್ದು ಬಂದವು. ಹಲವಾರು

ಯುವ ಬರಹಗಾರರು ಬ್ಲಾಗ್ ಬರಹವನ್ನಾರಂಭಿಸಿದರು. ಅದೊಂದು ಸಮೂಹ ಸನ್ನಿಯಂತೆ ಭಾಸವಾಯಿತು. ಬ್ಲಾಗರ್ಸ್ ಕೂಟಗಳು ಪ್ರಾರಂಭಗೊಂಡವು. ಹಲವು ಬ್ಲಾಗುಗಳು ಹಲವಾರು ನಿಗದಿತ ವಿಚಾರಕ್ಕೆ ಸಂಬಂಧ ಪಟ್ಟಂತೆ ತೆರೆದುಕೊಂಡವು. ಕನ್ನಡಪರ, ಕನ್ನಡ ಸಾಹಿತ್ಯಪರ ಚಟುವಟಿಕೆಗಳು ಅಂತರ್ಜಾಲದಲ್ಲಿ ಚುರುಕು ಪಡೆದುಕೊಳ್ಳುವಂತಾಯಿತು. ಆದರೆ ಕೆಲವೊಂದು ಬ್ಲಾಗ್ ಗಳು ಅನೈತಿಕ ವಿಚಾರಗಳಿಗಾಗಿಯೇ ಮೀಸಲಾದವು ಎಂಬುದು ಅಷ್ಟೇ ಸತ್ಯ.

ಒಟ್ಟಾರೆಯಾಗಿ ಬ್ಲಾಗ್ ಪ್ರಪಂಚದಿಂದಾಗಿ ಕನ್ನಡ ಭಾಷೆ, ಸಾಹಿತ್ಯ, ಬರವಣಿಗೆ ಅಭಿವೃದ್ಧಿಯಾಗುವುದರೊಂದಿಗೆ ಜಾಲತಾಣದಲ್ಲಿ ಕನ್ನಡದ ಬಳಕೆ ಹೆಚ್ಚಾಗುವಂತಾಯಿತು. ಆದರೆ ದುರದೃಷ್ಟವಶಾತ್ ಈ ಬ್ಲಾಗ್ ಟ್ರೆಂಡ್ ಅಷ್ಟೊಂದು ಗಟ್ಟಿಯಾಗಿ ಬೇರೂರಿಲ್ಲ. ಅಣಬೆಗಳಂತೆ ಒಮ್ಮೆಲೆ ಪುಟಿದೆದ್ದು ಶೀಘ್ರ ತಮ್ಮ ಜೀವನಾಂಶಗಳನ್ನು ಕಳೆದುಕೊಂಡು ಕೊಂಡಿಯನ್ನೇ ಕಿತ್ತುಕೊಂಡು ಬಿಡಲಾರಂಭಿಸಿದವು. ಸೋಶಿಯಲ್ ನೆಟ್ ವರ್ಕ್‌ಗಳ ಹಾವಳಿಯ ಪ್ರಭಾವವೋ ಏನೋ... ಇತ್ತೀಚೆಗಿನ ದಿನಗಳಲ್ಲೊಂದು ಬ್ಲಾಗ್‌ಗಳ ಸಂಖ್ಯೆ, ಬ್ಲಾಗ್ ಬರಹಗಳ ಸಂಖ್ಯೆ ಕ್ಷೀಣಿಸಿದ್ದಂತೂ ಸತ್ಯ.

ಜಾಲ ಲೋಕದಲ್ಲಿ...

ಕನ್ನಡ ಕಲಿಕೆ, ಕನ್ನಡ ಗಣಕ ಕಲಿಕೆ, ಮಾಹಿತಿ, ಅಡುಗೆ, ವೈವಿಧ್ಯ, ಮನೋರಂಜನೆ, ಹಾಡುಗಳು, ಸಿನೆಮಾ, ಪದ, ಸಾಹಿತಿಗಳ ಮಾಹಿತಿ, ಕನ್ನಡ ಕೂಟಗಳು, ಹಾಸ್ಯಗಳು, ನಿಘಂಟು, ಕನ್ನಡ ಅಂತರ್ಜಾಲ ಪತ್ರಿಕೆಗಳು, ಕನ್ನಡದ ಅಪ್ರತಿಮ ಗ್ರಂಥಗಳು, ಬ್ಲಾಗ್ ಗಳು, ವ್ಯಂಗ್ಯಚಿತ್ರಗಳು ಹೀಗೆ ಹಲವು ವಿಚಾರಗಳ ಕನ್ನಡ ಅಂತರ್ಜಾಲ ತಾಣಗಳು ಲಭ್ಯವಿದೆ. ಆದರೆ ಸಮಗ್ರವಾಗಿ ಸುದ್ದಿಗಷ್ಟೇ ಮೀಸಲಾಗಿರುವ (ಕನ್ನಡದ ರಾಜ್ಯ- ರಾಷ್ಟ್ರಮಟ್ಟದ ಪತ್ರಿಕೆಗಳ ಅಂತರ್ಜಾಲ ಆವೃತ್ತಿಯ ಹೊರತಾಗಿ) ಸುದ್ದಿ ತಾಣಗಳು ಕೇವಲ ಬೆರಳೆಣಿಕೆಯಷ್ಟು ಎಂದರೆ ನಿಜಕ್ಕೂ ಅದೊಂದು ಅಚ್ಚರಿಯೇ ಸರಿ.

ಕನ್ನಡ ಭಾಷೆಗೆ ಶಾಸ್ತ್ರೀಯ ಸ್ಥಾನಮಾನ ಪ್ರಾಪ್ತವಾದ ಪ್ರಸಕ್ತ ದಿನಗಳಲ್ಲಿ ಆಡಳಿತದಲ್ಲಿ ಕನ್ನಡ, ಆಡು ನುಡಿಯಲ್ಲಿ ಕನ್ನಡ ಎಂಬುದು ಕಡತಗಳಲ್ಲಷ್ಟೇ ಸೀಮಿತವಾಗುತ್ತಿದೆ.

ಓಲೈಕೆ – ವಾಲಿಕೆ

ಇಂದಿನ ವಿದ್ಯುನ್ಮಾನ, ಮುದ್ರಣ ಮಾಧ್ಯಮಗಳಂತೆಯೇ ಇಂದಿನ ನವ ಮಾಧ್ಯಮಗಳು ಕೂಡ ಪಕ್ಷ, ಜಾತಿ, ಮತ, ಧರ್ಮ, ರಾಜಕೀಯ ಪ್ರಭಾವಕ್ಕೆ ಒಳಗಾಗುತ್ತಿವೆ ಎಂಬುದು ಖೇದಕರ. ಪಕ್ಷ-ರಾಜಕೀಯ-ಜಾತಿಯ ಕೈಗೊಂಬೆಯಾಗಿ ಇಂದಿನ ಬಹುತೇಕ ನವ ಮಾಧ್ಯಮಗಳು ಅವುಗಳಲ್ಲೂ ಕನ್ನಡದ ನವಮಾಧ್ಯಮಗಳು ಕೆಲಸ ಮಾಡುತ್ತಿದೆ ಎಂಬ ಕಠೋರ ಸತ್ಯವನ್ನು ವಾಸ್ತವವಾಗಿ ಒಪ್ಪಿಕೊಳ್ಳುವುದೊಳಿತು. ಇರಲಿ...

"ಥೂ... ಮಾಧ್ಯಮ ವಿಷಯ. ಅದಿಂದು ಕುಲಗೆಟ್ಟು ಹೋಗಿದೆ. ಆ ವಿಚಾರದಲ್ಲಿ ಮಾತನಾಡುವುದು ನನಗಿಷ್ಟವೇ ಇಲ್ಲ. ಬೇರೇನಾದರೂ ಹೇಳು" ಎಂದು ಹೇಳುವ ಮಂದಿ ಇಂದು ಸಾಮಾನ್ಯ. ಹಿಂದೆಲ್ಲಾ ರಾಜಕಾರಣಿಗಳನ್ನು, ರಾಜಕೀಯವನ್ನು ನೋಡುವಾಗ ಮುಖ ಸಿಂಡರಿಸಿಕೊಳ್ಳುತ್ತಿದ್ದ ಮಂದಿ ಇಂದು ಮಾಧ್ಯಮಗಳನ್ನು, ಮಾಧ್ಯಮ ಮಂದಿಯನ್ನು ನೋಡುವಾಗ ಮುಖ ಸಿಂಡರಿಸಿಕೊಳ್ಳುವಂತಾಗಿದೆ. ಕಾರಣ ಇಂದಿನ ಮಾಧ್ಯಮಗಳು, ಮಾಧ್ಯಮದವರ ಧ್ಯೇಯ-ಧೋರಣೆಯ ಮನೋಭಾವನೆಗಳು ಎಂಬುದು ಕಹಿಸತ್ಯ.

ಅಪ್ಪಿ ತಪ್ಪಿ ಒಂದೆರಡು ಕನ್ನಡದ ನವಮಾಧ್ಯಮ ಅಂದರೆ ಕನ್ನಡ ಅಂತರ್ಜಾಲ ಸುದ್ದಿಮಾಧ್ಯಮಗಳು ಇಂದು ನೀತಿ ಸಂಹಿತೆ, ಬದ್ಧತೆ, ಸತ್ಯ, ನ್ಯಾಯವನ್ನು ಉಳಿಸಿ ಸಾಗುತ್ತಿದೆಯಾದರೂ ಉಳಿದೆಲ್ಲ ಮಾಧ್ಯಮಗಳು, ಮಾಧ್ಯಮ ಮಂದಿಯ ಇಂದಿನ ಸ್ಥಿತಿಯಿಂದಾಗಿ ಸಮಸ್ತ ಸಮಗ್ರ ಮಾಧ್ಯಮ ಕ್ಷೇತ್ರ ಈ ಕೆಟ್ಟ ಪಟ್ಟವನ್ನಲಂಕರಿಸಿದೆ ಎಂದರೆ ಅತಿಶಯೋಕ್ತಿಯಲ್ಲ.

ಶುಭ್ರ – ಸ್ಪಷ್ಟ ತಾಣಗಳಿಲ್ಲ

ಅನ್ಯ ಭಾಷೆಗಳಿಗೆ ಹೋಲಿಸಿದರೆ ಕನ್ನಡ ಭಾಷೆಯಲ್ಲಿ ಅದರಲ್ಲೂ ಸ್ಪಷ್ಟವಾದ, ಶುಭ್ರವಾದ ಕನ್ನಡ ಭಾಷೆಯ ಅಂತರ್ಜಾಲ ಸುದ್ದಿತಾಣಗಳು ವಿರಳ ಎಂದೇ ಹೇಳಬಹುದು.ಕನ್ನಡ ಭಾಷೆಯ ರಾಜ್ಯ – ರಾಷ್ಟ್ರಮಟ್ಟದ ಪತ್ರಿಕೆಗಳು ಇಂದು ಅಂತರ್ಜಾಲ ಸುದ್ದಿತಾಣಗಳನ್ನು ಆರಂಭಿಸಿ ಅವುಗಳಲ್ಲಿ ಇ–ಪೇಪರ್ ನೀಡುವ ಪರಿಪಾಠವನ್ನು ಇತ್ತೀಚಿನ ವರುಷಗಳಲ್ಲಿ ಅಭಿವೃದ್ಧಿ ಪಡಿಸಿದೆ. ಈ ಹಿಂದೆ ಹಲವು ಕನ್ನಡ ಪತ್ರಿಕೆಗಳು ಅಂತರ್ಜಾಲ ಆವೃತ್ತಿಗಳನ್ನು ಪ್ರಾರಂಭಿಸಿದ್ದವಾದರೂ ಅದಕ್ಕೆ ಲಾಗ್ ಇನ್ ಮಾಡಿ ಪ್ರವೇಶ ಮಾಡಬೇಕಾಗಿತ್ತು. ಹಾಗೂ ನಿಗದಿತ ದರ ಪಾವತಿಸುವ ಅವಶ್ಯಕತೆಯಿತ್ತು. ಆದರೆ ಕಳೆದ ಐದು ವರುಷಗಳ ಕ್ಷಿಪ್ರ ಬೆಳವಣಿಗೆಯ ನಂತರ ಈ ಪತ್ರಿಕೆಗಳು ಅಂತರ್ಜಾಲ ಆವೃತ್ತಿಯಲ್ಲಿ ಪರಿಷ್ಕರಣೆಗಳನ್ನು ಮಾಡಿ ಸುದ್ದಿತುಣುಕುಗಳನ್ನು ತಕ್ಷಣಕ್ಕೆ ಪ್ರಕಟಿಸುವ ಪರಿಪಾಠವನ್ನು ಬೆಳೆಸತೊಡಗಿದವು. ಆದರೆ ಇಂದಿಗೂ ಕೆಲವೊಂದು ಕನ್ನಡ ಪತ್ರಿಕೆಗಳು ತಮ್ಮ ಜಾಲತಾಣದಲ್ಲಿ ಕೇವಲ ಇ ಪೇಪರ್ ಮಾತ್ರವಷ್ಟೇ ಪ್ರಕಟಿಸಿ ಸುಮ್ಮನಾಗುತ್ತಿವೆ.

ಇಂದು ಕನ್ನಡದ ಹೆಸರಾಂತ, ನಂಬರ್ ವನ್ ಸ್ಥಾನದಲ್ಲಿರುವ ಪತ್ರಿಕೆಗಳ ಅಂತರ್ಜಾಲ ಆವೃತ್ತಿಗಳ ಓದುಗರ ಸಂಖ್ಯೆಯನ್ನು ಗಮನಿಸಿದರೆ ನೆರೆಯ ಕೇರಳ ರಾಜ್ಯದ ಅಂತರ್ಜಾಲ ತಾಣದ ಓದುಗರ ಸಂಖ್ಯೆಯ ಹತ್ತನೇ ಒಂದಂಶದಷ್ಟೂ ಸ್ಪಷ್ಟ ಓದುಗರು ಕನ್ನಡದ ಅಂತರ್ಜಾಲ ಆವೃತ್ತಿಯ ಪತ್ರಿಕೆಗಳಿಗೆ ಇಲ್ಲ ಎಂಬ ಕಟು ಸತ್ಯವನ್ನು ವಾಸ್ತವ ಸ್ಥಿತಿಯನ್ನು ಒಪ್ಪಲೇ ಬೇಕು.

ಇಂದು ಯಾಹೋ, ಎಂ.ಎಸ್.ಎನ್, ವನ್ ಇಂಡಿಯಾ, ಸುಮನಸ, ಗೂಗಲ್ ಮೊದಲಾದವುಗಳು ಕೂಡಾ ಕನ್ನಡ ಭಾಷೆಯಲ್ಲಿ ಸುದ್ದಿಗಳನ್ನು ನೀಡುತ್ತಿವೆ. ಇವೆಲ್ಲವೂ ಒಂದಿಲ್ಲೊಂದು ಸುದ್ದಿತಾಣಗಳನ್ನು ಅವಲಂಬಿಸಿ ಅಥವಾ ಇತರೆ ಸುದ್ದಿಮೂಲಗಳನ್ನು ಅವಲಂಬಿಸಿ ಸುದ್ದಿಯನ್ನು ತಕ್ಷಣಕ್ಕೆ ನೀಡುವ ಕಾರ್ಯವನ್ನು ಮಾಡುತ್ತಿದೆ.

ಅಂತರ್ಜಾಲದಲ್ಲಿ ಕನ್ನಡ ಸುದ್ದಿಗಳ ಕುರಿತಾಗಿ ಸರ್ಚ್(ಹುಡುಕಾಟ) ನೀಡಿದ್ದೇ ಆದಲ್ಲಿ ೨,೪೩೦,೦೦೦ ಅಧಿಕ ಪುಟಗಳ ಲಿಂಕ್ ಕೇವಲ ೦.೧೬ ಸೆಕೆಂಡುಗಳಲ್ಲಿ ಪ್ರಾಪ್ತವಾಗುತ್ತವೆ. ಇವುಗಳಲ್ಲಿ ಕನ್ನಡದ ಬ್ಲಾಗ್, ಕನ್ನಡ ಭಾಷೆಯ ಮಾಹಿತಿ, ಕನ್ನಡದ ಟಿ.ವಿ.ಚಾನೆಲ್, ಕನ್ನಡದ ಅಂತರ್ಜಾಲ ತಾಣ, ಒಟ್ಟಾರೆಯಾಗಿ ಕನ್ನಡ ಎಂಬ ವಿಚಾರದ ಕುರಿತಾದ ಸಮಗ್ರ ಮಾಹಿತಿ ಲಭ್ಯ.

ಪೈಪೋಟಿಯ ನಡುವೆ...

ಮಳೆಯಿರಲಿ, ಬಿಸಿಲಿರಲಿ,ರಾಜಕೀಯ ಅಲ್ಲೋಲ ಕಲ್ಲೋಲಗಳಿರಲಿ, ಲೋಕಾಯುಕ್ತ ವರದಿ ಸಲ್ಲಿಕೆಯಿರಲಿ, ಅಧಿವೇಶನಗಳಿರಲಿ, ರಾಜ್ಯ ಮುಂಗಡ ಪತ್ರ ಮಂಡನೆಯಿರಲಿ, ರೆಸಾರ್ಟ್ ದಾಳಿ,ರಾಜ್ಯ ರಾಜಕೀಯವಿರಲಿ, ಯಾರೇ ಪ್ರಮುಖ ವ್ಯಕ್ತಿಗಳ ನಿಧನ, ನಿಶ್ಚಿತಾರ್ಥ, ಮದುವೆ, ಪ್ರಸ್ಥ, ಮಗುವಿನ ಜನ್ಮ, ಹುಟ್ಟುಹಬ್ಬ, ಇಂದು ನಮ್ಮ ಕನ್ನಡ ಭಾಷೆಯ

ಮಾಧ್ಯಮಗಳಿಗೆ ಅವುಗಳಲ್ಲೂ ಮುಖ್ಯವಾಗಿ ೨೪ ತಾಸುಗಳ ಸುದ್ದಿ ವಾಹಿನಿಗಳಿಗೆ ಒಂದು ಪೈಪೋಟಿ ನೀಡುವಂತೆ ಇಂದಿನ ಕನ್ನಡದ ಅಂತರ್ಜಾಲ ಸುದ್ದಿತಾಣಗಳು ಕಾರ್ಯನಿರ್ವಹಿಸುತ್ತಿವೆ ಎಂದರೆ ಅಚ್ಚರಿಯಾಗದಿರದು...!

ಇಂದು ಮಾಧ್ಯಮಗಳಲ್ಲಿ ಬಳಸಲೇ ಬಾರದೆಂದಿರುವ ಅತ್ಯಾಚಾರಕ್ಕೊಳಗಾದ ಬಾಲಕಿಯ ಛಾಯಾಚಿತ್ರ, ರಕ್ತ, ಛಿದ್ರವಾದ ದೇಹ, ರಕ್ತಸಿಕ್ತ ಚಿತ್ರಗಳು ವೆಬ್ ಮಾಧ್ಯಮಗಳ ಪ್ರಮುಖ ಆಕರ್ಷಣೆಯೆಂದೆನಿಸುತ್ತಿದೆ. ಕನ್ನಡದ ಅಂತರ್ಜಾಲ ಸುದ್ದಿತಾಣಗಳೂ ಇಂದು ಬ್ರೇಕಿಂಗ್, ಸ್ಕ್ರೋಲಿಂಗ್, ಆಡಿಯೋ, ವಿಡಿಯೋ, ಪ್ಲಾಶ್ ಹೀಗೆ ಟಿ.ವಿ.ವಾಹಿನಿಯನ್ನೂ ಮೀರಿಸುವಂತಹ ಸುದ್ದಿಗಳನ್ನು, ಆಕರ್ಷಣೆಗಳನ್ನು ನೀಡಲಾರಂಭಿಸಿವೆ. ಅದೆಷ್ಟೋ ಬಾರಿ ಬೇರೆ ಅಂತರ್ಜಾಲ ಸುದ್ದಿವಾಹಿನಿಯಲ್ಲಿ ಮೂಡಿಬಂದ ಸುದ್ದಿಯ ಯಥಾವತ್ ಪ್ರಕಟಣೆಯೂ ನಡೆದುಬಿಡುತ್ತದೆ! ಸೆಕ್ಸ್, ಕ್ರೈಂ, ಮಾಡರ್ನ್ ಟ್ರೆಂಡ್‌ಗಳು, ಯುವ ಜನತೆಯನ್ನೇ ಗುರಿಯಾಗಿಸಿಕೊಂಡಿರುವ ಬರವಣಿಗೆಗಳು ಕನ್ನಡದ ಅಂತರ್ಜಾಲ ಸುದ್ದಿತಾಣಗಳಲ್ಲಿ "ವಿಶೇಷ" ಬರಹಗಳಾಗಿ ಮೂಡಿ ಬರುತ್ತಿರುವುದನ್ನು ಗಮನಿಸಬಹುದಾಗಿದೆ.

ಜಾತಿ – ಪಂಥ ವ್ಯವಸ್ಥೆ

ಇಂದು ಬಹುತೇಕ ಮಾಧ್ಯಮಗಳು ಜಾತಿ–ಮತ–ಪಂಥ ವ್ಯವಸ್ಥೆಯೊಳು ಸಿಲುಕಿ ನಲುಗುತ್ತಿವೆ. ಇದು ವಾಸ್ತವಾಂಶ. ಎಡ ಪಂಥ, ಬಲ ಪಂಥ ಎಂಬ ಪಂಥ ರಾಜಕೀಯತೆಯಿಂದ ಇಂದಿನ ಮಾಧ್ಯಮಗಳು ಕೊಳೆತು ನಾರುತ್ತಿವೆ. ಇತ್ತೀಚಿನ ಕನ್ನಡದ ಅಂತರ್ಜಾಲ ಸುದ್ದಿತಾಣಗಳಲ್ಲೂ ಈ ರೀತಿಯ ಪಂಥ ವ್ಯವಸ್ಥೆ ಗೋಚರಿಸುತ್ತಿರುವುದು ಖೇದಕರ.

ಜಾತಿ ಪಂಥ ವ್ಯವಸ್ಥೆಯನ್ನು ಪ್ರತಿನಿಧಿಸುವ ಕೆಲವೊಂದು ಕನ್ನಡದ ಅಂತರ್ಜಾಲ ಸುದ್ದಿತಾಣಗಳು ಇಂದು ಕಾರ್ಯನಿರ್ವಹಿಸುತ್ತಿವೆ. ಅವು ಯಾವುದೇ ಎಗ್ಗಿಲ್ಲದೆ ತಮಗೆ ಬೇಕಾದ ರೀತಿಯಲ್ಲಿ ಸುದ್ದಿಯನ್ನು ತಿರುಚುವ, ನೈಜ ಘಟನೆಯನ್ನು ವಿರೂಪಗೊಳಿಸುವ ಕಾರ್ಯವನ್ನು ಮಾಡುತ್ತಿವೆ.

ಪೂರ್ವಾಗ್ರಹ

ಅಂತರ್ಜಾಲ ಸುದ್ದಿವಾಹಿನಿಗಳ ಅಥವಾ ಮಾಧ್ಯಮಗಳ ಬ್ಯೂರೋಮುಖ್ಯಸ್ಥರ ಪೂರ್ವಾಗ್ರಹ ಅನೇಕ ಬಾರಿ ಇಡೀ ಮಾಧ್ಯಮವನ್ನು ಸಂಶಯದೃಷ್ಟಿಯಿಂದ ನೋಡುವಂತೆ ಮಾಡುತ್ತದೆ. ಮಾಧ್ಯಮದ ಮಂದಿಯೆಂದರೆ ಅವರೇನೂ ದೇವಲೋಕದಿಂದ ಇಳಿದು ಬಂದವರಲ್ಲ. ಮಾಧ್ಯಮವೂ ಇಂದು ಒಂದು ಉದ್ಯಮ ಎಂಬುದನ್ನು ಒಪ್ಪಿಕೊಂಡು ಕಾರ್ಯನಿರ್ವಹಿಸುವ ಈ ಮಂದಿ ಪೂರ್ವಾಗ್ರಹ ಪೀಡಿತರಾಗಿ ವರ್ತಿಸುವುದರಿಂದಾಗಿ ಅವರು ಪ್ರತಿನಿಧಿಸುವ ಮಾಧ್ಯಮಗಳು ಇಂದು ಸೊರಗುತ್ತಿವೆ. ತನ್ನ ಮಗನಿಗೆ ಸೀಟು ನೀಡಿಲ್ಲ ಎಂಬುದೋ, ಆತ ನನಗೆ ಮರ್ಯಾದೆ ನೀಡಿಲ್ಲ ಎಂಬ ಕಾರಣಕ್ಕೋ ಇಂದು ಕೆಲವೊಂದು ಪ್ರಮುಖ ಸುದ್ದಿಗಳು ಪ್ರಕಟವಾಗದೇ ಇರುವಂತಹುದು ,ಫೋಟೋವನ್ನು ಕ್ರಾಪ್ ಮಾಡಿ ಪಬ್ಲಿಷ್ ಮಾಡುವಂತಹುದು, ಸುದ್ದಿಯಲ್ಲಿ ಹೆಸರು ಬಿಟ್ಟು ಪ್ರಕಟ ಗೊಳಿಸುವಂತಹ ಪ್ರಕ್ರಿಯೆಗಳು ನಡೆಯುತ್ತಿವೆ.

ಭಾಷಾ ದೋಷ

ಸುದ್ದಿವಾಹಿನಿಗಳನ್ನು ಮೀರಿಸುವ ಭರಾಟೆ ಇಂದಿನ ವೆಬ್ ಮಾಧ್ಯಮಗಳದ್ದು. ಈ ಕಾರಣಕ್ಕಾಗಿ ಕನ್ನಡದ ವೆಬ್ ಮಾಧ್ಯಮಗಳು ಅನೇಕ ಬಾರಿ ಎಡವುತ್ತಿವೆ. ವೆಬ್ ಮಾಧ್ಯಮಗಳ ಭಾಷಾ ಜ್ಞಾನವನ್ನೊಮ್ಮೆ ಅವಲೋಕಿಸಲೇ ಬೇಕಾಗಿದೆ. ಅನೇಕ ಬಾರಿ "ಅನುಕರಣೆಯೇ"

ಈ ಮಾಧ್ಯಮದ ಪ್ರಮುಖ ಸಂಪತ್ತಾಗಿರುತ್ತದೆ. ಕನ್ನಡದ ಮುದ್ರಣಮಾಧ್ಯಮಗಳಲ್ಲಿ ಅಳವಡಿಸುವಂತೆ ಕನ್ನಡ ಚಿತ್ರರಂಗದಲ್ಲಿ ಅತ್ಯಂತ ಪ್ರಸಿದ್ಧಿ ಪಡೆದ ಹಾಡುಗಳ ಯಾವುದೋ ಒಂದು ಗೆರೆ ಇಂದು ಶೀರ್ಷಿಕೆಯಾಗುತ್ತಿದೆ. ಅನೇಕ ಬಾರಿ ಅದು ಹಿಂದಿ, ಆಂಗ್ಲಭಾಷೆಯ ಎರವಲನ್ನು ಪಡೆದು ಪ್ರಸ್ತಾಪಿಸಲ್ಪಡುತ್ತದೆ. ಯಾವುದೋ ಒಂದು ಪ್ರಮುಖ ವರದಿಯನ್ನೇ ತೆಗೆದುಕೊಳ್ಳೋಣ. ಇಡೀ ವರದಿಗಳಲ್ಲಿ ವ್ಯಾಕರಣ ದೋಷಗಳು, ಅಪಭ್ರಂಶಗಳು ಅತಿಯಾಗುತ್ತಿದೆ.

ಕನ್ನಡದ ಪದಗಳಲ್ಲಿರುವ ಸಾಧ್ಯತೆಗಳನ್ನು ಪದಗಳ ಬಳಕೆಯನ್ನು ದುಡಿಸಿಕೊಳ್ಳದಿರುವುದು ಸ್ಪಷ್ಟವಾಗುತ್ತವೆ. ಎಷ್ಟೋ ಸಂದರ್ಭಗಳಲ್ಲಿ ಅನವಶ್ಯಕ ವಿಶೇಷಣೆಗಳನ್ನು ಬಳಸಲಾಗುತ್ತದೆ. ಅದರಿಂದಾಗಿ ಆ ಇಡೀ ಸುದ್ದಿ ಒಂದೋ ವಿಭಿನ್ನ ಅರ್ಥಕ್ಕೆ ಕಾರಣವಾಗಿ ಪೇಚಿಗೆ ಸಿಲುಕುವ ಸಂದರ್ಭಗಳೂ ಇಲ್ಲದಿಲ್ಲ. ಅಂತರ್ಜಾಲ ಮಾಧ್ಯಮದಲ್ಲಿ ಕನ್ನಡದ ಲಿಪಿದೋಷಗಳು ಒಂದು ಅತೀದೊಡ್ಡ ತೊಂದರೆಯಾಗುತ್ತಿವೆ. ಹಲವು ಅಕ್ಷರಗಳು ಸಮರ್ಪಕವಾಗಿ ಮೂಡದ ಪರಿಣಾಮ ಅಪಭ್ರಂಶಗಳು ಅತಿಯಾಗುತ್ತಿವೆ.

ವಾಣಿಜ್ಯೀಕರಣದ ಪ್ರಭಾವ

ಹಣಮಾಡುವ ಒಂದು ಉದ್ದೇಶದಿಂದಲೇ ವೆಬ್ ತಾಣವನ್ನು ಆರಂಭಿಸುವ ಮಂದಿ ಇಂದು ಅತಿಯಾಗಿದ್ದಾರೆ. ಶುದ್ಧ ಸುದ್ದಿಯಿಲ್ಲದಿದ್ದರೂ ಪರವಾಗಿಲ್ಲ.ಕದ್ದಾದರೂ ಸುದ್ದಿ ಹಾಕ್ತೀವಿ ಜಾಹೀರಾತನ್ನು ಮಾತ್ರ ಬಿಡೆವು ಎಂಬ ಧೋರಣೆ ಕನ್ನಡವೂ ಸೇರಿದಂತೆ ಹಲವು ಅಂತರ್ಜಾಲ ಸುದ್ದಿತಾಣಗಳಲ್ಲಿ ಇಂದು ಕಂಡು ಬರುತ್ತದೆ.

ವಿಶ್ವವ್ಯಾಪಿ ಪ್ರಸಾರ ವ್ಯವಸ್ಥೆಯನ್ನು ಹೊಂದಿರುವ ಅಂತರ್ಜಾಲ ಸುದ್ದಿತಾಣದಲ್ಲಿ ಜಾಹೀರಾತು ಪಡೆದುಕೊಳ್ಳುವುದು ಹಾಗೂ ತನ್ಮೂಲಕ ವಾಣಿಜ್ಯೀಕರಣದೊಂದಿಗೆ "ಪ್ರೆಸ್"ಐಡೆಂಟಿಫಿಕೇಷನ್ ಹೊಂದಿಕೊಂಡು ಓಡಾಡುವುದು ಒಂದು ಪ್ರೆಸ್ಟೀಜ್ ಎಂಬ ಭಾವನೆ ಅನೇಕರಿಗಿದೆ!

ಅಲ್ಪಭಾಗದ ಜಗತ್ತನ್ನು ನೋಡಿ ನಾವು ಇಡೀ ಜಗತ್ತನ್ನೇ ನೋಡಿದ್ದೇವೆಂಬುದು ಇಂದಿನ ಪ್ರತಿಯೊಬ್ಬನ ಒಂದು ನಂಬಿಕೆಯಾಗಿದೆ. ಅದು ನನ್ನನ್ನೂ ಹೊರತುಪಡಿಸಿಲ್ಲ. ನಾವೆಷ್ಟೇ ತಿಳಿದುಕೊಂಡಿದ್ದರೂ ಅದರಾಚೆ ಇನ್ನೂ ಹತ್ತು ಪಟ್ಟು ಇದ್ದೇ ಇದೆ ಎಂಬ ಸತ್ಯ ನಮಗೆ ಗೊತ್ತಿರಬೇಕು. ಕಲಿಯುವಿಕೆ ನಿರಂತರ ಪ್ರಕ್ರಿಯೆ. ಅದಕ್ಕೆ ನಾನು ನೀವು ಹೊರತಲ್ಲ. ನಾನೇನೋ ದೊಡ್ಡ ಅನ್ವೇಷಣೆ ಮಾಡಿದ್ದೇನೆ. ಇಡೀ ಸಮಾಜದಲ್ಲಿ ಹೊಸ ಕ್ರಾಂತಿ ಮಾಡಿದ್ದೇನೆಂಬಂತೆ ತೋರಿಸುವ ಪ್ರಯತ್ನ ಈ ಲೇಖನದ ಉದ್ದೇಶವಲ್ಲ. ಮಾಧ್ಯಮಗಳಿಗೂ ಒಂದು ಇತಿ ಮಿತಿ ಇವೆ. ಮಾಧ್ಯಮ ಎಂದಾಕ್ಷಣ ತಾವು ಹೇಳಿದ್ದೇ ವೇದವಾಕ್ಯವಲ್ಲ. ಹಲವು ಬಾರಿ ನಾವೂ ಎಡವುತ್ತೇವೆ ಎಂಬುದನ್ನು ನನ್ನನ್ನೂ ಸೇರಿಸಿಕೊಂಡಂತೆ ಪ್ರತಿಯೊಬ್ಬ ಮಾಧ್ಯಮದ ಮಂದಿಯೂ ಗಮನಿಸಬೇಕಾಗಿದೆ.

ಎಷ್ಟೇ ದೊಡ್ಡವ್ಯಕ್ತಿಯಾದರೂ ಆತನಿಗೂ ಒಂದು ವೈಯಕ್ತಿಕ ಬದುಕು ಇದೆ ಎಂಬುದನ್ನು ಮಾಧ್ಯಮ ಮಂದಿ ಮರೆಯುವಂತಿಲ್ಲ. ತಮ್ಮ ತಲೆಗೆ ಹೊಡೆತ ಬೀಳುತ್ತದೆ ಎಂಬಂತಾದಾಗ ಪತ್ರಿಕಾ ಸ್ವಾತಂತ್ರ್ಯವೆಂದು ಬೊಬ್ಬಿಡುವ ಇಂದಿನ ಪತ್ರಕರ್ತರು,ಇಂದಿನ ಮಾಧ್ಯಮಗಳು ಎಷ್ಟರ ಮಟ್ಟಿಗೆ ನೀತಿ ಸಂಹಿತೆ ಪಾಲಿಸುತ್ತಿದ್ದಾರೆ...? ಎಷ್ಟರ ಮಟ್ಟಿಗೆ ತಾವು ಸರಿಯಾಗಿದ್ದೇವೆಂಬುದನ್ನು ಆತ್ಮವಿಮರ್ಶೆ ಮಾಡಿಕೊಳ್ಳಬೇಕಾಗಿದೆ. ತನ್ನ ಬಟ್ಟಲಲ್ಲಿರುವ ಹೆಗ್ಗಣವನ್ನು ಬಿಟ್ಟು ಇನ್ನೊಬ್ಬರ ಬಟ್ಟಲಲ್ಲಿರುವ ನೊಣದ ಬಗ್ಗೆ ಮಾತನಾಡುವ ಇಂದಿನ ಪತ್ರಕರ್ತರು, ಅಂತಹ ಪತ್ರಕರ್ತರನ್ನು ರೂಪಿಸುವ ಇಂದಿನ ಪತ್ರಿಕೋದ್ಯಮ ಉಪನ್ಯಾಸಕರು ಸಮರ್ಪಕವಾಗಿ ಆತ್ಮಾವಲೋಕನ ಮಾಡಿಕೊಳ್ಳುವುದು ಅಷ್ಟೇ ಮುಖ್ಯ ಸತ್ಯವೂ ಕೂಡಾ.

೧೦

ಗ್ರಾಮೀಣ ಪತ್ರಿಕೋದ್ಯಮ

–ಧನಂಜಯ ಮೂಡುಬಿದಿರೆ

ಗ್ರಾಮೀಣ ಪತ್ರಿಕೋದ್ಯಮವೆಂಬುದನ್ನು ಪ್ರಾಯ: ಗ್ರಾಮೀಣ ಪರಿಸರದಲ್ಲಿ ಹುಟ್ಟಿಕೊಂಡು ಸೀಮಿತ ಪ್ರಸಾರ ವ್ಯಾಪ್ತಿ ಹೊಂದಿರುವ ಪತ್ರಿಕೆಗಳು, ನಗರದ ಪತ್ರಿಕೆಗಳಲ್ಲಿ ಗ್ರಾಮೀಣ ಸುದ್ದಿಗಳಿಗಿರುವ ಅವಕಾಶ ಮತ್ತು ನಗರ ಹಾಗೂ ಗ್ರಾಮೀಣ ಪರಿಸರದ ಪತ್ರಿಕೆಗಳಲ್ಲಿ ಕಾರ್ಯನಿರ್ವಹಿಸುತ್ತಿರುವ ಪತ್ರಕರ್ತರ ಸೇವೆ ಇವುಗಳ ಸುತ್ತಲಿನ ವಿಚಾರಗಳೆಂದು ಸ್ಥೂಲವಾಗಿ ಹೇಳಬಹುದೆನಿಸಿದೆ.

ಗ್ರಾಮೀಣ ಪರಿಸರದ ಪತ್ರಿಕೆಗಳೆಂದಾಕ್ಷಣ ಗ್ರಾಮಗಳಲ್ಲಿರುವ ಸಾಕ್ಷರತೆಯ ಮಟ್ಟ, ಅವರಲ್ಲೂ ಪತ್ರಿಕೆಯನ್ನು ಕೊಂಡು ಓದುವವರ ಸಂಖ್ಯೆ. ಪ್ರೋತ್ಸಾಹ, ಆಸಕ್ತಿ, ಪತ್ರಿಕೆಯ ಬೆಳವಣಿಗೆಗಿರುವ ಸಾಧ್ಯತೆ, ಮಿತಿ ಎಲ್ಲವೂ ಪರಿಗಣಿಸಲ್ಪಡುತ್ತವೆ.

ಭಾರತದಂಥ, ಮುಕ್ಕಾಲಂಶ ಗ್ರಾಮಗಳಿಂದಲೇ ತುಂಬಿರುವ ದೇಶದಲ್ಲಿ ಗ್ರಾಮೀಣ ಪತ್ರಿಕೆಗಳನ್ನು ನಡೆಸುವುದೇ ಒಂದು ದೊಡ್ಡ ಆದರ್ಶ, ಸಾಹಸ. ಗ್ರಾಮದ ಆಗುಹೋಗುಗಳ ಬಗ್ಗೆ, ಗ್ರಾಮದ ಕುಂದು ಕೊರತೆಗಳು ಹಾಗೂ ಅವುಗಳಿಗಿರುವ ಪರಿಹಾರದ ಹಾದಿಗಳ ಬಗ್ಗೆ ಈ ಪತ್ರಿಕೆಗಳು ಬೆಳಕು ಚೆಲ್ಲುತ್ತಲೇ ಇರುತ್ತವೆ. ಜನಾಭಿಪ್ರಾಯವನ್ನು ರೂಢಿಸುತ್ತಲೇ ಮುನ್ನಡೆಯುತ್ತವೆ ಎಂಬುದು ಆದರ್ಶ; ಹೆಚ್ಚಿನವು ಹಾಗೆಯೇ ಮುನ್ನಡೆಯುತ್ತವೆ. ಈ ಪತ್ರಿಕೆಗಳಿಗೆ ಜನಾಭಿಪ್ರಾಯವನ್ನು ಗಟ್ಟಿಗೊಳಿಸುವ ಜತೆ ಜತೆಗೆ ಊರಿನ ಸ್ಥಾಪಿತ ಹಿತಾಸಕ್ತಿಗಳನ್ನು ಎದುರಿಸುವ ಸಾಮರ್ಥ್ಯವೂ ಇರಬೇಕಾಗುತ್ತದೆ. ನಮ್ಮಲ್ಲಿ ಪ್ರಜಾಪ್ರಭುತ್ವವಿದೆ ಎಂದರೂ ಅದೇ ಹಳೆಯ "ಉಳ್ಳವರು' ಮತ್ತೆ ಸ್ಥಳೀಯ ಆಡಳಿತೆಯ ಚುಕ್ಕಾಣಿ ಹಿಡಿದು ಮತ್ತೆ ತಾವೇ 'ಧನಿ'ಯಾಗಿ ಇಲ್ಲದವರ ಧ್ವನಿಯನ್ನು ಅಡಗಿಸಿಟ್ಟ ಅದೆಷ್ಟೋ ಉದಾಹರಣೆಗಳು ನಮ್ಮ ಕಣ್ಣ ಮುಂದಿವೆ. ಬಹಳ ಮುಂದುವರಿದಿದೆ ಎನ್ನಲಾಗುವ ದಕ್ಷಿಣ ಕನ್ನಡದಂಥ ಜಿಲ್ಲೆಯ ಗ್ರಾಮಗಳಲ್ಲೂ ಕಂಡು ಬಂದ ಸಂಗತಿ ಇದು. ತೀರಾ ಇತ್ತೀಚೆಗೆ ಮೀಸಲಾತಿ ಬಂದಿದ್ದರೂ ಕೆಲವು ಕಡೆಗಳಲ್ಲಿ ಆಡಳಿತ ಚುಕ್ಕಾಣಿ ಹಿಡಿದವರ ಜುಟ್ಟು ಇಂಥವರ ಕೈಯಲ್ಲೇ ಉಳಿದಿರುವುದನ್ನು ಕಾಣಬಹುದು. ಇವರ ನಡುವೆ ಗ್ರಾಮೀಣ ಪತ್ರಕರ್ತ ಕೆಲಸ ಮಾಡಬೇಕು.

ಹಣಕಾಸು:

ಗ್ರಾಮೀಣ ಪತ್ರಿಕೆಗಳ ಆರ್ಥಿಕತೆಯ ವಿಚಾರವನ್ನೂ ಗಮನಿಸಬೇಕು. ಒಂದು ಪತ್ರಿಕೆಯ ಮಾರಾಟ ಬೆಲೆಯ ಮೂರು ಪಟ್ಟು ಉತ್ಪಾದನಾ ವೆಚ್ಚ ತಗಲುವುದು ಸಾಮಾನ್ಯ. ಹಾಗಾಗಿ ಆ ವೆಚ್ಚವನ್ನು ಭರಿಸಲು ಜಾಹೀರಾತಿನ ಮೊರೆ ಹೋಗಲೇ ಬೇಕು. ಈ ಪತ್ರಿಕೆಗಳ ಜಾಹೀರಾತುದಾರರು ಹೆಚ್ಚು ಕಡಿಮೆ ಸೀಮಿತ ಸಂಖ್ಯೆಯಲ್ಲಿರುತ್ತಾರೆ. ಆರ್ಥಿಕ ಸಂಕಷ್ಟಕ್ಕೆ ಮತ್ತೆ ಮತ್ತೆ ಅವರನ್ನೇ ಮೊರೆ ಹೋಗಬೇಕು. ಹಾಗೆ ಹೋದಂತೆಲ್ಲ ಅವರ ಮುಲಾಜಿಗೂ ಒಳಗಾಗಬೇಕಾಗುತ್ತದೆ. ಇಂಥ ಆರ್ಥಿಕ ಶಕ್ತಿಗಳ ವಿರುದ್ಧ, ಅವರ ಒಡನಾಡಿಗಳ ವಿರುದ್ಧ ಬರೆಯುವ ಸಂದರ್ಭ ಒದಗಿ ಬಂದಾಗ ವರದಿಗಾರ ಬಹಳ ಸಂಕಟ ಪಡಬೇಕಾಗುತ್ತದೆ; ಸಂಪಾದಕ/ ಆಡಳಿತ ವರ್ಗವೂ. ಒಮ್ಮೊಮ್ಮೆ ಅಥವಾ ಹೆಚ್ಚಿನ ಸಂದರ್ಭ ಸಂಪಾದಕನೇ ವರದಿಗಾರನಾಗಿ ಕೆಲಸ ಮಾಡುವಾಗ ಇಂಥ ಸಂಕಟ ಇನ್ನಷ್ಟು ಹೆಚ್ಚಾಗಿ ಬಿಡುತ್ತದೆ.

ಇಂಥ ಸಂಕಟಗಳನ್ನು ಮೀರಿ ಕೆಲಸ ಮಾಡುತ್ತಿರುವ ಗ್ರಾಮೀಣ ಪತ್ರಿಕೆಗಳೂ ಇವೆ; ಅವುಗಳ ಸಾಧನೆಗೆ ಭೇಷ್ ಎನ್ನಲೇಬೇಕು.

ಪ್ರಸಾರ:

ಗ್ರಾಮೀಣ ಪತ್ರಿಕೆಗಳ ಪ್ರಸಾರವೆಂಬುದು ನಿಜಕ್ಕೂ ಕಠಿನ ಕೆಲಸ. ಗ್ರಾಮೀಣ ಪರಿಸರದ ಪತ್ರಿಕೆಗಳು ಹೆಚ್ಚಾಗಿ ಸಾಪ್ತಾಹಿಕ, ಪಾಕ್ಷಿಕ ಅಥವಾ ಮಾಸಿಕ. ದಿನ ಪತ್ರಿಕೆಗಳು ತೀರಾ ವಿರಳ. ಅಂದಂದಿನ ಸುದ್ದಿಯನ್ನು ದೊಡ್ಡ ಪತ್ರಿಕೆಗಳ ಹಾಗೆ ಅಂದಂದೇ ನೀಡುವುದು ಸುಲಭದ ಮಾತಲ್ಲ. ಅದಕ್ಕೆ ಒಂದಷ್ಟು ಸಿಬಂದಿಗಳು, ವರದಿಗಾರರು ಬೇಕು. ಸ್ವಂತ ಮುದ್ರಣಾಲಯವೂ ಇರಬೇಕು; ಇದ್ದರೆ ಕೆಲಸ ಸುಲಭ. ಆರ್ಥಿಕ ದೃಷ್ಟಿಯಿಂದ ಇವೆಲ್ಲವೂ ಕಷ್ಟಸಾಧ್ಯದ ವಿಚಾರಗಳು. ಹಾಗಿದ್ದರೂ ಸುಳ್ಯದ ಸುದ್ದಿ ಬಿಡುಗಡೆಯಂಥ ಪತ್ರಿಕೆ ವಾರದಿಂದ ದೈನಿಕವಾಗಿ ಮಾರ್ಪಾಡಾಗಿ ಒಂದೆರಡು ತಾಲೂಕುಗಳಲ್ಲಿ ಜನಪ್ರಿಯವಾಗಿರುವುದನ್ನು ಗಮನಿಸಬೇಕು. ಯಾರ ಹಂಗಿಗೂ ಒಳಗಾಗದೆ, ಆರ್ಥಿಕವಾಗಿಯೂ ಸೋಲದೆ ಜನಪರವಾಗಿ ಕೆಲಸ ಮಾಡುತ್ತ ಮುನ್ನಡೆ ಸಾಧಿಸಿರುವುದು ಒಂದು ಅಧ್ಯಯನ ಯೋಗ್ಯ ಸಂಗತಿ.

ಗ್ರಾಮೀಣ ಪತ್ರಿಕೆಗಳಿಗೂ ನಗರದ ಪತ್ರಿಕೆಗಳಿಗೂ ಒಂದು ದೊಡ್ಡ ವ್ಯತ್ಯಾಸವನ್ನು ಕಾಣಬಹುದು. ನಗರದ ಪತ್ರಿಕೆಗಳಲ್ಲಿ ಗ್ರಾಮೀಣ ಸುದ್ದಿಗಳಿಗೆ ಹೆಚ್ಚು ಅವಕಾಶವಿಲ್ಲ. ಇದ್ದರೂ ಸ್ಥಳೀಯ ಅವೃತ್ತಿಗಳಿಗೆ ಸೀಮಿತ. ಆದರೆ ಗ್ರಾಮೀಣ ಪತ್ರಿಕಾ ಕಾಲಂಗಳಲ್ಲಿ ಸುದ್ದಿಯ ಮಹಾಪೂರವೇ ಹರಿದು ಬರುತ್ತದೆ. ನಗರದ ಪತ್ರಿಕೆಗಳಲ್ಲಿ ತೀವ್ರ "ಕಡಿತ'ವಿದ್ದರೆ ಗ್ರಾಮೀಣ ಪತ್ರಿಕೆಗಳಲ್ಲಿ ಅಂಥ ಬಿಗಿ ಇಲ್ಲದೆ ಕೆಲವೊಮ್ಮೆ ಜಳ್ಳು ಜಳ್ಳೇ ಹೆಚ್ಚಾಗಿ ಕಂಡುಬರುವುದೂ ಇದೆ. ಇಂಥದ್ದನ್ನು ನೀಗಿಕೊಳ್ಳುವ ಗ್ರಾಮೀಣ ಪತ್ರಿಕೆ ಖಂಡಿತ ಗಮನಾರ್ಹವೆನಿಸಬಲ್ಲುದು.

ಕೊಡುಗೆ:

ಹೊಸ ಹೊಸ ಬರೆಹಗಾರರನ್ನು ಬೆಳೆಸುವಲ್ಲಿ ಗ್ರಾಮೀಣ ಪತ್ರಿಕೆಗಳ ಪಾತ್ರ ನಿಜಕ್ಕೂ ಮಹತ್ವಪೂರ್ಣ. ಹೆಚ್ಚಿನ ಬರೆಹಗಾರರು ಹೀಗೆಯೇ ಬೆಳೆದು ಬಂದವರೇ. ಕಥೆ, ಕವನ ಮೊದಲಾದ ಸೃಜನಶೀಲ ಬರೆವಣಿಗೆಯೊಂದಿಗೆ ವ್ಯಕ್ತಿ/ಸ್ಥಳ ಪರಿಚಯ, ಔಷಧ, ಜಾನಪದ/

ಸಾಂಸ್ಕೃತಿಕ ಸಂಗತಿಗಳು ಇವೆಲ್ಲವೂ ಆಯಾ ಊರನ್ನು ಹೊರ ಜಗತ್ತಿಗೆ ಪರಿಚಯಿಸುವ ಕೆಲಸ ಮಾಡುತ್ತದೆ, ಮಾಡಬೇಕು.

ಊರಿನ ಸಮಸ್ಯೆಗಳನ್ನು ಎತ್ತಿ ತೋರುತ್ತ ಜನರ ಬೇಡಿಕೆಗಳನ್ನು ಸ್ಥಳೀಯ ಆಡಳಿತೆ/ಜನ ಪ್ರತಿನಿಧಿಗಳ ಗಮನಕ್ಕೆ ತರುವಲ್ಲಿ ಗ್ರಾಮೀಣ ಪತ್ರಿಕೆಗಳು ಬಹಳಷ್ಟು ಕೆಲಸ ಮಾಡುತ್ತಿವೆ. ಆದರೆ ಸಮಸ್ಯೆಯ ಪರಿಹಾರ ದೊಡ್ಡ ಮಟ್ಟದಲ್ಲಿ ಆಗಬೇಕಾದ ಅನಿವಾರ್ಯವಿದ್ದಾಗ ಇಂಥ ಸಮಸ್ಯೆಗಳು ನಗರದ ಪತ್ರಿಕೆಗಳ ಕಾಲಂನ್ನು ಹುಡುಕಿಕೊಂಡು ಹೋಗಬೇಕಾಗುತ್ತದೆನ್ನಿ.

ದೊಡ್ಡ ಪತ್ರಿಕೆಗಳು ಮತ್ತು ಗ್ರಾಮೀಣ ಪತ್ರಿಕೋದ್ಯಮ:

ಮಾಹಿತಿ, ಅರಿವು, ಜಾಗೃತಿ ಮುಖ್ಯವಾಗಿದ್ದ ಪತ್ರಿಕಾರಂಗ ಇಂದು ಉದ್ಯಮವಾಗಿ ಇನ್ನೂ ಸ್ಪಷ್ಟವಾಗಿ ಹೇಳಬೇಕೆಂದರೆ ಇತರ ಉದ್ಯಮ, ಹಣಕಾಸು ವ್ಯವಹಾರಗಳಿಂದ ಕೊಡು-ಪಡೆ ನಡೆಸುವ ವ್ಯವಹಾರವಾಗಿ ಮಾರ್ಪಾಡಾಗಿದೆ. ಮಾರುಕಟ್ಟೆ ಎಂಬ ದೈತ್ಯನ ಎಲ್ಲ ಲಕ್ಷಣಗಳನ್ನು ಮೈಗೂಡಿಸಿಕೊಂಡೇ ನಗರದ ಪತ್ರಿಕೋದ್ಯಮ ಬೆಳೆಯುತ್ತಿದೆ; ಹಾಗೆ ಬೆಳೆಯುವುದು ಅಸ್ತಿತ್ವದ ಪ್ರಶ್ನೆಯಿಂದ ಅನಿವಾರ್ಯವಾಗಿದೆ ಎಂದು ಹೇಳಲಾಗುತ್ತಿದೆ.

ನಗರಗಳತ್ತಲೇ ಮುಖಮಾಡಿಕೊಂಡಿರುವ ಈಗಿನ ಪತ್ರಿಕೋದ್ಯಮ ನಿಜಕ್ಕೂ ಪ್ರಜಾ ಪ್ರಭುತ್ವದ ನಾಲ್ಕನೇ ಅಂಗವೆಂಬ ಮನ್ನಣೆ, ಜವಾಬ್ದಾರಿ, ಹಿರಿಮೆಗೆ ಪಾತ್ರವಾಗಿ ಉಳಿದಿದೆಯೇ ಎಂದರೆ ಇಲ್ಲ ಎನ್ನಬೇಕಾಗಿದೆ ಅಥವಾ ಸಂಶಯ ವ್ಯಕ್ತಪಡಿಸಬೇಕಾಗಿದೆ. (ಹಾಗೆ ನೋಡಿದರೆ ಇತರ ಮೂರು ಅಂಗಗಳಾದರೂ ತಮ್ಮ ಅಸ್ಮಿತೆಯನ್ನು ಉಳಿಸಿಕೊಂಡಿರುವುದೂ ಸಂದೇಹಾಸ್ಪದವೇ.)

ಯಾವುದೇ ಪತ್ರಿಕೆಯನ್ನು ನೋಡಿದರೆ ನಮ್ಮ ಪತ್ರಿಕೆಗಳು ಹಿಡಿದಿರುವ ಹಾದಿಯ ಚಿತ್ರಣ ಚೆನ್ನಾಗಿ ಸಿಗುತ್ತದೆ. ಮುಖ ಪುಟದಲ್ಲಿ ಯಾವಾಗ ನೋಡಿದರೂ ವಿಜೃಂಭಿಸುವುದು ರಾಜಕೀಯ ವಿಚಾರ. ಒಳ ಜಗಳ, ಕೋಳಿ ಜಗಳ, ಆಡಳಿತೆಗೆ ಸಂಬಂಧಿಸಿದ ಸಂಗತಿಗಳು, ಬಿಕ್ಕಟ್ಟುಗಳು. ಓದುತ್ತಿದ್ದಂತೆ ಇವೇನಾ ನಮ್ಮ ಆದ್ಯತೆಯ ವಿಚಾರಗಳು? ಎಂದು ಒಳಗೊಳಗೇ ಪ್ರಶ್ನೆ ಮೂಡುವುದೂ ಸಹಜ. ಕೊಲೆ, ಸುಲಿಗೆ, ಅಪಘಾತ, ಪ್ರಾಕೃತಿಕ ವಿಕೋಪ ಇವುಗಳೂ ಕಾಣಿಸಿಕೊಳ್ಳುತ್ತವೆ, ನಿಜ. ಆದರೆ ನಮ್ಮ ಇಡೀ ದೇಶದಲ್ಲಿ ಮುಕ್ಕಾಲಂಶ ಹಬ್ಬಿಕೊಂಡಿರುವ ಗ್ರಾಮೀಣ ಜನಜೀವನಕ್ಕೆ ಸಂಬಂಧಿಸಿದ ಸಂಗತಿಗಳು ಕಾಣಿಸಿಕೊಳ್ಳುತ್ತಿವೆಯೇ? ಕಾಣಿಸಿ ಕೊಂಡರೂ ಎಷ್ಟು? ಎಂಬಲ್ಲೇ ನಮ್ಮ ಪತ್ರಿಕೋದ್ಯಮ ಗ್ರಾಮ ಜೀವನದ ಬಗ್ಗೆ ಎಷ್ಟು ಕಾಳಜಿ ತೋರುತ್ತಿದೆ ಎಂಬುದು ವ್ಯಕ್ತವಾಗುತ್ತದೆ.

ಕೃಷಿಯಿಲ್ಲದೆ ಬದುಕೇ ಇಲ್ಲ. ಆದರೆ ನಮ್ಮ ಹಳ್ಳಿಗಳಲ್ಲಿ ಕೃಷಿ ಚಟುವಟಿಕೆ ದಿನೇ ದಿನೇ ಕ್ಷೀಣಿಸುತ್ತಿದ್ದು ಹಳ್ಳಿಗಳು ನಿಸ್ತೇಜವಾಗುತ್ತಿವೆ. ಜನ ಹಳ್ಳಿ ಬಿಟ್ಟು ನಗರಗಳತ್ತ ವಲಸೆ ಹೋಗುತ್ತಿದ್ದಾರೆ ಅಥವಾ ಹಳ್ಳಿಗಳನ್ನು ನಗರಗಳಂತೆ ಕಟ್ಟಲು ಹೊರಟಿದ್ದಾರೆ. ಕೃಷಿ ಯಾರಿಗೂ ಬೇಡವಾಗುತ್ತಿದೆ. ಕೃಷಿ ಈಗ ಆರ್ಥಿಕವಾಗಿ ಲಾಭದಾಯಕವಲ್ಲ, ಕೃಷಿ ಕಾರ್ಯ ಮಾಡಿಸಲು ಸಾಧ್ಯವಾಗುತ್ತಿಲ್ಲ. ಮನೆ ಮಂದಿ ಸೇರಿ ದುಡಿಯುತ್ತಿರುವಾಗ ನಡೆಯುತ್ತಿದ್ದ ಕೃಷಿ, ವಿಭಕ್ತ ಕುಟುಂಬಗಳ ವಿರಳ ಮಂದಿಯ ಮೂಲಕ ನಡೆಸಲಾಗದೆ ನೆಲ ಕಚ್ಚಿದೆ. ಇದ್ದ ಭೂಮಿಯನ್ನು ಮಾರಾಟ ಮಾಡುವುದೇ ಒಂದು ಲಾಭದಾಯಕ ಉದ್ಯಮವಾಗಿ ಪರಿಣಮಿಸಿದೆ. ಈ ಸಂಕಟಮಯ ಪರಿಸ್ಥಿತಿ ಹೀಗೆಯೇ ಮುಂದುವರಿದಲ್ಲಿ

ಒಂದಲ್ಲ ಒಂದು ದಿನ ಎಲ್ಲರೂ– ಹಳ್ಳಿ, ನಗರವೆಂಬ ಬೇಧವಿಲ್ಲದೆ– ಮಣ್ಣೇ ತಿನ್ನಬೇಕಾಗಿ ಬರಬಹುದು.

ದುರಂತವೆಂದರೆ ನಮ್ಮ ನಗರ ಕೇಂದ್ರಿತ ಪತ್ರಿಕೋದ್ಯಮ ಈ ಗಂಭೀರ ಸಮಸ್ಯೆ ಮುಖ ಪುಟದಲ್ಲಿ ಕಾಣಿಸಿಕೊಳ್ಳಬಹುದಾದ ಸಂಗತಿ ಎಂದು ತಿಳಿಯುವುದೇ ಇಲ್ಲ. ಎಲ್ಲೋ ಒಂದು ಪುಟ್ಟ ಕಾಲಂನಲ್ಲಿ ಅದೂ ಅಪರೂಪಕ್ಕೆ ಇಂಥದ್ದು ಮುಖ ಪುಟದಲ್ಲಿ ಕಾಣಿಸಿಕೊಂಡರೆ ಅದು ದೊಡ್ಡ ಸಂಗತಿ!

ಪತ್ರಿಕೆ ಒಂದೆಡೆ ಸಾಕ್ಷರತೆಯ ಮಹತ್ವವನ್ನು ಸಾರುವ, ಸಾಕ್ಷರತೆಯ ಮೂಲಕ ಲೋಕದಲ್ಲಿ ತಿಳಿವಳಿಕೆಯನ್ನು ಮೂಡಿಸುವ ಪರಿಣಾಮಕಾರಿ ಮಾಧ್ಯಮ. ಎಲ್ಲಿ ಪತ್ರಿಕೆ ಪ್ರಸಾರವಾಗುವುದೋ ಅಲ್ಲೆಲ್ಲ ಅರಿವಿನ ಲೋಕ ತೆರೆದುಕೊಳ್ಳುತ್ತ ಹೋಗುತ್ತದೆ. ದುರಂತವೆಂದರೆ ಗ್ರಾಮೀಣ ಪ್ರದೇಶಗಳಲ್ಲಿ ಸಾಕ್ಷರತೆಯ ಮಟ್ಟ ನಗರಗಳಿಗೆ ಹೋಲಿಸಿದರೆ ಅಜಗಜಾಂತರ ಎದ್ದು ಕಾಣಿಸುತ್ತದೆ. ಗ್ರಾಮಗಳು ಶಿಕ್ಷಣ ಸೌಲಭ್ಯದಿಂದ ಬಹುತೇಕ ವಂಚಿತ. ಇದ್ದರೂ ನಗರಗಳಲ್ಲಿರುವ ಶೈಕ್ಷಣಿಕ ವಾತಾವರಣ ಹಳ್ಳಿಗಳಲ್ಲಿ ಖಂಡಿತ ಇಲ್ಲ. ಶಿಕ್ಷಣದ ಮೂಲಭೂತ ಸೌಕರ್ಯದಿಂದ ವಂಚಿತರಾದ ಗ್ರಾಮೀಣರಲ್ಲಿ ಪತ್ರಿಕೆಯ ಓದು ಎಷ್ಟರ ಮಟ್ಟಿಗೆ ಸಾಧ್ಯ? ನಿಜಕ್ಕಾದರೆ ಇದೊಂದು ಅವಿನಾಭಾವಿ ಸಮಸ್ಯೆ. ಗ್ರಾಮಗಳಲ್ಲಿ ಶಿಕ್ಷಣ ಸವಲತ್ತಿಲ್ಲ; ಶಿಕ್ಷಣವಿಲ್ಲದ ಪರಿಸರದಲ್ಲಿ ಪತ್ರಿಕೆಯ ಓದು ಕನಸಿನ ಮಾತಾಗುತ್ತದೆ.

ನಮ್ಮ ನಗರ ಪತ್ರಿಕೋದ್ಯಮ ಈ ದಿಸೆಯಲ್ಲಿ ಏನಾದರೂ ಚಿಂತಿಸಿದ್ದುಂಟೇ? ಪ್ರಾಯ: ಇದೊಂದು ಆದರ್ಶಪೂರ್ಣ ಆಶಯ; ಆದರೆ ವಾಸ್ತವಿಕವಾಗಿ ಕೈಗೂಡಲಾಗದ ಸಂಗತಿ.

ನಾಗರಿಕ ಲೋಕಕ್ಕೆ ಬಹಳ ಅಮೂಲ್ಯ ಎನಿಸಬಲ್ಲ ಅದೆಷ್ಟೋ ಸಂಗತಿಗಳು ನಮ್ಮ ಗ್ರಾಮಗಳಲ್ಲಿವೆ. ಗ್ರಾಮೀಣ ವೈದ್ಯ ಪದ್ಧತಿ, ಸಾವಯವ ಕೃಷಿ, ಸುಲಭ ಕೀಟನಾಶಕಗಳು, ಗುಡಿ ಕೈಗಾರಿಕೆಗಳು, ಈ ಮಣ್ಣಿನ ಗುಣ ಸಾರುವ ಕ್ರೀಡೆಗಳು, ಗಾಯನ, ವಾದನ, ನರ್ತನ, ಪಂಚಾಯತಿ ಕಟ್ಟೆ ಒಂದೇ, ಎರಡೇ ಗ್ರಾಮದಲ್ಲಿರುವ ಪ್ರತಿಯೊಂದು ಸಂಗತಿಯೂ ತನ್ನದೇ ಆದ ಕೊಡುಗೆಯನ್ನು ಈ ಲೋಕಕ್ಕೆ ನೀಡುತ್ತ ಬಂದಿದೆ.

ಆದರೆ ಅವುಗಳ ಸತ್ವ, ತತ್ವ, ಸಫಲತೆಗಳನ್ನು ಲೋಕಮುಖಕ್ಕೆ ಒಪ್ಪಿಸುವ ಕೆಲಸವನ್ನಾರು ಮಾಡಬೇಕು? ಮಾಡಬಹುದು?

ನಿಸ್ಸಂಶಯವಾಗಿ ಪತ್ರಿಕೆಗಳು. ಆದರೆ ಇವುಗಳನ್ನು ಬಿತ್ತರಿಸುತ್ತ ಹೋದರೆ ಮಾರುಕಟ್ಟೆಯಲ್ಲಿ ಲಾಭ ಗಿಟ್ಟದು ಎಂದು ಭಾರತೀಯ ಪತ್ರಿಕಾ ದೊರೆಗಳು ಭಾವಿಸಿರುವ ಕಾರಣ ಅವೆಲ್ಲವೂ ಪಡೆಯಬೇಕಾದ ಪ್ರಚಾರ ಪಡೆಯುವಲ್ಲಿ ಹಿಂದೆ ಬಿದ್ದಿವೆ.

ಪತ್ರಕರ್ತರು:

ನಗರದ ದೊಡ್ಡ ಪತ್ರಿಕೆಗಳೇ ಇರಲಿ; ಗ್ರಾಮೀಣ ಪರಿಸರದ ಪತ್ರಿಕೆಗಳೇ ಇರಲಿ, ತಳಮಟ್ಟದಲ್ಲಿ ಕೆಲಸಮಾಡುವ ಪತ್ರಕರ್ತರ ಪಾಡೇನು? ಅವರ ಜವಾಬ್ದಾರಿ, ಸ್ಥಿತಿಗತಿಗಳು ಹೇಗಿವೆ ಎಂಬುದರತ್ತಲೂ ಸ್ವಲ್ಪ ಗಮನ ಹರಿಸೋಣ.

ಸ್ಪಷ್ಟವಾಗಿ ಹೇಳಬೇಕೆಂದರೆ ಯಾವುದೇ ಪತ್ರಿಕೆಗೆ (ನಗರ ಅಥವಾ ಗ್ರಾಮೀಣ) ವರದಿ ಮಾಡುವವರು ಇಡೀ ದಿನ ಗಂಟೆಗಳ ಲೆಕ್ಕವಿಲ್ಲದೆ ದುಡಿಯುವವರು; ಹಾಗೆ ದುಡಿಯುತ್ತ

ಇರುವುದಕ್ಕೆ ಯಾವುದೇ ರೀತಿಯಲ್ಲೂ ಸಮರ್ಥನೀಯವಲ್ಲದ, ಸಂಭಾವನೆಯನ್ನು ಪಡೆಯುವವರು.

ಉದಾಹರಣೆಗೆ ಒಂದು ದೊಡ್ಡ ಪತ್ರಿಕೆಗೆ ಬೆಳಿಗ್ಗೆ ಸುಮಾರು ೧೧ರಿಂದ ರಾತ್ರಿ ೮ರ ಒಮ್ಮೊಮ್ಮೆ ೯ರವರೆಗೆ ವರದಿ ಮಾಡುವ ಅಂದರೆ ಸುಮಾರು ೧೦ ತಾಸು ಕೆಲಸ ಮಾಡುವ ವರದಿಗಾರ- ಅವನ/ಳ/ನ್ನು ಸ್ಟ್ರಿಂಜರ್ ಎಂಬ ಕನಿಷ್ಟ ಹುದ್ದೆಯ ಹೆಸರಿನಿಂದ ಕರೆಯಲಾಗುತ್ತದೆ- ಹತ್ತು-ಹನ್ನೆರಡು ವರ್ಷಗಳ ಹಿಂದೆ ಪಡೆಯುತ್ತಿದ್ದ ಸಂಭಾವನೆಯನ್ನೇ ಪಡೆಯುತ್ತಿದ್ದಾರೆ! ಪ್ರಸಿದ್ಧ ಪತ್ರಿಕೆಯೊಂದರ ಕಾಲಂ ಸೆ.ಮೀ. ದರ ೧೨ ವರ್ಷಗಳ ಹಿಂದೆ ರೂ. ೨, ಸ್ಥಳೀಯ ಆವೃತ್ತಿಯಲ್ಲಾದರೆ ರೂ. ೧. ಈಗಲೂ ಅದೇ ದರ! ಅದೇ ಕಂಪೆನಿಯ ಮುಖ್ಯ ಅಧಿಕಾರಿಗೆ ತಿಂಗಳಿಗೆ ರೂ. ನಾಲ್ಕು ಲಕ್ಷ. ತಿರುಗಾಡಲು ವಿಮಾನ ಸೌಲಭ್ಯ. ಗ್ರಾಮೀಣ ಪತ್ರಕರ್ತನಲ್ಲಿ ಒಂದು ವೇಳೆ ದ್ವಿಚಕ್ರವಾಹನವಿದ್ದರೆ ದೊಡ್ಡ ಸಂಗತಿ ಮತ್ತು ಅದನ್ನು ಸಾಕಲು ಬೇರೆಯೇ ವ್ಯವಸ್ಥೆ ಮಾಡಿಕೊಳ್ಳಬೇಕು!

ನಂಬಿದರೆ ನಂಬಿ, ಬಿಟ್ಟರೆ ಬಿಡಿ ಎನ್ನುವಂತಿಲ್ಲ, ನಂಬಲೇ ಬೇಕು- ಗ್ರಾಮೀಣ ಪತ್ರಕರ್ತನೋರ್ವ ಮಾಸಿಕ ರೂ. ೩೫೦೦ರಿಂದ ಹೆಚ್ಚೆಂದರೆ ೬,೦೦೦ದವರೆಗೆ ಸಂಭಾವನೆ ಪಡೆಯಬಹುದು. ಇದರಲ್ಲಿ ಪತ್ರಕರ್ತನ ಓಡಾಟದ ಲೆಕ್ಕ ಇಲ್ಲ, ಕ್ಯಾಮರಾ, ಕಂಪ್ಯೂಟರ್, ಲ್ಯಾಪ್ ಟಾಪ್ ವ್ಯವಸ್ಥೆ, ನಿರ್ವಹಣೆಯ ಲೆಕ್ಕ ಇಲ್ಲ, ಮೊಬೈಲು, ಇಂಟರ್ನೆಟ್ ವೆಚ್ಚ ಇವುಗಳ ಲೆಕ್ಕ ಇಲ್ಲ. ಕ್ಯಾಮರಾ, ಕಂಪ್ಯೂಟರ್ ಇತ್ಯಾದಿ ವ್ಯವಸ್ಥೆಗಳ ಆರಂಭಿಕ ವೆಚ್ಚ ಹೊರತು ಪಡಿಸಿ ಕೇವಲ ನಿರ್ವಹಣಾ ವೆಚ್ಚವು ಸರಾಸರಿ ತಿಂಗಳೊಂದಕ್ಕೆ ರೂ. ಒಂದೂಕಾಲು ಸಾವಿರದಿಂದ ಒಂದೂವರೆ ಸಾವಿರ ಆಗಿಯೇ ಬಿಡುತ್ತದೆ. ಈ ಎಲ್ಲ ವೆಚ್ಚಗಳನ್ನು ಕಳೆದರೆ ವರದಿಗಾರನಿಗೆ ದಿನವೊಂದಕ್ಕೆ ೬೦ರಿಂದ ೭೫ ರೂ. ಲಭಿಸಬಹುದು. ಬಸಳೆ ನೆಡಲು ಹೊಂಡ ತೆಗೆಯುವ ಕೂಲಿ ಕಾರ್ಮಿಕನಿಗೆ ಇಂದು ಏನಿಲ್ಲವೆಂದರೂ ದಿನವೊಂದಕ್ಕೆ ರೂ. ೨೫೦-೩೦೦, ಊಟ, ಕಾಫಿ ಪ್ರತ್ಯೇಕ ಸಿಗುತ್ತದೆ. ಗ್ರಾಮೀಣ ಪತ್ರಕರ್ತ ಸರಿಯಾಗಿ ಊಟ ಮಾಡಿದರೆ, ಕಾಫಿ ತಿಂಡಿ ಸೇವಿಸಿದರೆ ಮನೆಗೆ ಹೋಗುವಾಗ ಅವನು/ಳು ಬೆಳಗ್ಗೆ ಹಾಕಿದ ದಿರಿಸು ಮಾತ್ರ ವಾಪಾಸು ಮನೆಗೆ ಬಂದ ಹಾಗೆ ಆಗುತ್ತದೆ.

ಹಾಗಾದರೆ ಈ ಗ್ರಾಮೀಣ ಪತ್ರಕರ್ತರು ಹೇಗೆ ಬದುಕಬೇಕು?

ಒಂದು ಕಾಲದಲ್ಲಿ "ಏನ್ ಮಾಡ್ತಾ ಇದ್ದೀಯಾ?' ಎಂದು ಯಾರಾದರೂ ಒಂದಿಷ್ಟು ಕುರುಚಲು ಗಡ್ಡ ಬಿಟ್ಟ, ಜುಬ್ಬ ಹಾಕಿದ, ಜೋಳಿಗೆ ಚೀಲ ಹೆಗಲಿಗೇರಿಸಿಕೊಂಡವರನ್ನು ಕಂಡಾಗ ಕೇಳಿದರೆ 'ನಾನು ಪತ್ರಕರ್ತ' ಎಂದು ಬಿಟ್ಟರೆ 'ಅದು ಸರಿ; ಊಟಕ್ಕೇನು ಮಾಡುತ್ತೀಯಾ' ಎಂದು ಕೇಳುತ್ತಿದ್ದ ಕಾಲವಿತ್ತು. ಈಗ ಹಾಗಲ್ಲ. ತಕ್ಕ ಮಟ್ಟಿಗೆ ಒಳ್ಳೆಯ ಜೀವನ ನಡೆಸುವ ಸ್ಥಿತಿಗತಿ ಇದೆ ಎಂದು ಪತ್ರಿಕೋದ್ಯಮದ ಬಗ್ಗೆ ಭಾಷಣ ಮಾಡುವವರು ಸಲೀಸಾಗಿ ಹೇಳಿ ಬಿಡುತ್ತಾರೆ. ನಿಜಕ್ಕಾದರೆ ಇದು ನಗರದ ಪತ್ರಿಕೆಗಳ, ದೃಶ್ಯ ಮಾಧ್ಯಮಗಳ ಒಳಗೆ ಮತ್ತು ಹೆಚ್ಚೆಂದರೆ ಶೈಕ್ಷಣಿಕ ರಂಗದಲ್ಲಿ ಕೆಲಸಮಾಡುವವರ ಮಟ್ಟಿಗೆ ನಿಜವಾಗಿರ ಬಹುದು. ಉಳಿದಂತೆ ಗ್ರಾಮೀಣ ಪರಿಸರದಲ್ಲಿದ್ದು ಗ್ರಾಮೀಣ ಅಥವಾ ನಗರದ ಪತ್ರಿಕಗಳಿಗಾಗಿ ಕೆಲಸ ಮಾಡುವವರು 'ಅಕ್ಷರ ಅಕ್ಷರ ಮಾರುವ ಕಾಯಕ ಮಾಡಬೇಕಾಗಿ ಬಂದಿದೆ. ಎಂದರೆ ಜಾಹೀರಾತಿನ ಮೊರೆ ಹೋಗಲೇ ಬೇಕಾಗಿದೆ. ಆ ಬಲದಿಂದಲೇ ಬದುಕು ಸಾಗಿಸಬೇಕಾಗಿದೆ. ಅಂದರೆ ಪತ್ರಕರ್ತ ಎನ್ನುವುದೊಂದು ಮರ್ಯಾದೆಯ ಗುರಾಣಿ. ಆ

ಮೂಲಕ ಜಾಹೀರಾತು ಬೇಡುವ ಭಿಕ್ಷುಕ ವೃತ್ತಿ ಗ್ರಾಮೀಣ ಪತ್ರಕರ್ತರದ್ದಾಗಿದೆ ಎಂದರೆ ಅನೇಕರಿಗೆ ಇದು ಅತಿಯಾಯಿತು ಎಂದು ಅನ್ನಿಸಬಹುದು. ವಾಸ್ತವ ಸಂಗತಿ ಮಾತ್ರ ಬೇರೆ ಇಲ್ಲ. ದೊಡ್ಡ ಪತ್ರಿಕೆಗಳೇ ಇರಲಿ; ಸಣ್ಣ ಪತ್ರಿಕೆಗಳೇ ಇರಲಿ ಪತ್ರಿಕೆಗಳೂ ಬದುಕಬೇಕು, ಅದರೊಳಗಿನ ಮಂದಿಯೂ ಬದುಕಬೇಕು ಎಂದರೆ ಜಾಹೀರಾತಿನ ಬೆಂಬಲ ಬೇಕೇ ಬೇಕು.

ಪರಿಣಾಮ:

ಸೃಜನಶೀಲ ಬರೆಹಗಾರ ಪತ್ರಕರ್ತನಾಗಿಬಿಟ್ಟರೆ ಕೆಲಸದ ಒತ್ತಡಗಳಿಂದ ಅವನೊಳಗಿನ ಸೃಜನಶೀಲತೆ ನಾಶವಾಗಿ, ಸ್ವಾಗತ, ನಿರೂಪಣೆ, ಸಮಸ್ಯೆ, ಹೀಗೂ ಉಂಟು, ಪರಿಚಯ ಇಂಥ "ಲಟ್ಟುಸ್ ವಿಚಾರ'ಗಳ ಸುತ್ತಲೇ ವರದಿಗಳು ಸುತ್ತಾಡಿ ಆತ ಕೇವಲ ವರದಿಗಾರನಾಗಿ ಬಿಡುವ ಅಪಾಯವಿದೆ ಎಂದು ತಿಳಿದವರು ಅಂಥವರಿಗೆ ಕಿವಿಮಾತು ಹೇಳುತ್ತ ಬಂದಂತೆಯೇ "ಇಲ್ಲ, ನೋಡಿ, ನಾನು ಇದರಲ್ಲೂ ಏನೇನು ಸಾಧಿಸುತ್ತೇನೆ, ನೋಡಿ' ಎಂದು ಮುಂದುವರಿಯುವ ಅನೇಕ ಪತ್ರಕರ್ತರು ವರದಿಗಳ –ಅದರಲ್ಲೂ ಕಾಲ ನಿರ್ಬಂಧಿತ (ಟೈಂ ಭೌಂಡ್) ಒತ್ತಡದೊಂದಿಗೆ ಇವತ್ತು ಜಾಹೀರಾತಿಗೆ ಮಿಕ ಯಾರು? ಯಾರ ಹಣ ವಸೂಲಿಗೆ ಬಾಕಿ ಇದೆ? ಆ ಗ್ರಾಹಕ ಯಾವ ಹೊತ್ತಿನಲ್ಲಿ ಪ್ರಸನ್ನವದನನಾಗಿ ತನಗೆ ಬರುವ ಕಾಸು ಗಿಟ್ಟುತ್ತದೆ? ಆ ೧೫ ಶೇ. ಕಮಿಶನ್ ನಲ್ಲಿ ಒಂದಿಷ್ಟು 'ಕಟ್' ಮಾಡಿ ಕೊಟ್ಟರೆ ಏನು ಮಾಡುವುದು? ಸಮಯ ಮೀರಿದರೆ ಕಮಿಶನ್ ನಲ್ಲಿ ಕಡಿತ, ನೋಟೀಸು ಇಂಥ ಕಿರಿಕಿರಿಗಳನ್ನೆಲ್ಲ ಎದುರಿಸುವುದು ಹೇಗೆ ? ಎಂದೆಲ್ಲ ಚಿಂತಿಸುತ್ತ ಹೈರಾಣಾಗುವ ಈ ಲೋ–ಕಲ್ ಪತ್ರಕರ್ತ ಸೃಜನಶೀಲತೆಯನ್ನು ಕೊಂದುಕೊಳ್ಳುತ್ತ, ವರದಿಯಲ್ಲೂ ದುರ್ಬಲನಾಗುತ್ತ ಹೋಗುತ್ತ ಎರಡೆರಡು ಬಗೆಯಲ್ಲಿ ನಷ್ಟ ಅನುಭವಿಸುತ್ತಾನೆ/ಳೆ. ಗ್ರಾಮೀಣ ಪತ್ರಕರ್ತ ಬೇರಾವುದೇ ಚಟಕ್ಕೆ ಬಲಿಯಾಗದೇ ಇದ್ದರೆ, ರಾತ್ರಿ ಸಮಚಿತ್ತ ಕಾಪಾಡಿಕೊಂಡು ಮನೆಗೆ ಹೋದರೆ ಅದು ಅವನ/ಳ ಪುಣ್ಯ. ಸೃಜನಶೀಲ ಗ್ರಾಮೀಣ ಪತ್ರಕರ್ತರು ಯಾವುದೋ ಪೊಳ್ಳು ಆದರ್ಶವನ್ನು ನೆಚ್ಚಿಕೊಂಡು ನಾಳೆ ಸುಖ ಸಿಗುವುದೆಂದು ಕನವರಿಸುತ್ತ ನಿಜಕ್ಕಾದರೆ ಈ "ಮಾರುಕಟ್ಟೆ ಕೇಂದ್ರಿತ ಪತ್ರಿಕೋದ್ಯಮ'ದಲ್ಲಿ 'ನಾಶವಾಗಿ ಬಿಡುತ್ತಾರೆ'. ಅದು ನಗರ ಅಥವಾ ಗ್ರಾಮೀಣ ಪತ್ರಿಕೆಗಳಿಗೆ ವರದಿಗಾರರಾಗಿ ದುಡಿಯುವವರ ಹುಚ್ಚು ಆದರ್ಶದ ಫಲ.

ಹಾಗಿದ್ದರೂ ಎಷ್ಟೋ ಮಂದಿ ಹೀಗೆ ತಮ್ಮನ್ನು ತೊಡಗಿಸಿಕೊಂಡಿದ್ದಾರೆ. ಸರೀಕರು ತಮಗಿಂತ ಏಳೆಂಟು ಹತ್ತು ಪಟ್ಟು ಸಂಭಾವನೆ/ಸಂಬಳ ಪಡೆಯುವ ವೇಳೆ ಇವರೆಲ್ಲ ಹೀಗೇ ಸವೆಯುತ್ತ ಹೋಗುತ್ತಿರುತ್ತಾರೆ. ಇದು ನಿಜ. ಇದು ಆಶ್ಚರ್ಯ.

ಗ್ರಾಮೀಣ ಪರಿಸರದ ಸಾಪ್ತಾಹಿಕ, ಪಾಕ್ಷಿಕ, ಮಾಸಿಕ ಪತ್ರಿಕೆಗಳಲ್ಲಿ ಕೆಲಸ ಮಾಡುವವರ ಮನೆಯಲ್ಲಿ ಕೃಷಿ, ತೋಟಗಾರಿಕೆ ಮತ್ತಿತರ ಉಪ–ಸಂಪಾದನೆ ಇದ್ದರೆ ದುಡ್ಡಿನ ಮುಖ ನೋಡದೆ ಪತ್ರಿಕಾ ಸೇವೆ ಮಾಡಬಹುದು; ಅನೇಕ ಕಡೆಗಳಲ್ಲಿ ಇದು ಸಹಜವಾಗಿ ಕಾಣುವ ಸ್ಥಿತಿ.

ಧನಾತ್ಮಕ ಅಂಶಗಳು:

ಉದಯವಾಣಿಯ ಕುಗ್ರಾಮ ಗುರುತಿಸಿ ಸ್ಪರ್ಧೆ ಒಂದು ಕಾಲದಲ್ಲಿ ಅವಿಭಜಿತ ದ.ಕ. ಜಿಲ್ಲೆಯ ದಿಡುಪೆ ಸಹಿತ ಅದೆಷ್ಟೋ ಗ್ರಾಮಗಳಿಗೆ ಬೆಳಕು, ರಸ್ತೆ, ನೀರು, ಶಾಲೆ,

ಅಂಚೆ, ಬ್ಯಾಂಕ್ ಸೌಲಭ್ಯಗಳನ್ನು ಒದಗಿಸುವಲ್ಲಿ ಮಹತ್ವದ ಪಾತ್ರ ವಹಿಸಿತು. ತೀರಾ ಇತ್ತೀಚೆಗೆ ವರುಷವಿಡೀ ನಡೆಸಿದ ಸಮಸ್ಯೆಗಳ ಅಧ್ಯಯನ-ವರದಿಗಳು ಗ್ರಾಮ ಮಾತ್ರವಲ್ಲ ನಗರಗಳಿಗೂ ದಕ್ಕುವ ಸೌಕರ್ಯಗಳನ್ನು ದೊರಕಿಸಿ ಕೊಟ್ಟಿವೆ. ಈ ಹಾದಿಯಲ್ಲಿ "ವಿಜಯ ಕರ್ನಾಟಕ'ವನ್ನೂ ಉಲ್ಲೇಖಿಸಬೇಕು. ಪ್ರಜಾವಾಣಿಯಲ್ಲಿ ಗ್ರಾಮೀಣ ಕೃಷಿ, ಕಲೆ, ಕ್ರೀಡೆಗಳಿಗೆ ನೀಡಲಾಗುತ್ತಿರುವ ಕಾಲಂ ಗಮನಾರ್ಹ. ಹಣ್ಣು ಮಾರಿ ಊರಿಗೊಂದು ಶಾಲೆ ಕಟ್ಟಿದ ಹರೇಕಳ ಹಾಜಬ್ಬರ ಸಾಧನೆಗೆ ಕನ್ನಡ ಪ್ರಭ ಪ್ರಶಸ್ತಿ ನೀಡಿದ್ದು, "ಹೊಸದಿಗಂತ'ದ ಗುರುವಪ್ಪ ಬಾಳೆಪುಣಿ "ಹಾಜಬ್ಬ"ರ ಬಗ್ಗೆ ಬರೆದು ರಾಷ್ಟ್ರೀಯ ಪ್ರಶಸ್ತಿಯನ್ನು ಬಗಲಿಗೇರಿಸಿಕೊಂಡದ್ದು ಸಾಂಕೇತಿಕವಾಗಿ ಉಲ್ಲೇಖನೀಯ. ಸುಳ್ಯದ "ಸುದ್ದಿ ಬಿಡುಗಡೆ'ಯಂಥ ಗ್ರಾಮೀಣ ಪತ್ರಿಕೆ ದೀಪಾವಳಿ ಸಂದರ್ಭ ಜನರ ನಡುವೆ ಹೋಗಿ ಉತ್ತಮ ಗೂಡುದೀಪ ಕಟ್ಟಿ ತೂಗುವವರಿಗೆ ಬಹುಮಾನ ಕೊಡುವುದೇ ಮೊದಲಾದ ಸ್ಪರ್ಧೆಗಳನ್ನು ನಡೆಸುತ್ತ ಜನರ ಪತ್ರಿಕೆಯಾಗಿ ಕೆಲಸಮಾಡುವ ಪರಿಯನ್ನು ಗಮನಿಸಬಹುದು. ಹೀಗೆ ನಾಟಿ ವೈದ್ಯರು, ಕುರಿತೋದದೆಯುಂ ಕಾವ್ಯ ಪ್ರಯೋಗ ಮಾಡುವವರು, ಸಾಧಕ ಕಲಾವಿದರು, ಪ್ರಗತಿಪರ ಕೃಷಿಕರು, ದುಡ್ಡು ಹೊಂಚದೆಯೇ ಜ್ಞಾನ ಹಂಚುವವರು, ಕುಶಲ ಕರ್ಮಿಗಳು, ನಿಸ್ವಾರ್ಥಿ ಜನ ಸೇವಕರು, ನಿಜವಾದ ಧರ್ಮಪ್ರಜ್ಞೆಯನ್ನು ಉದ್ದೀಪಿಸುವವರು... ಇಂಥ- ಗ್ರಾಮಗಳ ಒಳಗೊಳಗೇ ಇದ್ದು ಲೋಕದರಿವಿಗೆ ಬಾರದವರನ್ನು ಗುರುತಿಸುವ, ಸಾರ್ವಜನಿಕವಾಗಿ ಗೌರವಿಸುವ, ಸಾರ್ವಜನಿಕ ಹಿತಾಸಕ್ತಿ ಕಾಪಾಡಲು ಶತಾಯಗತಾಯ ಪ್ರಯತ್ನಿಸುವ, ಅದರಲ್ಲಿ ಗೆಲುವು ಸಾಧಿಸುವ ಗ್ರಾಮೀಣ ಪತ್ರಿಕೆಗಳೂ ಇವೆ.

೨೧

ಇಂದಿನ ಪತ್ರಿಕೆಗಳ ಕನ್ನಡ ಭಾಷೆ

–ಡಾ. ನಿರಂಜನ ವಾನಳ್ಳಿ

ಭಾಷೆಯೆಂಬುದು ನಿಂತ ನೀರಲ್ಲ. ಅದು ಹರಿಯುವ ಹೊಳೆ. ಭಾಷೆಯನ್ನು ಬಳಸುವ ಪ್ರತಿಯೊಬ್ಬನೂ ಬಳಕೆಯ ದೃಷ್ಟಿಯಿಂದ ತನ್ನದೇ ಆದ ಕೊಡುಗೆ ಕೊಡಬಲ್ಲ. ಪತ್ರಕರ್ತರಿಗಂತೂ ಭಾಷೆಯೇ ಬಂಡವಾಳ, ಭಾಷೆ ಅವರ ಬತ್ತಳಿಕೆಯಲ್ಲಿರುವ ಬಾಣ. ಪತ್ರಿಕಾಲಯಗಳು ಹೊಸ ಹೊಸ ಪದಗಳ ಟಂಕಸಾಲೆಗಳು.

ಕನ್ನಡ ಪತ್ರಿಕೋದ್ಯಮಕ್ಕೆ ಈಗ ೧೭೦ ವರ್ಷಗಳ ಹರೆಯ. ಒಂದೂವರೆ ಶತಮಾನ ಮಿಕ್ಕಿದ ಚರಿತ್ರೆಯಲ್ಲಿ ಮುದ್ರಣ ಮಾಧ್ಯಮದ ಭಾಷೆಯಾಗಿ ಕನ್ನಡ ಭಾಷೆಯು ಬಳಕೆಯಾದ ಬಗೆ, ಬದಲಾದ ರೀತಿ ಕುತೂಹಲಕರ. ವಿಸ್ತ್ರತ ಅಧ್ಯಯನಕ್ಕೆ ಯೋಗ್ಯವಾದ ವಿಷಯ.

ಮಾಧ್ಯಮಗಳನ್ನು ಸಮಾಜದ ಕನ್ನಡಿ ಎನ್ನುತ್ತೇವೆ. ಮಾಧ್ಯಮವು ಸಮಾಜದ ಕನ್ನಡಿಯಾಗಬೇಕೋ ಸಮಾಜವೇ ಮಾಧ್ಯಮದ ಪ್ರತಿಬಿಂಬವಾಗುತ್ತದೋ ಎಂಬುದು ಮುಗಿಯದ ಚರ್ಚೆ. ಅವರವರ ಭಾವಕ್ಕೆ, ಅವರವರ ನೇರಕ್ಕೆ ವಾದಿಸುವ ವಿಷಯ. ಭಾಷೆಯ ಮಾತು ಬಂದಾಗ ಎರಡೂ ತರ್ಕಕ್ಕೆ ಅರ್ಥವಿದೆ. ಸಮಾಜದಲ್ಲಿರುವ ಭಾಷೆಯನ್ನೇ ಮಾಧ್ಯಮಗಳು ಬಳಸುತ್ತವೆ., ಬಳಸಬೇಕು, ಇಲ್ಲವಾದರೆ ಯಾರಿಗೆ ಅರ್ಥವಾಗುತ್ತದೆ?ಹಾಗೆಯೇ ಮಾಧ್ಯಮಗಳಲ್ಲಿ ಬಳಸಲ್ಪಡುವ ಭಾಷೆಯ, ಶಬ್ದಗಳ ಪ್ರಭಾವ ಸಮಾಜದ ಮೇಲೆ ಆಗಿಯೇ ಆಗುತ್ತದೆ. ಉದಾಹರಣೆಗೆ ಇಂಗ್ಲಿಷಿನ 'ಟೆರರಿಸ್ಟ್' ಅನ್ನುವ ಪದಕ್ಕೆ ಭಯೋತ್ಪಾದಕ ಎಂಬ ಅಚ್ಚ ಕನ್ನಡ ಶಬ್ದವನ್ನು ಇತ್ತಿದ್ದು ಪತ್ರಿಕೆ. ಪ್ರತಿಭಾವಂತರಾದ ಪತ್ರಕರ್ತರು ಭಾಷೆಯನ್ನು ತಮಗೆ ಬೇಕಾದಂತೆ ದುಡಿಸಿಕೊಳ್ಳುತ್ತಾರೆ. ಕನ್ನಡದಲ್ಲಿ ಕ್ರಿಯಾಪದಗಳೇ ಇಲ್ಲದ ವಾಕ್ಯಗಳ ಬಳಕೆಬಂದಿದ್ದು ಹಾಗೆ. ಖಾದ್ರಿ ಶಾಮಣ್ಣನವರ ಸಂಪಾದಕೀಯಗಳಲ್ಲೂ ಎಚ್‌ಎಸ್‌ಕೆಯವರ ವ್ಯಕ್ತಿಚಿತ್ರಗಳಲ್ಲೂ ಇಂಥ ರಚನೆಗಳನ್ನು ವಿಪುಲವಾಗಿ ಕಾಣುತ್ತೇವೆ. ಹೀಗೆ ಪತ್ರಿಕೆಯವರು ಭಾಷೆಯನ್ನು ಬೆಳೆಸುತ್ತಾರೆ. ಇದು ಬಹುಪಾಲು ಪತ್ರಕರ್ತರ ಗಮನಕ್ಕೇ ಬಾರದೇ ನಡೆಯುವ ಕ್ರಿಯೆ. ಪತ್ರಿಕೆ ಸಮಾಜದ ಭಾಷೆ ಬಳಸಿದರೂ, ಸಮಾಜವೇ ಪತ್ರಿಕಗಳನ್ನು ಅನುಸರಿಸಿದರೂ ಎರಡೂ ಸಂದರ್ಭಗಳಲ್ಲಿ ಲಾಭವಾಗುವುದು ಭಾಷೆಗೆ.

ಕನ್ನಡ ಭಾಷೆಯನ್ನು ತೆಗೆದುಕೊಂಡರೆ ೧೯ನೇ ಶತಮಾನದಲ್ಲಿ ಮೊದಲಿಗೆ ಕನ್ನಡವು ಆಧುನಿಕ ಪತ್ರಿಕಾ ಮಾಧ್ಯಮದ ಭಾಷೆಯಾಗಿ ಬಳಸಲ್ಪಟ್ಟಿತು. ಕನ್ನಡದ ಮೊದಲ ಪತ್ರಕರ್ತ

ರೆವರೆಂಡ್ ಫಾದರ್ ಹರ್ಮನ್ ಮೊಗ್ಲಿಂಗ್ ಎನ್ನುವುದು ಈಗ ನಿರ್ವಿವಾದ. ಆತ ಮೊದಲ ಪತ್ರಿಕೆ "ಮಂಗಳೂರ ಸಮಾಚಾರ"ವನ್ನು ಕಲ್ಲಚ್ಚಿನಲ್ಲಿ ಅಚ್ಚುಹಾಕಿಸಿದ್ದು ೧೮೪೩ರ ಜುಲೈ ಒಂದನೇ ತಾರೀಖು. ಮೊಗ್ಲಿಂಗ್ ಬಳಸಿರುವ ಭಾಷೆಯಿಂದ ಅಂದಿನ ಪತ್ರಿಕಾ ಭಾಷೆಯ ಸ್ಥೂಲ ಚಿತ್ರಣ ಸಿಗುತ್ತದೆ. ಮೊಗ್ಲಿಂಗ್ ತನ್ನ ಮೊದಲ ಸಂಪಾದಕೀಯದಲ್ಲಿ ಹೀಗೆ ಹೇಳುತ್ತಾನೆ: "" ಯೀ ದೇಶವೆಂಬ ಮನೆಯಲ್ಲಿ ವಾಸಿಸುವ ಜನರು ಯಿಂದಿನ ಪರಿಯಂತರ ಹೊರಗಿನ ದೇಶಸ್ಥರ ಸಮಾಚಾರ ಮಾರ್ಗ ಮರ್ಯಾದೆಗಳನ್ನು ತಿಳಿಯದೇ ಕಿಟಕಿಯಿಲ್ಲದ ಬಿಡಾರದಲ್ಲಿ ವುಳಕೊಳ್ಳುವವರ ಹಾಗೆ ಯಿರುತ್ತಾ ಬಂದರು ಅದು ಕಾರಣ ಹೊರಗಿನ ಕಾರ್ಯಗಳಂನು ಕಾಣುವ ಹಾಗೆಯೂ ವೊಳಗೆ ಸ್ವಲ್ಪ ಬೆಳಕು ಬೀಳುವ ಹಾಗೆಯೂ ನಾಲ್ಕು ದಿಕ್ಕಿಗೆ ಕಿಟಿಕಿಗಳಂನು ಮಾಡುವ ಯಿ ಸಮಾಚಾರ ಕಾಗದವಂನು ಪಕ್ಷಕ್ಕೆ ಒಂದುಸಾರಿ ಶಿದ್ಧಮಾಡಿ ಅದಂನು ವೋದಬೇಕೆಂದಿರುವವರೆಲ್ಲರಿಗೆ ಕೊಟ್ಟರೆ ಕಿಟಕಿಗಳಂನು ಮಾಡಿದ ಹಾಗಿರುವುದು ಯಿ ಕಾಗದವಂನು ಬರೆಯುವವರಿಗೂ ವೋದುವವರಿಗೂ ದೇವರು ಬುದ್ಧಿಯಂನು ಕೊಡಲಿಬ (ಮಂಗಳೂರ ಸಮಾಚಾರ ಜುಲೈ ೧ ೧೮೪೩- ಈ ಬರಹದಲ್ಲಿ ಪೂರ್ಣವಿರಾಮವಾಗಲಿ ಅಲ್ಪ ವಿರಾಮವಾಗಲೀ ಇರಲಿಲ್ಲ ಅಲ್ಲಿ ಹೇಗಿದ್ದಿತೋ ಹಾಗೇ ಬಳಸಿಕೊಳ್ಳಲಾಗಿದೆ) ಮೊಗ್ಲಿಂಗ್ ಅದೇ ಸಂಚಿಕೆಯಲ್ಲಿ ಇನ್ನೊಂದೆಡೆ 'ಎಮ್ಮೆ ಮೊಲೆಯಂತೆ ಬೆಳೆಯುತ್ತಾ ಹೋಯ್ತು' ಎನ್ನುತ್ತಾನೆ. ಅದೇನೆಂದು ಇಂದಿಗೂ ಸರಿಯಾಗಿ ವಿವರಿಸಿದವರಿಲ್ಲ!

ಅಲ್ಲಿಂದ ಮುಂದಕ್ಕೆ ದೇಶದಲ್ಲಿ ನಡೆದ ಬದಲಾವಣೆಗಳಿಗೆಲ್ಲ ಕಾರಣವೊ, ಪ್ರೇರಣೆಯೋ, ಕನ್ನಡಿಯೋ ಆಗುತ್ತಾ ಕನ್ನಡ ಪತ್ರಿಕೆಗಳು ಸಾಗಿಬಂದಿವೆ. ಕಾಲದ ಕರೆಗೆ ಪತ್ರಿಕೆಗಳು ಸ್ಪಂದಿಸಿವೆ. ಸ್ವಾತಂತ್ರ್ಯ ಹೋರಾಟವೂ ಕನ್ನಡಿಗರ ಏಕೀಕರಣದ ಹೋರಾಟವೂ ತದನಂತರ ತುರ್ತು ಸ್ಥಿತಿಯ ವಿರುದ್ಧ ಹೋರಾಟವೂ ಪತ್ರಿಕೆಗಳಿಗೆ ಜನಾಂದೋಲನ ರೂಪಿಸಲು ಸಿಕ್ಕ ಅವಕಾಶಗಳು. ಅದೇನೇ ಇದ್ದರೂ ಆಗಿನ ಕಾಲದ ಪತ್ರಿಕಾ ಭಾಷೆ ಹೇಗಿತ್ತು ಎಂಬುದನ್ನು ತಿಳಿಯುವ ಸಲುವಾಗಿ ಈಗ ಸುಮಾರು ೮೦ ವರ್ಷದ ಹಿಂದೆ ಬಂದ ಸಂಪಾದಕೀಯ ವೊಂದರ ಮೂಲಕವೇ ನೊಡೋಣ. ಇದು "ರಾಷ್ಟ್ರಮತ" ಪತ್ರಿಕೆಯಲ್ಲಿ ಬಂದ ಸಂಪಾದಕೀಯ. ಬರೆದವರು ಕಡೆಂಗೋಡ್ಲು ಶಂಕರಭಟ್ಟರು. ಆಗಿನ ಪತ್ರಿಕಾ ಶಾಸನ ಕುರಿತಾದ ಅವರ ಬರಹ ಹೀಗಿದೆ: "ದೇಶಪ್ರಿಯರಾದ ಪತ್ರಿಕೆಗಳ ಕೊರಳನ್ನು ಹಿಸುಕುವುದಕ್ಕೆ ವೈಸ್ರಾಯ್ ಸಾಹೇಬರು ತೆಗೆದ ಪತ್ರಿಕಾ ಶಾಸನದ ಆರು ತಿಂಗಳ ಆಯುರ್ಮಾನವು ಮೊನ್ನೆ ೨೮ಕ್ಕೆ ಸಂದುಹೋಯಿತು. ಇದರೊಂದಿಗೆ ಪತ್ರಿಕೆಗಳಿಗೆ ಒದಗಿದ ಗ್ರಹಚಾರವಷ್ಟೂ ಮುಗಿಯಿತೆನ್ನುವುದಿಲ್ಲ. ವಿಶೇಷ ಪರಿಸ್ಥಿತಿಗಳಲ್ಲಿ ವೈಸ್ರಾಯ್ ಸಾಹೇಬರಿಗೆ ಇಚ್ಛಾಮಾತ್ರವಾಗಿ ಮಂತ್ರಜಲ ಪ್ರೋಕ್ಷಣ ಮಾಡಿ ಕಾನೂನುಗಳ ಪಡೆಯನ್ನು ಮಾಡುವ ಅಧಿಕಾರವಿದೆ. ಆದರೆ ಇಂತಹ ಕಾನೂನುಗಳು ಆರು ತಿಂಗಳು ಮಾತ್ರ ಬಾಳಬೇಕೆಂದು, ಅವುಗಳನ್ನು ಮುಂದುವರಿಸುವುದಕ್ಕೆ ಪೂರ್ವಭಾವಿಯಾಗಿ ಎಸೆಂಬ್ಲಿಯ ಸಮ್ಮತಿಯನ್ನು ಪಡೆಯಬೇಕೆಂದೂ ಇರುವುದರಿಂದ, ಸದ್ಯಕ್ಕಂತೂ ಈ ಶಾಸನವು ಮೂಲೆಪಾಲಾಯಿತೆನ್ನಬಹುದು. ಪೂರ್ವೋಕ್ತಕಾರಣದಿಂದ ವೈಸ್ರಾಯ್ ಸಾಹೇಬರ ಕೈಕಟ್ಟಿದಂತಾಗಿದೆ. ಆದರೆ ಸದ್ಯದ ಸ್ಥಿತಿಯಲ್ಲಿ ಎಸೆಂಬ್ಲಿಯಲ್ಲಿರುವ "ವಿಧೇಯತಾ ಪ್ರಧನ: ಸದಸ್ಯರ ಬೆಂಬಲದಿಂದ ದೇಶವು ಬೇಡವೆನ್ನುವ ಶಪಿಸುವ ಕಾನೂನುಗಳನ್ನು ಮಂಜೂರುಮಾಡಿ ಅದರ ಕೊರಳಿಗೆ ಕಟ್ಟಬಾರದೆಂಬ ನಿಯಮವೇನೂ ಇಲ್ಲ(ಕಡೆಂಗೋಡ್ಲು ಶಂಕರ ಭಟ್ಟರ ಅಗ್ರ ಲೇಖನ ೩ -೧೧- ೧೯೩೦).

ಈ ಅವಧಿಯಲ್ಲಿ ಕನ್ನಡ ಕಾವೇರಿಯಲ್ಲಿ ಹರಿದ ನೀರು ಬಹಳ. ನಾವು ಸ್ವಾತಂತ್ರ್ಯವನ್ನು ಕಂಡಿದ್ದೇವೆ. ಮೈಸೂರು ರಾಜ್ಯ ಉದಯವಾಗಿದ್ದನ್ನೂ ಅದು ೧೯೭೩ರಲ್ಲಿ ಕರುನಾಡಿನ ಎಲ್ಲರ ಮಹತ್ವಾಕಾಂಕ್ಷೆಯ ಕುರುಹಾಗಿ ಕರ್ನಾಟಕವಾಗಿದ್ದನ್ನೂ ಕಾಣುತ್ತೇವೆ. ಇಂದಿನ ಕನ್ನಡ ಪತ್ರಿಕಾ ಭಾಷೆ ನಾವು ಅಚ್ಚರಿಗೊಳ್ಳುವಷ್ಟು ಬದಲಾಗಿದೆ. ಸರಳೀಕೃತಗೊಂಡಿದೆ. ಯುಪಿಎ, ೨ಜಿಸ್ಪೆಕ್ಟ್ರಂ, ರಾಡಿಯಾ ಟೇಪುಗಳು, ಜೆಪಿಸಿ... ಇವುಗಳ ನಡುವೆ ಎಷ್ಟೋ ಸಾರಿ ಕನ್ನಡ ಶಬ್ದಗಳನ್ನು ಹುಡುಕಬೇಕಿದೆ. ಹೀಗೆ ಪತ್ರಿಕಾ ಭಾಷೆಯಾಗಿ ಕನ್ನಡವು ಕಾಲಕಾಲಕ್ಕೆ ಹೊರಳುತ್ತಾ ಕಾಲದ ಅಗತ್ಯಕ್ಕೆ ಅನುಗುಣವಾಗಿ ಬದಲಾಗುತ್ತಾ ಮುನ್ನಡೆದಿದೆ. ೨೧ನೇ ಶತಮಾನದ ಮೊದಲ ಚರಣದಲ್ಲಿರವ ನಾವು ಇಂದಿನ ಪತ್ರಿಕಾ ಮಾಧ್ಯಮದ ಬಾಷೆಯಾಗಿ ಕನ್ನಡ ಬಳಕೆಯಾಗುತ್ತಿರುವ ರೀತಿಯನ್ನು ಈ ಕೆಳಗಿನಂತೆ ಗುರುತಿಸಬಹುದು.

೧) ಗ್ರಾಂಥಿಕ ಭಾಷೆಯಿಂದ ಆಡುಭಾಷೆಗೆ ತಿರುಗಿದ್ದು

ಕನ್ನಡ ಪತ್ರಿಕಾ ಚರಿತ್ರೆಯನ್ನು ಗಮನಿಸಿದರೆ ಸ್ಪಷ್ಟವಾಗುವುದೆಂದರೆ ಮೊದಲಿಗೆ ಪತ್ರಿಕಾ ಬರವಣಿಗೆ ಗ್ರಾಂಥಿಕ ಭಾಷೆಯದಾಗಿತ್ತು. ಸಂಸ್ಕೃತ ಭೂಯಿಷ್ಠ ಪದಗಳೇ ಚಾಲ್ತಿಯಲ್ಲಿದ್ದವು. ಇಂದು ಸಂಪಾದಕರುಗಳ ಆದ್ಯತೆ ಆಡುಮಾತನ್ನೇ ಬಳಸುವುದಾಗಿದೆ. ೨೦ ವರ್ಷದ ಹಿಂದೆ ನಾನು ಪತ್ರಿಕಾಲಯಕ್ಕೆ ತರಬೇತಿಗೆಂದು ಹೋದಾಗ "ಶುರುವಾಯಿತು" ಎಂದು ಬರೆದಿದ್ದನ್ನು ಉಪಸಂಪಾದಕರು ಆಕ್ಷೇಪಿಸಿದ್ದರು. 'ಆರಂಭವಾಯಿತು' ಎಂತಲೇ ಬರೆಯಬೇಕೆಂದು ಉಪದೇಶನೀಡಿದ್ದರು. ಇಂದು ಪತ್ರಿಕೆಗಳಲ್ಲಿ "ಶುರುವಾಯಿತು" ಎಂಬುದು ಶೀರ್ಷಿಕೆಯಾಗಿಯೂ ಬಳಸಲ್ಪಡುತ್ತದೆ! ಅಂಡೆಪಿರ್ಕಿಯಂಥ ಅತ್ಯಂತ ಪ್ರಾದೇಶಿಕ ಪದವೂ ಪತ್ರಿಕೆಯಲ್ಲಿ ಬಳಕೆಯಾಗಿ ಚರ್ಚೆಗೆ ಗ್ರಾಸವಾಗಿದ್ದಿದೆ. ಇದು ಸಾಮಾನ್ಯರಿಗೆ ಪತ್ರಿಕೆ ಮತ್ತಷ್ಟು ಹತ್ತಿರವಾದುದನ್ನು ತೋರಿಸುತ್ತದೆ.

೨) ಸಂಸ್ಕೃತ ಮೂಲ ಬಿಟ್ಟು ಇಂಗ್ಲಿಷ್ ಪದಸಂಪತ್ತಿಗೆ ಮೊರೆ ಹೋಗುವ ಪ್ರವೃತ್ತಿ

ಹಿಂದೆಲ್ಲ ಕನ್ನಡ ಪತ್ರಿಕೆಗಳಿಗೆ ಬರುವವರು ಸಂಸ್ಕೃತ ಬಲ್ಲವರೋ ಅದರ ಪ್ರಭಾವ-ಪರಿಸರಕ್ಕೆ ಒಳಗಾದವರೋ ಆಗಿರುತ್ತಿದ್ದರು. ಹೀಗಾಗಿ ಯಾವುದೇ ಪದಬೇಕಾದರೂ ಸಂಸ್ಕೃತಕ್ಕೆ ಮೊರೆ ಹೋಗುತ್ತಿದ್ದರು. ಕಾಲಾನಂತರ ಈ ಪ್ರವೃತ್ತಿ ಬದಲಾಗಿದೆ. ಈಗಿನವರು ವ್ಯಾವಹಾರಿಕ ಪದಗಳಿಗೆ ಇಂಗ್ಲಿಷ್‌ಗೆ ಮೊರೆ ಹೋಗುತ್ತಾರೆ. ಇಂಗ್ಲಿಷ್ ಪದಗಳು 'ಉ' ಕಾರವನ್ನು ಸೇರಿಸಿಕೊಂಡು ನಮ್ಮವೇ ಆಗಿಬಿಡುತ್ತವೆ! ರೈಲು, ಪೊಲೀಸು, ಕಾಲೇಜು, ಪೋಸ್ಟಾಫೀಸು, ಬಸ್ಸು, ಆಟೋರಿಕ್ಷಾ, ಬಜೆಟ್ಟು, ಮೆಟ್ರೊ, ಪಿಡಿಓ, ಬಿಡಿಓ, ಸಿಡಿಪಿಓ, ಸೂಟ್‌ಕೇಸ್, ಕೋರ್ಸು, ಎಸ್ ಬ್ಯಾಂಡು, ಷೇರು... ಹೀಗೆ ಕನ್ನಡೀಕರಣಗೊಂಡ ಇಂಗ್ಲಿಷ್ ಪದಗಳಿಗೆ ಲೆಕ್ಕವೇ ಇಲ್ಲ. ಜಾಗತೀಕರಣದಿಂದಾಗಿ ಹಲವು ಭಾಷೆಗಳ ಪ್ರಭಾವ ಕನ್ನಡದ ಮೇಲಾಗುತ್ತಿದ್ದು ಆಯಾ ಭಾಷೆಯ ಪದಗಳನ್ನೂ ಕನ್ನಡೀಕರಿಸಿಕೊಂಡು ಭಾಷೆ ಬೆಳೆಯುತ್ತದೆ. ಇಂಗ್ಲಿಷ್ ಭಾಷೆಯು ಒಂದುವರ್ಷಕ್ಕೆ ಹಾಗೆ ಕನಿಷ್ಠ ೧೫ಸಾವಿರ ಪದಗಳನ್ನು ತನ್ನ ಶಬ್ದ ಭಂಡಾರಕ್ಕೆ ಸೇರಿಸಿಕೊಳ್ಳುವುದಂತೆ. ದೋಸಾ , ಇಡ್ಲಿ, ಚಟ್ನಿಗಳೂ ಭಾರತೀಯ ಇಂಗ್ಲಿಷಿಗೆ ಸೇರಿಹೋಗಿವೆ. ಅಂದಮೇಲೆ ಇಂಗ್ಲಿಷ್ ಪದಗಳನ್ನು ನಮ್ಮದಾಗಿಸಿಕೊಳ್ಳಲು ಹಿಂಜರಿಕೆಯೇಕೆ?

೩) ಅಲ್ಪ ಪ್ರಾಣಗಳು ಮಹಾಪ್ರಾಣಗಳಾಗಿ....

ಶತಮಾನದ ಹಿಂದಿನ ಪತ್ರಿಕೆಗಳಿಗೂ ಇಂದಿನ ಪತ್ರಿಕೆಗಳಿಗೂ ಇರುವ ಗಮನಾರ್ಹ ವ್ಯತ್ಯಾಸ ಅಲ್ಪ ಪ್ರಾಣ ಮಹಾಪ್ರಾಣಗಳ ಬಳಕೆಯಲ್ಲಿ. ಈ ಅವಧಿಯಲ್ಲಿ ಕನ್ನಡದ ಎಷ್ಟೋ ಅಲ್ಪ ಪ್ರಾಣಗಳು ಮಹಾಪ್ರಾಣಗಳಾಗಿವೆ, ಮಹಾಪ್ರಾಣಗಳು ಅಲ್ಪವಾಗಿವೆ. ಘಂಟೆ

ಎನ್ನುವ ಶಬ್ದ ಮೊದಲು ಮಹಪ್ರಾಣವಾಗಿತ್ತು. ಈಗ ಪತ್ರಿಕೆಗಳಲ್ಲಿ ಗಮನಿಸಿ– ಗಂಟೆಯಾಗಿದೆ! ನಮ್ಮ ತರಗತಿಗೆ ಹೋದರೆ ವಿದ್ಯಾರ್ಥಿಗಳು ಸುದ್ದಿಯನ್ನು ಸುದ್ಧಿಯಂತಲೇ ಬರೆಯುತ್ತಾರೆ. ಮಾಧ್ಯಮ ಎಂದೋ ಮಾದ್ಯಮವಾಗಿದೆ! ಹೀಗೆ ಅಲ್ಪಪ್ರಾಣಗಳೆಲ್ಲ ಮಹಾಪ್ರಾಣಗಳಾಗಿ ಮಹಾಪ್ರಾಣಗಳೆಲ್ಲ ಅಲ್ಪಪ್ರಾಣಗಳಾಗುತ್ತಿರುವುದಕ್ಕೆ ತೀವ್ರ ವಿಷಾದಪಡಬೇಕಾದ ಅಗತ್ಯವಿಲ್ಲ. ಕಾಲಕ್ಕೆ ತಕ್ಕಂತೆ ಭಾಷೆ ಸಂಸ್ಕಾರ ಗೊಳ್ಳುತ್ತದೆ ಏನೂ ಮಾಡಲಾಗುವುದಿಲ್ಲ. ಕಾಲಾಯ ತಸ್ಮೈ ನಮಃ

ಈಗ ಕನ್ನಡ ಪತ್ರಿಕೆಗಳಿಗೆ ಹಲವು ಸಂಸ್ಕೃತಿಗಳ ಶಕ್ತಿ ಹರಿದು ಬರುತ್ತಿದೆ. ಹಿಂದೆಲ್ಲ ಬ್ರಾಹ್ಮಣರೇ ಹೆಚ್ಚಾಗಿ ಪತ್ರಿಕಾಲಯಗಳಲ್ಲಿದ್ದರು ಎಂಬುದು ಸತ್ಯ. ಆದರೆ ಇಗ ಎಲ್ಲ ವರ್ಗ ಜಾತಿ ಧರ್ಮಗಳ ಜನರೂ ಇದ್ದು ಕನ್ನಡ ಪತ್ರಿಕೋದ್ಯಮ ವಿಸ್ತಾರಗೊಂಡಿರುವುದು ಸ್ವಾಗತಾರ್ಹ. ಆದಕ್ಕೆ ಅನುಗುಣವಾಗಿ ಭಾಷೆ ಬಳಕೆಯಲ್ಲಿ ವ್ಯತ್ಯಾಸಗಳಾಗಿವೆ. ವ್ಯಾಕರಣ ಪಂಡಿತರಿಗೆ ಈಶ್ವರ ಎಂಬುದು ಸರಿಯೆನಿಸಿದರೆ ಜನಪದರಿಗೆ ಈಸ್ವರ ಎಂಬುದೇ ಸರಿಯೆನಿಸುತ್ತದೆ. ಈ ನೆಲದ ಬಹುಸಂಖ್ಯಾತ ಜನರಿಗೆ ಈಸ್ವರನೇ ದೇವರಾದರೆ ಅವನನ್ನು ಈಶ್ವರ ಎಂದು ಕರೆಯುವ ಔಚಿತ್ಯವಾದರೂ ಏನು ಎಂಬ ಪ್ರಶ್ನೆ ಏಳುತ್ತದೆ. ಭಾಷೆಯಿರುವುದು ಸಂವಹನಕ್ಕೆ ತಾನೆ? ಹೆಚ್ಚಿನ ಓದುಗರಿಗೆ ಈಸ್ವರ, ಕಿರಿಷ್ಣ ಎಂಬುದೇ ಅಪ್ಯಾಯಮಾನವಾದರೆ ತಪ್ಪೇನು ಅದೇ ಬಳಕೆಯಲ್ಲಿ ಬರಲಿ ಬಿಡಿ! ಅದಕ್ಕೆ ವಿಷಾದಿಸುವ ಅಗತ್ಯವಿಲ್ಲ, ಕನ್ನಡ ಭಾಷೆ ಕುಲಗೆಟ್ಟುಹೋಯಿತೆಂದು ಹಲುಬುವ ಅಗತ್ಯವಿಲ್ಲವೆಂಬುದು ನನ್ನ ದೃಢನಂಬಿಕೆ.

೪) ಕನ್ನಡ ಭಾಷೆ ಇಂದಿಗೂ ಎದುರಿಸಬೇಕಾಗಿರುವ ಒಂದು ಸವಾಲು

ಕನ್ನಡ ಭಾಷೆ ಇಂದಿಗೂ ಎದುರಿಸಬೇಕಾಗಿರುವ ಒಂದು ಸವಾಲೆಂದರೆ ಪ್ರಾದೇಶಿಕತೆ ಯದು. ರಾಜ್ಯದ ಒಂದೊಂದು ಭಾಗದ ಕನ್ನಡ ಒಂದೊಂದು ತರ. ಅವುಗಳಲ್ಲಿ ಏಕತೆಯಿಲ್ಲ. ಹುಬ್ಬಳ್ಳಿ ಭಾಷೆಯಲ್ಲಿ ಮೈಸೂರಲ್ಲಿ ವರದಿ ಬರೆದರೆ ನಗುತ್ತಾರೆ. ಮೈಸೂರು ಭಾಷೆಯನ್ನು ಹುಬ್ಬಳ್ಳಿಯಲ್ಲಿ ಬಳಸಿದರೆ ಅರ್ಥವೇ ಆಗಲಿಕ್ಕಿಲ್ಲ. ಕನ್ನಡದ ಮೊದಲ ಸಾಹಿತ್ಯಕ ಪತ್ರಿಕೆಯೆನಿಸಿಕೊಳ್ಳುವ "ವಾಗ್ಭೂಷಣ"ಕ್ಕೆ ಕರ್ನಾಟಕ ಹಾಗೂ ಮೈಸೂರು ಭಾಗದ ಗ್ರಂಥಸ್ಥ ಭಾಷೆಯನ್ನು ಒಗ್ಗೂಡಿಸುವ ಉದ್ದೇಶವೆಂದು ಸಾರಲಾಗಿತ್ತು. ಇದೊಂದು ಇಂದಿಗು ಕೈಗೂಡದ ಆಸೆ. ಕನ್ನಡ ಪತ್ರಿಕೆಗಳು ತಮ್ಮ ಪ್ರಾದೇಶಿಕ ಸೊಗಡನ್ನು ಬಿಟ್ಟುಕೊಡದೇ ಸಾರ್ವತ್ರಿಕವಾಗಿ ಕರ್ನಾಟಕಕ್ಕೊಂದು ಭಾಷೆಯನ್ನು ಬೆಳೆಸುವುದು ದೊಡ್ಡ ಸವಾಲು. ಕರ್ನಾಟಕದಲ್ಲಿ ರಾಜಕೀಯವಾಗಿ, ಅಭಿವೃದ್ಧಿಯ ಹಿನ್ನೆಲೆಯಲ್ಲಿ ಇರುವ ಪ್ರಾದೇಶಿಕ ಅಸಮಾನತೆ ಪತ್ರಿಕೋದ್ಯಮದಲ್ಲೂ ಉಳಿದುಕೊಂಡಿರುವುದಕ್ಕೆ ಅನೇಕ ಕಾರಣಗಳಿವೆ. ಉದಾಹರಣೆಗೆ ಇಂದಿಗು ಕನ್ನಡ ಪತ್ರಿಕಾಲಯಗಳಲ್ಲಿ ಕೆಲಸಮಾಡುವ ಹೆಚ್ಚಿನವರು ದಕ್ಷಿಣೋತ್ತರ ಕನ್ನಡ ಹಾಗೂ ಮಲೆನಾಡು ಭಾಗದವರು. ಬೆಂಗಳೂರಿನ ಯಾವುದೇ ಪತ್ರಿಕಾಲಯಕ್ಕೆ ಹೋಗಿನೋಡಿ, ತೆಂಗಿನೆಣ್ಣೆಯ ಮುಖಗಳೇ ಕಾಣುತ್ತಾವೆಂದು ಗೆಳೆಯರೊಬ್ಬರು ತಮಾಷೆಗೆ ಹೇಳಿದ್ದರಲ್ಲಿ ನಿಜವಿದೆ. ಬೀದರ್, ಗುಲಬರ್ಗಾ, ರಾಯಚೂರು ಕಡೆಯವರು ರಾಜ್ಯಮಟ್ಟದ ಪತ್ರಿಕೆಗಳಲ್ಲಿರುವುದು ಇನ್ನೂ ಅಪರೂಪ. ಇದಕ್ಕೆ ಅಲ್ಲಿನ ಶೈಕ್ಷಣಿಕ ಕೊರತೆಗಳೂ ಜನರ ಆರ್ಥಿಕ ಸ್ಥಿತಿಗತಿಗಳೂ ಕಾರಣ. ಆದರೆ ದಕ್ಷಿಣ ಕರ್ನಾಟಕ ದವರೇ ಹೈದರಾಬಾದು ಕರ್ನಾಟಕದ ಪತ್ರಿಕೆಗಳಲ್ಲೂ ತುಂಬಿಕೊಂಡಾಗ ಸಹಜವಾಗಿ ಅಸಮಾನತೆಗೆ ಕಾರಣವಾಗುತ್ತದೆ. ಇದನ್ನು ಹೋಗಲಾಡಿಸಿಕೊಳ್ಳುವುದು ಕನ್ನಡ ಭಾಷಿಕರೆದುರು ಇರುವ ದೊಡ್ಡ ಸವಾಲು.

೫) ಗಮನಿಸಬೇಕಾದ ಒಂದು ತಿರುವು

ಹಿಂದೆ ಕನ್ನಡ ಪತ್ರಿಕಾಲಯಗಳಲ್ಲಿ ಕೆಲಸ ಮಾಡುವವರಿಗೆ ಸಾಹಿತ್ಯಕ ಒಲವುಗಳು ಹಾಗೂ ಕನ್ನಡ ಸಂಸ್ಕೃತಿಯ ಬಗ್ಗೆ ಸಾಕಷ್ಟು ಅರಿವು ಇರುತ್ತಿದ್ದುದು. ಆದರೆ ಹೊಸ ಜನಾಂಗಕ್ಕೆ ಸಾಹಿತ್ಯದ ಗೀಳು ಇದ್ದಂತಿಲ್ಲ. ಇವರು ಕಂಪ್ಯೂಟರ್ ಜನಾಂಗಕ್ಕೆ ಸೇರಿದವರು. ಹಲವು ಮಾಧ್ಯಮಗಳ ಆರ್ಭಟದಲ್ಲಿ ಶುದ್ಧ ಸಾಹಿತ್ಯ ಸಾಂಸ್ಕೃತಿಕ ಕಾಳಜಿಗಳನ್ನು ಉಳಿಸಿಕೊಂಡವರು ಕಡಿಮೆಯೆನ್ನಬೇಕು. ಹಿಂದೆಲ್ಲ ಕನ್ನಡ ಮಾಧ್ಯಮದಲ್ಲಿ ಕಲಿತವರೇ ಬಹುತೇಕ ಕನ್ನಡ ಪತ್ರಿಕೆಗೆ ಸೇರಿಕೊಳ್ಳುವವರಾಗಿರುತ್ತಿದ್ದುದರಿಂದ ಕನ್ನಡ ಭಾಷೆ ಗಟ್ಟಿಯಾಗಿರುತ್ತಿತ್ತು. ಈಗ ಕನ್ನಡ ಪತ್ರಿಕೆಗೆ ಬರುತ್ತಿರುವ ಹೊಸತಲೆಮಾರಿನ ಪತ್ರಕರ್ತರು ಬಹುತೇಕ ಇಂಗ್ಲಿಷ್ ಮಾಧ್ಯಮದಲ್ಲಿ ಓದಿದವರು. ಕನ್ನಡ ಸಂಸ್ಕೃತಿಯ ಬಗೆಗು ಇಂಗ್ಲಿಷಿನಲ್ಲಿ ಕಲಿತವರು! ಅದರ ಪ್ರಭಾವವನ್ನು ಕನ್ನಡ ಪತ್ರಿಕೆಗಳಲ್ಲಿ ಇಂದು ಢಾಳಾಗಿ ಕಾಣಬಹುದು.

ಈ ಹಿನ್ನೆಲೆಯಲ್ಲಿ ಪತ್ರಿಕಾ ಭಾಷೆಯಾಗಿ ಕನ್ನಡವನ್ನು ಗಟ್ಟಿಗೊಳಿಸಲು ಕನ್ನಡ ಮನಸ್ಸುಗಳನ್ನು ಕಟ್ಟುವ ಕೆಲಸ ಆಗಬೇಕು. ಮಾಧ್ಯಮ ಶಾಲೆಗಳು ಕನ್ನಡ ಸಂಸ್ಕೃತಿಗೆ ಒತ್ತು ಕೊಡಬೇಕು. ಕಲಿಸುವ ಮಾಧ್ಯಮವಾಗಿ ಕನ್ನಡ ಗಟ್ಟಿಯಾಗಿದಿದ್ದರೆ ಮಾಧ್ಯಮದ ಭಾಷೆಯಾಗಿಯೂ ಕನ್ನಡ ಸೋಲುತ್ತದೆ ಎಂಬುದು ಇಂದಿನ ಅನುಭವದಿಂದ ನಾವು ಕಲಿಯಬೇಕಾದ ಪಾಠ.

ಈ ಪುಸ್ತಕದ ಲೇಖಕರುಗಳ ವಿಳಾಸಗಳು

೧. **ಸಿಬಂತಿ ಪದ್ಮನಾಭ ಕೆ. ವಿ.**
ಸಹಾಯಕ ಪ್ರಾಧ್ಯಾಪಕರು ಮತ್ತು ಮುಖ್ಯಸ್ಥರು
ಪತ್ರಿಕೋದ್ಯಮ ವಿಭಾಗ
ವಿಶ್ವವಿದ್ಯಾನಿಲಯ ಕಲಾ ಕಾಲೇಜು
ಬಿ.ಎಚ್. ರಸ್ತೆ, ತುಮಕೂರು-೫೭೨೧೦೩
ಮೊ: ೯೪೪೯೫೨೫೮೫೪
sibanthipadmanabha@gmail.com

೨. **ಡಾ. ಚಿನ್ನಪ್ಪ ಗೌಡ**
ಪ್ರಾಧ್ಯಾಪಕರು, ಕನ್ನಡ ವಿಭಾಗ
ಮಂಗಳೂರು ವಿಶ್ವವಿದ್ಯಾಲಯ, ಮಂಗಳೂರು
ಮೊ: ೯೪೪೮೭೨೬೪೬೪
siribaama@yahoo.com

೩. **ಶಶಿಧರ್ ಭಟ್**
ಪತ್ರಕರ್ತರು
ನಂ.೫೦, ೧೦ನೆಯ ಕ್ರಾಸ್, ಚಂದ್ರ ಲೇಔಟ್
ವಿಜಯನಗರ, ಬೆಂಗಳೂರು-೪೦
ಮೊ: ೯೯೧೬೧೧೧೧೪೯

೪. **ಗಣೇಶ ಅಮೀನಗಡ**
ಪತ್ರಕರ್ತರು
ಪ್ರಜಾವಾಣಿ ದಿನ ಪತ್ರಿಕೆ
ಹುಬ್ಬಳ್ಳಿ
ಮೊ: ೯೮೮೦೧೦೫೫೨೬
ganeshamingad@prajavani.co.in

೫. **ರಾಧಾಕೃಷ್ಣ ಬೆಳ್ಳೂರು**
ಕನ್ನಡ ಸ್ನಾತಕೋತ್ತರ ಅಧ್ಯಯನ
ಮತ್ತು ಸಂಶೋಧನ ವಿಭಾಗ
ಸರ್ಕಾರಿ ಕಾಲೇಜು, ಕಾಸರಗೋಡು
ಮೊ: ೯೪೯೫೧೦೪೫೭೮
radhabellur@gmail.com

೬. **ಡಾ. ಸುಂದರಕೇನಾಜೆ**
ಕ್ಷೇತ್ರ ಸಂಪನ್ಮೂಲ ಕೇಂದ್ರ
ಸುಳ್ಯ
ಮೊ: ೯೪೪೮೯೫೧೮೫೯
dr.kenaje@gmail.com

೭. **ಭಾಸ್ಕರ ಹೆಗಡೆ**
ಮುಖ್ಯಸ್ಥರು, ಪತ್ರಿಕೋದ್ಯಮ ವಿಭಾಗ
ಶ್ರೀ ಧರ್ಮಸ್ಥಳ ಮಂಜುನಾಥ ಕಾಲೇಜು
ಉಜಿರೆ, ದಕ್ಷಿಣ ಕನ್ನಡ
ಮೊ: ೯೪೪೮೯೧೧೯೨೬
bhegdeujire@gmail.com

೮. **ವಸಂತ ಕುಮಾರ್ ಪೆರ್ಲ**
ಆಲ್ ಇಂಡಿಯಾ ರೇಡಿಯೋ
ಮಂಗಳೂರು-೦೯
ಮೊ: ೯೪೪೮೩೮೪೩೯೧
vasanthkumarperla@gmail.com

೯. **ನರೇಂದ್ರ ರೈ ದೇರ್ಲ**
ಕನ್ನಡ ವಿಭಾಗ
ಡಾ. ಶಿವರಾಮ ಕಾರಂತ ಕಾಲೇಜು
ಬೆಳ್ಳಾರೆ, ಸುಳ್ಯ, ದ.ಕ-೧೨
ಮೊ: ೯೧೬೪೫೬೧೭೮೯

೧೦. **ಡಾ.ಧನಂಜಯ ಕುಂಬ್ಳೆ**
ಧಾತ್ರಿ. ಹಂಡೇಲು ಪುತ್ತಿಗೆ, ಅಂಚೆ:
ಸಂಪಿಗೆ,
ಮೂಡುಬಿದಿರೆ-೫೭೪೨೨೭
ಮೊ: ೯೪೪೮೯೧೧೯೦
dkumble1975@gmail.com

೧೧. **ಮೌಲ್ಯ ಜೀವನ್**
ಮುಖ್ಯಸ್ಥೆ
ಪತ್ರಿಕೋದ್ಯಮ ವಿಭಾಗ
ಆಳ್ವಾಸ್ ಕಾಲೇಜು, ಮೂಡುಬಿದಿರೆ-೨೭
ಮೊ: ೯೪೮೦೩೪೧೩೩೮
moulyajeevan@gmail.com

೧೨. **ಭಾರತೀ ದೇವಿ .ಪಿ**
ಸಹಾಯಕ ಪ್ರಾಧ್ಯಾಪಕಿ
ಸರ್ಕಾರಿ ಗೃಹವಿಜ್ಞಾನ ಕಾಲೇಜು
ಹೊಳೆನರಸೀಪುರ
ಮೊ: ೯೮೪೪೦೪೦೧೧೨
bharathikaranth@gmail.com

೧೩. **ಆರತಿ ಪಟ್ರಮೆ**
೯೨೨೯, ಬ್ರಹ್ಮಚೈತನ್ಯ ಧ್ಯಾನ ಮಂದಿರದ ಬಳಿ
ಮೂರನೇ ಲಿಂಕ್, ಎಂಟನೇ ಅಡ್ಡರಸ್ತೆ
ಎಸ್.ಐ.ಟಿ. ಎಕ್ಸ್‌ಟೆನ್ಷನ್
ತುಮಕೂರು-೫೭೨೧೦೩
ಮೊ: ೯೪೪೯೯೭೪೮೪೦
arathipatrame@gmail.com

೧೪. **ಉಷಾ ಕಟ್ಟೆಮನೆ**
ಹವ್ಯಾಸೀ ಪತ್ರಕರ್ತರು
ನಂ. ೫೦, ೧೦ನೇ ಕ್ರಾಸ್, ಚಂದ್ರ ಲೇಔಟ್
ವಿಜಯನಗರ, ಬೆಂಗಳೂರು-೪೦
ಮೊ: ೯೮೪೫೮೭೨೩೩೮
kattemaneusha@gmail.com

೧೫. **ಶ್ರೀಶ. ಎಂ**
ಸಹ ಪ್ರಾಧ್ಯಾಪಕ
ಮಿನಿಸ್ಟ್ರಿ ಅಫ್ ಹೈಯರ್ ಎಜುಕೇಷನ್
ಸಿಎಎಸ್-ಇಬ್ರಿ, ಒಮಾನ್
shreeshapunacha@gmail.com

೧೬. **ಆಸ್ಟ್ರೋ ಮೋಹನ್**
೪೦೨, ಹೇಮಾದ್ರಿ, ಎಸ್.ಎಸ್.ರಸಿಡೆನ್ಸಿ,
ಮಲ್ಪೆ ಜುಮಾದಿ ಮುಖ್ಯರಸ್ತೆ, ಕುಂಜಿಬೆಟ್ಟು,
ಉಡುಪಿ-೫೭೬೧೦೨
ಮೊ: ೯೮೪೫೨೪೩೩೦೬
astromohan@gmail.com

೧೭. **ವಾಹಿನಿ ಎ.ಎಸ್.**
ಸಹ ಪ್ರಾಧ್ಯಾಪಕಿ
ವಿದ್ಯನ್ಮಾನ ಮಾಧ್ಯಮ ವಿಭಾಗ
ಬೆಂಗಳೂರು ವಿಶ್ವವಿದ್ಯಾಲಯ, ಬೆಂಗಳೂರು
ಮೊ: ೮೦೫೯೬೫೮೮೭
vahinias@gmail.com

೧೮. **ಆದಿತ್ಯ ಭಟ್** ಎಂ.ಎ., ಎಂ.ಫಿಲ್
ಉಪನ್ಯಾಸಕರು
ಆಳ್ವಾಸ್ ಪದವಿ ಕಾಲೇಜು, ಮೂಡಬಿದಿರೆ,
ಮಂಗಳೂರು
ಮೊ: ೯೮೮೬೫೯೭೧೨೫
adityabhat69@yahoo.com

೧೯. **ಹರೀಶ್ ಕೆ.ಆದೂರು**
ಪತ್ರಕರ್ತರು
ಮಂಗಳೂರು
ಮೊ: ೯೪೮೩೪೫೫೯೨೨
WWW. ekanasu.com

೨೦. **ಧನಂಜಯ ಮೂಡುಬಿದಿರೆ**
ಪತ್ರಕರ್ತರು
ಉದಯವಾಣಿ ದಿನಪತ್ರಿಕೆ
ಮೂಡುಬಿದಿರೆ
ಮೊ: ೯೪೪೮೭೨೬೯೭೨
moodbidrinews@yahoo.com

೨೧. **ಡಾ. ನಿರಂಜನ ವಾನಳ್ಳಿ**
೩೧, ಕೃಷ್ಣಮೂರ್ತಿ ಬಡಾವಣೆ
ತೊಣಚಿಕೊಪ್ಪಲು
ಮೈಸೂರು ೫೭೦೦೦೯
೯೪೪೮೯೪೩೨೧೧